AA000591

ಸ್ವರ್ಣಮಂದಿರ

ಸಾಯಿಸುತೆ

ಸುಧಾ ಎಂಟರ್‌ಪ್ರೈಸಸ್
ನಂ. 761, 8ನೇ ಮುಖ್ಯರಸ್ತೆ, 3ನೇ ಬ್ಲಾಕ್,
ಕೋರಮಂಗಲ, ಬೆಂಗಳೂರು – 560 034

SWARNAMANDIRA (Kannada) - a social novel by Smt. Saisuthe; published by Sudha Enterprises, # 761, 8th Main, 3rd Block, Koramangala, Bangalore - 560 034.

ಮೊದಲನೆಯ ಮುದ್ರಣ	:	1991
ಎರಡನೆಯ ಮುದ್ರಣ	:	2008
ಮೂರನೆಯ ಮುದ್ರಣ	:	2014
ಪುಟಗಳು	:	174
ಬೆಲೆ	:	ರೂ. 125
ಉಪಯೋಗಿಸಿದ ಕಾಗದ	:	70 ಜಿ.ಎಸ್.ಎಂ. ಮ್ಯಾಪ್‌ಲಿಥೋ
ಮುಖಪುಟ ವಿನ್ಯಾಸ	:	ಚಂದ್ರನಾಥ ಆಚಾರ್ಯ
ಹಕ್ಕುಗಳು	:	ಲೇಖಕಿಯವರದು
ISBN	:	81-906853-7-5

ಸಗಟು ಮಾರಾಟಗಾರರು
ವಸಂತ ಪ್ರಕಾಶನ
360, 10ನೇ 'ಬಿ' ಮುಖ್ಯರಸ್ತೆ, 3ನೇ ಬ್ಲಾಕ್,
ಜಯನಗರ, ಬೆಂಗಳೂರು - 560 011.
ದೂರವಾಣಿ : 080-22443996
email : info@vasanthaprakashana.com
website: www.vasanthaprakashana.com

ಅಕ್ಷರ ಜೋಡಣೆ :
ಲೇಝರ್ ಲೈನ್ ಗ್ರಾಫಿಕ್ಸ್.

ಮುದ್ರಣ :
ಶ್ರೀ ವಿದ್ಯಮಾನ್ ಪ್ರಿಂಟೆಕ್ಸ್

ಎರಡು ಮಾತು

ನಾವು ಎರಡು ಪ್ರಪಂಚಗಳಲ್ಲಿ ಬದುಕುತ್ತಿರುತ್ತೇವೆ. ಒಂದು ವಾಸ್ತವ, ಇನ್ನೊಂದು ಅಂತರ್ಗತ. ಅಂಥ ಅಂತರ್ಗತವಾದ ವಾಸ್ತವದಲ್ಲಿ ನಡೆದುಹೋಗುವ ಭಾವಗಳು, ವರ್ತನೆಗಳು ಹೊರಗೆ ಹೇಳಿಕೊಳ್ಳಲಾರದಂಥದ್ದು. ಇಂಥ ಸಂಘರ್ಷ ಬರಹಕ್ಕೆ ಇಳಿದಾಗ ಹೆಚ್ಚು ಜನ ಓದುಗರು ಮೆಚ್ಚಿಕೊಂಡು ಪ್ರತಿಕ್ರಿಯಿಸಿದರು. ಕಾದಂಬರಿ ವಸ್ತು ತೀರಾ ಪ್ರಸ್ತುತ. ಈ ಸಲ ಈ ಕಾದಂಬರಿಯ ಪ್ರಕಟಣೆಯ ಹೊಣೆಯನ್ನು ಯುವ ಉತ್ಸಾಹಿ ಪ್ರಕಾಶಕರಾದ ಶ್ರೀ ಕೆ.ಎಸ್. ಮುರಳಿಯವರು ಹೊತ್ತುಕೊಂಡಿದ್ದಾರೆ. ಇನ್ನಷ್ಟು ಹೆಚ್ಚಿನ ಓದುಗರಿಗೆ ತಲುಪಿಸುತ್ತಾರೆಂಬ ಭರವಸೆ ನನ್ನದು.

ಸಾಯಿಸುತೆ

ನಂ. 131, ಶ್ರೇಯಸ್
ಕುರುಬರಹಳ್ಳಿ ಮೈನ್ ರೋಡ್
ಶಂಕರಮಠ ಹಿಂಭಾಗ, ಬಸವೇಶ್ವರನಗರ,
ಬೆಂಗಳೂರು - 86.

ಮೂರು ಸ್ಥಾಯಿಗಳಲ್ಲಿ ಚಿಮ್ಮುತ್ತಿದ್ದ ನಾದಪ್ರವಾಹ ಗಾಳಿಯೊಡನೆ ಕಲೆತು ಕೋಣೆಯನ್ನೆಲ್ಲ ವ್ಯಾಪಿಸಿಕೊಂಡಿತು. ಏನೆಲ್ಲಾ ಅನುಭವಗಳನ್ನು ತಂದೊಡ್ಡುತ್ತಿತ್ತು. ಸಮುದ್ರದಲ್ಲಿ ಮುಳುಗಿ ಮೈಮರೆತು ತೇಲಾಡಿದಂತೆ, ಮರುಕ್ಷಣ ಹಿತವಾದ ಅಪ್ಪುಗೆಯಲ್ಲಿ ಮೈ ತೋಯಿಸಿಕೊಂಡಂತೆ; ಕನ್ಯಾಕುಮಾರಿಯ ವಿವೇಕಾನಂದರ ಶಿಲೆಯ ಬಳಿ ನಿಂತು ತಂಗಾಳಿಗೆ ಮೈಯೊಡ್ಡಿದಂತೆ–ಇನ್ನೊಮ್ಮೆ ಮತ್ತೊಮ್ಮೆ ಜಗತ್ತೇ ಸಂತೋಷವಾಗಿ ತೇಲಾಡಿದಂತೆ...

ಸೋಫಾಕ್ಕೆ ಒರಗಿ ಶರತ್ ಕಣ್ಮುಚ್ಚಿ ಕಿವಿಗೊಟ್ಟು ಆಲಿಸುತ್ತಿದ್ದ; ಸಂಗೀತ ಎಷ್ಟು ನಿರಂತರ ಸತ್ಯವೆನ್ನುವಂತೆ ಮನ ಭಾವಪರವಶತೆಯಿಂದ ಹೊಯ್ದಾಡುತ್ತಿತ್ತು.

ಅಲೆಅಲೆಯಾಗಿ ತೇಲಿಬಂದ ನಾದಪ್ರವಾಹ ತನ್ನಲ್ಲಿ ಉಂಟುಮಾಡಿದ ಸಂತೋಷದ ಕಾರಂಜಿಯನ್ನು ಹಂಚಿಕೊಳ್ಳಬೇಕೆನಿಸಿತು. ಮುದ್ದಿನ ತಂಗಿ ಭಾವನಾ... ಇದ್ದಿದ್ದರೆ...!

ಮುದ್ದುಗರೆಯುವ ಮುಖ, ಹಠ–ಅಭಿಮಾನಗಳಿಂದ ಕಂಗೊಳಿಸುವ ನಯನಗಳು, ಸ್ನೇಹ ಮಿನುಗಿಸುವ ತುಟಿಗಳು–ಆ ಮುಖದ ನಗು ಎಂದೂ ಮಾಸುವುದಿಲ್ಲವೇನೋ ಎನ್ನಿಸುವಂತಿದ್ದಳು.

ತಿಂಗಳೊಪ್ಪತ್ತು ರಜೆ ಪಡೆದು ಊರಿಗೆ ಹೋದಾಗ ತುಂಟ ಮುಖದ ಮೇಲೆ ನೋವಿನ ಪರದೆ ಎಳೆದಿತ್ತು. ಆತಂಕದ ಪ್ರಶ್ನೆಗಳಿಗೆಲ್ಲ ಒಂದೇ ಉತ್ತರ.

'ಯು ಇರ್ ಆನ್ ಎಕ್ಸ್‌ಪೀರಿಯನ್ಸ್!'

ಅದರ ಬಗ್ಗೆ ತಲೆ ಕೆಡಿಸಿಕೊಂಡಿದ್ದುಂಟು. ಏನೇನು ತೋಚಿರಲಿಲ್ಲ. ಬದಲಾವಣೆಯ ಪ್ರಭಾವವೇನೋ ಎಂದು ಸುಮ್ಮನಾಗಿದ್ದ.

"ಶರತ್ ತಾರು ಬಂದಿದೆ!" ಎನ್ನುತ್ತಲೇ ಒಳಗೆ ಬಂದ ಫ್ರೆಂಡ್ ಪ್ರತಾಪ್‌ಸಿಂಗ್.

ಶರತ್ ಎದೆ ಸಹಜಸ್ಥಿತಿಯನ್ನು ಬದಲಾಯಿಸಿಕೊಂಡು ಏರಿಳಿಯಲಾರಂಭಿಸಿತು. ಅಮ್ಮ ಅಪ್ಪನಿಗೆ ಏನಾದರೂ ಸಂಭವಿಸಿಬಿಟ್ಟಿದ್ದರೇ.... 'ಅಯ್ಯೋ, ಬೇಗ ಮದ್ವೆ ಮಾಡ್ಕೊಳ್ಳೋ' ಅಂತ ಎಷ್ಟು ಹಿಂಸೆ ಮಾಡಿದ್ದರು. ಈಗ ಏನಾದರೂ... ಕುಸಿದು ಕುಳಿತ, ನಡುಗುವ ಕೈಗಳಿಂದ ತಾರು ಬಿಡಿಸಿದ.

'ಭಾವನಾಗೆ ಹುಚ್ಚು ಹಿಡಿದಿದೆ. ಕೂಡಲೇ ಹೊರಟು ಬರುವುದು' ತಾರಿನ ಸುದ್ದಿ ಇಷ್ಟೆ.

'ಭಾವನಾಗೆ ಹುಚ್ಚು!' ತನ್ನ ಮುದ್ದಿನ ತಂಗಿ... ಭಾವನಾಗೆ.. ಹುಚ್ಚು... ನೋವಿನಿಂದ ಮುಖ ಕಿವುಚಿದ. ಕೂದಲಲ್ಲಿ ಬೆರಳು ತೂರಿಸಿ ಕಿತ್ತ. ನಂಬಲಸಾಧ್ಯವಾದ ವಿಷಯ... ನಂಬಲೇಬೇಕಾಗಿದೆ.

ಮೃದುವಾಗಿ ಶರತ್ ಕೈಅದುಮಿದ ಪ್ರತಾಪ್ ಸಿಂಗ್. "ಏಳು ಶರತ್ ಇಷ್ಟು ಸಣ್ಣ ವಿಷಯಕ್ಕೆ ತಲೆಯ ಮೇಲೆ ಕೈಹೊತ್ತು ಕೂಡೋದು ಹೇಡಿ ಲಕ್ಷಣ. ಜೀವನ ರಣರಂಗ ಇದ್ದ ಹಾಗೇ, ಇನ್ನು ಏನೆಲ್ಲ ಅನುಭವಿಸಬೇಕೋ!" ಎಂದು ಬಲವಂತದಿಂದ ಎಬ್ಬಿಸಿದ.

ಪ್ರತಾಪ್ ಸಿಂಗ್ ತಾನೇ ಶರತ್‌ನ ಪ್ರಯಾಣಕ್ಕೆ ಅನುಕೂಲ ಮಾಡಿಕೊಟ್ಟ.

ದೂರದ ಷಿಲಾಂಗ್‌ನಿಂದ ಪ್ಲೇನ್ ಹತ್ತಿ, ಬಸ್ಸು ಹಿಡಿದು ಆಟೋಗೆ ಬದಲಾಯಿಸಿ ಬೆಂಗಳೂರಿನಲ್ಲಿದ್ದ ಮನೆಯನ್ನು ಸುರಕ್ಷಿತವಾಗಿ ಬಂದು ತಲುಪಿದ. ಆತಂಕ, ಆಂದೋಳನ ಏನೇನು ಕಡಿಮೆಯಾಗಿರಲಿಲ್ಲ.

ಕೈಯಲ್ಲಿಡಿದ ಸೂಟ್‌ಕೇಸನ್ನು ಟೇಬಲ್ ಮೇಲೆ ಎಸೆದವನೇ "ಅಮ್ಮ... ಅಮ್ಮ" ಒಂದೇ ಉಸುರಿಗೆ ಕೂಗಿಕೊಂಡ. ತೀರಾ ಸೋತವನಂತಿದ್ದ.

ಮಗನ ಮುಖ ಕಂಡಕೂಡಲೇ ತುಳಸಮ್ಮನ ಕಣ್ಣುಗಳಲ್ಲಿ ಕಣ್ಣೀರು ತುಳುಕಿತು. ಆತಂಕದಿಂದ ಬಂದ ಮಗನ ಮನಸ್ಸಿನಲ್ಲಿ ಭಯಕ್ಕೆಡೆ ಮಾಡಿಕೊಡಬಾರದೆನಿಸಿತು!

"ಈಗ ಬಂದ್ಯಾ? ಬಟ್ಟೆ ಬದಲಾಯಿಸಿಕೊಂಡು ಕೈಕಾಲು ತೊಳ್ಕೊ" ಎಂದರು ತುಸು ಸಮಾಧಾನಗೊಂಡವರಂತೆ.

ಶರತ್ ಎರಡು ಕೈಯಲ್ಲೂ ತಾಯಿಯ ಭುಜ ಹಿಡಿದುಕೊಂಡು "ಅಮ್ಮ ಭಾವನಾಗೆ ಹುಚ್ಚು ಹಿಡಿದಿದೆಯಾ?" ಇನ್ನೂ ಅನುಮಾನಗೊಂಡವನಂತೆ ಕೇಳಿದ.

ಬಾಯಿಯಿಂದ ಹೇಳಲಾರದ ತುಳಸಮ್ಮ 'ಹೌದು' ಎನ್ನುವಂತೆ ತಲೆಯಾಡಿಸಿ ಒಳಗ್ಹೋಗಿಬಿಟ್ಟರು.

"ಅಮ್ಮ ಬರ್ತೀನಿ" ಎಂದು ಹೊರಟೇಬಿಟ್ಟ. ನಿಜಸ್ಥಿತಿ ತಿಳಿಯಬೇಕಾಗಿತ್ತು. ಭಾವನಾ ಅಂಥ ಹುಡುಗಿಗೆ ಹುಚ್ಚು ಹಿಡಿದಿದೆಯೆಂದರೇ-ಅವಳನ್ನು ಅಲ್ಪಸ್ವಲ್ಪ ಬಲ್ಲವರು ನಂಬಲಾರರು. ಅಂಥದ್ದರಲ್ಲಿ ಸ್ವಂತ ಅಣ್ಣ-ಪ್ರಾಣವನ್ನೇ ಇರಿಸಿಕೊಂಡಿದ್ದ ಸೋದರ ನಂಬಿಯಾನೇ?

ಭರ್ರನೆ ಹಾದುಹೋದ ಆಟೋ ಜಯನಗರದ ಏರ್ ಕಂಡೀಷನ್ ಭವ್ಯ ಬಂಗ್ಲೆಯ ಮುಂದೆ ನಿಂತಿತು. ಪರಿಚಯವಿದ್ದುದರಿಂದ ಗೇಟ್‌ನಲ್ಲಿದ್ದ ವಾಚ್‌ಮನ್ ಸೆಲ್ಯೂಟ್ ಹೊಡೆದು ಗೇಟು ತೆರೆದ.

ಕಟ್ಟಿಹಾಕಿದ್ದ ರೋಜಿ ಬೊಗಳಲಾರಂಭಿಸಿತು. ಜವಾನ ಸರಪಣಿ ಬಿಚ್ಚಿ ಹಿಂದಕ್ಕೆ ಎಳೆದೊಯ್ದ.

ಪ್ಯಾಂಟ್ ಜೇಬಿನಲ್ಲಿದ್ದ ಕರ್ಚೀಫ್‌ನ ಎಳೆದು ಮುಖದ ಮೇಲೆ ಮೂಡಿದ ಬೆವರು ಹನಿಗಳನ್ನು ಒತ್ತಿದ. ತಾರು, ತಾಯಿ ಮಾತು ಎಲ್ಲಾ ಸುಳ್ಳಾಗಿ ಬಿಡಲಿ ಎನ್ನುತ್ತಲೇ ಒಳಗೆ ನಡೆದ.

ಆಧುನಿಕ ಗೃಹ ಶೋಭಾಯಮಾನವಾಗಿತ್ತು. ಅಲ್ಲಿನ ನಿಶ್ಯಬ್ದತೆ ಭಯ ಹುಟ್ಟಿಸುವಂತಿತ್ತು. ಎಲ್ಲವೂ ಸುಸಜ್ಜಿತ. ಯಜಮಾನನ ಶಿಸ್ತು ಎಷ್ಟು ವ್ಯಾಪಕವಾಗಿದೆಯೆಂದರೇ, ಆಳು, ಕಾಳು, ಅಡಿಗೆಯ ಕೆಲಸದವರೂ ಎಲ್ಲಾ ಶಿಸ್ತಿನ ಸಿಪಾಯಿಗಳಂತಿದ್ದರು.

ಆಳುಗಳು ಒಬ್ಬರ ಮುಖವನ್ನೊಬ್ಬರು ನೋಡಿಕೊಂಡರು. ಅವರುಗಳು ಬಹಳ ಪೇಚಾಡುತ್ತಿದ್ದ ಹಾಗೆ ಕಾಣಿಸಿತು.

"ಅಮ್ಮಾವ್ರು.... ಎಲ್ಲಿ?" ಮುಖದ ಮೇಲೆ ಮೂಡಿದ ಬೆವರನ್ನು ಒರೆಸಿಕೊಂಡು ಒಣಗಿದ ತುಟಿಗಳ ಮೇಲೆ ನಾಲಿಗೆಯಾಡಿಸಿದ.

ಮೇಲಿನ ಕೋಣೆಯ ಕಡೆಗೆ ಕೈತೋರಿಸಿ ತಮ್ಮ ತಮ್ಮ ಕೆಲಸಗಳಿಗೆ ನಡೆದುಬಿಟ್ಟರು.

ಭಾರವಾದ ಹೆಜ್ಜೆಗಳನ್ನು ಎತ್ತಿ ಇಡುತ್ತ ಮೇಲೆ ನಡೆದ. ದೇಹ ಸಮತೋಲನ ಕಳೆದುಕೊಂಡಂತೆ ಹೊಯ್ದಾಡುತ್ತಿತ್ತು. ಯೌವನದ ಉತ್ಸಾಹವೆಲ್ಲ ಇಂಗಿ ವೃದ್ಧಾಪ್ಯ ಸಮೀಪಿಸಿದೆಯೇನೋ ಅನ್ನುವಷ್ಟು ಬಳಲಿಬಿಟ್ಟಿದ್ದ.

ಬಿಳಿಯುಡುಪಿನ, ಮಿನಿಸ್ಕರ್ಟ್‌ನ ಕಪ್ಪು ಮುಖದ ಚೆಲುವೆ ಕಾರಿಡಾರ್‌ನಲ್ಲಿ ಕೂತು ಪುಸ್ತಕ ಓದುವುದರಲ್ಲಿ ಮಗ್ನಳಾಗಿದ್ದಳು.

ಹೆಜ್ಜೆಯ ಸದ್ದಿಗೆ ಎಚ್ಚೆತ್ತ ಆಕೆ ತಲೆ ಮೇಲಕ್ಕೆ ಎತ್ತಿದಳು. ನೋಟ ಅವನ ಮೇಲೆ ಹರಿದಾಡಿತು. ಸಾವಕಾಶವಾಗಿ ಎದ್ದು ನಿಂತಳು.

ಎರಡು ಹೆಜ್ಜೆ ಮುಂದಕ್ಕೆ ನಡೆದ ಶರತ್ ಸೂಕ್ಷ್ಮವಾಗಿ ತನ್ನ ಪರಿಚಯ ಮಾಡಿಕೊಟ್ಟ. ನಗುನಗುತ್ತ ವಿಶ್ ಮಾಡಿದ ಆಕೆ ಒಂದು ಕ್ಷಣ ಅನುಮಾನಿಸುತ್ತ ನಿಂತಳು. ಕಡೆಗೆ ಸಂದೇಹ ಪರಿಹಾರ ಮಾಡಿಕೊಳ್ಳಲು ಫೋನ್ ಕಡೆಗೆ ನಡೆದಳು.

ಅಷ್ಟರವೇಳೆಗೆ ಶರತ್‌ನ ಸಹನೆಯ ಕಟ್ಟೆ ಒಡೆಯಿತು. ಅಲ್ಲಿದ್ದ ಯಾವುದಾದರೂ ಆಯುಧದಿಂದ ನರ್ಸ್ ತಲೆಯನ್ನು ಚಚ್ಚಿಬಿಡುವಷ್ಟು ಸಿಟ್ಟು–ತಂಗೀ.... ನೋಡೋಕೆ... ಇವರ ಪರವಾನಗಿ... ಕೋಪದಿಂದ ಹಲ್ಲು ಕಡಿದ.

ಬನ್ನಿ ಎನ್ನುವಂತೆ ಸನ್ನೆ ಮಾಡಿದ ನರ್ಸ್, ಕೋಣೆಯ ಬಾಗಿಲನ್ನು ತೆರೆದಳು. ಪಿಸುಮಾತಿನಲ್ಲಿ ಏನೋ ಹೇಳಿದಳು. ಅರ್ಥವಾಗಲೂ ಇಲ್ಲ, ಅರ್ಥಮಾಡಿಕೊಳ್ಳುವ ಇಚ್ಛೆಯೂ ಇಲ್ಲ.

ಕೋಣೆಯೊಳಕ್ಕೆ ನಡೆದ ಶರತ್ ಬೆಪ್ಪಾಗಿ ನಿಂತ. ಭಾವನಾಳಿಗೆ ಹುಚ್ಚು ಎಂದರೆ ಯಾರೂ ನಂಬುವ ಹಾಗಿರಲಿಲ್ಲ. ಸಡಿಲವಾಗಿ ಹೆಣೆದ ಎರಡು ಜಡೆಗಳು. ಎಂದಿನ ಮುಖಾಲಂಕಾರ, ಸ್ವಚ್ಛವಾದ ಉಡುಪು. ಕೂತು ಪುಸ್ತಕದಲ್ಲಿ ಏನೋ ಗೀಚುತ್ತಿದ್ದಳು.

ಎರಡು ಹೆಜ್ಜೆ ಮುಂದಕ್ಕೆ ನಡೆದ ಶರತ್ "ಭಾವನಾ..." ಎಂದ.

ತಂಗಿಗೆ ಹುಚ್ಚಿಡಿದಿದೆ ಎಂದು ಈಗಂತೂ ನಂಬಲು ಅವನು ಸಿದ್ಧವಾಗಿರಲಿಲ್ಲ. ಅಂತಹ ಯಾವ ಲಕ್ಷಣಗಳೂ ಅವಳಲ್ಲಿ ಕಾಣಲಿಲ್ಲ.

ತಲೆನೂ ಮೇಲಕ್ಕೆತ್ತಲಿಲ್ಲ. ದೃಷ್ಟಿನೂ ಬದಲಾಯಿಸಲಿಲ್ಲ. ಏನೋ ಮಹತ್ತರ ಕಾರ್ಯದಲ್ಲಿ ನಿರತಳಾದವಳಂತೆ ಪುಸ್ತಕದಲ್ಲಿ ಗೀಚುತ್ತಲೇ ಇದ್ದಳು. ದಿಗ್ಭ್ರಾಂತನಾದ.

ಭಾವನಾಳ ಪಕ್ಕದಲ್ಲಿ ಹೋಗಿ ಕೂತ ಶರತ್ ಮೃದುವಾಗಿ ಅವಳ ಭುಜದ ಮೇಲೆ ಕೈಯಿಟ್ಟ. ಅದರ ಕಡೆಗೆ ಅವಳಿಗೆ ಗಮನವಿದ್ದಂತೆ ಕಾಣಲಿಲ್ಲ.

"ಭಾವನಾ.... ಭಾವನಾ" ಎನ್ನುತ್ತ ಅವಳ ಕೈಯಲ್ಲಿದ್ದ ಪುಸ್ತಕದ ಕಡೆಗೆ ದೃಷ್ಟಿ ಹರಿಸಿದ. ಅವಳಿಗಿಷ್ಟವಾದ ಕವನ "ಎಲ್ಲಿ ಹೋಗುವಿರಿ... ನಿಲ್ಲಿ ಮೋಡಗಳೇ.... ನಾಲ್ಕು ಹನಿಯ ಚೆಲ್ಲಿ" ಅಡಿಗರ ಜನಪ್ರಿಯ ಕವನದ ಸಾಲುಗಳು.... ಕಣ್ಣು ಮಂಜಾದವು. ಅಕ್ಷರಗಳು ಮಸುಕಾದವು.

ಕರ್ಚೀಫ್‌ನಿಂದ ಕಣ್ಣೊತ್ತಿಕೊಂಡ. ತಂಗಿಯನ್ನು ದಿಟ್ಟಿಸಿದ, ದಿಟ್ಟಿಸುತ್ತಿದ್ದ ಅವನ ದೃಷ್ಟಿ ಆಳವಾಗುತ್ತಿತ್ತು.

ಹೀಗೇಕಾಯಿತು...? ಕಾರಣ... ಕಾರಣ... ಹಣೆಯನ್ನೊತ್ತಿಕೊಂಡು ಭಾರವಾದ ನಿಟ್ಟುಸಿರನ್ನು ಚೆಲ್ಲಿದ.

ಪುಸ್ತಕಾನ ಎತ್ತಿ ಡ್ರಾಯರ್‌ನಲ್ಲಿಟ್ಟ ಭಾವನಾ ಸಣ್ಣ ರಾಗದಲ್ಲಿ ಹಾಡಲು ಶುರು ಮಾಡಿದಳು. ಹಂತಹಂತವಾಗಿ ಹೆಚ್ಚುತ್ತ ಹೋಗಿ ಜೋರಾಗಿ ಹಾಡಲು ಶುರು ಮಾಡಿದಳು. ಮಧುರಕಂಠಶ್ರೀಗೇನು ಕುಂದುಂಟಾಗಿರಲಿಲ್ಲ.

ಝುಳಝುಳನೇ ಹರಿಯುವ ಹೊಳೆಯುವಂತೆ ಭಾವನಾಳ ಇಂಪಾದ ಕಂಠದಿಂದ ಹೊರಹೊಮ್ಮಿದ್ದ ದಾಸರ ಪದ–ರಂಗ ಬಾರೋ... ವಿಠಲ ಬಾರೋ.... ಧನ್ಯತೆಯ ಹೊನಲನ್ನೇ ಹರಿಸಿತು.

ಮೈಯೆಲ್ಲ ಕಿವಿಯಾಗಿ ಕುಳಿತ ಶರತ್ ಸೋಫಾಗೆ ಮುಖಹಚ್ಚಿ ಅತ್ತೇಬಿಟ್ಟ. ವೇದನೆ-ಸಂವೇದನೆ, ನೋವು-ನಲಿವುಗಳಲ್ಲಿ ಹೆಣ್ಣು ಗಂಡುಗಳಲ್ಲಿ ಭೇದವಿಲ್ಲವೆನ್ನುವುದಕ್ಕೆ ಇದೊಂದು ಸ್ಪಷ್ಟ ನಿದರ್ಶನ.

ಮತ್ತೇನೋ ಗೊಣಗುತ್ತಿದ್ದ ಭಾವನಾ ಬಿಕ್ಕಿಬಿಕ್ಕಿ ಅಳತೊಡಗಿದಳು. ಆ ಅಳುವನ್ನು ಅವನು ನೋಡದಾದ, ಚೇತನವನ್ನು ಕಳೆದುಕೊಂಡಂತೆ ಕೋಣೆಯಿಂದ ಹೊರಗೆ ಬಂದುಬಿಟ್ಟ.

ಸುಮ್ಮನೆ ಕೂತೇ ಇದ್ದ. ಏಳಲಾರದ ಸ್ಥಿತಿ ಕಡೆಗೆ ಸತೀಶ್ ಬಂದಾಗಲೇ ಎಚ್ಚರ. ತನಗೇನಾದರೂ ಹುಚ್ಚು ಹಿಡಿದುಬಿಟ್ಟಿದೆಯೋ ಏನೋ ಎಂದು ಅನುಮಾನಿಸಿದ.

* * * *

ಭಾವನಾ ಡಿಗ್ರಿಯ ಕೊನೆಯ ವರ್ಷ ತಲುಪುವಷ್ಟರಲ್ಲಿ ಹತ್ತಾರು ಬಾರಿ ಮನೆಯಲ್ಲಿ ಮದುವೆಯ ಪ್ರಯತ್ನಗಳು ನಡೆದಿದ್ದವು. 'ನಾನು ಸತ್ತರೂ ಈಗ ಮಾಡಿಸಿಕೊಳ್ಳುವುದಿಲ್ಲ!' ಎಂದು ಹೇಳಿ ತಪ್ಪಿಸಿಕೊಂಡಿದ್ದಳು. ಆಮೇಲಂತೂ ತಪ್ಪಿಸಿಕೊಳ್ಳಲು ಸಾಧ್ಯವಿರಲಿಲ್ಲ. ಮೌನದ ಗೊಂಬೆಯಾಗಬೇಕಾಯಿತು.

ಸತೀಶನ ಸಂಬಂಧ ಬಂದಾಗ ಕುಣಿದಾಡುತ್ತಲೇ ಒಪ್ಪಿಕೊಂಡಿದ್ದಳು. ದೊಡ್ಡ ಫ್ಯಾಕ್ಟರಿಯ ಜನರಲ್ ಮ್ಯಾನೇಜರ್, ಅಂದವಾದ ಯುವಕ, ವಿದ್ಯಾವಂತ; ಇನ್ನೇನು ಬೇಕು?

ವರದಕ್ಷಿಣೆ, ವರೋಪಚಾರದ ಮಾತಾಡದಿದ್ದರೂ ತನ್ನ ಅಂತಸ್ತಿಗೆ ಸರಿಯಾಗಿ ಮದುವೆ ಮಾಡಿಕೊಡಬೇಕೆಂಬ ಬೇಡಿಕೆಯನ್ನು ಮುಂದಿಟ್ಟ ವರ ಮಹಾಶಯ.

ಸಂತೋಷದಿಂದ ಒಪ್ಪಿಕೊಂಡರು. ಆಮೇಲೆ ಪಟ್ಟಪಾಡು ದೇವರಿಗೇ ಗೊತ್ತು!

ಆಗಂತೂ ಭಾವನಾ ಹಾರಾಡಿದ್ದೂ ಹಾರಾಡಿದ್ದೆ.... ಎಷ್ಟು ಮುದ್ದಿನ ಮಗಳಾದರೇನು, ಅವಳ ಸುಖಕ್ಕಾಗಿ ಶ್ರಮಿಸುತ್ತಿರುವ ಜೀವಿಗಳು ಇವಳ ಮಾತಿಗೆ ಕಿವಿಗೊಟ್ಟಾರಾ...?

ಅದಕ್ಕೆ ಬಲಿಪಶು ಶರತ್. ಆಗಿನ ಸಾಲದ ಋಣ ಕಂತುಗಳನ್ನು ಇನ್ನು ಸಲ್ಲಿಸುತ್ತಲೇ ಶರತ್ ಒಂಟಿಯಾಗಿ ಉಳಿದು ಮದುವೆಯನ್ನು ಮುಂದೊಡ್ಡಿದ್ದ. ತಂಗಿಯ ಸುಖದ ಸಲುವಾಗಿ ಅವನಿಗೆ ಇದೇನು ಹೆಚ್ಚೆನಿಸಲಿಲ್ಲ.

ಭಾವನಾ ಗಂಡನ ಮನೆಗೆ ಕಾಲಿಟ್ಟಾಗ ದಿಗ್ಭ್ರಮೆಗೊಂಡಳು. ಸಂಭ್ರಮದ ವಾತಾವರಣದಲ್ಲಿ ಬೆಳೆದ ಅವಳಿಗೆ ಇಲ್ಲಿಯ ಅತಿಮೌನ ಉಸಿರುಗಟ್ಟಿದಂತಾಯಿತು. ಸತೀಶ್ ತೀರಾ ಮೌನಿ, ಕೆಲಸದವರೂ ಅಷ್ಟೆ; ತಮ್ಮ ಕೆಲಸಬಿಟ್ಟು ಮಾತಾಡುತ್ತಿದ್ದುದೇ ಅಪರೂಪ. ನಾಯಿ ರೋಜಿಯ ಬೊಗಳುವಿಕೆಯನ್ನು ಬಿಟ್ಟರೆ ಆ ಮನೆಯಲ್ಲಿ ಸದ್ದೆಂಬುದೇ ಇಲ್ಲ.

ಇಲ್ಲಿಗೆ ಬಂದ ಮೇಲೆ ಭಾವನಾ ತೀರಾ ಮಂಕಾದಳು. ಸಂಗೀತ, ಸಾಹಿತ್ಯ, ಚಿತ್ರಕಲೆ ಎಲ್ಲದರಲ್ಲೂ ಅಭಿರುಚಿ ಇರುವ ಭಾವನಾಳಿಗೆ ಸರಿಯಾದ ಪ್ರತಿಕ್ರಿಯೆ ಸಿಗಲಿಲ್ಲ.

ಮದುವೆಯಾಗಿ ಭಾವನಾಳನ್ನು ಮನೆಗೆ ಕರೆತಂದ ಸತೀಶ ಮಧುಚಂದ್ರದ ಸುದ್ದಿಯನ್ನೇ ಎತ್ತದೆ ತನ್ನ ಫ್ಯಾಕ್ಟರಿಯ ಮ್ಯಾನೇಜರ್ ಹುದ್ದೆಯಲ್ಲಿ ನಿರತನಾದ.

ಗೆಳತಿಯರು ಮಾತ್ರವಲ್ಲದೇ ಶರತ್ ಕೂಡಾ ಛೇಡಿಸಿದ್ದ.

"ಎಲ್ಲಿಗೆ ಹನಿಮೂನ್! ಕಾಶ್ಮೀರಕ್ಕೋ!?

ಉಕ್ಕಿ ನಿಂತ ಯೌವನ, ಸುಂದರ ಪತಿ-ಆರ್ಥಿಕ ಸ್ಥಿತಿಯ ಬಗ್ಗೆ ಯೋಚಿಸಬೇಕಾಗಿರಲಿಲ್ಲ. ದೈವ ಎರಡು ಕೈಯಲ್ಲೂ ಸಿರಿಯ ಕೊಡುಗೆಯನ್ನು ನೀಡಿತ್ತು. ಮಧುಚಂದ್ರದ ಕನಸು ಕಾಣತೊಡಗಿದ್ದಳು. ಕಡೆಗೆ ದೊರೆತಿದ್ದು ನಿರಾಶೆ ಮಾತ್ರ.

ಆಳುಕಾಳುಗಳನ್ನು ಬಿಟ್ಟರೆ ಮನೆಯಲ್ಲಿದ್ದುದು ಇಬ್ಬರೇ. ಸತೀಶ ತಾಯಿ-ತಂದೆ ಹಳ್ಳಿಯಲ್ಲಿದ್ದರು. ಉಸಿರುಗಟ್ಟುವ ಸಿರಿವಂತಿಕೆಯ ಪಟ್ಟಣದ ವಾತಾವರಣ ಅವರಿಗೆ ಬೇಕಿರಲಿಲ್ಲ. ಅದಷ್ಟೇ ಅಲ್ಲದೇ ಮಗನ ಗುಣ ಅವರನ್ನು ದೂರ ಉಳಿಸಿದೆಯೆಂದರೇ ತಪ್ಪಲ್ಲ. ನಿಯಮ, ದೊಡ್ಡಸ್ತಿಕೆ ಅವರನ್ನು ಬಾಯಿಬಿಡುವಂತೆ ಮಾಡಿತ್ತು.

ಬೇಸತ್ತ ಭಾವನ ಲೈಬ್ರರಿ ಹೊಕ್ಕಳು. ಅಧಿಕ ಸಂಖ್ಯೆಯ ಪುಸ್ತಕಗಳು ಜೋಡಿಸಿಟ್ಟ ಜೋಡಣೆ ಅವಳ ಮನ ಸೆಳೆಯಿತು. ಕೆಲವೇ ಸಮಯದಲ್ಲಿ ಉತ್ಸಾಹ ಭರ್ರನೆ ಇಳಿದುಹೋಯಿತು. ಅಲ್ಲಿ ಇದ್ದದ್ದು ಬರೀ ಇಂಗ್ಲಿಷ್ ಪುಸ್ತಕಗಳು. ಕೆದಕಿ ನೋಡಿದರೂ ಕನ್ನಡ ಪುಸ್ತಕ ಸಿಗಲಿಲ್ಲ. ಅವಳ ಮೈ ಅಭಿಮಾನದಿಂದ ಕುದಿದುಹೋಯಿತು.

ಲೈಬ್ರರಿಯಿಂದ ಹೊರಗೆ ಬಂದ ಭಾವನಾ ಬೇಸರದಿಂದ ಸೋಫಾ ಮೇಲೆ ಕುಕ್ಕರಿಸಿದಳು. ಸುತ್ತಲೂ ಕಣ್ಣಾಡಿಸಿದಳು. ಶ್ರೀಮಂತಿಕೆಯ ಅಟ್ಟಹಾಸದ ಜೊತೆಗೆ ಪರದೇಶದ ವ್ಯಾಮೋಹ ಎದ್ದು ಕಾಣುತಿತ್ತು. ಅಲ್ಲಿದ್ದ ಬುದ್ಧನ ವಿಗ್ರಹ ಜಪಾನ್‌ನಲ್ಲಿ ತಯಾರಾದುದಕ್ಕೆ ಲೇಬಲ್ ಇತ್ತು. ಅವಳ ತುಟಿಗಳ ಮೇಲೆ ವ್ಯಂಗ್ಯ ನಗು ಮಿನುಗಿ ಮಾಯವಾಯಿತು.

ಬೆಲೆಬಾಳುವ ಅನೇಕ ವಸ್ತುಗಳು, ಸ್ಟೀರಿಯೋ–ಇದೆಲ್ಲ ಚೇತನ ಕಳೆದುಕೊಂಡ ನಿರ್ಜೀವ ವಸ್ತುಗಳಂತೆ ಕಂಡವು. ಬೆಲೆಬಾಳುವ ವಸ್ತು ಸಂಗ್ರಹಾಲಯದಲ್ಲಿ ಅವಳನ್ನು ಕೂಡಿಸಿಟ್ಟ ಅನುಭವವಾಯಿತು.

ಸತೀಶ್ ಮನೆಗೆ ಬಂದಾಗ ಹನ್ನೊಂದು ಗಂಟೆಯಾಗಿತ್ತು. ಹೊಟ್ಟೆ ಚುರುಗುಟ್ಟಿದರೂ ಊಟ ಮಾಡಲು ಬೇಸರ, ಮದುವೆಯಾದ ಹೊಸದು. ಗಂಡನೊಡನೆ ಸರಸವಾಡುತ್ತ ಊಟ ಮಾಡುವ ಬಯಕೆ. ಸತೀಶನಿಗೆ ಅವೆಲ್ಲ ಸೇರದು.

ಬಂದ ಸತೀಶ್ ವಾಚ್ ಕಡೆಗೊಮ್ಮೆ, ಮಡದಿಯ ಕಡೆಗೊಮ್ಮೆ ನೋಡಿ "ಸಾರಿ ಡಿಯರ್. ನಮ್ಮ ಡೈರೆಕ್ಟರ್ ಬಂದಿದ್ರು–ಲೇಟಾಯಿತು" ಟೈಯನ್ನು ಸಡಿಲಿಸತೊಡಗಿದ.

ಸತೀಶನದು ಎತ್ತರಕ್ಕೆ ಸರಿಯಾದ ಮೈಕಟ್ಟು, ಹತ್ತು ಜನರಲ್ಲಿ ನಿಂತರೂ ಎದ್ದು ಕಾಣುವಂಥ ಗಂಭೀರ ವ್ಯಕ್ತಿತ್ವ; ನೋಡುತ್ತಿದ್ದ ಭಾವನಾಳಿಗೆ ಹೆಮ್ಮೆಯಾಯಿತು.

ಅವಳು ಸತೀಶನ ಕತ್ತಿನ ಟೈಗೆ ಕೈ ಹಾಕಿದಳು.

"ನೋ... ನೋ.... ಇದೆಲ್ಲ ನಾನು ಇಷ್ಟಪಡೋಲ್ಲ. ಈ ಸಮಾನತೆಯ ಇಪ್ಪತ್ತನೆಯ ಶತಮಾನದಲ್ಲಿ ಗಂಡಿನ ಕೆಲಸ ಮಾಡೋದು..."

ದೂರ ಸರಿದ ಭಾವನಾಳ ಮುಖದ ಮೇಲಿನ ಉತ್ಸಾಹ ತಣ್ಣಗಾಯಿತು. ಅವಳೇನು ಹಳ್ಳಿಯಲ್ಲಿ ಬೆಳೆದ ಹೆಣ್ಣಲ್ಲ. ಕಾಲೇಜಿನ ಚರ್ಚಾ ಸ್ಪರ್ಧೆಗಳಲ್ಲಿ ಹೆಣ್ಣಿನ ಸಮಾನತೆಯ ಬಗ್ಗೆ ಗಂಟೆಗಟ್ಟಲೆ ಮಾತಾಡಿ ಎಲ್ಲರನ್ನು ದಂಗುಬಡಿಸಿದ ತರುಣಿ. ದಂಪತಿಗಳ ಪ್ರೀತಿ-ವಿಚಾರಕ್ಕೆ ಸಿಕ್ಕದ ವಸ್ತುವೆನಿಸಿತು.

ಗಂಡನ ಟೈ ಸಡಿಲಿಸಿದ ಮಾತ್ರಕ್ಕೆ ಅವಳ ಹಿರಿಮೆಯೇನು ಕಡಿಮೆಯಾಗುತ್ತಿರಲಿಲ್ಲ. ಇಬ್ಬರ ತನುಮನಗಳು ಬೆಸೆಯುವ ಮಧುರ ಕ್ಷಣಗಳವು. ಸಮಾನತೆಯ ವಿಚಾರ ಚಕ್ರಕ್ಕೆ ಸಿಲುಕಿಸಿ ಕಳೆದುಕೊಳ್ಳುವುದು ಮೂರ್ಖತನ.

ಉಡುಪು ಬದಲಿಸಿ ರಾತ್ರಿಯ ಗೌನ್ ತೊಟ್ಟು ಬರುವವರೆಗೂ ಸುಮ್ಮನೆ ಕೂತಿದ್ದಳು. ಅವಮಾನದಿಂದ ಅವಳೆದೆ ಕುದಿದುಹೋಗುತ್ತಿತ್ತು.

"ಅರ್ಥವಿಲ್ಲದ ಫಾರ್ಮಾಲಿಟೀಸ್ ಬೇಡ. ನಿಮಗೆ ಹೊಟ್ಟೆ ಹಸಿವಾದಾಗ ಊಟ ಮಾಡ್ಬಿಡು" ಎನ್ನುತ್ತಲೇ ಊಟಕ್ಕೆ ನಡೆದ. ಭಾವನಾ ಮೌನವಾಗಿ ಅವನನ್ನು ಹಿಂಬಾಲಿಸಿದಳು.

ಬಂದ ದಿನದಿಂದ ಹಿಂಸೆ ಕೊಡುತ್ತಿದ್ದ ಸ್ಪೂನ್, ನೈಫ್, ಫೋರ್ಕನ್ನು ಪಕ್ಕಕ್ಕೆ ತೆಗೆದಿಟ್ಟು, ಟೋಸ್ಟ್-ಸೂಪನ್ನು ಪಕ್ಕಕ್ಕೆ ಸರಿಸಿ ಅನ್ನದ ಪ್ಲೇಟಿಗೆ ಹುಳಿ ಹಾಕಿ ಕಲೆಸತೊಡಗಿದಳು.

"ನಾನ್‌ಸೆನ್ಸ್ ಇದೇನಿದು...!" ಎಂದ ಸತೀಶ್ ಟೋಸ್ಟ್ ಕಟ್ ಮಾಡುತ್ತ ಮಡದಿಯ ಕೆಲಸ ನೋಡಿ ಜಿಗುಪ್ಸೆಯಿಂದ.

ಭಾವನಾಳ ಅಭಿಮಾನ ಕೆರಳಿತು. ಮಾತನಾಡದೇ ಕೈಯಲ್ಲೇ ಊಟ ಮುಂದುವರಿಸಿದಳು. ಅವಳ ಕಣ್ಣುಗಳು ವಾರೆಯಾಗಿ ಗಂಡನ ಮುಖವನ್ನೇ ದಿಟ್ಟಿಸುತ್ತಿದ್ದವು. ತನ್ನ ಕೋಪವನ್ನೆಲ್ಲ ಅವನು ಊಟದ ಮೇಲೆ ತೋರಿಸುತ್ತಿದ್ದ ಹಾಗೆ ಕಂಡಿತು. ಬಾಯಿಬಿಟ್ಟು ಕೋಪವನ್ನು ಪ್ರದರ್ಶಿಸಲಾರ. ಆಳುಕಾಳುಗಳ ಮಧ್ಯೆ ಮಾತಾಡುವುದೇ ತನ್ನ ಡಿಗ್ನಿಟಿಗೆ ಕಡಿಮೆ ಎಂದು ಭಾವಿಸುವ ಮಹಾಶಯ, ಇನ್ನು ಅವರ ಮುಂದೆ ಮಡದಿಯ ಮೇಲೆ ಕೋಪ ಪ್ರದರ್ಶಿಸಿಯಾನೇ!

ಊಟ ಮುಗಿಸಿದ ಮೇಲೆ ಪೋರ್ಟಿಕೋನಲ್ಲಿ ಹೋಗಿ ಕೂತರು. ಅದೊಂದು ಸತೀಶನ ಹಾಬೀ; ಎಷ್ಟೇ ವೇಳೆಯಾಗಲಿ ಊಟವಾದ ಮೇಲೆ ಹತ್ತು ನಿಮಿಷ ಕುಳಿತರೇನೇ ಅವನಿಗೆ ಸಮಾಧಾನ.

ಅಡಿಗೆಯವನು ಹಣ್ಣಿನ ಹೋಳು ಹಾಲಿನ ಲೋಟಗಳನ್ನು ತಂದಿಟ್ಟು ಹೋದ.

ಹಣ್ಣಿನ ಹೋಳನ್ನು ಕೈಗೆತ್ತಿಕೊಂಡಾಗ ಭಾವನಾಳ ಕಣ್ಣುಗಳಲ್ಲಿ ತುಂಟ ನಗು ಮಿನುಗಿತು. ಮಧುರ ಕ್ಷಣಗಳು ವ್ಯರ್ಥವಾಗುವುದು ಅವಳಿಗೆ ಬೇಕಿರಲಿಲ್ಲ. ಎದುರಿಗೆ ಕೂತಿದ್ದವಳು ಸತೀಶನ ಪಕ್ಕ ಹೋಗಿ ಕೂತಳು. ಮನದ ಅತಿಯಾದ ಆಸೆಗೆ ತಡೆಯೊಡ್ಡುವುದು ಅವಳಿಂದ ಸಾಧ್ಯವಾಗಲಿಲ್ಲ.

ಹಣ್ಣಿನ ಹೋಳನ್ನು ಸತೀಶನ ಬಾಯಿಯ ಬಳಿಗೆ ಕೊಂಡೊಯ್ದಳು. ಆಗಿನ ಅವಳ ಕಲ್ಪನೆ ಗರಿಗೆದರಿ ಕುಣಿದಿತ್ತು. ಆದರೆ...?

"ಡರ್ಟಿ..." ಅವಳ ಕೈಯನ್ನು ನಿರ್ದಾಕ್ಷಿಣ್ಯವಾಗಿ ದೂರಕ್ಕೆ ಸರಿಸಿದ ಸತೀಶ್ "ಛೆ! ಛೆ!.... ಯು ಆರ್ ಎಜುಕೇಟೆಡ್.... ಸಾಂಕ್ರಾಮಿಕ ಜೀವಾಣುಗಳು ಯಾವಾಗ

ನಮ್ಮ ದೇಹದೊಳಕ್ಕೆ ಸೇರುತ್ತೋ ಏನೋ! ನಾವು ಆದಷ್ಟು ಎಚ್ಚರಿಕೆಯಿಂದ ಇರಬೇಕು."

ಭಾವನಾಳ ಕೈಯಲ್ಲಿದ್ದ ಹಣ್ಣಿನ ಹೋಳು ತಟ್ಟನೇ ನೆಲಕ್ಕೆ ಬಿತ್ತು. ಅವಳ ಅರಳುಗಣ್ಣುಗಳಲ್ಲಿ ನೀರು ತುಂಬಿಕೊಂಡಿತು. ದಢಾರನೇ ಎದ್ದು ಮಲಗುವ ಕೋಣೆಗೆ ಬಂದು ಮಂಚದ ಮೇಲೆ ಉರುಳಿಕೊಂಡಳು. ಎಷ್ಟಾದರೂ ನಿನಗೆ ಹೃದಯ, ಅಭಿಮಾನ ಇದೆ ಎಂದು ಜ್ಞಾಪಿಸುವುದಕ್ಕೇನೋ; ಧಾರಾಳವಾಗಿ ಕಣ್ಣೀರು ಹರಿಯತೊಡಗಿತು.

ಈ ಮನೆಗೆ ಬಂದಾಗಿನಿಂದ ನೋಡೇ ನೋಡಿದ್ದಳು.

ಮೂರು ದಿನಕ್ಕೊಮ್ಮೆಯಾದರೂ ಮನೆಗೆ ಡೆಟಾಲ್ ಹಾಕಿ ತೊಳೆಯಬೇಕು. ಬಟ್ಟೆಗಳನ್ನು ಕುದಿಯುವ ನೀರಿನಲ್ಲಿ ನೆನೆಸಿ ಒಗೆಯಬೇಕು. ಡೆಟಾಲ್ ಹಾಕಿದ ನೀರಿನಲ್ಲಿ ಕೈತೊಳೆಯದೇ ಅಡಿಗೆಯ ಪದಾರ್ಥಗಳನ್ನು ಮುಟ್ಟಬಾರದು. ಪ್ರತಿಯೊಂದು ಬಳಸುವ ತಟ್ಟೆ, ಸ್ಪೂನ್, ಪಾತ್ರೆಗಳನ್ನು ಕೂಡ ಕುದಿಯುವ ನೀರಿನಲ್ಲಿರಿಸೇ ಉಪಯೋಗಿಸಬೇಕು. ತಿನ್ನುವ ಪದಾರ್ಥಗಳನ್ನಂತೂ ಕೈಯಿಂದ ಮುಟ್ಟಲೇಬಾರದು.

ವಾಷ್ ಬೇಸಿನ್‌ನಂತೂ ಪದೇ ಪದೇ ತೊಳೆದು ಹೊಳೆಯುವಂತೆ ಇಟ್ಟಿರಬೇಕು. ಮಂಚದ ಮೇಲಿನ ಮಗ್ಗಲು ಹಾಸಿಗೆಗಳನ್ನು ಪ್ರತಿದಿನ ಬದಲಾಯಿಸಬೇಕು. ಇದು ಯಾವುದರಲ್ಲೂ ಸ್ವಲ್ಪ ವ್ಯತ್ಯಾಸವಾದರೂ ಅವನು ಸಹಿಸುತ್ತಿರಲಿಲ್ಲ.

ಆಸ್ಪತ್ರೆಯ ಶೈಲಿಯ ಚೊಕ್ಕಟದಿಂದ ಮನೆಯಲ್ಲಿ ಸದಾ ಫಿನಾಯಿಲ್–ಡೆಟಾಲ್ ವಾಸನೆ. ಬಂದ ದಿನದಿಂದ ಮುಖ ಸಿಂಡರಿಸಿ ಉಗುಳುತ್ತಿದ್ದಳು.

ಒಂದು ದಿನ ಬಾಯಿಬಿಟ್ಟು ಹೇಳೇ ಹೇಳಿದಳು.

"ಸ್ವಚ್ಛತನ ಅನ್ನೋದು ಇರಬೇಕು. ಇಲ್ಲಿ ತುಂಬ ಅತಿಯಾಯಿತು. ನಂಗೆ ಆಸ್ಪತ್ರೆಯಲ್ಲಿದ್ದ ಅನುಭವವಾಗುತ್ತೆ. ಮನೆ ಅನ್ನಿಸೋದೇ ಇಲ್ಲ."

"ಶುಭ್ರತೇನ ನಾನು ಬಹಳ ಇಷ್ಟಪಡ್ತೀನಿ. ಒಂದೆರಡು ದಿನ ಕಷ್ಟವಾಗಬಹುದು. ಆದರೆ ಆಮೇಲೆ ತಾನೇತಾನಾಗಿ ಸರಿಹೋಗುತ್ತೆ" ಎಂದುಬಿಟ್ಟಿದ್ದ.

ಸತೀಶ ಒಳಗೆ ಬಂದಾಗ ಅವಳ ಕೋಪವಿನ್ನೂ ಆರಿರಲಿಲ್ಲ. ಕೋಪದ ಸ್ಥಾನವನ್ನು ಉದಾಸೀನ ಆಕ್ರಮಿಸಲು ಪ್ರಯತ್ನಿಸುತ್ತಿತ್ತು. ಅರೆಕ್ಷಣ ಮೌನವಾಗಿದ್ದಳು. ವಿಭಿನ್ನ ವಿಚಿತ್ರ ಅಭಿರುಚಿಯೊಂದನ್ನು ಬಿಟ್ಟರೇ ಸತೀಶ ಅವಳಿಗೆ ಅನುರೂಪನಾದ ಪತಿಯೇ, ಆಕರ್ಷಕ ವ್ಯಕ್ತಿತ್ವವಿತ್ತು. ದಕ್ಷ ಅಧಿಕಾರಿಯೆಂದು ಹೆಸರು ಗಳಿಸಿದ್ದ.

"ಇದೇನಿದು....! ಬಟ್ಟೆ ಸಹ ಬದಲಿಸದೇ ಮಲಗಿಬಿಟ್ಟಿದ್ದೀಯಾ!" ಅವನ ಅಸಹನೆ ಸಿಡಿಯಿತು.

ತಲೆವಾಲಿಸಿ ಗಂಡನ ಮುಖ ನೋಡಿದಳು. ಶರತ್ ಹೇಳಿದ ಮಾತುಗಳು ಕಿವಿಯಲ್ಲಿ ಗುಂಯ್‌ಗುಟ್ಟಿತು.

'ನಿನಗೆ ಲೈಫ್‌ನಲ್ಲಿ ಬೇರೆಲ್ಲ ಸಿಕ್ಕಿರುವಾಗ ಸಣ್ಣ ವಿಷಯಾನ ದೊಡ್ಡದು ಮಾಡ್ಕೊಂಡು, ಯಾಕೆ ಕೊರಗ್ತಿ? ಸತೀಶನಂಥ ಸ್ಮಾರ್ಟ್ ಹುಡುಗನ ಜೊತೆ ಸಂಸಾರ ಮಾಡೋಕೆ ಪುಣ್ಯ ಬೇಕು. ಪರಿಸ್ಥಿತಿಯೊಂದಿಗೆ ಮನುಷ್ಯ ರಾಜಿಯಾಗ್ಬೇಕು' ಎಂದಿದ್ದ.

ಮನಸ್ಸಿಗೆ ವಿರುದ್ಧವಾಗಿ ಭಾವನಾ ಎದ್ದುಹೋಗಿ ನೈಟ್ ಗೌನ್ ತೊಟ್ಟು, ಹೆರಳುಬಿಚ್ಚಿ, ರಿಬ್ಬನ್ ಕಟ್ಟಿ ಮಂಚದ ಬಳಿ ಬಂದಳು.

ಸತೀಶನ ಕಣ್ಣುಗಳಲ್ಲಿ ಮೆಚ್ಚಿಗೆಯ ಜೊತೆ ಆಹ್ವಾನವಿತ್ತು. ಯೌವನಭರಿತ ದೇಹ ಹುಚ್ಚು ಬಯಕೆಗಳನ್ನು ಕೆರಳಿಸುತ್ತಿತ್ತು. ತೋಳುಗಳನ್ನು ಮುಂದಕ್ಕೆ ಚಾಚಿ ಮಡದಿಯನ್ನು ಆಹ್ವಾನಿಸಿದ. ಈ ಬಿಸಿಯಪ್ಪುಗೆ ಅವಳಿಗೆ ಬೇಡವೆನಿಸಲಿಲ್ಲ. ತೃಪ್ತಿ ಇಲ್ಲ. ಮಾತಿನ ಮೋಡಿ ಅಲ್ಲ. ಅಕ್ಕರೆಯ ಪಿಸುಮಾತು ಇಲ್ಲ. ಕೆಲವಾರು ನಿಮಿಷಗಳಲ್ಲಿ ಎಲ್ಲಾ ಮುಗಿದುಹೋಯಿತು. ಏನೂ ನಡೆಯಲೇ ಇಲ್ಲ ಎನ್ನುವಂತೆ ನಿದ್ರಿಸಿನ ಗಂಡನ ಕಡೆಗೆ ನೋಡಿದಳು. ನೋಡೇ.... ನೋಡಿದಳು.... ಕಣ್ಣಿನ ರೆಪ್ಪೆಗಳನ್ನು ಬಿಡಿಸಿ ಹೃದಯವನ್ನು ಹೊಕ್ಕು ನೋಡುವ ಬಯಕೆ!

ಮೊದಲ ರಾತ್ರಿಯೇ ಸದ್ಯಕ್ಕೆ ಮಕ್ಕಳು ಬೇಡವೆಂಬ ಕರಾರು ಒಡ್ಡಿದ. ಎಂಥ ದಿಟ್ಟ ಹೆಣ್ಣಾದರೂ ಈ ವಿಷಯದಲ್ಲಿ ಪ್ರಥಮ ಅನುಭವದಲ್ಲಿಯೇ ಏನು ಹೇಳಿಯಾಳು? ಮೌನದಿಂದ ಸಹಿ ಹಾಕಿದ್ದಳು. ಪ್ರತಿಬಾರಿಯೂ ಪ್ರತಿಭಟನೆ ಸೂಚಿಸುವ ಬಯಕೆ. ಅರಿತ ಹೆಣ್ಣಾದ ಅವಳು ಹತ್ತಾರು ಮಕ್ಕಳನ್ನು ಹೆರಲು ಸಿದ್ಧವಿಲ್ಲ. ಎಲ್ಲಾ ರೀತಿಯಲ್ಲೂ ಸರಿಯಿರುವಾಗಲೇ ಎರಡು ಮಕ್ಕಳನ್ನು ಪಡೆಯುವ ಬಯಕೆ. ಉತ್ತರ-ದಕ್ಷಿಣದಷ್ಟು ಭಿನ್ನ ಅಭಿರುಚಿಗಳನ್ನು ಹೊತ್ತಿರುವ ಅವರುಗಳು ದಾಂಪತ್ಯ ಜೀವನದಲ್ಲಿ ಅರಳುವ ಪ್ರೇಮ ಕುಸುಮದಿಂದಾದರೂ ಪೂರ್ಣವಾಗಿ ಬೆಸೆಯಲಿ ಎಂಬುದೇ ಅವಳ ಆಸೆ.

'ಛೇ, ಎಂತಹ ಅರಸಿಕ ಜೀವ!' ಪಕ್ಕಕ್ಕೆ ಹೊರಳಿ ಮಲಗಿ ನಿದ್ದೆ ಮಾಡಲು ಪ್ರಯತ್ನಿಸಿದಳು.

* * * *

ಸತೀಶ ಹೊರಗೆ ಹೋದ ಮೇಲೆ ಭಾವನಾ ಬೇಸರದಿಂದ ಹೊರಗೆ ಬಂದಳು. ಯಾರ ಹತ್ತಿರವಾದರೂ ಮಾತಾಡಬೇಕೆನಿಸಿತು. ನಿಶ್ಶಬ್ದತೆ ಸಹಿಸಿ ಸಾಕಾಗಿತ್ತು.

ಅತಿಥಿಗಳು ಬಂದಾಗ ಅವರ ಸತ್ಕಾರಕ್ಕೆಂದೇ ನಿಯಮಿಸಲ್ಪಟ್ಟ ರಾಮುವನ್ನು ಕರೆದಳು. ಅವನು ಅಂಜುತ್ತಂಜುತ್ತಲೇ ಹತ್ತಿರ ಬಂದ. ಯಾವ ಕಾರಣಕ್ಕೂ ಅವನು ಕೆಲಸ ಕಳೆದುಕೊಳ್ಳಲು ತಯಾರಿರಲಿಲ್ಲ.

ಹದಿನೈದು ವರ್ಷದ ರಾಮು ಅಚ್ಚುಕಟ್ಟಾದ ಕೆಲಸಗಳಿಂದ ಯಜಮಾನಿಯನ್ನು ಆಕರ್ಷಿಸಿದ್ದ.

"ಯಾಕೆ ಮೇಮ್ ಸಾಹೇಬ್....?" ತಲೆ ಮೇಲಕ್ಕೆ ಎತ್ತಲಿಲ್ಲ.

ಅವನು ಕರೆದ ರೀತಿ, ಕೆಲಸದ ಹುಡುಗನಾದ ಮಾತ್ರಕ್ಕೆ ಇಷ್ಟೊಂದು ವಿನಯ ಪ್ರದರ್ಶಿಸುವುದು ಅವಳಿಗೆ ಬೇಕಾಗಿರಲಿಲ್ಲ.

"ತಲೆ ಎತ್ತಿ ಮಾತಾಡು. ನಾನೇನೂ ಹುಲಿಯಲ್ಲ. ನಿನ್ನ ಯಾವೂರು?" ಅವನಲ್ಲಿ ಧೈರ್ಯ ತುಂಬುವ ಪ್ರಯತ್ನ ಮಾಡಿದ್ದಳು.

"ಇದೇ ಊರು ಮೇಮ್ ಸಾಹೇಬ್" ಅವನು ತಲೆ ಎತ್ತುವ ಪ್ರಯತ್ನವನ್ನೇ ಮಾಡಲಿಲ್ಲ.

ಅವನ ರೀತಿ ನೋಡಿ ಭಾವನಾಳಿಗೆ ನಗು ಬಂತು. 'ಒಳ್ಳೆ ವಿಚಿತ್ರ ಹುಡುಗನಪ್ಪ!" ಎಂದುಕೊಂಡಳು.

"ಎಲ್ಲಿಯವರ್ಗೂ... ಓದಿದ್ದೀಯಾ?" ಅವನ ಮುಖವನ್ನೇ ದಿಟ್ಟಿಸುತ್ತ ಕೇಳಿದಳು. ಅವನಂತೂ ತಲೆಯನ್ನು ಮೇಲಕ್ಕೆತ್ತಲಿಲ್ಲ.

"ಹೋದ್ವರ್ಷ ಎಸ್.ಎಸ್.ಎಲ್.ಸಿ.ಗೆ ಕಟ್ಟಿದ್ದೆ, ಪಾಸಾಗಲಿಲ್ಲ" ಅವನ ಮುಖದ ಮೇಲೆ ದೀನತೆ ಗೋಚರಿಸಿತು. ಮಾತಿನಲ್ಲಿ ನೋವಿತ್ತು. ಜೀವನದಲ್ಲಿ ಮಹತ್ವವಾದ ವಸ್ತುವನ್ನು ಕಳೆದುಕೊಂಡಂಥ ವೇದನೆ ಅವನ ಕಣ್ಣುಗಳಲ್ಲಿ ಇಣುಕಿತು. ತಕ್ಷಣ ನೋಟವನ್ನು ತಗ್ಗಿಸಿದ.

ಭಾವನಾಳಿಗೆ ಅಯ್ಯೋ ಎನ್ನಿಸಿತು. ಅವಳು ಹುಟ್ಟಿ ಬೆಳೆದದ್ದು ಮಧ್ಯಮ ವರ್ಗದ ಕುಟುಂಬದಲ್ಲೇ! ಅವಳ ತಾಯಿ, ತಂದೆಗೆ ಇವಳು ಶರತ್ ಇಬ್ಬರೇ ಮಕ್ಕಳು. ಆದುದರಿಂದ ಆರ್ಥಿಕ ಪರಿಸ್ಥಿತಿ ಹದಗೆಡಲಿಲ್ಲ. ಆದರೂ ಕೆಲವೊಮ್ಮೆ ಪೈಸೆಪೈಸೆಗೂ ಪರದಾಡಬೇಕಾಗಿತ್ತು. ಮದುವೆ ನಿಶ್ಚಯವಾದಾಗ ಅವಳಣ್ಣ, ತಂದೆ ಹಣ ಹೊಂದಿಸಲು ಪಟ್ಟಪಾಡನ್ನು ನೋಡಿದಳು. ಅತ್ತೂ ಕರೆದು ಇಂತಹ ಶ್ರೀಮಂತರ ಜೊತೆ ಮದುವೆ ಬೇಡವೆಂದಿದ್ದಳು.

ಆಗ ತಂದೆ ಮಗಳ ತಲೆ ಸವರಿ 'ಏರ್ ಕಂಡೀಷನ್ ಮನೆ, ಮನೆ ತುಂಬ ಬೆಲೆಬಾಳುವ ಸಾಮಾನು, ಓಡಾಟಕ್ಕೆ ಕಾರು, ಆಳುಕಾಳುಗಳು, ಗೇಟ್ ತೆಗೆದು ಸೆಲ್ಯೂಟ್ ಹೊಡೆಯುವ ವಾಚ್‌ಮನ್, ದೊಡ್ಡ ಫ್ಯಾಕ್ಟರಿಯ ಜನರಲ್ ಮ್ಯಾನೇಜರ್ ಗಂಡ. ನೂರಾರು ಕೆಲಸಗಾರರು ಅವನ ಹಿಡಿತದಲ್ಲಿದ್ದಾರೆ. ಶ್ರೀಮಂತಿಕೆಯ ಸುಪ್ಪತ್ತಿಗೆಯಲ್ಲಿ ಓಲಾಡಬಹುದು. ನಾವು ಸ್ವಲ್ಪ ದಿನ ಸಾಲ ಸೋಲವೆಂದು ಕಷ್ಟಪಟ್ಟರೂ ನೀನು ಜೀವನವಿಡೀ ಸುಖವಾಗಿರಬಹುದು' ಎಂದಿದ್ದರು.

ಸುಖ... ಇದರ ನಿಜವಾದ ಅರ್ಥವೇನು? ಅದನ್ನು ಅನುಭವಿಸುವವರ ಮನಸ್ಸನ್ನು ಅವಲಂಬಿಸಿರುತ್ತದೆಯೇನೋ! ವಾರ್ಡ್‌ರೋಬ್ ತುಂಬ ವಿವಿಧ ನಮೂನೆಯ ಬೆಲೆಬಾಳುವ ಸೀರೆಗಳು ನೇತಾಡುತ್ತವೆ. ಅವುಗಳನ್ನು ನೋಡಿದಾಗ ಏನೂ ಅನ್ನಿಸುವುದಿಲ್ಲ. ಹಿಂದೆ ಕಾಲೇಜಿಗೆ ಹೋಗುತ್ತಿದ್ದ ದಿನಗಳಲ್ಲಿ ಹಳದಿ ಬಣ್ಣದ ಹೂವಿನ ಕಪ್ಪು ಸೀರೆಯನ್ನು ತೆಗೆಸಿಕೊಂಡಿದ್ದಳು. ಅದನ್ನು ಉಡೋವರೆಗೂ ದಿನಕ್ಕೊಮ್ಮೆಯಾದರೂ ಪೆಟ್ಟಿಗೆಯಿಂದ ತೆಗೆದು ಮೃದುವಾಗಿ ತಡವಿ ನೋಡುತ್ತಿದ್ದಳು. ಆಗ ಸಿಗುತ್ತಿದ್ದ ಸಂತೋಷದ ನೂರನೇ ಒಂದು ಭಾಗವಾದರೂ, ಲೆಕ್ಕವಿಲ್ಲದಷ್ಟು ವಿವಿಧ ನಮೂನೆಯ ಬೆಲೆಬಾಳುವ ಸೀರೆಗಳಿಂದ ಅಲಂಕಾರಗೊಂಡ ವಾರ್ಡ್‌ರೋಬ್

ಮುಂದೆ ನಿಂತರೂ ಸಿಗುವುದಿಲ್ಲ. ಒಂದೆರಡು ಕ್ಷಣ ನಿಂತು ನೋಡುವ ಮನಸ್ಸೇ ಆಗುವುದಿಲ್ಲ. ಇನ್ನು ತಡವಿ ನೋಡುವುದೆಲ್ಲಿ?!

"ಈಗ ನಿನ್ಗೇ ಓದೋಕೆ ಇಷ್ಟವಿಲ್ಲವಾ!" ಗಡ್ಡಕ್ಕೆ ಕೈಯೂರಿ ಯೋಚಿಸುತ್ತ ರಾಮುವನ್ನು ಕೇಳಿದಳು.

"ಇದೆ..." ಮುಂದೆ ಅವನ ಗಂಟಲಿನಿಂದ ಮಾತುಗಳೇ ಹೊರಡಲಿಲ್ಲ.

ಅವನ ವೈಯಕ್ತಿಕ ವಿಚಾರವನ್ನೆಲ್ಲ ವಿಚಾರಿಸಿದಳು. ಹುಡುಗನಿಗೆ ಓದಲು ಆಸಕ್ತಿ ಇತ್ತು, ಚೈತನ್ಯವಿರಲಿಲ್ಲ. ಸ್ವಲ್ಪ ಸಹಕಾರ ಸಿಕ್ಕಿದರೂ ಅಲ್ಪಸ್ವಲ್ಪವಾದರೂ ಓದಿಯಾನು.

ಸತೀಶನ ಸ್ವಭಾವದ ಪರಿಚಯವಿದ್ದ ಭಾವನಾ ಆಶ್ವಾಸನೆ ಕೊಡಲು ಹಿಂಜರಿದಳು. ಅವಳ ಬಗ್ಗೆ ಅವಳಿಗೇ ಜಿಗುಪ್ಸೆಯಾಯಿತು.

ಕಾರು ಬಂದ ಶಬ್ದ-ನಿಂತ ಸದ್ದು-ಗೇಟ್ ತೆರೆದ ಸಪ್ಪಳ. ಈ ಶಬ್ದಗಳು ಮಾತ್ರ ನಿರಂತರವೆನಿಸಿತು.

ಟಕ್ ಟಕ್ ಷೂಗಳ ಸದ್ದು, ನವಿರಾದ ಪ್ಯಾರಿಸ್ ಪರಿಮಳ ಸತೀಶನ ಬರವನ್ನು ಸಾರಿತು. ಅವಳ ಮೈ ಉತ್ಸಾಹದಿಂದ ಗರಿಗೆದರಲಿಲ್ಲ. ಅಂಗಾಂಗಗಳಲ್ಲಿ ಹೊಸ ಚೇತನ ತುಂಬಿಬರಲಿಲ್ಲ. ಅವಳ ಕಲ್ಪನೆಯ ಉತ್ಸಾಹವೆಲ್ಲ ಬತ್ತಿ ಹೋಗಿತ್ತು.

"ಡಿಯರ್... ಭಾವನಾ... ನಾನು ಬಾಂಬೆಗೆ ಹೋಗ್ಬೇಕಾಗಿದೆ" ಅದರ ಹಿಂದೇನೇ ಮೆಟ್ಟಲು ಏರಿದ ಸದ್ದು ಕೇಳಿಸಿತು.

ಮೆಲ್ಲನೆದ್ದ ಭಾವನಾ ಮೇಲಕ್ಕೆ ನಡೆದಳು. ಕಾಲು ಎತ್ತಿಡಲೇ ಉತ್ಸಾಹವಿಲ್ಲ. "ಜೀವನದಲ್ಲಿ ಯಾಕೆ ಇಷ್ಟೊಂದು ನಿರುತ್ಸಾಹ ಮೂಡಿದೆ?" ಒಂದು ಅರ್ಥವಿಲ್ಲದ ಅಸಮಂಜಸ ತೊಳಲಾಟದಂತೆ ಕಂಡಿತು.

ಸತೀಶನ ಕೋಟು ಬಿಚ್ಚಿ ಹ್ಯಾಂಗರ್‌ಗೆ ಹಾಕಲು ರಾಮು ಸಿದ್ಧವಾಗಿದ್ದ. ಸತೀಶನ ಮೇಲೆ ರೋಷ ಉಕ್ಕಿತು. ಜೀವನದ ಅಮೂಲ್ಯ ಕ್ಷಣಗಳೆಲ್ಲ ಕಳೆದುಹೋದಂತೆ ಭಾಸವಾಯಿತು.

"ಧೈರ್ಯವಹಿಸಿ ರಾಮು, ನೀನು ಹೊರಗಡೆ ಹೋಗು" ಎಂದಳು.

ಅವನು ಮುಖ ಮುಖ ನೋಡಿದ. ಯಜಮಾನರು ಬಾಂಬೆಗೆ ಹೊರಟಿರುವ ಸುದ್ದಿ ಅವನಿಗೆ ಗೊತ್ತಿತ್ತು. ಬಟ್ಟೆ ಬರೆ, ಅವನಿಗೆ ಬೇಕಾದುದನ್ನೆಲ್ಲ ಪ್ಯಾಕ್ ಮಾಡುವುದು ಅವನ ಕೆಲಸ. ಸ್ವಲ್ಪ ಏರುಪೇರಾದರೂ ಕೆಲಸಕ್ಕೆ ಸಂಚಕಾರ.

"ಅವನಿನ್ನು... ಪ್ಯಾಕ್ ಮಾಡಬೇಕಿದೆ" ಸತೀಶ ಫೈಲನ್ನು ತಿರುವತೊಡಗಿದ.

"ನೀನು ಬರೋಹಾಗಿದ್ರೆ ಬೇಗ ರೆಡಿಯಾಗು" ಮತ್ತೆ ಮೇಲಕ್ಕೆ ತಲೆ ಎತ್ತದೇ ಹೇಳಿದ.

ಅಯ್ಯೋ, ಇದು ಹೆಂಡತಿಯನ್ನು ಕೇಳುವ ರೀತಿಯೇ! 'ನೀನು ಬಾ ಚಿನ್ನ, ನಿನ್ನನ್ನು ಬಿಟ್ಟಿರೋದೇ ಕಷ್ಟ!' ಎಂದಿದ್ದರೆ ಕುಣಿದಾಡುತ್ತ ಹೊರಡುತ್ತಿದ್ದಳು.

ದಂಪತಿಗಳಿಗೂ ಬೇರೆಯವರಿಗೂ ವ್ಯತ್ಯಾಸವಿಲ್ಲವೇ? ಬೇರೆಯವರೊಡನೆ ವರ್ತಿಸುವಂತೆ ವರ್ತಿಸಿದರೇ.... ಮನಸ್ಸು ಕಸಿವಿಸಿಗೊಂಡಿತು.

ಹಿಂದೆ ಇಂತಹ ವಿಷಯಗಳ ಬಗ್ಗೆ ದೊಡ್ಡ ಚರ್ಚೆಯೇ ನಡೆದಿತ್ತು.

ಆಗ ಬಂದ ಕಡೆಯ ಉತ್ತರ "ಹಿಂದಿನ ಮೂರ್ಖ ಸಂಪ್ರದಾಯದ ಹಾಗೆ ಮಡದಿಯನ್ನು ಎಲ್ಲದಕ್ಕೂ ಬಲವಂತಪಡಿಸುವುದು ನನಗೆ ಇಷ್ಟವಿಲ್ಲ. ನಿನಗೆ ಬೇಕು ಅನ್ನಿಸಿದ್ದನ್ನು ಬಾಯಿಬಿಟ್ಟು ಹೇಳು, ನನ್ನ ಸಹಕಾರ ಇದ್ದೇ ಇದೆ."

ಆ ಮಾತುಗಳನ್ನು ಕೇಳಿ ಅಳಬೇಕೋ, ನಗಬೇಕೊ ಗೊತ್ತಾಗಲಿಲ್ಲ. ಮಧುರ ಬಾಂಧವ್ಯದ ನಡುವೇ ಮೇಲು-ಕೀಳು ಸಮಾನತೆಗೆ ಅರ್ಥವಿಲ್ಲವೆನಿಸಿತು. ಬೆರೆತ ಮನಗಳಿಗೆ ಹೃದಯದ ಭಾಷೆಯೇ ಪ್ರಧಾನ. ಬಾಯಿಬಿಟ್ಟು ಆಡದ ಎಷ್ಟೋ ವಿಷಯಗಳಿರುತ್ತೆ. ಅದನ್ನೆಲ್ಲ ಹೇಗೆ ತಿಳಿಸಿ ಹೇಳಿಯಾಳು?

"ಇಲ್ಲ, ನಾನು ಬರೋಲ್ಲ" ಸೋಫಾ ಮೇಲೆ ಕುಸಿದಳು.

ರಾಮು ಎಲ್ಲಾ ಕೆಲಸ ಮಾಡಿ ಮುಗಿಸಿ ಕೋಣೆಯಿಂದ ಹೊರಗೆ ಹೋದ. ಫೋನ್.... ಮೇಲೆ... ಫೋನ್.... ಏನೋ ಹೇಳಿದ, ಹೊರಟ. ಎಲ್ಲಾ ಕನಸಿನಂತೆ.

ಕಾಲೇಜು ದಿನಗಳಲ್ಲಿ ಕಂಡ ಕಲ್ಪನೆಯ ಕನಸುಗಳೊಂದೂ ವಾಸ್ತವ ಜೀವನದಲ್ಲಿ ನಿಜವಾಗಿರಲಿಲ್ಲ. ಕಲ್ಪನೆಗೂ, ವಾಸ್ತವಿಕಕ್ಕೂ ಬಹಳ ದೂರವೇನೋ? ಯಾರೂ ಬಯಸದನ್ನು ಅವಳು ಬಯಸಿರಲಿಲ್ಲ. ವಿಚಿತ್ರ ತತ್ವ, ಧ್ಯೇಯಗಳು ಸದ್ಯ ಮನುಷ್ಯನೇನೋ!

ಫೋನ್ ಶಬ್ದ ಮಾಡಿತು. ಏಳಲಾರದೇ ಎದ್ದು ಹೋಗಿ 'ಹಲೋ' ಎಂದಳು. ಸತೀಶನ ಧ್ವನಿ "ಎರಡು ಸೀಟ್ ರಿಸರ್ವ್ ಆಗಿದೆ. ನೀನು ಬರೋದು ಒಳ್ಳೆಯದೆನಿಸುತ್ತೆ. ಒತ್ತಾಯ ಹೇರೋಕೆ ನಾನು ಇಷ್ಟಪಡೋಲ್ಲ. ಪ್ರತಿಯೊಂದನ್ನು ನಿನ್ನ ನಿರ್ಧಾರಕ್ಕೇ ಬಿಟ್ಟಿದ್ದಿನಿ."

ತಾಳ್ಮೆ ತಪ್ಪಿತು, ಫೋನ್ ಹುಕ್ ಮೇಲೆ ಕುಕ್ಕಿ ಬಂದು ಸೋಫಾ ಮೇಲೆ ಕುಕ್ಕರಿಸಿದಳು. ಒತ್ತಾಯ ಹೇರೋಕೆ ಇಷ್ಟವಿಲ್ಲವಂತೆ. ಪಾಪ.... ಅದರಲ್ಲಿರೋ ಪ್ರೀತಿಯ ಬಿಗಿಯನ್ನು ಹೇಗೆ ಅರಿತಾರು? ಮತ್ತೊಮ್ಮೆ ಫೋನ್ ಶಬ್ದ ಮಾಡಿದಾಗಲೂ ಎತ್ತದೇ ಸುಮ್ಮನೇ ಕೂತಳು.

ಕಾರು ನಿಂತ ಶಬ್ದ ಕೇಳಿ ಒಂದೆರಡು ಸೀರೆಗಳನ್ನು ಏರ್‌ಬ್ಯಾಗಿಗೆ ತುಂಬಿದಳು. ರಾಮ ಮೇಮ್ ಸಾಹೇಬರ ಅಪ್ಪಣೆಗಾಗಿ ಬಾಗಿಲಲ್ಲಿ ರೆಡಿಯಾಗಿದ್ದ.

ಕಾರಿನಲ್ಲಿ ಹೋಗಿ ಕೂತಳು. ವೇಗವಾಗಿ ಹೊರಟ ಕಾರು ಫ್ಯಾಕ್ಟರಿಯ ಆಫೀಸಿನ ಮುಂಬಾಗಿಲಿನಲ್ಲಿ ನಿಂತಿತು. ಇದಕ್ಕಾಗಿ ಕಾದವನಂತೆ ಸತೀಶ್ ಠೀವಿಯಿಂದ ಬಂದು ಕೂತ. ನಮ್ರ ಸೇವಕರಂತೆ ಹಿಂಬಾಲಿಸಿದ ಒಂದಿಬ್ಬರು ಕಾರಿಗೆ ಸ್ವಲ್ಪ ದೂರದಲ್ಲಿ ಬಂದು ನಿಂತರು. ಆ ಮುಖಗಳಲ್ಲಿನ ದೈನ್ಯತೆ ನೋಡಿ ಭಾವನಾ ಮುಖವನ್ನು ಪಕ್ಕಕ್ಕೆ ತಿರುಗಿಸಿದಳು. ಸೌಹಾರ್ದತೆ ಮೀರಿ ನಿಂತ ದರ್ಪದ ಬಗ್ಗೆ ಅಸಹ್ಯವೇ!

ಸತೀಶನ ಮನಸ್ಸೆಲ್ಲ ಹೊರಟ ಕೆಲಸದ ಮೇಲಿತ್ತೆಂದು ಕಾಣುತ್ತೆ. ಮಡದಿಯ ಕಡೆ ತಿರುಗಲಿಲ್ಲ. ತಾನು ಏನು ಮಾಡಿದರೆ ಡೈರೆಕ್ಟರ್ ಒಲವನ್ನು ಸಂಪಾದಿಸಬಹುದೆಂದು ಯೋಚಿಸುತ್ತಿದ್ದ.

ಇವರಲ್ಲಿದ್ದ ಸಣ್ಣ ಬಿರುಕು ಬಾಂಬೆಯಲ್ಲಿ ದೊಡ್ಡದಾಯಿತು. ಹಕ್ಕಿಯಂತೆ ವಿಹರಿಸುವ ಮನೋಭಾವವುಳ್ಳ ಭಾವನಾಳಿಂದಲೂ ಸತೀಶನ ಬಿಗುಮಾನ ಸಡಿಲಿಸಲಾಗಲಿಲ್ಲ.

ಹೊರಗೆ ಹೊರಟಾಗಲೆಲ್ಲ 'ಈ ಸೀರೆ ನಮ್ಮ ಅಂತಸ್ತಿಗೆ ಕಡಿಮೆ, ಹೇರ್‌ಸ್ಟೈಲ್, ಅಲಂಕಾರ ಉಡುಪಿಗೆ ಒಪ್ಪುವುದೇ ಇಲ್ಲ. ಹಿಂದಿನ ಕಾಲದವರಂತೆ ಅಗಲವಾಗಿ ಕುಂಕುಮವಿಡುವುದು ಏನೇನೂ ಚಂದವಲ್ಲ' ಒಂದೇ-ಎರಡೇ ಯಾಕಪ್ಪ ಇವರ ಜೊತೆ ಬಾಂಬೆಗೆ ಬಂದೆ–ಎಂದು ತಲೆಯ ಮೇಲೆ ಕೈ ಹೊತ್ತು ಕುಳಿತು ಬಿಡುವಷ್ಟು ಬೇಸರಪಡಿಸಿಬಿಟ್ಟ.

ಯಾರೋ ಪರಿಚಿತರೋ ಆತ್ಮೀಯರೋ, ಇಲ್ಲ ಸ್ನೇಹಿತರೋ ದೊಡ್ಡ ಅಧಿಕಾರಿ ಏನಾದರೂ ಕೆಲಸವಾಗಬಹುದೆಂಬ ಒಣ ಬಿಗುಮಾನದಿಂದ ಕರೆದೊಯ್ದಿದ್ದರೋ! ಅಂತು ಅವರ ಮನೆಗೆ ಹೋಗಬೇಕಾಯಿತು.

ಬೇಸರದ ಛಾಯೆ ಅವಳಲ್ಲಿ ಹೊಮ್ಮಿಕೊಂಡಿದ್ದರಿಂದ ಉತ್ಸಾಹ ಮೂಡುವಂತಿರಲಿಲ್ಲ.

ಅವಳುಟ್ಟಿದ್ದು ಸಾಧಾರಣ ಬಿಳಿ ಕಾಶ್ಮೀರಿ ಸಿಲ್ಕು ಸೀರೆ, ಅದೇ ಬಣ್ಣದ ಬ್ಲೌಸ್, ಸಾಧಾರಣ ಮುಖಾಲಂಕಾರ. ಹೇರ್‌ಸ್ಟೈಲ್ ಕಡೆ ಗಮನವನ್ನೇ ಕೊಟ್ಟಿರಲಿಲ್ಲ. ಎಂದಿನಂತೆ ಸಡಿಲವಾಗಿ ಜಡೆ ಹೆಣೆದುಕೊಂಡಿದ್ದಳು. ಲಿಪ್‌ಸ್ಟಿಕ್ ಐಲೈನರ್‌ನಂತೂ ಹತ್ತಿರಕ್ಕೆ ಬಂದಿರಲಿಲ್ಲ.

ಮಡದಿಯ ಸಾಮಾನ್ಯ ಅಲಂಕಾರದಿಂದ ಸತೀಶನ ಮನ ಮುದುಡಿತು. ಕೋಪಾನೂ ಬಂತು. ಅದನ್ನು ಮಾತಿನಲ್ಲಿ ಆಡಿ ತೋರಿಸದಿದ್ದರೂ ಮುಖದಲ್ಲಿ ಪ್ರಕಟಪಡಿಸಿಬಿಟ್ಟ.

ಅದನ್ನು ಭಾವನಾ ಅರಿತರೂ ಅರಿಯದವಳಂತೆ "ನಾನು ರೆಡಿ" ಎಂದಳು.

"ನೀನು ದೊಡ್ಡ ಫ್ಯಾಕ್ಟರಿಯ ಜನರಲ್ ಮ್ಯಾನೇಜರ್ ಮಡದಿ. ಅದಕ್ಕೆ ಬೇಕಾದ ಅರ್ಹತೆಯನ್ನು ನೀನು ಪಡೆದುಕೊಳ್ಳಬೇಕು. ಇಲ್ಲದಿದ್ದರೇ ಬೇರೆಯವರ ಮುಂದೆ ಅವಹೇಳನಕ್ಕೆ ಗುರಿಯಾಗಬೇಕಾಗುತ್ತೆ" ಮನದಲ್ಲಿನ ಜಿಗುಪ್ಸೆ ಮುಖದಲ್ಲಿ ಪ್ರಕಟವಾಗಿತ್ತು. ಗಂಟಲಿನ ನರಗಳು ಉಬ್ಬಿದ್ದವು.

"ನಿಮ್ಮ ಮಾತಿನ ಅರ್ಥ ನನಗಾಗಲಿಲ್ಲ. ಜೀವನದ ಮಧುರಕ್ಷಣಗಳೆಲ್ಲ ಅರ್ಥವಿಲ್ಲದ ಒಣ ಅಭಿಮಾನ, ಬಿಗುಮಾನ, ಅಲಂಕಾರದಲ್ಲಿ ಕಳೆಯುವುದರಲ್ಲಿ ಅರ್ಥವಿಲ್ಲ. ಅದು ವಿವೇಕದ ಲಕ್ಷಣವೂ ಅಲ್ಲ" ಅವಳ ಮುಖ ಅಭಿಮಾನದಿಂದ ಸೆಟೆದುಕೊಂಡಿತ್ತು.

ಸತೀಶನ ಮುಖ ಕೋಪದಿಂದ ಕೆಂಪಾಯಿತು. ಮಡದಿಯ ಮಾತಿನ ಸಂಪೂರ್ಣ ಅರ್ಥ ಅವನಿಗೆ ಆದಂತೆ ಕಾಣಲಿಲ್ಲ.

"ಭಾವನಾ.... ಯು ಅಂಡರ್‌ಸ್ಟಾಂಡ್... ಬೀಯಿಂಗ್ ಇನ್ ರೆಸ್ಪಾನ್ಸಿಬಲ್ ಪೊಸಿಷನ್ ಐ ಮಸ್ಟ್ ಮೇಂಟೇಯ್ನ್ ಡಿಗ್ನಿಟಿ" ಎಂದ ಸೀರಿಯಸ್ಸಾಗಿ.

ಅವಳು ಪೂರ್ಣವಾಗಿ ಸುಸ್ತಾದಳು. 'ನನ್ನಿಂದ ಏನಂಥ ಅಚಾತುರ್ಯ ಘಟಿಸಿರೋದು!' ಹೇಗಿರಬೇಕೆಂಬುದನ್ನು ಬಾಯಿಬಿಟ್ಟು ಹೇಳಬಾರದೇ! ಕೆನ್ನೆಗೆ ಕೆನ್ನೆ ತಾಕಿಸಿ, ತುಟಿಯ ಬಳಿ ತುಟಿ ತಂದು, ಮಧುರವಾದ ಧ್ವನಿಯಲ್ಲಿ ಪಿಸುನುಡಿಗಳನ್ನು ಆಡಬಾರದೆ! ಓಹೋ.... ದೈವವೇ ಇದೆಂಥ ಶಿಕ್ಷೆ!! ಇವರಿಂದ ಏನೂ ನಿರೀಕ್ಷಿಸಬಾರದೇ!!?

"ಕಮಾನ್.... ನಾನು ನಿನ್ನ ಮೇಲೆ ಒತ್ತಾಯ ಹೇರೋಕೆ ಇಷ್ಟಪಡೋಲ್ಲ. ಅದೆಲ್ಲ ಶುದ್ಧ ಅನಾಗರಿಕತೆಯ ಲಕ್ಷಣ" ಅವಳ ಪ್ರತಿಕ್ರಿಯೆಯಾಗಿ ಕಾಯದೇ ಹೊರಟುಬಿಟ್ಟ. ಸೋತವಳಂತೆ ಅವನನ್ನು ಹಿಂಬಾಲಿಸಿದಳು.

ಕಾರು ಅವರ ಮನೆಯ ಮುಂದೆ ನಿಲ್ಲುವವರೆಗೆ ಸತೀಶ ಅವಳ ಕಡೆ ತಿರುಗಲಿಲ್ಲ. ಇದು ಮೂರ್ಖತೆಯ ಪರಮಾವಧಿ ಎನಿಸಿತು ಅವಳಿಗೆ.

ಮನೆ ಹೆಚ್ಚು ದೊಡ್ಡದೆನಿಸದಿದ್ದರೂ ಅಚ್ಚುಕಟ್ಟಾಗಿತ್ತು. ಇವರನ್ನು ಸ್ವಾಗತಿಸಲೆಂದೇ ಕಾದಿದ್ದವರಂತೆ ಎದುರುಗೊಂಡು ಕರೆದೊಯ್ದರು. ಅವರ ಮಾತುಕತೆ ಅತಿಯಾದ ನಾಟಕೀಯತೆ ಎನಿಸಿತು. ಕಣ್ಣುಗಳಲ್ಲಿ ಆತ್ಮೀಯತೆ, ಅಭಿಮಾನ ಇರಲಿಲ್ಲ. ಅಲ್ಲಿದ್ದಿದ್ದು ದೊಡ್ಡಸ್ಥಿಕೆಯ ಬಿಗುಮಾನ. ಅವರು ಮಾತಾಡುತ್ತಿದ್ದುದೆಲ್ಲ ಆಂಗ್ಲ ಭಾಷೆಯಲ್ಲಿಯೇ. ಅಪ್ಪಿತಪ್ಪಿ ಕನ್ನಡ ನುಡಿ ಬಾಯಿಂದ ಹೊರಬಿದ್ದರೆ ಅವರೇ ಕಸಿವಿಸಿಗೊಳ್ಳುತ್ತಿದ್ದರು. ಅಷ್ಟಿತ್ತು ಅವರಿಗೆ ಆಂಗ್ಲ ಭಾಷೆಯ ಮೇಲೆ ಅಭಿಮಾನ, ಕನ್ನಡದ ಮೇಲೆ ಉದಾಸೀನ. ಅವರು ಇತ್ತೀಚೆಗೆ ಕೆಲಸದ ನಿಮಿತ್ತ ಮುಂಬಯಿಯಲ್ಲಿ ನೆಲೆಸಿದರೂ, ಅವರು ಹುಟ್ಟಿ ಬೆಳೆದು ವಿದ್ಯಾಭ್ಯಾಸ ಪಡೆದದ್ದು ಕನ್ನಡದ ರಾಜಧಾನಿ ಬೆಂಗಳೂರಿಗೆ ಅತಿ ಸಮೀಪವೆನಿಸಿದ ದೇವನಹಳ್ಳಿಯಲ್ಲಿ. ಈಗ.... ಕನ್ನಡತನವೇನೂ ಅವರಲ್ಲಿ ಉಳಿದಿರಲಿಲ್ಲ.

ಕಾನ್ವೆಂಟ್ ವಿದ್ಯಾಭ್ಯಾಸದ ದೆಸೆಯಿಂದ ಅವರ ಮಕ್ಕಳಲ್ಲಿ ಕನ್ನಡ ಇಣುಕುವುದೇ ಸಾಧ್ಯವಾಗಿರಲಿಲ್ಲ. ಭಾವನಾಳ ಹೃದಯ ನೋವಿನಿಂದ ಚೀರಿತು.

ಅವರು ಮಾತಾಡೋ ಆಂಗ್ಲ ನುಡಿಗಳನ್ನು ಅರ್ಥ ಮಾಡಿಕೊಳ್ಳಲು ಅವಳು ಪ್ರಯಾಸಪಡಬೇಕಾಯಿತು. ವಿಚಿತ್ರ ಗತಿಯಲ್ಲಿ ಮಾತಾಡುತ್ತಿದ್ದರು. ಯಾಕೆ... ಹೀಗೆ?

ವಿದೇಶೀ ರೀತಿಯಲ್ಲಿ ಅತಿಥಿಗಳ ಸತ್ಕಾರ. ಬೀರು, ಬ್ರಾಂದಿ.... ಇನ್ನಿತರ ಖಾದ್ಯಗಳು–ಅವರೆಷ್ಟು ಬಲವಂತ ಮಾಡಿದರೂ ಭಾವನಾ ಸ್ವೀಕರಿಸಲಿಲ್ಲ. ಸತೀಶನ ಕಣ್ಣುಗಳು ಕಿಡಿಗಳನ್ನು ಉಗುಳುತ್ತಿದ್ದವು.

ಕೋಣೆಗೆ ಬರುವ ವೇಳೆಗೆ ಸತೀಶ ಪೂರ್ತಿಯಾಗಿ ತನ್ನ ಸಹನೆಯನ್ನು ಕಳೆದುಕೊಂಡಿದ್ದ. ಮಡದಿಯ ನಡತೆಯಿಂದ ಅವನಿಗೆ ಸಹಿಸಲಾರದ ಅವಮಾನವಾಗಿತ್ತು.

"ಯು ಆರ್ ಸಿಲ್ಲಿ! ನಿನ್ನ ಸ್ವಭಾವದಿಂದ ನನಗೆ ಬಹಳಷ್ಟು ಅವಮಾನವಾಗಿದೆ. ಛೆ! ಛೆ..." ಮುಖ ಸಿಂಡರಿಸಿ, ಕೈ ಕೈ ಹಿಸುಕಿಕೊಳ್ಳುತ್ತ ಶತಪಥ ಹಾಕಿದ.

ಭಾವನಾಳ ಅಭಿಮಾನ ಕೆರಳಿತು. ಕೋಪದಿಂದ ಅವಳ ಇಡೀ ಮೈ ನಡುಗಿತು. ಜಗಳ ಆಡೋದು ಅಂದರೆ ಅವಳಿಗೆ ಬಹಳ ಇಷ್ಟವಾದ ಕೆಲಸವೇ. ತಾನು ಮನೆಯಲ್ಲಿದ್ದಾಗ ದಿನಕ್ಕೊಮ್ಮೆಯಾದರೂ ಅಣ್ಣ ಶರತ್‌ನೊಂದಿಗೆ ಜಗಳವಾಡುತ್ತಿದ್ದಳು. ಜಗಳಕ್ಕೆ ಒಂದು ಕಾರಣವೇ ಬೇಕಿರಲಿಲ್ಲ. ಅದರಲ್ಲಿ ಅವಳಿಗೆ ಬಹಳ ಉತ್ಸಾಹ. ಒಂದೇ ತೆರನಾದ ಜೀವನಕ್ಕಿಂತ ಅಲ್ಪಸ್ವಲ್ಪ ಬದಲಾವಣೆಗಳಿದ್ದರೇ ಚೆನ್ನ ಎನ್ನುವುದು ಅವಳ ಅಭಿಪ್ರಾಯ. ಅದಕ್ಕೆ ಸರಿಯಾಗಿದ್ದ ಶರತ್; ಪ್ರತಿಯೊಂದನ್ನು ಸಾಧಿಸುತ್ತಿದ್ದ. ತನ್ನ ಅಭಿಪ್ರಾಯಗಳನ್ನು ಸಮರ್ಥನೆ ಮಾಡಿಕೊಳ್ಳುತ್ತಿದ್ದ. ಪ್ರತಿಯೊಂದು ಪುಸ್ತಕ ಓದಿದಾಗಲೂ ಗಂಟೆಗಟ್ಟಲೇ ಚರ್ಚಿಸಿದರೇನೇ ಅವನಿಗೆ ಸಮಾಧಾನ. ಕೆಲವೊಮ್ಮೆ ಅಣ್ಣ ತಂಗಿಯರಲ್ಲಿ ಅಭಿಪ್ರಾಯಭೇದ ಬರುತ್ತಿದ್ದುದುಂಟು. ಆಗ ಅವರವರ ಅಭಿಪ್ರಾಯ ಸಮರ್ಥಿಸಿಕೊಳ್ಳಲು ವಾಗ್ವಾದಕ್ಕೆ ಇಳಿಯುತ್ತಿದ್ದರು. ಕೆಲವೊಮ್ಮೆ ಗಂಟೆಗಟ್ಟಲೆಯಾದರೂ ಮುಗಿಯುತ್ತಿರಲಿಲ್ಲ. ಆಗ ಭಾವನಾ ಆವೇಶದಿಂದ ಕೂಗಾಡುತ್ತಿದ್ದಳು. ಆಗ ತಂದೆನೋ ತಾಯಿನೋ ಬೇಸರಗೊಂಡು ರೇಗಾಡಿ ಇವರ ಬಾಯಿ ಮುಚ್ಚಿಸುತ್ತಿದ್ದರು. ಅವಳ ಪಾಲಿಗೆ ಅಮೂಲ್ಯ ಕ್ಷಣಗಳವು.

"ನಿನ್ನ ಆಂಗ್ಲ ಭಾಷೆ ಏನೇನೂ ಚೆನ್ನಾಗಿರಲಿಲ್ಲ" ಕೋಟು ಕಳಚುತ್ತ ಸತೀಶ ಉಸುರಿದ. ಅವನ ಮುಖದ ಗಂಟು ಇನ್ನೂ ಸಡಿಲವಾಗಿರಲಿಲ್ಲ.

ಅವಳಿಗೆ ಕಕ್ಕಾಬಿಕ್ಕಿಯಾಯಿತು. ಅವಳು ಆ ಭಾಷೆಯ ಮೇಲೆ ಪ್ರಭುತ್ವ ಸಾಧಿಸಿಲ್ಲದಿದ್ದರೂ ತಪ್ಪುತಪ್ಪು ಮಾತಾಡುವಂತಾಗಿರಲಿಲ್ಲ. ಹಾಗಿದ್ದ ಮೇಲೆ ಏನು ತಪ್ಪಾಗಿದೆಯೆಂದು ಯೋಚಿಸತೊಡಗಿದಳು. ಅವಳಿಗೆ ಅರ್ಥವಾಗಲಿಲ್ಲ.

"ನಾನೇನು ತಪ್ಪಾಗಿ ಮಾತಾಡಿದೆ?" ನಾಚಿಕೆಯಿಂದ ಅವಳಿಗೆ ತಲೆತಗ್ಗಿಸುವಂತಾಗಿತ್ತು.

"ತಪ್ಪು ಒಪ್ಪಿನ ಪ್ರಶ್ನೆ ಬರೋಲ್ಲ. ನೀನು ಮಾತಾಡಿದ ಸ್ಟೈಲ್ ಚೆನ್ನಾಗಿರಲಿಲ್ಲ."

ಈಗ ಅರ್ಥವಾಯಿತು ಭಾವನಾಳಿಗೆ–ಅವರುಗಳು ಮಾತಾಡೋದು ತನಗೆ ಯಾಕೆ ಅರ್ಥವಾಗಲಿಲ್ಲವೆಂದು. ವಿದೇಶೀಯರು ಮಾತಾಡುವ ಸ್ಟೈಲ್‌ನಲ್ಲಿ ಮಾತಾಡಬೇಕಾಗಿತ್ತೇನೋ! ಅಸಹ್ಯದಿಂದ ಮುಖ ತಿರುಗಿಸುವಂತಾಯಿತು. ಇವರಷ್ಟೇ ಪ್ರಯತ್ನಪಟ್ಟರೂ ಅವರಾಗಲೂ ಸಾಧ್ಯವಿಲ್ಲ. ತನ್ನತನ ಉಳಿಸಿಕೊಳ್ಳಲು ಇವರಿಗೆ ಇಷ್ಟವಿಲ್ಲ. ಅಲ್ಲೂಇಲ್ಲೂ ಸಲ್ಲದ ಅಂತರ ಪಿಶಾಚಿಗಳಾಗಿದ್ದಾರೆ.

ಮಾತಾಡೋಕೆ ಇಷ್ಟವಾಗಲಿಲ್ಲ. ಕಿಟಕಿಯ ಬಳಿ ಹೋಗಿ ನಿಂತಳು. ಸತೀಶನ ಸ್ವಭಾವವಿನ್ನೂ ಅವಳಿಗೆ ಅರ್ಥವಾಗಿರಲಿಲ್ಲ. ಅರ್ಥ ಮಾಡಿಕೊಳ್ಳುವುದು ಕೂಡ ಸುಲಭವಾಗಿ ಕಾಣಲಿಲ್ಲ. ಹಿಂದಕ್ಕೆ ತಿರುಗಿ ಹೇಳಿದಳು.

"ಯಾಕೋ.... ಏನೇನು... ಅರ್ಥವಾಗೋಲ್ಲ."

ತಟ್ಟನೇ ಅವಳೆಡೆ ತಿರುಗಿದ ಸತೀಶ್ "ದಿಸ್ ಈಸ್ ಸಿಂಪಲ್ ನಿನ್ಗೆ ಅಷ್ಟೂ ಗೊತ್ತಾಗೋಲ್ವಾ? ನನ್ನ ಹುದ್ದೆಯ ಬಗ್ಗೆ ಯೋಚಿಸು. ಎಲ್ಲಾ ಅರ್ಥವಾಗುತ್ತೆ. ಅಂತಸ್ತಿಗೆ ಅನುಗುಣವಾಗಿ ಮಾತು, ನಡತೆಯನ್ನು ಬದಲಿಸಿಕೊಳ್ಳಬೇಕು" ನಿಂತಲ್ಲೇ ನಡುಗಿದಳು.

'ಯು ಆರ್ ಸೆಲ್‌ಫಿಶ್' ಎಂದು ಕೂಗಿಬಿಡುವ ಮನಸ್ಸಾಯಿತು. ಕಣ್ಣುಮುಚ್ಚಿ ನಿಂತಳು. ಸತೀಶನ ಪ್ರೀತಿಯ ಬುಡವನ್ನೇ ಹಿಡಿದು ಅಲುಗಾಡಿಸುತ್ತಿತ್ತು. ತುಟಿಕಚ್ಚಿ ಮೌನವಹಿಸಿದಳು. ಒಂದು ವಿಧವಾದ ಅಧಿಕಾರದ ಅಮಲಿನಲ್ಲಿ ತೇಲುವ ವ್ಯಕ್ತಿಯಿಂದ ಏನನ್ನು ನಿರೀಕ್ಷಿಸುವುದು ತಪ್ಪು ಎಂಬ ನಿರ್ಧಾರಕ್ಕೆ ಬಂದಂತಿದ್ದಳು.

ಊಟದ ಯೋಚನೆ ಯಾರಿಗೂ ಇದ್ದಂತಿರಲಿಲ್ಲ. ಸತೀಶನ ಎಲ್ಲ ಕೆಲಸಗಳನ್ನು ಗಮನಿಸಲು ಅಲ್ಲಿ ಆಳುಕಾಳುಗಳಿದ್ದರು. ಇಲ್ಲೂ ಅಷ್ಟೇ; ಬೇರೆ ಯಾರೋ ಮಾಡುತ್ತಿದ್ದರು. ನಡೆದು ಹೋಗುತ್ತಿತ್ತು. ಇವಳು ಯಾವುದಕ್ಕೂ ತಲೆ ಕೆಡಿಸಿಕೊಳ್ಳಬೇಕಿರಲಿಲ್ಲ.

ಅವರಿಬ್ಬರ ನಡುವೆ ಪ್ರೀತಿಯ ಸಮರ ನಡೆದಿರಲಿಲ್ಲ. 'ಹಾರಿಬಲ್ ಎನಿಮಿಸ್'ನಂತೆ ಮುಖ ತಿರುವಿ, ಮನ ಮುದುಡಿ ವಿಭಿನ್ನ ದಿಕ್ಕಿನಲ್ಲಿ ಯೋಚಿಸುತ್ತಿದ್ದರು.

ನಿಂತು ಸಾಕಾದ ಭಾವನಾ ಮಂಚದ ಮೇಲೆ ಉರುಳಿದಳು. ತಲೆ ಚುರುಕಾಗಿ ಯೋಚಿಸುತ್ತಿತ್ತು. ಎಲ್ಲಾ ಗೋಜಲು, ತನ್ನ ಹೃದಯವನ್ನು ಸತೀಶನ ಮುಂದೆ ಹೇಗೆ ತೆರೆದಿಟ್ಟಾಳು?

ತಂಪಾದ ಹವಾ, ಸುಂದರ ವಾತಾವರಣ, ಎದುರಿಗೆ ಯೌವನ ತುಂಬಿದ ಅವನವಳೇ ಆದ ಹೆಣ್ಣು, ಅಲ್ಪ ಡ್ರಿಂಕ್ ಅವನ ಮೇಲೆ ಪರಿಣಾಮ ಬೀರಿರಬಹುದು. ಕಣ್ಣುಗಳಲ್ಲಿ ಮಾದಕತೆ ಕಾಣಿಸಿಕೊಂಡಿತು. ಪಕ್ಕಕ್ಕೆ ತಿರುಗಿ ಏನೋ... ಪಿಸುಗುಟ್ಟಿದ, ಇಲ್ಲೂ ಅವಳ ಮೇಲೆ ಒತ್ತಾಯ ಹೇರಲು ಸಿದ್ಧವಿಲ್ಲ ಆ ಬಹದ್ದೂರ್ ಗಂಡು!

"ದೂರ ಹೋಗಿ; ಇಷ್ಟವಿಲ್ಲ' ಎಂದು ಚೀರಿಬಿಡುವ ಆತುರ ವೇದನೆ, ಉದಾಸೀನ ಅವಳ ಬಾಯನ್ನು ಕಟ್ಟಿಹಾಕಿತು. ಮೌನವನ್ನು ಸಮ್ಮತಿಯೆಂದು ತಿಳಿದನೋ ಏನೋ, ಅವಳನ್ನು ಅಪ್ಪಿ ತನ್ನೆಡೆಗೆ ಎಳೆದುಕೊಂಡ. ಒಂದು ಯಂತ್ರ ಮತ್ತೊಂದು ಯಂತ್ರದ ಜೊತೆ ಸೇರಿದಾಗ, ಶಬ್ದ-ಕಾರ್ಯ ಸುಗಮವಾಗಿ ಸಾಗಿಹೋದರೂ ವೇದನೆ-ಸಂವೇದನೆಯ ಪ್ರಶ್ನೆಯೆಲ್ಲಿ ಬಂತು?

ಭಾವನಾ ದಿಂಬನ್ನು ಬಾಯಿಗೆ ತುರುಕಿ ಬಿಕ್ಕಳಿಸಿದಳು. ಜೀವನ ನೀರಸವೆನಿಸಿತು. ಎಷ್ಟೋ ಸಹನೆ ತಂದುಕೊಳ್ಳಲು ಪ್ರಯತ್ನಿಸುತ್ತಿದ್ದಳು. ಆಧುನಿಕ ಸುಸಂಸ್ಕೃತ

ಯುವತಿಯಾದ ತಾನು ತನ್ನ ಅಭಿರುಚಿಗಳನ್ನು ಬಲವಂತವಾಗಿ ಗಂಡನ ಮೇಲೆ ಹೇರಲು–ಅವಳಿಗೆ ಇಷ್ಟವಿಲ್ಲ, ದಾಂಪತ್ಯ ಕಟ್ಟಡಕ್ಕೆ ಒಂದೇ ರೀತಿಯ ಅಭಿರುಚಿಗಳು ಅಡಿಪಾಯವೇನಲ್ಲ ಎಂದು ತನಗೆ ತಾನೇ ಸಮಾಧಾನಪಟ್ಟುಕೊಳ್ಳಲು ಪ್ರಯತ್ನಿಸುತ್ತಿದ್ದಳು.

* * * *

ಮುಂಬಯಿನಿಂದ ಹಿಂದಿರುಗಿದ ಮೇಲೆ ಭಾವನಾ ನಿರ್ಲಿಪ್ತಳಂತೆ ಮೌನವಾಗಿರಲು ಪ್ರಯತ್ನಿಸುತ್ತಿದ್ದಳು. ಅದು ಅವಳ ಸ್ವಭಾವಕ್ಕೆ ವಿರುದ್ಧ, ಅರಳು ಹುರಿದಂತೆ ಸದಾ ಮಾತಾಡುವ ಹೆಣ್ಣು. ಅದು ಹೇಗೆ ತಾನೇ ಸುಮ್ಮನಿದ್ದಾಳು! ಕೆಲವೊಮ್ಮೆ ಬೇಸರ ಕಳೆಯಲು ಅಡುಗೆಯ ಮನೆಗೆ ಹೋಗಿ ಸಲಹೆಗಳನ್ನು ಕೊಡುತ್ತಿದ್ದಳು. ಅಂಥದೊಂದು ಸಂದರ್ಭದಲ್ಲಿ ಸತೀಶ ಮನೆಗೆ ಬಂದಿದ್ದ. ಮಡದಿಯ ಕೆಲಸ ಅವನಿಗೆ ಅಕ್ಷಮ್ಯ ಅಪರಾಧ. ದೊಡ್ಡ ಫ್ಯಾಕ್ಟರಿಯ ಜನರಲ್ ಮ್ಯಾನೇಜರ್ ಮಡದಿ ಸಾಮಾನ್ಯ ಹೆಣ್ಣಿನಂತೆ ಅಡಿಗೆಯ ಮನೆಗೆ ಹೋಗಿ ಕೆಲಸ ಮಾಡುವುದು ಅವಮಾನಕರ!

ದಢದಢನೇ ಮೇಲೇರಿ ಹೋಗಿ ಸೋಫಾ ಮೇಲೆ ಕುಕ್ಕರಿಸಿದ. ಅವನಿಗೆ ನಖಶಿಖಾಂತ ಉರಿಯುತ್ತಿತ್ತು. ಕೋಪದಿಂದ ಧುಮುಗುಟ್ಟುತ್ತಿದ್ದ.

"ಸ್ಕೌಂಡ್ರಲ್.... ರಾಮ..." ಅರಚಿದ.

ಅವನ ಬೇಕುಬೇಡಗಳನ್ನು ಅರಿಯಲು ಅವನಾಗಲೇ ಕೋಣೆಯ ಬಾಗಿಲ ಬಳಿ ಗಡಗಡನೇ ನಡುಗುತ್ತ ನಿಂತಿದ್ದ.

"ನಿಮ್ಮ ಮೇಮ್ ಸಾಹೇಬರನ್ನು ಕರೀ..." ಗಂಟಲಿನ ನರಗಳೆಲ್ಲ ಉಬ್ಬಿತ್ತು.

ರಾಮ ಹೆಜ್ಜೆ ಸದ್ದಾಗದಂತೆ ಕೆಳಗಿಳಿದು ಹೋದ. ಸಣ್ಣ ಸಣ್ಣ ತಪ್ಪುಗಳಿಗೆ ಜೋರಾಗಿ ಕೂಗಾಡುವ ಯಜಮಾನನಿಗಿಂತ ನಗುನಗುತ್ತಾ ಮಾತಾಡುವ ಯಜಮಾನಿಯ ಮೇಲೆ ಗೌರವ, ವಿಶ್ವಾಸ.

ರಾಮ ಬಂದು ಕೂಗೋ ಅವಶ್ಯಕತೆ ಇರಲಿಲ್ಲ. ಭಾವನಾಳಿಗೆ ಗಂಡನ ದರ್ಪದ ಧ್ವನಿ ಅವಳ ಕಿವಿ ಸೇರಿತ್ತು. ಅಂಜಲಿಲ್ಲ, ಅಳುಕಲಿಲ್ಲ. ಸಹಜವಾಗಿ ಮೇಲೇರಿ ಕೋಣೆಗೆ ಹೋದಳು.

ಅವಳ ಮುಖದ ಮೇಲೆ ಮುಗುಳುನಗು ಪಸರಿಸಿತ್ತು. ನೇರವಾಗಿ ಗಂಡನ ಕಡೆಗೆ ನೋಡಿದಳು. ಕೋಪದ ಟೆಂಪರೇಚರ್ ಎಷ್ಟು ಜಾಸ್ತಿ ಇದೆ ಎನ್ನುವುದನ್ನು ಅವನ ಕೆಂಪಗಾದ ಮುಖವೇ ಹೇಳುತ್ತಿತ್ತು.

'ಏನು?' ಎನ್ನುವಂತೆ ನೋಡಿದಳು. ಗಂಡನ ಬಗ್ಗೆ ಪ್ರೀತಿ, ಅಭಿಮಾನ ಎಲ್ಲಾ ಸತ್ತುಹೋಗಿತ್ತು. ಅವುಗಳ ಜಾಗವನ್ನೆಲ್ಲ ಔದಾಸೀನ್ಯ ಭರ್ತಿ ಮಾಡಿತ್ತು.

"ಯು ಆರ್... ಫೂಲಿಶ್. ನೀನು ಹೋಗಿ ಅಡಿಗೆಯವರ ಜೊತೆ ಕೆಲಸ ಮಾಡುವುದೆಂದರೆ ಏನರ್ಥ! ನೀನು ನಂಗೆ ಅವಮಾನವಾಗುವಂಥ ಕೆಲಸ ಮಾಡ್ತಾ

ಇದ್ದೀಯಾ! ಇನ್ನೆಂದೂ ಇಂಥ ಅಚಾತುರ್ಯ ನಡೆಯದಂತೆ ಜಾಗ್ರತೆವಹಿಸು. ಯು ಆರ್ ಮೈ ವೈಫ್.... ನಿನ್ನ ಒಳಿತು ಕೆಡುಕುಗಳಿಗೆ ನಾನು ಪೂರ್ಣ ಜವಾಬ್ದಾರನಾಗಬೇಕಾಗುತ್ತೆ...." ಏನೇನೋ ಹೇಳುತ್ತಲೇ ಇದ್ದ. ಭಾವನಾ ನಿಂತಲ್ಲೇ ಶಿಲೆಯಾಗಿದ್ದಳು.

ಇದೆಲ್ಲ ಅರ್ಥವಿಲ್ಲದ ವಿಪರ್ಯಾಸ! ತಾನು ಎದುರುಬಿದ್ದು ಏನಾದರೂ ಹೇಳಿದರೂ ಅರ್ಥಮಾಡಿಕೊಳ್ಳುವಂಥ ವಿವೇಕವಿಲ್ಲ. ಇದು ಶುದ್ಧ ಅವಿವೇಕದ ಪರಮಾವಧಿ ಎನಿಸಿತು.

ಅಂದಿನಿಂದ ಮನೆಯ ಆಳುಕಾಳುಗಳು ಮಾತಾಡುವುದಿರಲಿ, ಅವಳ ಮುಂದೆ ನಿಲ್ಲುತ್ತಲೇ ಇರಲಿಲ್ಲ. ತಮ್ಮ ತಮ್ಮ ಕೆಲಸ ಮುಗಿಸಿ ಆದಷ್ಟು ಅವಳ ಮುಂದೆ ಕಾಣಿಸಿಕೊಳ್ಳದೇ ದೂರ ಇರಲು ಪ್ರಯತ್ನಿಸಿದರು.

ಈ ಮನೆ ಅವಳ ಪಾಲಿಗೆ ಬಂಧನವೆನಿಸಿತ್ತು. ಸ್ವತಂತ್ರವಾಗಿ ಹೊರಗೆ ಹೋಗಲು ಅಂಜಿದಳು. ಪ್ರತಿಯೊಬ್ಬರೂ ಅವಳ ಮನೆ, ಶ್ರೀಮಂತಿಕೆ, ಗಂಡನನ್ನು ಹೊಗಳುವವರೇ. ಇದರಿಂದ ತನಗೆ ಬಿಡುಗಡೆಯೇ ಇಲ್ಲವೇ ಎಂದು ಮಮ್ಮಲ ಮರುಗಿದಳು.

ಇವಳ ಮದುವೆಯಾದ ಮೇಲೆ ಕೆಲಸಕ್ಕಾಗಿ ಷಿಲಾಂಗ್‌ಗೆ ಹೋಗಿದ್ದ ಅಣ್ಣ ಶರತ್ ಅಂದೇ ಹಿಂದಿರುಗಿದ್ದ. ತಕ್ಷಣವೇ ಮುದ್ದಿನ ತಂಗಿಯನ್ನು ನೋಡಲು ಓಡೋಡಿ ಬಂದಿದ್ದ.

ಶರತ್‌ನನ್ನು ನೋಡಿದ ತಕ್ಷಣ ಇಷ್ಟು ದಿನ ತಡೆದಿಟ್ಟಿದ್ದ ವೇದನೆ ಮಹಾಪೂರವಾಗಿ ಚಿಮ್ಮಿತು. ಮಗುವಿನಂತೆ ಅಪ್ಪಿಕೊಂಡು ಭೋರೆಂದು ಅತ್ತಳು. ಅವಳು ಸಮಾಧಾನಸ್ಥಿತಿಗೆ ಬರಲು ಸ್ವಲ್ಪ ಹೊತ್ತೇ ಹಿಡಿಯಿತು.

ಶರತ್, ತಪ್ಪಾಗಿ ತಿಳಿದ; ಬಹಳ ದಿನಗಳ ಮೇಲೆ ನೋಡಿದ ಸಂತೋಷ ತಡೆದುಕೊಳ್ಳಲಾರದೇ ಅಳುತ್ತಾಳೆ. ಪ್ರೀತಿಯಿಂದ ಮೃದುವಾಗಿ ಅವಳ ಕೂದಲಲ್ಲಿ ಕೈಯಾಡಿಸಿದ.

"ನೀನು.... ಎಷ್ಟು... ಸೆಂಟಿಮೆಂಟಲ್... ಹುಡ್ಗಿ! ಮದುವೆಯಾದ್ರೂ ಏನೇನು ಬೆಳೆದಿಲ್ಲ!" ಮೃದುವಾಗಿ ಆಕ್ಷೇಪಿಸಿದ.

ಆಮೇಲೆ ಭಾವನಾಳಿಗೆ ತನ್ನ ತಪ್ಪಿನ ಅರಿವಾಯಿತು. ಅವಳಿಗಾಗಿ ಸಾಲಸೋಲ ಮಾಡಿ ದುಬಾರಿಯಾಗಿ ಖರ್ಚು ಮಾಡಿ ಮದುವೆ ಮಾಡಿಕೊಟ್ಟಿದ್ದ. ಅದರ ಸಾಲದ ಹೊರೆ ಇನ್ನೂ ಅವನ ತಲೆಯ ಮೇಲಿತ್ತು. ತಾನು ಈ ಬಂಗ್ಲೆ ಸತೀಶನ ಜೊತೆ ಸುಖವಾಗಿದ್ದೀನಿ ಎನ್ನುವುದು ಅವನ ಕಲ್ಪನೆ. ಅಂಥದ್ದರಲ್ಲಿ ಅವನ ಮನಸ್ಸಿಗೇಕೆ ನೋವುಂಟು ಮಾಡಿದೆ ಎಂದು ತನಗೆ ತಾನೇ ಸಮಾಧಾನ ಮಾಡಿಕೊಂಡಳು.

ಆಮೇಲೆ ಶರತ್ ತಂಗಿಯನ್ನು ಸರಿಯಾಗಿ ನೋಡಿದ. ಅಂದಿಗೂ ಇಂದಿಗೂ ಬಹಳ ವ್ಯತ್ಯಾಸ ಕಂಡಿತು. ಇಷ್ಟೊಂದು ಕಡಿಮೆ ಅಂತರದಲ್ಲಿ ಇಷ್ಟರಮಟ್ಟಿನ

ಬದಲಾವಣೆ ಹೇಗೆ ಸಾಧ್ಯ? ದುಂಡು ದುಂಡಗಿದ್ದ ಭಾವನಾ ಈಗ ತೆಳ್ಳಗಾಗಿದ್ದಳು. ಸದಾ ತುಟಿಗಳಲ್ಲಿ ಅರಳುತ್ತಿದ್ದ ಮಾಸದ ನಗುವಿಂದ ಚಿಮ್ಮುತ್ತಿದ್ದ ಉತ್ಸಾಹವಿಲ್ಲ. ಮೌನದ ಮುದ್ದೆಯಂತೆ ಕಂಡಳು.

"ಯಾಕೆ... ಭಾವನಾ! ಸರ್ಯಾಗಿ ಊಟ ಗೀಟಾ ಮಾಡ್ತೀಯೋ. ಇಲ್ಲವೋ!?" ಅವನ ಮಾತುಗಳಲ್ಲಿ ನೋವು ಮಿಂಚಿತು. ಕಣ್ಣುಗಳಲ್ಲಿ ಆತಂಕ ಮೂಡಿತು.

ಕೃತಕ ನಗು ಅವಳ ತುಟಿಗಳ ಮೇಲೆ ಅರಳಿತು. ಒಡನೆಯೇ ಬೇಡವೆಂದರೂ ಕೇಳದೇ ಕಣ್ಣೀರು ಇಣುಕಿತು.

ಮದುವೆಯಾಗಿ ಬಂದ ಮಾರನೆಯ ದಿನ ಊಟಕ್ಕೆ ಕೂತಾಗ ಸತೀಶ ಹೇಳಿದ್ದ.

"ಡಾರ್ಲಿಂಗ್, ನೀನು ಡಯಟ್ ಮಾಡ್ಬೇಕು. ಇಲ್ಲದಿದ್ರೆ ಫಿಗರ್ ಕೆಡುತ್ತೆ."

ಆ ಮಾತುಗಳನ್ನು ಕೇಳಿದಾಗ ಭೂಮಿಗಿಳಿದು ಹೋಗಿದ್ದಳು. ತಾಯಿ ಮಾಡಿ ಹಾಕಿದ ಅಡಿಗೆಯನ್ನು ರುಚಿಕಟ್ಟಾಗಿ ಹೊಡೆಯುವ ಸುಖ ಜೀವಿ ಅವಳು. ಶ್ರೀಮಂತಿಕೆ ಇಲ್ಲದಿದ್ದರೂ ಹೊಟ್ಟೆ ತುಂಬ ತಿನ್ನುವ ಜೀವನವೆಲ್ಲಿ!–ಏರ್‌ಕಂಡೀಷನ್ಡ್ ಬಿಲ್ಡಿಂಗ್, ಅಡಿಗೆ ಮಾಡಿ ಹಾಕಲು ಕುಕ್ಕರ್, ಹಾಲು ತುಪ್ಪಕ್ಕೆ ಕೊರತೆ ಇಲ್ಲ. ಇಷ್ಟು ಇದ್ದರೂ ಹೊಟ್ಟೆ ಒಣಗಿಸಿಕೊಂಡು ಇರಬೇಕಾದ ಕರ್ಮಕ್ಕೆ ಏನು ಹೇಳಬೇಕೋ ಅವಳಿಗೆ ತಿಳಿಯದಾಯಿತು.

ಅಪ್ಪಿತಪ್ಪಿ ಸ್ನೇಹಿತೆಯರ ಮನೆಯಲ್ಲಿ ತಿಂಡಿ ತಿಂದಾಗಲೋ, ಇಲ್ಲ ಶರತ್ ಜೊತೆಯಲ್ಲಿ ಹೋಟಲಿನಲ್ಲಿ ತಿಂಡಿ ತಿಂದ ದಿನವೋ–ದಿನದ ಊಟಕ್ಕಿಂತ ನಾಲ್ಕು ತುತ್ತು ಕಮ್ಮಿ ತಿಂದರೆ ತಾಯಿಯ ಗೊಣಗಾಟ, ಕಸಿವಿಸಿಗಂತೂ ಪಾರವೇ ಇರುತ್ತಿರಲಿಲ್ಲ.

ಆಮೇಲೆ ಅವಳಾಗಿ ಡಯಟ್ ಮಾಡುವ ಪ್ರಯತ್ನವೇ ಮಾಡಲಿಲ್ಲ. ಗಂಡ ಊಟಕ್ಕೆ ಕುಳಿತಾಗಲೂ ಮಾತುಕತೆಯಿಲ್ಲದೇ ಮೂಗಿಯಂತೆ ನೀರಸವಾದ ಊಟ ಇನ್ನೆಷ್ಟು ಮಾಡಿಯಾಳು! ಖಾರ, ಉಪ್ಪು ಕಡಿಮೆಯಾಗಿದ್ದ ಈ ಅಡಿಗೆಯನ್ನು ಬಾಯಲ್ಲಿಟ್ಟುಕೊಂಡರೆ ಅವಳಿಗೆ ಹೊಟ್ಟೆ ತೊಳಸಿಕೊಂಡು ಬರುತ್ತಿತ್ತು. ಒಂದೆರಡು ದಿನ ಅಡಿಗೆ ಬೇರೆ ರೀತಿಯಲ್ಲಿ ಮಾಡಿಸಲು ಪ್ರಯತ್ನಪಟ್ಟು ಸೋತಿದ್ದಳು. ಭಾರತೀಯರ ಹಾಗೆ ಅಷ್ಟೆಲ್ಲ ಉಪ್ಪು, ಖಾರ ತಿಂದರೆ ಶರೀರಕ್ಕೆ ಏನೇನು ಒಳ್ಳೆಯದಲ್ಲವೆನ್ನುವುದು ಸತೀಶನ ಅರ್ಥವಿಲ್ಲದ ಮೊಂಡ ವಾದದಿಂದ ಬೇಸತ್ತಿದ್ದ ಅವಳು ಸುಮ್ಮನಾಗಿಬಿಟ್ಟಳು.

ಪುನಃ ಭಾವನಾಳ ಕಣ್ಣುಗಳಲ್ಲಿ ನೀರು ಕಂಡು ಶರತ್‌ನ ಹೃದಯದಲ್ಲಿ ವೇದನೆಯ ಗೆರೆ ಹಾದುಹೋಯಿತು. ಭಾವನಾ ಇಲ್ಲಿನ ವಾತಾವರಣಕ್ಕೆ ಹೊಂದಿಕೊಂಡೇ ಇಲ್ಲವೆಂದು ನೊಂದುಕೊಂಡ. ಸತೀಶನಾದರೂ ಅವಳನ್ನು ಒಗ್ಗಿಸಿಕೊಳ್ಳುವ ಪ್ರಯತ್ನವನ್ನೇಕೆ ಮಾಡಲಿಲ್ಲ? ಪ್ರೀತಿಯ ಮುಂದೆ ಯಾವ ಸಮಸ್ಯೆಗಳೂ ಉಳಿಯಲಾರವು.

ತಟ್ಟನೇ ಅವನ ಮನದಲ್ಲಿ ಮತ್ತೇನೋ ಮಿಂಚಿತು, ಮುಖ ತಾವರೆಯಷ್ಟು ಅಗಲವಾಯಿತು. ತುಟಿಗಳ ಮೇಲೆ ತುಂಟ ಕಿರುನಗು ಇಣಕಿತು.

"ಏನಾದರೂ... ವಿಶೇಷ!" ಕಾತರದಿಂದ ಕೇಳಿದ. ಸಂತೋಷದ ಸುದ್ದಿಗಾಗಿ ಅವನ ಮನ ತವಕಿಸಿತು.

ಮನೆಯಲ್ಲಿ ಎಳೆಯ ಮಕ್ಕಳನ್ನೇ ಕಾಣದ ಜೀವ, ತಂಗಿಯ ಮಡಿಲಲ್ಲಿ ಅರಳುವ ಹೂ ಕಾಣುವ ಬಯಕೆ. ಆ ಬಯಕೆ ಈಡೇರಲು ಇರುವ ಅಡ್ಡಿಯ ಬಗ್ಗೆ ಅವನೇನು ಬಲ್ಲ!?

ಈಗ ನೋವಿನಿಂದ ತತ್ತರಿಸುವ ಸರದಿ ಭಾವನಾಳದು. ಶರತ್ ಮುಖದ ಮೇಲಿನ ನಗು, ಉತ್ಸಾಹವನ್ನು ಒಮ್ಮೆಲೇ ಅಳಿಸಿಬಿಡಲು ಅವಳಿಗಿಷ್ಟವಿಲ್ಲ.

ಪ್ರಯಾಸದಿಂದ ನಗುವನ್ನು ಮುಖದ ಮೇಲೆ ಎಳೆದು ತಂದಳು. ಬಹು ಕಷ್ಟದಿಂದ ಪದಗಳನ್ನು ಹೆಣೆದು ಹೇಳಿದಳು.

"ಸದ್ಯ ಸುಮ್ಮನಿರಪ್ಪ.... ನಿನ್ನ ತಂಗೀನೇ ಇನ್ನೂ ಮಗು..." ತೀರಾ ಕೃತಕವಾಗಿ ಕಂಡವು ಅವಳ ಮಾತುಗಳು. ಶರತ್‌ನೇ ಗಂಭೀರನಾದ.

ರಾಮ ತಿಂಡಿಯ ಪ್ಲೇಟುಗಳನ್ನು ತಂದಿರಿಸಿ ಹೋದ.

ಅವನು ಪ್ಲೇಟುಗಳ ಕಡೆಗೆ ನೋಡಿದವನೇ ಫಕಫಕನೇ ನಕ್ಕ. 'ಶ್ರೀಮಂತರ ಮನೆ ನೋಟ ಚಂದ, ಬಡವರ ಮನೆ ಊಟ ಚಂದ' ಎಂದೋ ಕೇಳಿದ್ದ ಗಾದೆಯ ನೆನಪಾಯಿತು.

ಪ್ಲೇಟುಗಳಲ್ಲಿದ್ದುದು ಎರಡೆರಡು ಸಮೋಸಾ ಮಾತ್ರ. ಆದರೆ ಪ್ಲೇಟ್‌ಗಳು, ಅದನ್ನು ತಂದ ಟ್ರೇ ಮತ್ತು ತಂದ ಹುಡುಗನ ಉಡುಪುಗಳು ನಿಗಿನಿಗಿ ಹೊಳೆಯುತ್ತಿದ್ದುವು. ಬದಲಿಸಿ ಬದಲಿಸಿ ನೋಡಿದ.

ಒಂದೇ ವೃತ್ತದಲ್ಲಿ ಜೊತೆಯಾಗಿ ಬೆಳೆದವರು. ಅಣ್ಣನ ಮನಸ್ಸಿನ ಭಾವನೆಗಳನ್ನು ತಂಗಿ ಓದಲಾರಳೇ! ತಟ್ಟನೇ ಮೇಲಕ್ಕೆದ್ದಳು.

ಭಾವನಾಳ ಕೈ ಹಿಡಿದು ಕೂಡಿಸುತ್ತ "ಸದ್ಯಕ್ಕೆ ಖಾಲಿ ಇಲ್ಲ; ಅಮ್ಮನ ಕೈ ತಿಂಡಿ ಹೊಟ್ಟೆ ತುಂಬಿಕೊಂಡಿದೆ" ಎಂದು ಮಿಕಿಮಿಕಿ ನೋಡುತ್ತಿದ್ದ ರಾಮನಿಗೆ ಪ್ಲೇಟುಗಳನ್ನು ಹಿಂದಕ್ಕೊಯ್ಯಲು ತಿಳಿಸಿದ.

ಅಣ್ಣನ ಮುಖ ನೋಡಿದ ಭಾವನಾ "ರಾಮ, ತಗೊಂಡ್ಹೋಗು" ಎಂದಳು. ಅವಳ ಧ್ವನಿಯಲ್ಲಿ ವೇದನೆಯ ಎಳೆ ಇಣಕಿತು.

ಹೋದ ಮರುಕ್ಷಣವೇ ಕಾಫಿಯ ಪರಿಕರಗಳೊಂದಿಗೆ ಹಿಂದಿರುಗಿ ಬಂದ. ಹೊಳೆಯುವ ಪಿಂಗಾಣಿ ಕಪ್, ಸಾಸರ್‌ನಲ್ಲಿ ಕಾಫೀ ಬಂದಿತ್ತು. ಅದಕ್ಕೆ ಹೆಚ್ಚು ಎಂದರೆ ಒಂದೂವರೆ ಔನ್ಸ್ ಕಾಫೀ ಹಿಡಿಸುತ್ತಿತ್ತು. ತಮ್ಮ ಮನೆಯ ಲೋಟವನ್ನು ನೆನೆಸಿಕೊಂಡು ಶರತ್ ನಕ್ಕ. ಒಂದು ಲೋಟ ಕಾಫಿ ಕುಡಿದರೆ ಮಧ್ಯಾಹ್ನದವರೆಗೂ

ಹಸಿವಾಗಬಾರದು. ಅವು ಅಂಥ ಮಜಬೂತಾದ ಲೋಟಗಳು. ಸಿರಿತನದ ಸ್ಪಷ್ಟ ಚಿತ್ರಣಕ್ಕೆ ಇದೊಂದು ನಿದರ್ಶನವೆಂದುಕೊಂಡ.

ಕಾಫಿ ಕುಡಿದ ಶಾಸ್ತ್ರ ಮಾಡಿದ. ಬೇಸರದ ಮುಖದ ಮೇಲೂ ಹಾಸ್ಯದ ಛಾಯೆ ಮಿನುಗಿತು. ಭಾವನಾಳ ಹಿಂದಿನ ಮಾತುಗಳೆಲ್ಲ ನೆನೆಸಿ ನಕ್ಕು, ನಗಿಸಿದ.

ಸಾಹೇಬರ ಸವಾರಿ ಆಗಮಿಸಿತು ಅಂತ ಕಾಣಿಸುತ್ತೆ-ಗೇಟು ತೆರೆದ ಶಬ್ದ ಹಾಕಿದ ಶಬ್ದ, ಕಾರು ನಿಂತ ಸದ್ದು. ಬೂಡ್ಸುಗಳ ಟಕಟಕ ಸಪ್ಪಳ. ಇವನ್ನು ಕೇಳಿ ಕೇಳಿ ಅವಳ ತಲೆ ಚಿಟ್ಟಿಡಿದುಹೋಗಿತ್ತು.

ಶರತ್ ತಂಗಿಯನ್ನು ಗಮನಿಸಿದ. ಇವು ಯಾವುವೂ ಭಾವನಾಳ ಮೇಲೆ ಪರಿಣಾಮ ಬೀರಿದ ಹಾಗೆ ಕಾಣಿಸಲಿಲ್ಲ. ಸತೀಶನನ್ನು ಎದುರುಗೊಳ್ಳುವ ಉತ್ಸಾಹವಾಗಲಿ, ಮತ್ತೇನನ್ನು ಕಾಣಲಿಲ್ಲ, ಎಲ್ಲೋ ಅಪಸ್ವರವಿದೆ ಎನಿಸದಿರಲಿಲ್ಲ.

"ಅವರು ಬಂದ್ರೂಂತ ಕಾಣುತ್ತೆ." ಭಾವನಾಳ ನುಡಿಗಳು ನೀರಸವಾಗಿದ್ದವು.

ಒಳಗೆ ಬಂದ ಸತೀಶ್ "ಹಲೋ ಶರತ್..." ಎಂದ, ಅಷ್ಟೆ. ದಡದಡನೇ ಮೇಲೇರಿ ಹೋದ.

ಶರತ್‌ಗೆ ಪಿಚ್ಚೆನಿಸಿತು. ತಂಗಿಯ ಮದುವೆಯಾದ ಮೇಲೆ ಷಿಲಾಂಗ್‌ಗೆ ಹೊರಟುಹೋಗಿದ್ದ. ಇಲ್ಲಿಗೆ ಹೆಚ್ಚಿಗೆ ಬರುವುದಾಗಲಿ, ಅವನ ಗುಣ ಅರಿಯುವುದಾಗಲಿ ಅವನಿಂದ ಆಗಿರಲಿಲ್ಲ.

ಎಲ್ಲಕ್ಕಿಂತ ಹೆಚ್ಚಾಗಿ ಆಶ್ಚರ್ಯವನ್ನುಂಟುಮಾಡಿದ್ದು-ಸತೀಶನ ಹಿಂದೆ ರಾಮ ಓಡಿದ್ದು. ತಂಗಿಯ ಮುಖವನ್ನು ದಿಟ್ಟಿಸಿದ. ಅವಳು ಬೇರೆಡೆ ನೋಡುತ್ತ ಕುಳಿತಿದ್ದವಳು ತಟ್ಟನೇ ಎದ್ದು ಮೇಲೆ ಹೋದಳು. ಅವಳಿಗೆ ನಾಟಕೀಯವಾಗಿ ಅಭಿನಯಿಸಿ ಗೊತ್ತಿಲ್ಲ.

ಶರತ್‌ನ ಎದೆಯಲ್ಲಿ ತುಮುಲ ಪ್ರಾರಂಭವಾಯಿತು. ಮನದ ಮೂಲೆಯಲ್ಲಿ ಎಳೆಎಳೆಯಾಗಿ ಬಿಚ್ಚಿಕೊಳ್ಳತೊಡಗಿತು. ಕಣ್ಣುಮುಚ್ಚಿ ಒರಗಿದ. ತಂಗಿಯ ಭವಿಷ್ಯದ ಬಗ್ಗೆ ನೂರಾರು ಕನಸುಗಳನ್ನು ಕಂಡಿದ್ದ. ಅವಳ ಸುಖಮಯ ಜೀವನಕ್ಕಾಗಿ ಶ್ರಮಿಸಿದ್ದ. ಎಲ್ಲೋ ತೊಡಕಿದೆ, ಮಾಡಿದ್ದೆಲ್ಲ ವ್ಯರ್ಥವಾಯಿತಲ್ಲ! ಹಣದ ಬಗ್ಗೆ ಯೋಚಿಸಿರಲಿಲ್ಲ. ಮಾಡಿದ ಸಾಲವನ್ನು ನಿಧಾನವಾಗಿಯಾದರೂ ತೀರಿಸಬಹುದು. ಆದರೆ.... ಇವಳ.... ಸಂಸಾರ...!?

ಕೋಣೆಗೆ ಹೋದ ಭಾವನಾ ಕಣ್ಣು ಸನ್ನೆಯಿಂದ ರಾಮನನ್ನು ಹೊರಗೆ ಹೋಗುವಂತೆ ಸನ್ನೆ ಮಾಡಿದಳು. ಸತೀಶನ ನಡತೆಯಿಂದ ಅಣ್ಣ ರೋಸಿ ಹೋಗಬಾರದಲ್ಲ; ಸಾಲದ ಜೊತೆ ಇದೊಂದು ಚಿಂತೆಯನ್ನು ಹಚ್ಚಿಕೊಂಡು ಹಗಲಿರುಳು ಕೊರಗಬಾರದಲ್ಲ...?

"ನಮ್ಮಣ್ಣ ಬಂದಿದ್ದಾನೆ" ಧ್ವನಿ ಖಾರವಾಗಿಯೇ ಇತ್ತು.

ಹಿಂದಕ್ಕೆ ತಿರುಗಿದ ಸತೀಶ ಮಡದಿಯ ಕಡೆ ನೋಡಿದ. ಅವಳ ಉಡುಪು ಅಲಂಕಾರ ಏನೇನು ಸರಿ ಕಾಣಲಿಲ್ಲ. ಸಾಧಾರಣ ವಾಯಿಲ್ ಸೀರೆ, ಕೊರಳಲ್ಲಿ

ಕರಿಮಣಿ ಸರ-ಇವಿಷ್ಟೇ ಅವಳ ವೇಷಭೂಷಣ. ಅವಳ ಕಣ್ಣುಗಳು ಆತ್ಮೀಯತೆಯನ್ನು ತುಳುಕಿಸುತ್ತಿದ್ದವೇ ಹೊರತು ಶ್ರೀಮಂತಿಕೆಯನ್ನಲ್ಲ. ಅವನಿಗೆ ಅವಮಾನವೆನಿಸಿತು. ಕಣ್ಣುಗಳು ಕೆಂಪಗಾದವು.

"ನೀನು ಬಡ ಗುಮಾಸ್ತನ ಹೆಂಡ್ತಿಯಾಗಿ ಕಾಣ್ತೀಯೇ ವಿನಾ ದೊಡ್ಡ ಫ್ಯಾಕ್ಟರಿಯ ಜನರಲ್ ಮ್ಯಾನೇಜರ್ ಮಡದಿಯಾಗಿ ಅಲ್ಲ. ಇದು ನನ್ನನ್ನು ಅವಮಾನಪಡಿಸುವ ಉದ್ದೇಶ!" ಧ್ವನಿ ತೀಕ್ಷ್ಣವಾಗಿತ್ತು.

ಭಾವನಾ ಗಂಡನ ಬಗ್ಗೆ ಕನಿಕರಗೊಂಡಳು.

'ಈ ಸುಂದರ ಸುಸಂಸ್ಕೃತವಾದ ಜಗತ್ತಿನಲ್ಲಿ ಬಟ್ಟೆ ಬರೆ, ಶ್ರೀಮಂತಿಕೆ, ಬಿಗುಮಾನ ಬಿಟ್ಟು ಬೇರೇನೂ ಕಾಣುತ್ತಿಲ್ಲವಲ್ಲ!' ನೋವಿನಿಂದ ಕುದಿದಳು.

ಅದಕ್ಕಿಂತ ಹೆಚ್ಚಾದ ಪ್ರೇಮ, ಪ್ರೀತಿ, ದಯೆ, ಕರುಣೆ, ಮಮತೆ, ಸ್ನೇಹಮಯ ಜೀವನವನ್ನೇಕೆ ಕಾಣುತ್ತಿಲ್ಲ? ಅದನ್ನೆಲ್ಲ ಕಾಣದಷ್ಟು ಒಳಗಣ್ಣುಗಳು ಕುರುಡೇ!?

"ನಮ್ಮಣ್ಣ ತಂಗಿನ ನೋಡೋಕೆ ಬಂದಿದ್ದಾನೇ ವಿನಾ ಗುಮಾಸ್ತನ ಹೆಂಡ್ತಿಯನ್ನಾಗಲಿ. ಜನರಲ್ ಮ್ಯಾನೇಜರ್ ಮಡದಿಯನ್ನಾಗಲಿ ನೋಡಲು ಬಂದಿಲ್ಲ" ಅವಳ ಮಾತು ಚಾಟಿ ಏಟಿನಂತಿತ್ತು.

ಯಾಕೋ ಸೋಲೊಪ್ಪುವಂತಾಯಿತು ಸತೀಶನಿಗೆ. ತೋರಿಸಿಕೊಂಡರೆ ಅಭಿಮಾನ ಭಂಗ. ಅದೆಲ್ಲ ಇರಲಿ, ಈಗೇನು ಮಾಡಬೇಕು ಎನ್ನುವಂತೆ ಅವಳ ಕಡೆಗೆ ನೋಡಿದ.

"ನೀವು ದೊಡ್ಡ ಫ್ಯಾಕ್ಟರಿಯ ಜನರಲ್ ಮ್ಯಾನೇಜರ್ ಇರಬಹುದು. ಆದರೆ ಶರತ್‌ನ ಪಾಲಿಗೆ ಅವನ ತಂಗಿಯ ಗಂಡ ಮಾತ್ರ. ಅದನ್ನು ಅರಿತು ಉಪಚರಿಸಿದರೆ ಸಾಕು" ಬಹಳ ಸಮಾಧಾನದಿಂದ ಹೇಳಿದಳು.

"ಆಯ್ತು ಸಾಯಂಕಾಲ ಬೇಕಾದ್ರೆ ನಿಮ್ಮಣ್ಣನ ಸಲುವಾಗಿ ದೊಡ್ಡ ಪಾರ್ಟಿಯನ್ನೇ ಅರೇಂಜ್ ಮಾಡ್ತೀನಿ. ಅದಕ್ಕೆ ದೊಡ್ಡ ಅಧಿಕಾರಿಗಳು ಮತ್ತಿತರರನ್ನು ಆಹ್ವಾನಿಸಿ ಪರಿಚಯ ಮಾಡಿಕೊಡ್ತೀನಿ. ಸಾವಿರ ಖರ್ಚಾದರೂ ಹಿಂದೆ ಮುಂದೆ ನೋಡಲ್ಲ."

ಸತೀಶನ ಮಾತುಗಳನ್ನು ಕೇಳಿ ಅವಳಿಗೆ ತಲೆ ಚಚ್ಚಿಕೊಳ್ಳಬೇಕೆನಿಸಿತು. ಕೂದಲೆಲ್ಲಾ ಕಿತ್ತು ಹೊರಳಾಡಿಬಿಡುವಷ್ಟು ಆಕ್ರೋಶ ಬಂತು. ಮನಸ್ಸಿಗೆ ತೋಚಿದ್ದೆಲ್ಲ ಮಾಡುವಷ್ಟು ಸ್ವಾತಂತ್ರ್ಯ ಎಲ್ಲಿದೆ ಮನುಷ್ಯನಿಗೆ!?

ತಲೆ ಹಿಡಿದುಕೊಂಡು ಸೋಫಾದಲ್ಲಿ ಕುಕ್ಕರಿಸಿದಳು. ಸಿಡಿಯುತ್ತಿದ್ದ ಮಿದುಳಿಗಾಗಲಿ, ಆಕ್ರೋಶಿಸುತ್ತಿದ್ದ ಹೃದಯವನ್ನಾಗಲಿ ಸಮಾಧಾನಪಡಿಸುವುದು ಸಾಧ್ಯವಿಲ್ಲವೆನಿಸಿತು.

ಕಹಿ ಉಗುಳನ್ನು ನುಂಗಿ, ತುಟಿ ಸವರಿಕೊಂಡು ಮೇಲಕ್ಕೆದ್ದಳು. ಹೆಜ್ಜೆ ಎತ್ತಿಡುವುದೇ ಪ್ರಯಾಸವೆನಿಸಿತು. ತಡವರಿಸುತ್ತ ಕೋಣೆಯಿಂದ ಹೊರಗೆ ನಡೆದಳು. ಅಚಾತುರ್ಯವಾಗಬಾರದು. ಮುಖಕ್ಕೆ ನಗುವಿನ ಮುಖವಾಡ, ತುಟಿಗಳಿಗೆ ನಗುವಿನ

ಲೇಪನ, ಕಣ್ಣಿಗೆ ಉತ್ಸಾಹದ ಚಿನ್ನಾಭರಣ, ಎಲ್ಲಾ ಕೃತಕ... ಇದಕ್ಕೆಲ್ಲಿ ಬರಬೇಕು ಸಹಜತೆ!?

"ಬಟ್ಟೆ ಬದಲಾಯಿಸಿಕೊಂಡು ಬರ್ತಾರೆ. ಅವರು ನೀನೇ ಮೇಲಕ್ಕೆ ಬರಬಹುದೆಂದು ನಿರೀಕ್ಷಿಸಿದ್ದರಂತೆ."

ಹುಡುಗರು ಕದ್ದು ಸಿಕ್ಕಿಹಾಕಿಕೊಂಡ ಸಮಯದಲ್ಲಿ ಒಂದಕ್ಕೊಂದು ಅರ್ಥವಿಲ್ಲದ ಸುಳ್ಳುಗಳನ್ನು ಹೇಳುತ್ತಾರಂತೆ; ಹಾಗಿತ್ತು ಭಾವನಾಳ ಹೇಳುವಿಕೆ.

"ನಿಧಾನವಾಗಿ ಬರಲಿ; ಪರ್ವಾಗಿಲ್ಲ."

ಟೀಪಾಯಿ ಮೇಲಿದ್ದ ಫೆಮೀನಾ ಕೈಗೆತ್ತಿಕೊಂಡ. ಅಲ್ಲಿದ್ದ ಎಲ್ಲಾ ಪತ್ರಿಕೆಗಳ ಮೇಲೂ ಕಣ್ಣಾಡಿಸಿದ. ಕನ್ನಡದ ಒಂದು ಪತ್ರಿಕೆಯೂ ಇಲ್ಲ. ದಿಗ್ಭ್ರಮೆಗೊಂಡ. ಕರ್ನಾಟಕ ರಾಜಧಾನಿ ಬೆಂಗಳೂರಿನಲ್ಲಿದ್ದ ಕನ್ನಡಿಗರ ಮೇಲೆ ಆಂಗ್ಲ ಭಾಷೆ ವಿಚಿತ್ರ ರೀತಿಯಲ್ಲಿ ತನ್ನ ಪ್ರಭುತ್ವ ಸಾಧಿಸಿತ್ತು, ಮಾತೃಭಾಷೆಯ ಮೇಲೆ ಅಪರಿಮಿತವಾದ ಅಭಿಮಾನ ಬೆಳೆಸಿಕೊಂಡಿದ್ದ ತಂಗಿಯ ಕಡೆ ನೋಡಿದ. ಅವಳೆತ್ತಲೋ ನೋಡುತ್ತಿದ್ದಳು. ನಿಟ್ಟುಸಿರಿಟ್ಟ.

ಒಂದು ಸಲ ಭಾವನಾ ಅದಕ್ಕಾಗಿಯೇ ದೊಡ್ಡ ಹೋರಾಟವನ್ನು ನಡೆಸಿದ್ದಳು. ನೈತಿಕತೆಯ ಬಲ ಪಡೆದ ಭಾವನಾಳಿಗೆ ಜಯ ಕಟ್ಟಿಟ್ಟ ಬುತ್ತಿಯೇ. ಆದರೆ ಸತೀಶನಂಥ ಅರ್ಥವಿಲ್ಲದ ಮೂರ್ಖ ಅಭಿಮಾನದ ಆಡಂಬರವೇ ಜೀವನವೆಂದು ತಿಳಿದಿರುವ ವ್ಯಕ್ತಿಯೊಡನೆ ಏನು ಸೆಣಸಿಯಾಳು?

ಸಮಾನತೆಯ ತತ್ವದ ಮೇಲೆ ಅವಳಿಗೆ ಬೇಕಾದ ಕನ್ನಡ ಪತ್ರಿಕೆ, ಪುಸ್ತಕಗಳನ್ನು ತರಿಸಿ ಓದಲು ಅನುಮತಿ ಇತ್ತ ಸತೀಶ. ಆದರೆ ಅವು ಬೇರೆಯವರ ಕಣ್ಣಿಗೆ ಬಿದ್ದರೆ ಅವಮಾನವೆನ್ನುವ ಕೀಳು ಮನೋಭಾವ. ಇಂಥವರಿಂದ ಏನು ಉದ್ಧಾರವಾದೀತು?

ಅಭಿಮಾನದಿಂದ ಸಿಡಿದು ಹೇಳುತ್ತಿದ್ದ ಭಾವನಾಳಿಗೆ ತಡೆಯಲಾರದ ಸಿಟ್ಟು, ಅದರಿಂದ ಯಾವ ಪ್ರಯೋಜನವೂ ಇಲ್ಲ.

"ಕನ್ನಡ ಅವರು ಓದೋದಿಲ್ಲ, ನಾನು ಮಾತ್ರ ಓದ್ತೀನಿ. ಅವೆಲ್ಲ ನನ್ನ ಕೋಣೆಯಲ್ಲಿದೆ." ಸೋತವಳಂತೆ ಹೇಳಿದಳು.

ತಂಗಿಯ ಕಡೆ ಕರುಣೆಯಿಂದ ನೋಡಿದ. ತನ್ನ ಅಭಿರುಚಿಗಳನ್ನು ನೆನೆಸಿಕೊಂಡ. ಓದಿದ್ದನ್ನು ಗಂಟೆಗಟ್ಟಲೇ ವಿಮರ್ಶಿಸುತ್ತಿದ್ದರು. ಅಂದಿನ ಆವೇಗ, ಉತ್ಸಾಹ ಬತ್ತಿಹೋಗಿದೆಯೆನಿಸಿತು.

ಬಹಳ ಹೊತ್ತಿನ ಮೇಲೆ ಬಿಗುಮಾನ ಕಡಿಮೆಯಾಗಿರಲಿಲ್ಲ. ಫ್ಯಾಕ್ಟರಿಯಲ್ಲಿನ ಅಧಿಕಾರ ಮನೆಯಲ್ಲಿ ಪುನರಾವರ್ತನೆಯೇನೋ!

"ಯಾವಾಗ ಬಂದಿದ್ದು ಶರತ್?" ಪ್ರೀತಿ, ವಿಶ್ವಾಸ ಮೊನೆಯಷ್ಟೂ ಇಣುಕಲಿಲ್ಲ. ಅವನ ಮುಖ ಪೆಚ್ಚಾಯಿತು. ಈ ವಾತಾವರಣದಲ್ಲಿ ತಂಗಿ ಎಷ್ಟು ಹಿಂಸೆಪಡುತ್ತಿರಬಹುದು?

"ಇವತ್ತೇ..." ನೀರಸವಾಗಿತ್ತು.

"ಪ್ರಯಾಣದ ಆಯಾಸ... ಇವತ್ತು ವಿಶ್ರಾಂತಿ ಪಡೆದು ನಾಳೆ ಬರಬಹುದಿತ್ತು" ಆಕ್ಷೇಪಣೆ ಇಲ್ಲದ ಬಿಗುವಿನ ಸ್ವರ.

ಏನು ಹೇಳಿಯಾನು ಆ ಮಾತಿಗೆ? ತಂಗಿಯನ್ನು ನೋಡುವ ಬಯಕೆ ತನ್ನಲ್ಲಿ ಎಂತಹ ಕಾತರ ಹುಟ್ಟಿಸಿತ್ತು! ಬಾಯಲ್ಲಿ ಮನದ ಭಾವನೆಗಳನ್ನು ಹೇಗೆ ತೋಡಿಕೊಳ್ಳುವುದು? ಹೃದಯವಿದ್ದವರಿಗಾದರೆ ಅದರ ಅರಿವಿದ್ದೀತು.

ಹೇಗಾದರೂ ವಾತಾವರಣ ತಿಳಿ ಮಾಡಿ ಬಿಗುವು ಸಡಿಲಿಸ ಬೇಕೆಂದುಕೊಂಡಳು. ಹೇಗೆ ಮಾಡಬೇಕೆಂದು ಯೋಚಿಸತೊಡಗಿದಳು.

ಅವಳ ಹೊಯ್ದಾಟ ಶರತ್‌ಗೆ ಅರ್ಥವಾಯಿತು.

"ನಾನು ಭಾವನಾನ ಕರ್ಕೊಂಡ್ಹೋಗ್ಬೇಕೆಂದು ಬಂದಿದ್ದೀನಿ. ನಾನಿರೋವರ್ಗೂ ಭಾವನಾ ಅಲ್ಲೇ ಇರಲಿ. ಇನ್ನು ಸದ್ಯಕ್ಕೆ ರಜ ಸಿಕ್ಕೋಲ್ಲ. ಬರೋದು ಒಂದೆರಡು ವರ್ಷಗಳಾಗಬಹ್ದು!" ಅವನ ಮಾತಿನಲ್ಲಿ ಕಳಿಕಳಿ ಇತ್ತು. ಅದು ತಂಗಿಯ ಬಗ್ಗೆ ಅವನಿಗಿದ್ದ ತುಂಬು ಪ್ರೀತಿಯನ್ನು ಎತ್ತಿ ತೋರಿಸುತ್ತಿತ್ತು.

ಮತ್ತೆ ಅವನೇ "ಡೋಂಟ್ ಮಿಸ್ಟೇಕ್ ಮಿ. ಭಾವನಾ ಆರೋಗ್ಯ ಚೆನ್ನಾಗಿದ್ದ ಹಾಗೆ ಕಾಣೋಲ್ಲ, ಮೊದಲಿನ ಲವಲವಿಕೆಯೇ ಅವಳಲ್ಲಿಲ್ಲ. ನೀವು ದೊಡ್ಡ ಜವಾಬ್ದಾರಿ ಹೊತ್ತವರು, ಅವಳನ್ನು ಗಮನಿಸೋಕೆ ಸಮಯ ಸಿಕ್ಕದಿರಬಹುದು..."

ಮಾತುಗಳು ಪೂರ್ಣವಾಗುವ ಮುನ್ನವೇ ಸತೀಶ ಬೆಚ್ಚಿಬಿದ್ದ. ಕಸಿವಿಸಿಯಾಯಿತು. ಹುಬ್ಬುಗಳು ಗಂಟಾದವು.

"ವಾಟ್?" ಭಾವನಾಳನ್ನು ನೋಡಿದ. ಅವನಿಗೆ ಏನನ್ನಿಸಿತೋ "ಛೆ ಛೆ... ನನಗೆ ಯಾಕೆ ತಿಳಿಸಲಿಲ್ಲ? ಈಗ್ಲೇ ಡಾಕ್ಟರ್‌ಗೆ ಫೋನ್ ಮಾಡಿ ಕರೆಸ್ತೀನಿ."

ಅವನ ಧಾವಂತ ನೋಡಿ ಶರತ್ ಮನಕ್ಕೆ ಸಮಾಧಾನವೆನಿಸಿತು. ಮಡದಿಯ ಬಗ್ಗೆ ಅವನಿಗೇನೂ ಅನಾದರವಿಲ್ಲ. ಹುಡುಗಿಯಾಗಿದ್ದಾಗ ಚೆಲ್ಲು ಚೆಲ್ಲಾಗಿದ್ದಳು. ಈಗ ಗೃಹಿಣಿಯ ಪಟ್ಟದ ಭಾರದಿಂದ ಸ್ವಲ್ಪ ಜಗ್ಗಿ ಬಡವಾಗಿರಬೇಕಷ್ಟೆ. ಗಂಡ ಹೆಂಡಿರ ಮಧ್ಯೆ ನೂರೆಂಟು ಪ್ರೇಮ ಕಲಹ. ಮುಖದ ತುಂಬೆಲ್ಲ ನಗು ಹರಡಿತು.

"ಡಾಕ್ಟರ್ ಅವಶ್ಯಕತೆ ಕಾಣೋಲ್ಲ. ಎರಡು ದಿನ ರೆಸ್ಟ್ ತಗೊಂಡರೆ ಸರಿಹೋಗ್ತಾಳೆ. ನೀವು ದೊಡ್ಡ ಮನಸ್ಸು ಮಾಡಿ ಕಳುಹಿಸಿಕೊಡಬೇಕಷ್ಟೆ."

ಮಡದಿಯ ಮೇಲೆ ಸತೀಶನಿಗೆ ನಿಜವಾಗಿ ಕೋಪಬಂದಿತ್ತು. ಇವಳಿಗೆ ಆರೋಗ್ಯ ಸರಿಯಿಲ್ಲದ ವಿಷಯ ಹೇಳಿದ ಹೊರತು ತನಗೆ ಹೇಗೆ ತಿಳಿಯಲು ಸಾಧ್ಯ? ಈಗ ಅಣ್ಣನಿಗೆ ಹೇಳಿ ಅವನ ಮೂಲಕ ತನಗೆ ತಿಳಿಯೋದು ಅಂದರೆ ಶುದ್ಧ ಅವಮಾನ! ಜವಾಬ್ದಾರಿ ಅರಿಯದ ಮನುಷ್ಯನೆನ್ನುವ... ಕೆಟ್ಟ ಹೆಸರು!

"ಇಲ್ಲಿ ರೆಸ್ಟ್‌ಗೆ ಯಾವ ತೊಂದರೇನೂ ಇಲ್ಲ. ಮನೆಯ ಯಾವೊಂದು ಕೆಲಸವೂ ಅವಳು ಮಾಡಬೇಕಿಲ್ಲ. ಮನಸ್ಸಿಗೆ ವಿರುದ್ಧವಾಗಿ ಅವಳ ಮೇಲೆ ಯಾವ

ಒತ್ತಾಯವನ್ನೂ ಹೇರೋಲ್ಲ. ಹಿಂದಿನ ಅನಾಗರಿಕ ಪದ್ಧತಿ, ಮೂಢನಂಬಿಕೆಗಳನ್ನು ನಾನು ಹೇಟ್ ಮಾಡ್ತೀನಿ. ನನ್ನ ಕೆಲಸಗಳನ್ನು ರಾಮ ಮಾಡ್ತಾನೆ. ಭಾವನಾಗೆ ಯಾವ ತೊಂದರೇನೂ ಇಲ್ಲ. ಈಗಲೇ ಫೋನ್ ಮಾಡಿ ಡಾಕ್ಟರನ್ನು ಕರೆಸಿ ಚೆಕ್‌ಅಪ್ ಮಾಡಿಸ್ತೀನಿ. ಡೋಂಟ್ ವರಿ." ಎದ್ದೇಬಿಟ್ಟ.

ಭಾವನಾಳ ಮಾತುಗಳಾಗಲಿ, ಶರತ್‌ನ ಕೂಗಾಗಲಿ ಅವನಿಗೆ ಕೇಳಿಸಲಿಲ್ಲ. ಶರತ್ ಬೇರೆ ರೀತಿಯಲ್ಲಿ ಯೋಚಿಸಿದ. ಮನುಷ್ಯ ಸ್ವಲ್ಪ ಬಿಗುಮಾನದ ಸ್ವಭಾವದವನಾದರೂ, ಮಡದಿಯ ಮೇಲೆ ಅಪಾರ ಅಕ್ಕರೆ ಇದೆ.

ಇಷ್ಟು ಅಕ್ಕರೆಯಿರುವ ಗಂಡನನ್ನು ಪಡೆಯಲು ಭಾವನಾ ಪುಣ್ಯ ಮಾಡಿರಬೇಕೆಂದುಕೊಂಡು ನೆಮ್ಮದಿಯಿಂದ ಮನೆಗೆ ಹಿಂದಿರುಗಿದ.

* * * *

ಮರುದಿನ ತಾಯಿ ತಂದೆಯರ ಜೊತೆ ಇವನು ಹೋದಾಗ ಬಂಗ್ಲೆಯಲ್ಲಿ ಒಂದು ಪುಟ್ಟ ಷಾಪ್ ಓಪನ್ ಆಗಿತ್ತು. ಮೆಟ್ಟಿಲುಗಳನ್ನು ಸಹ ಹತ್ತಿ ಇಳಿಯಬಾರದೆಂದು ಕಟ್ಟಪ್ಪಣೆ ಮಾಡಿದ್ದ. ಆದಷ್ಟು ಮಲಗಿ ವಿಶ್ರಾಂತಿ ಪಡೆಯಬೇಕೆಂದು ತಾಕೀತು ಮಾಡಿದ್ದ. ಅಷ್ಟಲ್ಲದೇ ಮಾತ್ರೆ, ಟಾನಿಕ್ಕು, ಹಾಲು, ಹಣ್ಣು ಹಂಪಲು.

ಮಗಳ ಆರೈಕೆಗಾಗಿ ಸತೀಶ ವಹಿಸಿದ್ದ ಮುತುವರ್ಜಿಯನ್ನು ನೋಡಿ ಮೂವರೂ ದಂಗಾಗಿಬಿಟ್ಟರು. ತುಳಸಮ್ಮನಂತೂ ಕಕ್ಕಾಬಿಕ್ಕಿಯಾದರು.

"ಹಿಂದಿನ ಜನ್ಮದಲ್ಲಿ ಗೌರಿ ಪೂಜೆ ಚೆನ್ನಾಗಿ ಮಾಡಿದ್ದೆ; ಅದಕ್ಕೇ ಇಂಥ ಮನೆ ಸಿಗ್ತು" ಪ್ರೀತಿಯಿಂದ ಮಗಳ ಕೂದಲಲ್ಲಿ ಕೈಯಾಡಿಸಿದರು.

"ನಾನು ಏನೋಂತ ಭಯಪಟ್ಟಿದ್ದೆ. ಯು ಆರ್ ಲಕ್ಕಿ ಗರ್ಲ್" ಶರತ್ ಸಂತೋಷದಿಂದ ತಂಗಿಯ ತಲೆಯ ಮೇಲೆ ಮೊಟಕಿದ, ಇನ್ನು ಅವನಿಗೆ ತಂಗಿಯ ಭವಿಷ್ಯದ ಬಗ್ಗೆ ಆತಂಕವಿಲ್ಲ.

ಸುಮ್ಮನೇ ಮಗಳನ್ನೇ ನೋಡುತ್ತ ಕೂತ. ವಾಸುದೇವಮೂರ್ತಿಗಳು ತಮ್ಮ ಹಿಂದಿನವರ ಪುಣ್ಯ ಫಲವೆಂದುಕೊಂಡರು.

ಸತೀಶ ಮನೆಗೆ ಬಂದ ಕೂಡಲೇ "ಮಾತ್ರೆ ನುಂಗಿದೆಯಾ? ಹಾಲು ಕುಡಿದ್ಯಾ? ಟಾನಿಕ್ ಎಷ್ಟೊತ್ತಿಗೆ ತಗೊಂಡೇ? ಡಾಕ್ಟರ್ ಬಂದಿದ್ರಾ? ಆರೋಗ್ಯದಲ್ಲಿ ಏನಾದರೂ ಸುಧಾರಣೆ ಕಂಡುಬಂದಿದೆಯಾ?" ಎಂದು ಕೇಳುತ್ತಿದ್ದ. ಅವಳಿಗೆ ಒಳ್ಳೇ ಇಕ್ಕಟ್ಟಿನಲ್ಲಿ ಸಿಕ್ಕಿಕೊಂಡಹಾಗೆ ಆಗಿತ್ತು.

ರಾತ್ರಿ ಹತ್ತರ ವೇಳೆಗೆ ಮಲಗಿ ಕೂತು, ಓದಿ ಬೇಸರಗೊಂಡ ಭಾವನಾ ಕಾರಿಡಾರ್‌ನಲ್ಲಿ ಹೋಗಿ ಕೂತಳು. ಶರತ್ ಬಂದಾಗಲೆಲ್ಲ ಜಗಳವಾಡುತ್ತಿದ್ದಳು, 'ನೀನು ಇಲ್ಲದ ಪೇಚಾಟ ತಂದಿಟ್ಟುಬಿಟ್ಟೆ; ನನ್ನ ಕೈಯಲ್ಲಿ ಟಾನಿಕ್ಕು. ಮಾತ್ರೆ ತಗೋಳೋಕೆ ಆಗೋಲ್ಲ" ಎಂದು ಪೇಚಾಡುತ್ತಿದ್ದಳು.

ಅವನು ಹೊಟ್ಟೆ ಹುಣ್ಣಾಗುವಂತೆ ನಕ್ಕು ತಮಾಷೆ ಮಾಡುತ್ತಿದ್ದನೇ ವಿನಹ ಯಾವ ಪರಿಹಾರವನ್ನೂ ಸೂಚಿಸುತ್ತಿರಲಿಲ್ಲ.

ದಿನವೂ ಶರತ್ ಬರುತ್ತಿದ್ದ. ಸತೀಶನ ಭೇಟಿಯಾಗುತ್ತಿದ್ದುದೇ ಅಪರೂಪ. ಅವನಿದ್ದ ತಿಂಗಳಿನಲ್ಲಿ ಅವನು ಸಿಕ್ಕಿದ್ದು ನಾಲ್ಕು ಬಾರಿ ಮಾತ್ರ. ಕೆಲಸದ ಹೊರೆ, ಹೊರಡುವ ತರಾತುರಿ–ಈಗಲೂ ಸತೀಶನ ಸ್ವಭಾವದ ಪೂರ್ಣ ಪರಿಚಯವಾಗಲಿಲ್ಲ.

ಈ ಅವಸ್ಥೆ ಭಾವನಾಳಿಗೆ ಸಾಕೆನಿಸಿತು. ಒಂದೆರಡು ದಿನಗಳಾದರೂ ತಾಯಿ ಮನೆಗೆ ಹೋಗಿ ಬರಬೇಕೆಂದು ನಿಶ್ಚಯಿಸಿಕೊಂಡಳು. ಶರತ್ ಹೊರಡುವುದಕ್ಕೆ ಎರಡು ದಿನ ಮಾತ್ರ ಉಳಿದಿತ್ತು.

"ಮೇಮ್ ಸಾಬ್... ಜ್ಯೂಸ್..." ಎಂದ ರಾಮ.

ಆ ಗ್ಲಾಸ್ ತೆಗೆದು ಅವನ ಮುಖಕ್ಕೆ ಅಪ್ಪಳಿಸಿಬಿಡಬೇಕೆನ್ನುವಷ್ಟು ಸಿಟ್ಟು ಬಂತು, ಅವಳಿಗೆ. ಮೇಮ್ ಸಾಬ್, ಡಿಯರ್, ಡಾರ್ಲಿಂಗ್–ಈ ಶಬ್ದಗಳು ಅವಳಲ್ಲಿ ವಾಕರಿಕೆಯನ್ನುಂಟುಮಾಡಿತ್ತು. ಆ ಶಬ್ದಗಳನ್ನು ಉಚ್ಚರಿಸುವ ವ್ಯಕ್ತಿ ಕಡೆ ಮುಖ ತಿರುಗಿಸಲೇ ಬೇಸರಿಸುತ್ತಿದ್ದಳು.

"ಬೇಡ ತಗೊಂಡು ಹೋಗು." ಮೆಲ್ಲಗೆ ಹೇಳಿದರೂ ಕೋಪದ ತೀಕ್ಷ್ಣತೆ ಇತ್ತು.

ರಾಮ ಮೌನವಾಗಿ ಹಿಂದಕ್ಕೆ ನಡೆದ.

ಸುಮ್ಮನೇ ಕೂತೇ ಇದ್ದಳು. ಸುಂದರ ಬೆಳದಿಂಗಳ ರಾತ್ರಿ. ತಂಪಾದ ಗಾಳಿ-ಅವಳಲ್ಲಿ ಮಧುರ ಭಾವನೆಗಳನ್ನು ಎಬ್ಬಿಸುತ್ತಿತ್ತು. ಡೈರೆಕ್ಟರ್ಸ್ ಮೀಟಿಂಗ್ ಇದೆಯೆಂದು ತಿಳಿಸಿದ್ದರಿಂದ ಅವನನ್ನು ನಿರೀಕ್ಷಿಸುವ ಹಾಗಿರಲಿಲ್ಲ. ಕೆಲವೊಮ್ಮೆ ಇದ್ದಕ್ಕಿದ್ದಂತೆ ದೆಹಲಿ, ಬಾಂಬೆಗೆ ಹೊರಟುಬಿಡುತ್ತಿದ್ದ. ಅವನು ಹೊರಟುಹೋದ ಮೇಲೆ ಫೋನ್ ಮಾಡಿ ವಿಷಯ ತಿಳಿಯಬೇಕಾಗಿತ್ತು. ಮೊದಲು ಅತ್ತು, ಗೋಳಾಡಿ ಕೋಪದಿಂದ ಊಟ ಬಿಟ್ಟಿದ್ದುಂಟು. ಅದಕ್ಕೆ ಸಮಾಧಾನಕರವಾದ ಪ್ರತಿಕ್ರಿಯೆ ಸಿಗದ ಮೇಲೆ ಉದಾಸೀನಭಾವ ಬೆಳೆಯಿತು.

ಕಾಲೇಜಿನ ದಿನಗಳಲ್ಲಿ ಕಂಡ ಕನಸುಗಳೆಷ್ಟು? ಒಂದೇ... ಎರಡೇ! ಮೈ ಜುಮ್ಮೆನಿಸುವ ಸ್ವಪ್ನಗಳವು. ಬಯಸಿದ್ದು, ಸುರಮ್ಯ ದಾಂಪತ್ಯವನ್ನು-ಈಗ ಪಡೆದದ್ದು....!?

ಸತೀಶನಲ್ಲಿ ಯಾವ ಕೆಟ್ಟ ಅಭ್ಯಾಸಗಳೂ ಇರಲಿಲ್ಲವೆಂದೇ ಹೇಳಬೇಕು; ತಾನೇ ತಾನಾಗಿ ಕುಡಿದವನೇ ಅಲ್ಲ. ಪಾರ್ಟಿಗಳಲ್ಲಿ ಕಂಪನಿಗೋಸ್ಕರ ಅಲ್ಪಸ್ವಲ್ಪ ಕುಡಿಯುತ್ತಿದ್ದ. ಇದರಿಂದ ಅವನೇನು ಕುಡುಕನಲ್ಲ. ಫ್ಯಾಕ್ಟರಿಯ ಆಫೀಸ್‌ನಲ್ಲಿ ನಾಲ್ಕಾರು ಯುವತಿಯರು ಕೆಲಸ ಮಾಡುತ್ತಿದ್ದರು. ಎಂದೂ ಅವರೆದುರಿಗೆ ತುಟಿ ಅರಳಿಸಿದವನೇ ಅಲ್ಲ. ಎಷ್ಟು ಬೇಕೋ ಅಷ್ಟೇ ಮಾತು. ಇಲ್ಲಿ ಒಂದೇ ಕಡೆಯಲ್ಲ; ಬೇರೆ ಎಲ್ಲಿ ಹೋದರೂ ಅಷ್ಟೆ. ಹೊರಗಡೆ ಹೋದಾಗ ಕೋಣೆಯೊಳಗೆ ಬಂದಿದ್ದ ಸುಂದರ ಯುವತಿಯರನ್ನು ಹೊರಗಟ್ಟಿದ್ದ. ಹೆಣ್ಣಿನ ಸುಖವನ್ನು ಭಾವನಾಳಲ್ಲಿ ಮಾತ್ರ ಉಂಡಿದ್ದ.

ಅದಕ್ಕೂ ಸೀಮಿತ ಎಲ್ಲೆಕಟ್ಟು. ಅವಳು ಸ್ವಲ್ಪ ವಿಮುಖಳಾದದ್ದು ಅವನ ಅರಿವಿಗೆ ಬಂತೆಂದರೆ ಅವಳನ್ನು ಮುಟ್ಟಲೂ ತಯಾರಿಲ್ಲ.

ಬೆಳಿಗ್ಗೆ ಶರತ್ ಬಂದಾಗ ತಾನೇ ಸತೀಶನ ಛೇಂಬರ್‌ಗೆ ಭಾವನಾ ಫೋನ್ ಮಾಡಿದಳು.

"ಶರತ್ ನಾಳೆ ಹೊರಟುಬಿಡುತ್ತಾನೆ. ಅವನ ಜೊತೆ ನಾನು ಅಲ್ಲೇ ಇರ್ತೀನಿ."

ಸತೀಶ ಹಣೆಯುಜ್ಜಿದ. ಅವನಿಗೆ ಅವಳೆಲ್ಲೂ ಹೋಗುವುದು ಬೇಕಾಗಿಲ್ಲ. ಅದು ಯಾಕೇಂತ ಯೋಚಿಸುವಷ್ಟು ಪುರುಸತ್ತು ಅವನಿಗಿಲ್ಲ. ಬಿಜಿ ಮನುಷ್ಯ.

"ಹೋಗಲೇಬೇಕಾ...?" ಧ್ವನಿಯಲ್ಲಿ ನಿರಾಸಕ್ತಿ ಇಣುಕಿತು. ಅವಳು ಏನಾದರೂ ಹೇಳುವ ಮುನ್ನವೇ "ಆಲ್‌ರೈಟ್... ಕಾರು ಕಳುಹಿಸಿಕೊಡ್ತೀನಿ, ಡಾಕ್ಟ್ರು ಅಲ್ಲಿಗೆ ಬರೋ ಹಾಗೆ ಏರ್ಪಾಟು ಮಾಡ್ತೀನಿ. ಟಾನಿಕ್ಕು, ಹಣ್ಣು..." ಇನ್ನು ಏನೇನೋ ಹೇಳುವವನಿದ್ದ.

"ಡಾಕ್ಟರೇನು ಬೇಡ. ನಾನು ಆರೋಗ್ಯವಾಗಿದ್ದೀನಿ. ಕಾರು ಕೂಡ ಬೇಡ. ನಾವು ಆಟೋನೋ, ಟ್ಯಾಕ್ಸಿನೋ ಮಾಡ್ಕೊಂಡು ಹೋಗ್ತೀವಿ."

ಬೆಚ್ಚಿಬಿದ್ದವನಂತೆ ಹೇಳಿದ.

"ಬೇಡ, ಈಗಲೇ ಕಾರು ಕಳಿಸ್ತೀನಿ."

ಫ್ಯಾಕ್ಟರಿಯ ಕಾರಿನ ಜೊತೆ ಸ್ವಂತ ಕಾರನ್ನು ಕೊಂಡಿದ್ದ. ಅದನ್ನು ಸ್ವಂತ ವಿಹಾರ ಮತ್ತಿತರ ಕಾರ್ಯಕ್ರಮಗಳಿಗೆ ಉಪಯೋಗಿಸುತ್ತಿದ್ದ. ಆ ಕಾರ್ಯಕ್ರಮಗಳು ಅಪರೂಪವಾದುದರಿಂದ ಅದು ಅಲಂಕಾರಪ್ರಾಯವಾಗಿ ಷೆಡ್‌ನಲ್ಲಿತ್ತು. ಪ್ರತಿದಿನ ಅದನ್ನು ಕ್ಲೀನ್ ಮಾಡಿಸುತ್ತಿದ್ದರಿಂದ ಹೊಸದರಂತೆ ಮಿಣಮಿಣ ಮಿಂಚುತ್ತಿತ್ತು. ದಿನಕ್ಕೊಮ್ಮೆ ಷೆಡ್ ಬಾಗಿಲು ತೆಗೆಸಿ ನೋಡಿದರೇನೇ ಅವನಿಗೆ ಸಮಾಧಾನ.

ಇವರುಗಳು ಬೇರೆ ಯೋಚನೆ ಮಾಡುವ ಮುನ್ನವೇ ಷೆಡ್‌ನಿಂದ ಕಾರು ಹೊರಗೆ ಬಂತು. ಡ್ರೈವರ್ ಇವರನ್ನು ಕರೆದೊಯ್ಯಲು ಸಿದ್ಧವಾಗಿ ನಿಂತ.

ಶರತ್‌ಗೆ ತಂಗಿಯ ಜೀವನದ ಬಗ್ಗೆ ಸಮಾಧಾನವೆನಿಸಿತು.

ಮನೆಗೆ ಬಂದ ಕೂಡಲೇ ಉತ್ಸಾಹದಿಂದ ಓಡಾಡಿದಳು. ಹಿಂದಿನಂತೆ ಚಟಪಟ ಮಾತಾಡಿದಳು. ತಾಯಿ ಮಾಡಿ ಹಾಕಿದ್ದನ್ನು ಮೋಪಾಗಿ ತಿಂದಳು. ಸಪ್ಪೆ ಅಡಿಗೆ ತಿಂದು ಅವಳ ನಾಲಿಗೆ ಜಿಡ್ಡು ಕಟ್ಟಿಹೋಗಿತ್ತು.

ಊಟ ಮಾಡಿ ಎಷ್ಟೋ ದಿನವಾಗಿದೆ ಎನ್ನುವ ತರಹ ಊಟ ಮಾಡುತ್ತಿದ್ದ ಮಗಳನ್ನು ನೋಡಿ ತುಳಸಮ್ಮನಿಗೆ ನಗುವುಕ್ಕಿ ಬಂತು.

"ಅದೇನೆ.... ಭಾವನಾ! ಅನ್ನದ ಮುಖ ಕಂಡು ಎಷ್ಟೋ ದಿನವಾಯಿತು ಅನ್ನೋ ತರಹ ಊಟ ಮಾಡ್ತೀಯಾ....!" ಎಂದವರೇ ಎರಡು ಸೌಟು ಹುಳಿಯನ್ನು ಬಡಿಸಿದರು.

ಹುಳಿಯನ್ನು ಅನ್ನ ಕಲಸುತ್ತ "ಅಮ್ಮ ದಿನಾ ಮಾಡೋ ನೀರಸವಾದ ಊಟಕ್ಕೂ, ಇವತ್ತಿನ ನಿನ್ನ ಕೈ ರಸಗವಳಕ್ಕೂ ಎಷ್ಟೋ ಅಂತರವಿದೆ." ತಟ್ಟನೇ ಅವಳ ಮುಖ ಮಂಕಾಯಿತು. ಸತೀಶ ಅವನ ಅವಶ್ಯಕತೆಗಳ ಬಗ್ಗೆ ಗಮನಕೊಡಲು ಎಂದೂ ಅವಕಾಶವನ್ನೇ ಕೊಟ್ಟಿರಲಿಲ್ಲ ಇಂದು.... ನಿಟ್ಟುಸಿರುಬಿಟ್ಟು ಅನ್ನದ ತಟ್ಟೆಯನ್ನು ಎತ್ತಿಕೊಂಡು ಹಿತ್ತಲಿಗೆ ನಡೆದುಬಿಟ್ಟಳು.

"ಲೇ ಭಾವನಾ" ಎಂದು ಕೂಗಿಕೊಂಡೇ ತುಳಸಮ್ಮನವರು ಗೊಜ್ಜಿನ ಪಾತ್ರೆಯೊಂದಿಗೆ ಅವಳ ಹಿಂದೆ ಹೊರಟರು.

"ಹುಚ್ಚು ಹುಡ್ಗಿ! ನಾನು ತಮಾಷೆಗೆಂದ್ರೆ ಊಟ ಬಿಟ್ಟು ಎದ್ದುಬಿಡೋದೇ!" ಪ್ರೀತಿಯಿಂದ ಆಕ್ಷೇಪಿಸಿದರು.

ಅನ್ನನ ಸುರಿದು ತಟ್ಟೆ ತೊಳೆದು ನಗುತ್ತ ಹಿಂದಕ್ಕೆ ಬಂದ ಭಾವನಾ "ಮಧ್ಯಾಹ್ನ ನೀನೂ ಮಾಡೋ ತಿಂಡಿಗೆ ಜಾಗ ಇರಲೀಂತ ಅಷ್ಟೆ."

"ವಿಚಿತ್ರದ ಹುಡ್ಗಿ! ಒಂದು ಗಳಿಗೆ ಮಲಗಿ ನಿದ್ದೆ ಮಾಡು."

ಅಲ್ಲಿ ಸದಾ ಮಾಡುತ್ತಿದ್ದುದು ಅದೇ. ಇಲ್ಲಿ ಮಲಗಲು ಬೇಸರ, ಹರಟಲು ಜೊತೆಗೆ ಪ್ರೀತಿಯ ಅಣ್ಣ ಇದ್ದಾನೆ. ಮಾತುಗಳೇ ಮರೆತುಹೋಗಿವೆಯೇನೋ ಎನ್ನುವ ಮಟ್ಟಿಗೆ ಮೌನಿಯಾಗಬೇಕಾದ ಸಂದರ್ಭ ಬಂದೊದಗಿತ್ತು.

ಸಾಧಾರಣ ಮಾತುಗಳಾಗಿ ಶುರುವಾದ ಅಣ್ಣತಂಗಿಯರ ವಿಷಯ ಚರ್ಚೆಯವರೆಗೂ ಮುಂದುವರಿಯಿತು. ಕವನ, ಕಾವ್ಯ, ಕಾದಂಬರಿ, ನಾಟಕ ಒಂದೇ-ಎರಡೇ ಚರ್ಚೆಗೆ ವಸ್ತು! ಇಬ್ಬರಿಗೂ ಸಮನಾದ ಅಭಿರುಚಿ ಇನ್ನು ಮಾತಿಗೆ ಅಡೆತಡೆಯೆಲ್ಲಿ?

ಮಗ ಹೊರಡುತ್ತಾನೆಂದು ತಿಂಡಿಯ ತಯಾರಿಕೆಯಲ್ಲಿದ್ದ ತುಳಸಮ್ಮ ಗದರಿಕೊಂಡರು.

"ಸಾಕು ಮಾತು ನಿಲ್ಸಿ, ಒಂದು ಗಳಿಗೆ ಮಲಗಿಕೊಳ್ಳಿ."

"ಇವತ್ತೊಂದು ದಿನ ಸುಮ್ಮನಿರಮ್ಮ. ನಾಳೆಯಿಂದ ಮನೆ ಪೂರ್ತಿ ನಿಶ್ಶಬ್ದ" ಎಂದ ಶರತ್.

ತುಳಸಮ್ಮನ ಕಣ್ಣುಗಳಲ್ಲಿ ನೀರಾಡಿತು. ಇದ್ದ ಒಬ್ಬ ಮಗ ದೂರದ ಷಿಲಾಂಗ್‌ನಲ್ಲಿ; ಮಗಳು ಇದೇ ಊರಿನಲ್ಲಿದ್ದರೂ ಬರೋದು ಅಪರೂಪ. ತಾವಾಗಿ ಆ ಮನೆಗೆ ಹೋದರೂ ಗಂಟೆಯ ಮೇಲೆ ಇರಲು ಸಾಧ್ಯವಿಲ್ಲ. ಸೆರಗಿನಿಂದ ಕಣ್ಣೊರೆಸಿಕೊಂಡರು.

ಅಲ್ಲಿನ ಶ್ರೀಮಂತಿಕೆ, ಮೌನ ಅವರನ್ನು ಕತ್ತು ಹಿಡಿದು ಹೊರಗೆ ತಳ್ಳುವಂತಾಗುತ್ತಿತ್ತು.

ಮರುದಿನ ಹೋಗಿ ಬರುವ ವಿಷಯ ತಿಳಿಸಲು ಉತ್ಸಾಹದಿಂದ ಹೋದ ಶರತ್ ಬೇಸರದಿಂದ ಹಿಂದಿರುಗಿದ. ಸತೀಶ ಯಾವುದೋ ಕೆಲಸದ ಮೇಲೆ ಮುಂಬಯಿಗೆ

ಹೋಗಿದ್ದ. ಬರಲು ಒಂದೆರಡು ದಿನಗಳೇ ಆಗಬಹುದೆಂದು ತಿಳಿಯಿತು. ಅವನ ಹೋಣೆ ಅರಿತ ಶರತ್ ಹೆಚ್ಚಿಗೆ ಭಾವಿಸಲಿಲ್ಲ. ಆದರೂ ಮನ ಸಮಾಧಾನವಾಗದು. ಮಮತೆಯ ತಂಗಿಯ ಗಂಡ. ಅವನ ಮನದಲ್ಲಿ ಅವನಿಗೆ ಪ್ರತ್ಯೇಕ ಸ್ಥಾನವಿತ್ತು.

ಭಾವನಾ ಕಣ್ಣು ತುಂಬಿ ಬೀಳ್ಕೊಟ್ಟಳು. ಇದುವರೆಗೆ ಅವನ ಮದುವೆಯಾಗಬೇಕಿತ್ತು. ಸಾಲದ ಹೊರೆ ಅವನ ತಲೆಯ ಮೇಲಿತ್ತು. ಅದರಿಂದ ಪೂರ್ಣವಾಗಿ ಪಾರಾಗುವವರೆಗೂ ಏಕಾಂಗಿಯಾಗಿಯೇ ಉಳಿಯಬೇಕು. ಬಿಕ್ಕಿಬಿಕ್ಕಿ ಅಳಬೇಕೆನಿಸಿತು, ಹೃದಯ ವೇದನೆಯಿಂದ ಬಿರಿಯುತ್ತಿತ್ತು.

ಮನೆಗೆ ಬಂದ ಕೂಡಲೇ ತಾಯಿ ವರಾತ ಹಚ್ಚಲು ಶುರು ಮಾಡಿದರು. ಅವರ ಯೋಚನಾ ಸರಣಿಯೇ ಬೇರೆ.

"ಮನೆಯಲ್ಲಿ ಅಷ್ಟೊಂದು ಬೆಲೆಬಾಳೋ ಸಾಮಾನು.... ಅಳಿಯಂದ್ರು ಬೇರೆ ಊರಲ್ಲಿ ಇಲ್ಲ. ಮನೆ ತುಂಬ ಆಳುಕಾಳು, ನಾಳೆಯೇನಾದ್ರೂ ಹೆಚ್ಚು ಕಮ್ಮಿಯಾದರೇ ಕಷ್ಟ."

ಮೊದಲೇ ಸಾಹೇಬರ ಆಣತಿಯಾಗಿತ್ತು ಅಂತ ಕಾಣುತ್ತೆ. ಡಾಕ್ಟರ್ ಸಮೇತ ಕಾರು ಮನೆಯ ಮುಂದೆ ಬಂದು ನಿಂತಿತು. ಬೇಸರದಿಂದ ಅವಳ ಮುಖ ಮುದುಡಿತು.

ಅವಳಿಗೆ ದೇಹದಲ್ಲಿ ಯಾವ ಕಾಯಿಲೆಯೂ ಇರಲಿಲ್ಲ. ಅದು ಡಾಕ್ಟರಿಗೂ ಗೊತ್ತಿದ್ದ ವಿಷಯ. ಆದರೂ ಹಣ ಸರಾಗವಾಗಿ ಹರಿದುಬರುವಾಗ ಯಾರಿಗೆ ಬೇಕಿಲ್ಲ!?

ಹಿಂದೆ ಒಂದು ದಿನವೆಲ್ಲ ಸತೀಶನ ಮುಂದೆ "ನಾನು ಆರೋಗ್ಯವಾಗಿದ್ದೀನಿ ನನಗೇನು ಟ್ರೀಟ್‌ಮೆಂಟ್‌ನ ಅವಶ್ಯಕತೆ ಇಲ್ಲ" ಕೂಗಾಡಿದ್ದಳು.

ಅವನು ಅಷ್ಟೇ ಸರಾಗವಾಗಿ ಅವಳ ಕೂಗಾಟವನ್ನು ತಳ್ಳಿಹಾಕಿದ್ದ.

"ನಿನಗೆ ತಿಳಿಯೋಲ್ಲ ಭಾವನಾ. ಡಾಕ್ಟರ್ ನೀನು ಪೂರ್ಣವಾಗಿ ಆರೋಗ್ಯವಾಗಿರುವೆ ಎಂದು ಹೇಳುವವರೆಗೂ ಮುಂದುವರಿಸಲೇಬೇಕು. ನಿನ್ನ ಆರೋಗ್ಯದ ಬಗ್ಗೆ ಮುಂಜಾಗರೂಕತೆ ವಹಿಸುವುದು ನನ್ನ ಕರ್ತವ್ಯ." ನೋವಿನ ನಗೆ ನಕ್ಕಿದ್ದಳು.

ಡಾಕ್ಟರ್ ಬಂದು ಚೆಕ್‌ಅಪ್ ಮಾಡೋದು. ಈಗ ಪರವಾಗಿಲ್ಲ. ಇವತ್ತಿನಿಂದ ಬೇರೆ ಟಾನಿಕ್ ಬರೆದುಕೊಡ್ತೀನಿ. ಅದನ್ನು ತಗೊಳ್ಳಿ–ರೂಢಿಯಂತೆ ಹೇಳಿ ಹೋಗುತ್ತಿದ್ದರು. ಕೇಳಿ ಕೇಳಿ ಅವಳಿಗೆ ಬೇಸರ ಬಂದು ಹೋಗಿತ್ತು.

ನಗುನಗುತ್ತಲೇ ಡಾಕ್ಟರಿಗೆ ತಾನು ಆರೋಗ್ಯವಾಗಿರುವುದಾಗಿ ಹೇಳಿ ಅದೇ ಕಾರಿನಲ್ಲಿ ಹೊರಟುಬಿಟ್ಟಳು.

ಮನೆ ಎಂದಿನಂತೆ ಇತ್ತು. ಧಾವಂತಪಟ್ಟುಕೊಳ್ಳಬೇಕಾದ್ದೇನೂ ಇರಲಿಲ್ಲ. ಇವಳು ಇಲ್ಲವೆಂದು ಯಾವ ಕೆಲಸಗಳೂ ನಿಂತಿರಲಿಲ್ಲ. ತಾಯಿ ಚಿಕ್ಕಂದಿನಲ್ಲಿ ಆಡುತ್ತಿದ್ದ ಮಾತುಗಳು ನೆನಪಿಗೆ ಬಂದವು.

ಆಗ ಒಂದೆರಡು ದಿನ ಅವರು ತವರುಮನೆಗೆ ಹೋಗಿ ಬಂದರೆ ಮನೆಯೆಲ್ಲ ಫಜೀತಿ. ಅಲ್ಲಿನ ಸಾಮಾನು ಇಲ್ಲಿ ಹರಡಿ, ಇಲ್ಲಿನ ಸಾಮಾನು ಅಲ್ಲಿ ಹರಡಿ ಪೂರ್ಣವಾಗಿ ಮನೆಯ ವ್ಯವಸ್ಥೆಯೇ ಕೆಟ್ಟು ಹೋಗುತ್ತಿತ್ತು.

ತಂದೆ "ಅವಳು ಒಂದು ದಿನ ಮನೆಯಲ್ಲಿ ಇಲ್ಲದಿದ್ದರೆ ಮನೆಯ ಕಳೆಯೇ ಹೊರಟುಹೋಗುತ್ತದೆ. ಗೃಹಿಣಿ ಇಲ್ಲದ ಮನೆಗೆ ಶೋಭೇನೇ ಇಲ್ಲ" ಎಂದು ತಮ್ಮ ಬೇಸರವನ್ನು ತೋಡಿಕೊಳ್ಳುತ್ತಿದ್ದರು.

ಆಗ ಕಾತರಿಸೋ ಅವರು-ಸಾವಿರ ಕಣ್ಣುಗಳಿಂದ ಎದುರು ನೋಡೊ ನಾವು... ಅಬ್ಬ ಅದೆಂಥ ಸುಂದರ ಸಂಸಾರ! ಇಲ್ಲಿ ನಾನು ಇರದಿದ್ದರೆ ವ್ಯವಸ್ಥೆ ಕೆಡುವುದಕ್ಕೆ ಕಾರಣವೇ ಇಲ್ಲ. ಈ ಮನೆಯ ಶ್ರೀಮಂತಿಕೆ, ಆಳುಗಳ ಮಧ್ಯೆ ತನ್ನ ಬೆಲೆಯೇ ಕಳೆದುಹೋದಂತೆನಿಸಿತು. ಮಂಚದ ಮೇಲೆ ದೊಪ್ಪನೇ ಕುಸಿದಳು.

ಕೋಣೆಯ ಬಳಿ ಬಂದ ರಾಮನನ್ನು ರೇಗಿ ಕಳುಹಿಸಿದಳು. ತನ್ನ ಸ್ವಂತ ಸಂತೋಷ ಹಾಳುಮಾಡುತ್ತಿರುವ ಇವರೆಲ್ಲ ಶತ್ರುಗಳು. ಇವರುಗಳಿಂದ ತನಗೆ ಉಳಿಗಾಲವಿಲ್ಲ. ಇವರನ್ನು ಓಡಿಸಿಬಿಡಬೇಕು. ಇಲ್ಲ ನಾವೇ ಓಡಿಬಿಡಬೇಕು. ಆಗ ನಾನು.... ಅವರು-ಇಬ್ಬರೇ..... ಕಲ್ಪನೆಯೇ ಮೈಯೆಲ್ಲಾ ಜುಮ್ಮೆನಿಸಿತು.

* * * *

ಬಾಂಬೆಯಿಂದ ಬಂದ ಸತೀಶ ಬಹಳ ಬಿಜಿಯಾಗಿದ್ದ. ಅಂತಹುದರಲ್ಲೂ ಮಡದಿಯ ಆರೋಗ್ಯ ವಿಚಾರಿಸಲು ಮರೆಯಲಿಲ್ಲ. ಅದರಿಂದ ಭಾವನಾಳಿಗೆ ಹೆಮ್ಮೆ ಎನಿಸಲಿಲ್ಲ. ಅಭಿಮಾನ ಉಕ್ಕಲಿಲ್ಲ. ಪ್ರೀತಿಯಿಂದ ಅಪ್ಪಿ.... ಒಮ್ಮೆ ಅವಳ ತುಟಿಯ ಮಧುವನ್ನು ಹೀರಿದ್ದರೇ...!

ಕಣ್ಣಲ್ಲಿ ನೀರು ತುಂಬಿಕೊಂಡಿತು. ಎದುರಿನ ಸಾಮಾನುಗಳೇ ಅಲ್ಲ ಗಂಡನ ಛಾಯೆಯೂ ಮಂಕಾಗಿ ಕಾಣಿಸಿತು. ತನ್ನ, ಅವರ ಮಧ್ಯೆ ದೊಡ್ಡ ತೆರೆಯೇ ಎದ್ದಿದೆ, ಇದನ್ನೊಡೆದು ಒಬ್ಬರನ್ನೊಬ್ಬರು ಸಮೀಪಿಸಲಾರವೇನೋ! ಈ ಕಠಿಣ ಶಿಕ್ಷೆ ಯಾವ ಹೆಣ್ಣಿಗೂ ಬೇಡವೆನಿಸಿತು.

ಮಡದಿಗಾಗಿ ಸುಂದರವಾದ ಮುತ್ತಿನ ಸೆಟ್ ಮಾತ್ರವಲ್ಲದೆ ಬೆಲೆಬಾಳುವ ಸೀರೆಗಳನ್ನು ತಂದಿದ್ದ. ಅದನ್ನು ಕಣ್ಣಿಂದ ಸಹ ಭಾವನಾ ನೋಡಲೂ ಇಷ್ಟಪಡಲಿಲ್ಲ.

ಇಷ್ಟೆಲ್ಲ ಬೆಲೆಬಾಳುವ ಪದಾರ್ಥಗಳನ್ನು ತಂದು ತನ್ನ ಮೇಲೆ ಹೇರುವ ಬದಲು, ದಿನದಲ್ಲಿ ಹತ್ತು ನಿಮಿಷ ತನಗಾಗಿ ಮೀಸಲಿಟ್ಟು ಪ್ರೀತಿಯ ನುಡಿಗಳನ್ನು ಆಡಿದ್ದರೆ, ಆಗ ನಾನೆಷ್ಟು ಸುಖಿಯಾಗಿರುತ್ತಿದ್ದೆ!? ಅದೆಲ್ಲ ನಮ್ಮಂಥವರ ಪಾಲಿಗೆ ಅಲಭ್ಯವೇನೋ!

"ಇದೆಲ್ಲ ನಿನಗೆ ಹಿಡಿಸಿದೆ ತಾನೇ!" ಎನ್ನುತ್ತ ಸತೀಶ ಮಡದಿಯ ಕಡೆಗೆ ತಿರುಗಿದ. ಅವಳು ನಿರ್ಲಿಪ್ತಳಂತಿದ್ದಳು.

ಬಗ್ಗಿಸಿದ ತಲೆಯನ್ನು ಮೇಲೆ ಎತ್ತಲಿಲ್ಲ, ನೋಟವನ್ನು ಗಂಡನ ಕಡೆ ಹರಿಸಲಿಲ್ಲ. ಅವನ ಮಾತಿಗೆ ಏನೂ ಹೇಳಲಿಲ್ಲ. ಏನಾದರೂ ಇದ್ದರೆ ತಾನೇ ಹೇಳೋದು?

'ಚಿನ್ನ, ಇದನ್ನು ನಿನಗಾಗಿ ತಂದೆ. ನೀನು ಹಾಕ್ಕೊಂಡ್ರೆ ಒಳ್ಳೆ ಅಪ್ಸರೆಯ ಹಾಗೆ ಕಾಣುತ್ತೀಯಾ' ಅಂತ ಒಂದು ಮಾತು ಅನ್ನಬಾರದೇ?-ಒಂದೇ ಒಂದು ಮಾತು. ಮನದ ಹಂಬಲ ನೂರ್ಮಡಿ ಹೆಚ್ಚಿತು. ನನಗೆ ಇಷ್ಟೆಲ್ಲ ಒಡವೆ, ಸೀರೆಗಳು ಕೊಡದ ಸಂತೋಷ ಆ ಮಾತುಗಳು ಕೊಡುತ್ತೆ ಅನ್ನೋ ವಿಷಯ ಇವರಿಗೆ ತಿಳಿಯದೇ? ಅಯ್ಯೋ.... ನನ್ನ ಬಗ್ಗೆ ಇವರೇನು ಯೋಚಿಸಲಾರರೇನೋ? ಇದನ್ನು ಬಾಯಿಬಿಟ್ಟು ನಾನೇ ಹೇಳಿಕೊಡಬೇಕಾ!? ಇದನ್ನೆಲ್ಲಾ ತಿಳಿಯದವರು ಯಾಕೆ ಮದುವೆಯಾದರು?

"ಭಾವನಾ, ನಿನಗೆ ಇಷ್ಟವಾಗದಿದ್ದರೆ, ಬದಲಾಯಿಸಿಕೊಳ್ಳಬಹುದು. ಕೆಲವು ಗಂಡಸರು ಮೂರ್ಖತನದಿಂದ ಮಾಡೋ ತಪ್ಪನ್ನು ನಾನು ಮಾಡೋಕೆ ಸಿದ್ಧವಿಲ್ಲ, ತಮ್ಮ ಆಯ್ಕೆನ ಇಷ್ಟವಿಲ್ಲದಿದ್ದರೂ ಮಡದಿ ಒಪ್ಪಿ ಧರಿಸಬೇಕು ಅನ್ನೋ ಪಾಲಿಸಿಗೆ ನನ್ನ ವಿರೋಧವಿದೆ. ಇಷ್ಟವಿಲ್ಲದಿದ್ದರೆ ಈ ಸಲ ಹೋದಾಗ ಛೇಂಜ್ ಮಾಡ್ಕೊಂಡು ಬರ್ತೀನಿ" ದೊಡ್ಡ ಉದಾತ್ತ ವ್ಯಕ್ತಿಯಂತೆ ಹೇಳಿದ.

ಅವಳಿಗೆ ಅಳಬೇಕೋ ನಗಬೇಕೋ ತಿಳಿಯದಾಯಿತು. ಏನೂ ಹೇಳಲಾರದೇ ಹೋದಳು. ವ್ಯಂಗ್ಯ ನಗು ಮುಖದ ಮೇಲೆ ಮಿನುಗಿತು. ಅವಮಾನದಿಂದ ಪಕ್ಕಕ್ಕೆ ತಿರುಗಿಸಿಕೊಂಡಳು.

ಊಟಕ್ಕೆ ಕುಳಿತಾಗಲೂ ಮಾತುಕತೆ ಇಲ್ಲ. ಭಾವನಾ ಮೂಕಿಯಾಗಿದ್ದಳು. ಆಳುಗಳ ಮುಂದೆ ಸಂಭಾಷಣೆ ನಡೆಸುವುದೇ ತಪ್ಪೆಂಬ ಸಿದ್ಧಾಂತ ಸತೀಶನದು.

ನೇರವಾಗಿ ಕೋಣೆಗೆ ಬಂದ ಭಾವನಾ ರೇಡಿಯೋ ಟ್ಯೂನ್ ಮಾಡಿ ಕಿಟಕಿಯ ಬಳಿ ಬಂದು ನಿಂತಳು. ಕಾಂಪೌಂಡ್‌ನಲ್ಲಿದ್ದ ನೈಟ್ ಕ್ವೀನ್ ಪರಿಮಳ ನವಿರಾಗಿ ಪಸರಿಸಿತ್ತು. ಗಾಳಿಗೆ ಮುಖವೊಡ್ಡಿದಳು. ಮಂದಾನಿಲಯ ಮಧುರ ಸ್ಪರ್ಶದಿಂದ ಹಾಯೆನಿಸಿತು.

ರೇಡಿಯೋದಿಂದ ಹೊರಹೊಮ್ಮುತ್ತಿದ್ದ ತೋಡಿ ರಾಗದ ಆಲಾಪನೆ ಮಂತ್ರಮುಗ್ಧರನ್ನಾಗಿ ಮಾಡುವ ಮಧುರ ಧ್ವನಿ-ನಾದಲಹರಿಗೆ ಎಂತಹವರಾದರೂ ಮೈ ಮರೆತುಬಿಡಬಹುದು. ಹಿತವಾಗಿ ಉಕ್ಕಿ ಬರುವಂತಹ ಭಾವ ಸಂಚಾರಗಳು ಭಾವನಾಳನ್ನು ಸೆರೆಹಿಡಿದುಬಿಟ್ಟಿತು.

ಮೋಡಿಗೆ ಒಳಗಾದವಳಂತೆ ರೇಡಿಯೋ ಬಳಿ ಹೋಗಿ ನಿಂತಳು, ಆತ್ಮತೃಪ್ತಿ ಪಡೆಯಲು ಸಂಗೀತ ಒಂದು ಸಾಧನ. ತಂದೆ ಹೇಳುತ್ತಿದ್ದ ಮಾತುಗಳು ನೆನಪಿಗೆ ಬಂದವು. ಸತ್ಯವೆನಿಸಿತು, ತನ್ನಲ್ಲಿದ್ದ ಬೇಸರ, ನಿರುತ್ಸಾಹ ತೊಡೆದುಹಾಕಿಬಿಟ್ಟಿತು ಎಂದು ತನ್ಮಯಳಾಗಿ ಆಲಿಸುತ್ತ ಕುಳಿತಳು.

ತನ್ನಲ್ಲಿ ಉಂಟಾಗುತ್ತಿರುವ ಈ ಭಾವಪರವಶತೆಯನ್ನು ಯಾರೊಡನೆಯಾದರೂ ಹಂಚಿಕೊಳ್ಳಬೇಕೆನಿಸಿತು. ತಾನು ಅಷ್ಟು ಅದೃಷ್ಟವಂತಳಲ್ಲ ಎಂದು ಉಗುಳು ನುಂಗಿದಳು.

ಅವಳು ಸಂಗೀತ ಕಲಿತದ್ದು ಸ್ವಲ್ಪವಾದರೂ ಅವರ ಮನೆಯವರೆಲ್ಲ ಸಂಗೀತಾಭಿಮಾನಿಗಳು. ತಾಯಿ ತುಳಸಮ್ಮ ದಾಸರ ಪದಗಳನ್ನು ಭಕ್ತಿಪೂರ್ವಕವಾಗಿ ಹಾಡುತ್ತಿದ್ದಳು. ತಂದೆಗೆ ಜಗದ್ಗುರು ಶಂಕರಾಚಾರ್ಯರು ವಿರಚಿತ ಭಜಗೋವಿಂದಂ.... ಬಹಳ ಇಷ್ಟವಾದ ಕೃತಿ. ಆಗ ಭಾವನಾ, ಶರತ್ ಕೂತು ಆಲಿಸುತ್ತಿದ್ದರು. ಇನ್ನು ಶರತ್ ಆಲ್‌ರೌಂಡರ್; ದಾಸರ ಪದ ಬಸವಣ್ಣ-ಅಕ್ಕಮಹಾದೇವಿಯವರ ವಚನಗಳು, ಭಾವಗೀತೆ, ಚಿತ್ರಗೀತೆ, ಹಿಂದಿಗೀತೆ ಎಲ್ಲಾದರಲ್ಲೂ ನಿಸ್ಸೀಮ. ಅವನ ಬಾಯಿ ಸುಮ್ಮನಿದ್ದುದೇ ಇಲ್ಲ. ಸದಾ ಏನಾದರೊಂದು ಗುನುಗುತ್ತಿದ್ದ. ಇದಕ್ಕೆ ಭಾವನಾ ಹೊರತಲ್ಲ. ಅದರಲ್ಲೂ ಭಾವಗೀತೆಗಳ ಮೇಲೆ ವಿಶೇಷ ಅಕ್ಕರೆ. ಕಾಲೇಜಿನ ದಿನಗಳಲ್ಲಿ ಸ್ಟೇಜ್ ಮೇಲೆ ನಿಂತು ಬೇಂದ್ರೆಯವರ ಕವನಗಳನ್ನು ಹಾಡಿ ವಿದ್ಯಾರ್ಥಿವೃಂದದಿಂದ 'ಒನ್ಸ್‌ಮೋರ್'' ಎಂದು ಕೂಗಿಸಿಕೊಂಡಿದ್ದಳು.

ತೋಡಿ ರಾಗದ ಗಾಂಭೀರ್ಯವೆಲ್ಲ ನವಿರಾದ ಸಂಚಾರಗಳಿಂದ ಹೊರಹೊಮ್ಮುತ್ತಿತ್ತು. ಕಣ್ಣುಮುಚ್ಚಿ ಭಾವನಾ ಆಲಿಸತೊಡಗಿದಳು.

ಆದರೆ ಸತೀಶನಿಗೆ, ವೆಸ್ಟರ್ನ್ ಪಾಪ್ ಮ್ಯೂಸಿಕ್‌ಗಳಲ್ಲಿ ಮಾತ್ರ ಆಸಕ್ತಿ. ಅದು ಆಸಕ್ತಿಯೋ, ಅನಾಸಕ್ತಿಯೋ, ಹಾಬಿಯೋ-ಒಂದು ಗೊತ್ತಾಗುತ್ತಿರಲಿಲ್ಲ. ಅಪರೂಪಕ್ಕೆ ಎಂದಾದರೂ ಕೇಳುತ್ತಿದ್ದ. ಕೇಳಿದರೂ ಯಾವ ಸಂವೇದನೆಗೂ ಗುರಿಯಾಗುತ್ತಿರಲಿಲ್ಲ. ಸಂಗೀತವನ್ನು ಸವಿಯುವ ರಸಿಕತೆ ಗಂಡನಿಗಿಲ್ಲವೆಂದು ಎಂದೋ ತಿಳಿದಿದ್ದಳು.

ಕೋಣೆಗೆ ಬಂದ ಸತೀಶ ಮಡದಿಯ ಕಡೆ ನೋಡಿದ, ಅವಳು ತನ್ಮಯತೆಯಿಂದ ಆಲಿಸುತ್ತಿದ್ದಳು. ಮುಖದ ಮೇಲೆ ವಿಚಿತ್ರವಾದ ಹೊಳಪಿತ್ತು. ರೇಡಿಯೋದಿಂದ ಹೊರಹೊಮ್ಮುತ್ತಿದ್ದುದು ಅರ್ಥವಿಲ್ಲದ ವೇದನೆಯೆನಿಸಿತು. ಅದನ್ನು ತಟ್ಟನೇ ಆಫ್ ಮಾಡಲು ಮುಂದಾದ. ಕೈ ಹಿಂದೆಗೆಯಿತು-ಸಮಾನತೆ... ಅವಳಿಗೆ ಮಾತ್ರ ಕೇಳಿಸುವಂತೆ ಟ್ಯೂನ್ ಕಮ್ಮಿ ಮಾಡಿ ಲೈಟ್ ಆರಿಸಿ ಮಂದವಾದ ಹಸಿರು ದೀಪದ ಗುಂಡಿಯೊತ್ತಿ ತೆರೆ ಸರಿಸಿ ಮಂಚದ ಮೇಲೆ ಪವಡಿಸಿದ.

ಟ್ಯೂನ್ ಕಮ್ಮಿಯಾದ ಕೂಡಲೇ ಭಾವನಾ ಎಚ್ಚೆತ್ತಳು, ಪರಿಸ್ಥಿತಿ ಅರಿವಾಯಿತು. ದುಃಖದಿಂದ ಕುಸಿಯುವಂತಾಯಿತು. ಇನ್ನು ಸಂಗೀತದಲ್ಲಿ ತಲ್ಲೀನವಾಗುವಷ್ಟು ಮನಸ್ಸು ಸಮಸ್ಥಿತಿಯನ್ನು ಕಾಯ್ದುಕೊಂಡಿರಲಿಲ್ಲ. ರೇಡಿಯೋ ಆಫ್ ಮಾಡಿ ಮಂಚದ ಮೇಲೆ ಉರುಳಿಕೊಂಡಳು.

"ಹೌ ಆರ್ ಯು? ಈಗ ಆರೋಗ್ಯ ಸುಧಾರಿಸಿದ್ಯಾ?" ಸಂಜೆ ಡಾಕ್ಟರನ್ನು ವಿಚಾರಿಸದಿದ್ದಕ್ಕೆ ಅವನಿಗೆ ಪಶ್ಚಾತ್ತಾಪವಾಗಿತ್ತು.

ಮುಖವನ್ನು ವಿರುದ್ಧ ದಿಕ್ಕಿಗೆ ತಿರುಗಿಸಿಕೊಂಡು ಮಲಗಿದಳು. ಇಂತಹ ವ್ಯವಹಾರಿಕ ಸಂಬಂಧ ಅವಳಿಗೆ ಬೇಕೆನ್ನಿಸಲಿಲ್ಲ. ಯಾಂತ್ರಿಕ ಜೀವನ ಬೇಸರ ತರಿಸಿತ್ತು. ಸವಿಜೇನನ್ನು ಆಸ್ವಾದಿಸುವ ಕ್ಷಣಗಳು ಮತ್ತೇರಿಸುತ್ತಿರಲಿಲ್ಲ. ಪ್ರತಿಯೊಂದಕ್ಕೂ ಅರ್ಥವಿಲ್ಲವೆನಿಸಿತು.

ಇಬ್ಬರೂ ಒಂದಾಗಿ ಏಕತೆ ಸಾಧಿಸುವ ಅದ್ಭುತಪೂರ್ಣ ಅನುಭವದಲ್ಲಿ ಸಮರ್ಪಿತ ಭಾವವಿಲ್ಲ. ಉನ್ಮಾದ ಸ್ಥಿತಿ ಮುಟ್ಟುವ ಲವಲವಿಕೆ ಇಲ್ಲ. ಅನುಭವದಲ್ಲಿಯೇ ನಿಸ್ಸಹಾಯಕತೆ ವ್ಯಾಪಿಸಿರುವಾಗ ಪೂರ್ಣ ಸುಖವನ್ನು ಮುಟ್ಟುವ ಸಾಧ್ಯತೆಯೇ ಇಲ್ಲ.

ಬಹಳ ಹೊತ್ತಿನವರೆಗೂ ಯೋಚಿಸುತ್ತಲೇ ಮಲಗಿದ್ದಳು. ಪಕ್ಕಕ್ಕೆ ಹೊರಳುವ ಮನಸ್ಸಿಲ್ಲ. ಸತೀಶ ಪೂರ್ತಿಯಾಗಿ ನಿದ್ದೆಯಲ್ಲಿ ಲೀನನಾಗಿದ್ದಾನೆ ಎಂಬುದನ್ನು ಅವನ ಉಸಿರಾಟದ ಗತಿಯೇ ಸಾರುತ್ತಿತ್ತು.

ಸೃಷ್ಟಿ ಶಕ್ತಿಯನ್ನೆ ಅಸಾರ್ಥಕಗೊಳಿಸುವ ಕ್ರಿಯೆಯಲ್ಲಿ ಭಾಗವಹಿಸುವುದಲ್ಲದೇ.... ಅಯ್ಯೋ.... ದೇವರೆ ಸಾವಾದರೂ ಕೊಡು. ಈ ಸ್ಥಿತಿ ಮಾತ್ರ ಬೇಡ.

ನಿಸ್ಸಹಾಯಕತೆ ಸದಾ ಕಣ್ಣೀರಿಗೆ ಶರಣು ತಾನೇ! ದಿಂಬು ತೊಯ್ದು ಹೋಯಿತು. ಸ್ಪಷ್ಟೀಕರಣವೇ ಕಷ್ಟವೆನಿಸಿತು.

ಸಮಾಧಾನ.... ಅದರ ಪಾಡಿಗೆ ಅದು ಬರಲೇಬೇಕು, ಭಾವನಾ ಪಕ್ಕಕ್ಕೆ ಹೊರಳಿದಳು. ಸತೀಶ ಹಾಯಾಗಿ ನಿದ್ರಿಸುತ್ತಿದ್ದ. ಆ ಭಂಗಿಯಲ್ಲೂ ಅವನ ಸೆಲ್ಫ್‌ಸೆಂಟೆರ್ಡ್ ಎದ್ದು ಕಾಣುತ್ತಿತ್ತು.

ನಿಟ್ಟುಸಿರು ಬಿಟ್ಟು ಕಣ್ಣುಮುಚ್ಚಿ ನಿದ್ದೆ ಮಾಡಲು ಪ್ರಯತ್ನಿಸಿದಳು.

* * * *

ಮಿಸಸ್ ಜಯಂತಿ ಹರೀಶ್ ಪರಿಚಯವಾದದ್ದು ಅಂತಹ ವಿಶೇಷ ಸನ್ನಿವೇಶದಲ್ಲೇನು ಅಲ್ಲ. ಮಗಳು ಡಿಂಪಲ್ ಹುಟ್ಟಿದ ಹಬ್ಬಕ್ಕೆ ಆಹ್ವಾನಕೊಡಲು ಬಂದಿದ್ದಳು. ಮೊದಲ ನೋಟದಲ್ಲಿಯೇ ಭಾವನಾ ಅಳೆದುಬಿಟ್ಟಳು. ತುಂಬ ಜಂಬಗಾತಿಯೆಂದು, ಸೌಜನ್ಯಕ್ಕಾಗಿ ಆಹ್ವಾನವನ್ನು ಒಪ್ಪಿಕೊಂಡಳು.

ಮಧ್ಯಾಹ್ನ ಊಟಕ್ಕೆ ಬಂದಾಗ ಸತೀಶನ ಮುಂದೆ ವಿಷಯವನ್ನು ಪ್ರಸ್ತಾಪಿಸಿದಳು.

ಎರಡು ನಿಮಿಷ ಯೋಚಿಸಿದ ಅವನು "ಆಲ್‌ರೈಟ್... ಹೋಗ್ಬಾ, ಕಾರು ರೆಡಿಯಾಗಿರುತ್ತೆ" ಎಂದ.

ದೊಡ್ಡಸ್ತಿಕೆ ಭಾವನಾಳಿಗೆ ಬೇಕಿರಲಿಲ್ಲ. ಆದರೆ ಶರತ್ ಪರಿಸ್ಥಿತಿಯೊಂದಿಗೆ ರಾಜಿಯಾಗೋದನ್ನ ಕಲೀ ಎಂದು ಒತ್ತಿಒತ್ತಿ ಹೇಳಿದ. ಘರ್ಷಣೆಗಳು ಅವಳಿಗೆ ಬೇಕಿರಲಿಲ್ಲ. ಮುಖಾಮುಖಿ ಏನೂ ನಡೆಯುವ ಹಾಗಿಲ್ಲ, ಎಲ್ಲಾ ಮುಸುಕಿನಲ್ಲಿ ಗುದ್ದಾಟ, ಏನು ಸ್ವಾರಸ್ಯ!

ಸರಿಯೆನ್ನುವಂತೆ ತಲೆಯಾಡಿಸಿದಳು.

ಸತೀಶ ಫ್ಯಾಕ್ಟರಿಗೆ ಹೋಗುವ ಮುನ್ನ ಅವಳನ್ನು ಒತ್ತಾಯಿಸದಿದ್ದರೂ ಸಾಧಾರಣವಾಗಿ ಹೋಗುವುದು ತನಗಿಷ್ಟವಿಲ್ಲವೆಂದು ಹೇಳಿ ಹೋಗಿದ್ದ.

ಮುಖದ ಮೇಲೆ ಬೇಸರದ ಛಾಯೆ ಮೂಡಿದರೂ ನಗು ಬರದೇ ಹೋಗಲಿಲ್ಲ.

ಇವಳು ಹೋದಾಗ ಮಿಸಸ್ ಜಯಂತಿ ಹರೀಶ್ ಸಡಗರದಿಂದ ಸ್ವಾಗತಿಸಿದಳು. ಮಗಳು ಡಿಂಪಲ್‌ಳ ಅಲಂಕಾರಕ್ಕಿಂತ ತನ್ನ ಅಲಂಕಾರಕ್ಕೆ ಹೆಚ್ಚು ಗಮನ ಕೊಟ್ಟ ಹಾಗೆ ಕಾಣುತ್ತಿತ್ತು. ಸಿನಿಮಾ ನಟಿಯಂತೆ ಅಲಂಕರಿಸಿಕೊಂಡಿದ್ದಳು. ಅರ್ಧ ಬೆನ್ನು, ಎದೆ ತೋರಿಸುವ ಉದ್ದ ತೋಳಿನ ಕಡುನೀಲಿ ಬಣ್ಣದ ಬ್ಲೌಸ್. ಅದೇ ಬಣ್ಣದ ಜಾರ್ಜೆಟ್ ಸೀರೆ. ಹೊಕ್ಕಳು ಕೆಳಗೆ ಉಟ್ಟ ಸೀರೆ ಒಂದೆರಡು ಮಕ್ಕಳ ತಾಯಿಯೆಂದು ಎತ್ತಿ ತೋರಿಸುತ್ತಿತ್ತು. ನಡುವಿನಿಂದ ಕೆಳಭಾಗದ ಅಂಗಾಂಗಗಳು ಕಾಣುವ ಉದ್ದೇಶದಿಂದ ನೆರಿಗೆಗಳನ್ನೆಲ್ಲ ವಾರೆಯಾಗಿ ಪಕ್ಕಕ್ಕೆ ಸಿಕ್ಕಿಸಿದ್ದ ರೀತಿ. ಇನ್ನು ಮುಖಾಲಂಕಾರಕ್ಕಾಗಿ ಕ್ರೀಮ್, ಪೌಡರ್, ಲಿಪ್‌ಸ್ಟಿಕ್, ಐಲೈನರ್‌ಗಳನ್ನು ಹೇರಳವಾಗಿ ಬಳಸಿದ್ದಳು. ಇಷ್ಟು ಪ್ರಯಾಸಪಟ್ಟೇನು ಸುಖ? ಕಬ್ಬಿನಲ್ಲಿ ರಸ ಹೀರಿ ಬಿಸುಟ ಸಿಪ್ಪೆಯಂತಿತ್ತು ಅವಳ ಮುಖ.

"ಕಮ್ ಇನ್... ಕಮ್ ಇನ್..." ಸ್ವಾಗತಿಸಿದ ರೀತಿ ನಾಟಕದಲ್ಲಿ ಕಂಡ ದೃಶ್ಯದಂತಿತ್ತು.

ಅಭಿರುಚಿ, ಅಂತಸ್ತು, ವಿದ್ಯಾರ್ಹತೆ ನೋಡಿಕೊಂಡೇ ಆಹ್ವಾನಿಸಿದಂತೆ ಕಾಣುತ್ತಿತ್ತು. ಎಲ್ಲರೂ ಜಯಂತಿ ಹರೀಶರನ್ನು ಮೀರಿಸುವಂತಿದ್ದರು. ಸ್ನೇಹವನ್ನು ತುಳುಕಿಸುವ ನೋಟವಿಲ್ಲ. ಅಭಿಮಾನವನ್ನು ಬಿಂಬಿಸುವ ನಗುವಿಲ್ಲ. ಎಲ್ಲ ಕೃತ್ರಿಮತೆ!

ಮಗು ಡಿಂಪಲ್ ಮುದ್ದಾಗಿದ್ದಳು. ಹೆಸರಿನ ಬಗ್ಗೆ ತಲೆ ಕೆಡಿಸಿಕೊಳ್ಳಬೇಕಾಗಿಲ್ಲ. ಮಗುವಿನ ತಾಯಿ ಪರಮ ಸಿನಿಮಾ ಭಕ್ತೆ. ಆಕೆಯ ಆರಾಧ್ಯ ದೇವರುಗಳು ನಟಿನಟರು. ಆದ್ದರಿಂದ ಹೆಚ್ಚಿಗೆ ಹೇಳಬೇಕಾಗಿಲ್ಲ.

ಮನೆ ಅಷ್ಟೇನೂ ದೊಡ್ಡದಾಗಿರಲಿಲ್ಲ. ಆದರೆ ಷೋ ಕೇಸಿನಂತೆ ಕಂಡಿತು. ಆಧುನಿಕ ಮಹಿಳೆಯರ ಗುಂಪು. ತರತರಹದ ಸ್ನೋ, ಪೌಡರ್, ಕ್ರೀಮ್, ಹೇರ್ ಆಯಿಲ್, ಸೆಂಟು ವಾಸನೆಯಿಂದ ತುಂಬಿಹೋಗಿತ್ತು. ಪರಿಮಳಗಳ ವಿಶೇಷಿತ ಕಂಪಿನಿಂದ ಯಾರೂ ಯಾವ ಕ್ಷಣದಲ್ಲಿಯಾದರೂ ಮೂರ್ಛೆ ಹೋಗುವ ಸಾಧ್ಯತೆ ಇತ್ತು.

ತಾನು ಕೊಂಡೊಯ್ದಿದ್ದ ಬೊಂಬೆಯನ್ನು ಮಗುವಿನ ಕೈಯಲ್ಲಿಟ್ಟು ಶುಭ ಹಾರೈಸಿ ಹೊರಟಳು ಭಾವನಾ.

ಕಾರಿನವರೆಗೂ ಬಂದ ಮಹಿಳಾ ಸಮೂಹ 'ನೋಡಿ ಕಾನ್ವೆಂಟ್‌ನಲ್ಲಿ..." ಎಲ್ಲರೂ ಒಟ್ಟಿಗೆ ಹೇಳಲು ಶುರು ಮಾಡಿದ್ದರಿಂದ ಭಾವನಾಳಿಗೆ ಅರ್ಥಮಾಡಿಕೊಳ್ಳುವುದು ಕಷ್ಟವಾಯಿತು. ಕಡೆಗೆ ಇಷ್ಟು ಮಾತ್ರ ತಿಳಿದುಕೊಂಡಳು.

ಕಾನ್ವೆಂಟ್‌ನಲ್ಲಿ ಯಾವುದೋ ಕಾರ್ಯಕ್ರಮ ನಡೆಯಲಿದೆ. ಅದರಲ್ಲಿ ಇವರ ಮಕ್ಕಳು ಪಾತ್ರವಹಿಸಲಿದ್ದಾರೆ. ಅದಕ್ಕಾಗಿ ಖಂಡಿತ ಬನ್ನಿ ಎಂಬುದು.

"ಖಂಡಿತವಾಗಿಯೂ" ಎಂದು ಹೇಳಿ ಕಾರು ಹತ್ತಿದಳು. ಆಘಾತಕ್ಕೆ ಗುರಿಯಾದಷ್ಟು ಬಳಲಿಬಿಟ್ಟಿದ್ದಳು. ಸುಧಾರಿಸಿಕೊಳ್ಳಲು ಬಹಳಷ್ಟು ಸಮಯ ಹಿಡಿಸಿತು.

ಇವಳು ಬರುವ ವೇಳೆಗೆ ಸಾಹೇಬರ ಸವಾರಿ ಇದ್ದಕ್ಕಿದ್ದ ಹಾಗೇ ಚಿತ್ತೈಸಿಬಿಟ್ಟಿತ್ತು.

ಸತೀಶನ ಕಣ್ಣುಗಳು ಅವಳನ್ನು ದಿಟ್ಟಿಸಿದವು. ಛೆ! ಛೆ!... ಎಂದುಕೊಂಡ. ಅವಳ ಅಲಂಕಾರ ಏನೇನು ಸಾಲದು, ಉಟ್ಟಿರೋ ಸೀರೆನೂ ಅಂಥ ಬೆಲೆಬಾಳುವಂಥದಲ್ಲ. ತನ್ನ ಹುದ್ದೆ, ಅಧಿಕಾರದ ಬಗ್ಗೆ ಇವಳಿಗೆ ಗಮನವೇ ಇಲ್ಲ. ಕಸಿವಿಸಿಗೊಂಡ.

"ನೀನು ಇಷ್ಟಪಟ್ಟು ಬೇಗ ರೆಡಿಯಾದರೆ ಪಿಕ್ಚರ್‌ಗೆ ಹೋಗಬಹುದು." ಭಾವನಾ ಪಕಪಕನೇ ನಕ್ಕುಬಿಟ್ಟಳು.

ಅವನು ದಿಗ್ಭ್ರಮೆಗೊಂಡು ಭಾವನಾಳ ಕಡೆ ನೋಡಿದ. ಆಮೇಲೆ ಅತ್ತಿತ್ತ ದೃಷ್ಟಿ ಹರಿಸಿದ. ಆಳುಕಾಳುಗಳ್ಯಾರು ಕಣ್ಣಿಗೆ ಬೀಳಲಿಲ್ಲ. ಅವರುಗಳು ಸಲಿಗೆ ವಹಿಸದಂತೆ ಸದಾ ಎಚ್ಚರದಿಂದಿರುವುದೇ ಅವನಿಗೆ ದೊಡ್ಡ ಕೆಲಸ.

ಅವನ ಮನೋಭಾವ ಅವಳಿಗೆ ಅರ್ಥವಾಯಿತು. ನಿಟ್ಟುಸಿರುಬಿಟ್ಟು ಕೋಣೆಗೆ ನಡೆದಳು. ಉಸಿರು ಕಟ್ಟೋ ವಾತಾವರಣವೆನಿಸಿತು. ಹೇಗೆ ಬದುಕನ್ನು ಸಾಗಿಸುವುದು?

ಸಿನಿಮಾ ನೋಡಲು, ಸತೀಶನ ಜೊತೆ ಹೋಗಲು ಅವಳಿಗೂ ಇಷ್ಟವೇ. ಆದರೆ ಮತ್ತೊಮ್ಮೆ ಅಲಂಕಾರ ಮಾಡಿಕೊಳ್ಳಲು ಅವಳಿಗಿಷ್ಟವಿಲ್ಲ. ಜೀವನದ ಅಮೂಲ್ಯ ಕ್ಷಣಗಳನ್ನೆಲ್ಲ ಕನ್ನಡಿಯ ಮುಂದೆ ಕಳಿಯಲು ಅವಳಿಗಿಷ್ಟವಿಲ್ಲ. ಹಿಂದೆ ಕಾಲೇಜಿಗೆ ಹೋಗುವಾಗ ಬೆಳಿಗ್ಗೆ ಜಡೆ ಹೆಣೆದುಕೊಂಡಳೆಂದರೆ ಮುಗಿಯಿತು. ನಾಳೆ ಬೆಳಗಿನವರೆಗೂ ಅದರ ತಂಟೆಗೇ ಹೋಗುತ್ತಿರಲಿಲ್ಲ. ಬಿಡುವು ಸಿಕ್ಕಾಗಲೆಲ್ಲ ಪುಸ್ತಕ ಹಿಡಿದು ಕೂತುಬಿಡುತ್ತಿದ್ದಳು. ತಾಯಿ ಎಷ್ಟು ರೇಗಾಡಿದರೂ ತಲೆಗೆ ಹಚ್ಚಿಕೊಳ್ಳುತ್ತಿರಲಿಲ್ಲ.

ಎಂದೋ ಅಣ್ಣನ ಜೊತೆ ಹೋಗುವಾಗಲೋ, ಗೆಳತಿಯರ ಮನೆಗೆ ಹೋಗುವಾಗಲೋ ಸ್ವಲ್ಪ ಮನಸ್ಸಿಟ್ಟು ಅಲಂಕರಿಸಿಕೊಳ್ಳುತ್ತಿದ್ದಳು. ಎಂತಹ ಉತ್ಸಾಹವಿತ್ತು. ಅಂದಿನ ಚಿಮ್ಮುವ ಉತ್ಸಾಹಕ್ಕೂ, ಇಂದು ಬತ್ತಿಹೋದ ಉತ್ಸಾಹಕ್ಕೂ ಅಜಗಜಾಂತರ ವ್ಯತ್ಯಾಸವೆನಿಸಿತು. ಜೀವನದ ಸತ್ಯ ಅರಿತಂತೆ ಆಗಿತ್ತು! ಶ್ರೀಮಂತಿಕೆಯೆಲ್ಲ ಸುಖಜೀವನದ ಸೋಪಾನವಲ್ಲ; ಬರೀ ಆರ್ಥಿಕ ಭದ್ರತೆ ಎಲ್ಲವನ್ನು ನೀಡಲಾರದೆಂಬ ಕಠೋರ ಸತ್ಯ.

"ಭಾವನಾ, ನೀನು ಬರೋಲ್ವಾ!" ಆ ಮಾತಿನಲ್ಲಿ ನಿರುತ್ಸಾಹ ತುಂಬಿದಂತೆ ಕಂಡುಬಂದಿತು.

ಬರೋಲ್ಲ ಎಂದು ಹೇಳಿಬಿಡಲು ಸಿದ್ಧಳಾದಳು. ಅಷ್ಟರಲ್ಲಿ "ಗುಡ್ ಮೂವಿ, ಎರಡು ಸೀಟ್ ರಿಸರ್ವ್ ಮಾಡ್ಸಿದ್ದೀನಿ. ಐದು ನಿಮಿಷದಲ್ಲಿ ರೆಡಿಯಾಗಿಬಿಡು" ಫೋನನ್ನು ಕೈಗೆತ್ತಿಕೊಂಡ.

ಸಾವರಿಸಿಕೊಂಡು ಮೇಲೆದ್ದಳು. ಸತೀಶನ ಪ್ರೀತಿ, ಪ್ರೇಮದ ಬಗ್ಗೆ ಅವಳಿಗೆ ಯಾವ ಭರವಸೆಯೂ ಸಿಕ್ಕಿರಲಿಲ್ಲ. ವ್ಯವಹಾರವೆಂಬಂತೆ ವರ್ತಿಸುತ್ತಿದ್ದ. ಆದರೆ ಒಲವಿನ ಅಣ್ಣ.... ತಾಯಿ, ತಂದೆ.... ಅವಳ ಸುಖಕ್ಕಾಗಿ ತ್ಯಾಗ ಮಾಡಿದ್ದರು. ಸ್ವಲ್ಪ ಏರುಪೇರಾದರೂ ಎದೆಯೊಡೆದು ಸಾಯುತ್ತಾರೆ. ತುಟಿಗಳ ಮೇಲೆ ನೋವಿನ ನಗು ಮಿಂಚಿತು.

ಸೋತವಳಂತೆ ಬಂದು ವಾರ್ಡ್‌ರೋಬ್ ಮುಂದೆ ನಿಂತಳು. ಕೋಪದಿಂದ ಮೈಯೆಲ್ಲ ಹತ್ತಿಕೊಂಡು ಉರಿಯಿತು. ಸೀರೆಗಳನ್ನೆಲ್ಲ ಕಿತ್ತು ಎಸೆದು ಹರಿದು ಚಿಂದಿ ಮಾಡಬೇಕೆನಿಸಿತು.

ಈ ಮನೆ, ಶ್ರೀಮಂತಿಕೆ-ಹೃದಯಹೀನ ಗಂಡ-ಸಂತೋಷ, ತೃಪ್ತಿಕೊಡಲಾರದ ಇವನ್ನೆಲ್ಲ ಬಿಟ್ಟು ದೂರ ಹೋಗಬೇಕೆನಿಸಿತು. ಶರತ್ ಧ್ವನಿ ಕಿವಿಯಲ್ಲಿ ಪ್ರತಿಧ್ವನಿಸಿತು. 'ನೀನು ತುಂಬ ಲಕ್ಕಿ, ಸತೀಶನದು ಸ್ವಲ್ಪ ಬಿಗುವಿನ ಸ್ವಭಾವ. ಪರಿಸ್ಥಿತಿಯೊಂದಿಗೆ ರಾಜಿಯಾಗು ಕಾಲಕ್ರಮೇಣ ಅವನೇ ಸರಿಹೋಗುತ್ತಾನೆ' ತಲೆಯನ್ನು ಬಿಗಿಯಾಗಿ ಹಿಡಿದುಕೊಂಡು ಕೂತುಬಿಟ್ಟಳು.

"ಭಾವನಾ..."

ಎದ್ದು ಭಾವನಾ ಸೀರೆ, ಬ್ಲೌಸನ್ನು ಎಳೆದುಕೊಂಡು ಕಿರಿಕಿರಿ ಅಸಮಾಧಾನ ನುಂಗಿಕೊಂಡು ಅಲಂಕರಿಸಿಕೊಂಡು ಹೊರಗೆ ಬಂದಳು.

ಸತೀಶನಿಗೆ ತೃಪ್ತಿಯೆನಿಸಿತೇನೋ–ಏನೂ ಹೇಳಲಿಲ್ಲ.

ಕಾರು ಚಲನಚಿತ್ರ ಮಂದಿರದ ಬಳಿ ನಿಂತಾಗ ಜನಸಂದಣಿ ಅಪಾರವಾಗಿತ್ತು. ಟಿಕೆಟ್‌ಗಾಗಿ ಜನ ಸಾಲುಗಟ್ಟಿ ನಿಂತಿದ್ದರು. ದುಡ್ಡಿರೋ ಇವರಿಗೇನು ಅಂಥ ಕರ್ಮ! ಆದರೆ ಬಿಸಿಲಿನಲ್ಲಿ ನಿಂತು ಕಷ್ಟಪಟ್ಟು ಟಿಕೇಟ್ ಪಡೆದು ಉಸ್ಸಪ್ಪಾ ಎಂದು ಸಾಧಾರಣ ಸೀಟುಗಳಲ್ಲಿ ಕೂತು ನೋಡುವ ನೂರನೇ ಒಂದು ಭಾಗದಷ್ಟು ಸಂತೋಷ ಈ ಮಂದಿಗೆಲ್ಲಿ ಸಿಕ್ಕಬೇಕು! ಇದೊಂದು ವಿಪರ್ಯಾಸವೇ ಸರಿ!

ನಾಲ್ಕಾರು ಕನ್ನಡ ಚಿತ್ರ ನಡೆಯುತ್ತಿದ್ದರೂ ಬಂದಿದ್ದು ಇಂಗ್ಲಿಷ್ ಪಿಕ್ಚರ್‌ಗೆ. ಅರೆಮನಸ್ಸಿನಿಂದಲೇ ಒಳಗೆ ಹೋಗಿ ಕೂತಳು.

ನ್ಯೂಸ್ ರೀಲ್ ಮುಗಿದ ಮೇಲೆ ಚಿತ್ರ ಪ್ರಾರಂಭವಾಯಿತು. ಎಂದಿನ ಹೊಡೆದಾಟ, ಹುಡುಗಿಯರ ಕುಣಿತ, ಸಾಹಸ ಪ್ರಧಾನವಾದ ಚಿತ್ರ. 'ಇದೆಂಥ ಗುಡ್ ಮೂವಿ!' ಎಂದುಕೊಂಡಳು.

ಎರಡು ಮೂರು ಸಲ ಸತೀಶನ ಕಡೆ ದೃಷ್ಟಿ ಹೊರಳಿಸಿದಳು, ನೋಡಲೇಬೇಕು ಎಂದು ನೋಡುವಂತಿತ್ತೇ ವಿನಹ ಚಿತ್ರ ನೋಡುವುದರಲ್ಲಿ ಅಷ್ಟೊಂದು ತಲ್ಲೀನನಾಗಿದ್ದಂತೆ ಕಾಣಿಸಲಿಲ್ಲ.

ಕೆಲವು ಮೆಚ್ಚಿಗೆಯ ಸನ್ನಿವೇಶಗಳು ಬಂದಾಗ ಹಂಚಿಕೊಂಡರೇನೇ ಅವಳಿಗೆ ಸಮಾಧಾನ ಏನೋ ಹೇಳಲು ಮುಂದಾದಳು.

"ಶ್..." ಎಂದ ಸತೀಶ ಅವಳಿಗೆ ಮಾತ್ರ ಕೇಳಿಸುವಂತೆ.

ಭಾವನಾ ಅವಮಾನದಿಂದ ಕುಗ್ಗಿಹೋದಳು. ಕಣ್ಣಲ್ಲಿ ನೀರು ತುಂಬಿಕೊಂಡಿತು. ಹುದ್ದೆ, ಶ್ರೀಮಂತಿಕೆ, ವಿದ್ಯೆ, ಮಾನವೀಯ ಮೌಲ್ಯಗಳನ್ನೇನು ಬದಲಾಯಿಸಲಾರದು. ದೇವರಾಗಲಿ, ಪ್ರಕೃತಿಯಾಗಲೀ, ವಿಶಿಷ್ಟವಾದುದ್ದನ್ನು ಸೃಷ್ಟಿಸಿ ಅವರಿಗೆ ಕೊಡುಗೆ ನೀಡಲಾರದು.

'ಸದ್ಯ ಚಿತ್ರ ಮುಗಿದರೆ ಸಾಕಪ್ಪ' ಎಂದು ಚಡಪಡಿಸಿದಳು. ಚಿತ್ರಮಂದಿರದಿಂದ ಹೊರಗೆ ಬಂದಾಗ, ಮಾತಾಡುತ್ತಾ, ಚರ್ಚಿಸುತ್ತಾ ಹೋಗುತ್ತಿದ್ದ ಜೋಡಿಗಳನ್ನು ನೋಡಿ ಅವಳಿಗೆ ಅಸೂಯೆಯಾಯಿತು.

ಕಾರಿನಿಂದ ಇಳಿದು ಬಂದವಳೇ ಕಾಂಪೌಂಡ್‌ನಲ್ಲಿ ಲಾನ್ ಮೇಲೆ ಹಾಕಿದ್ದ ಬೆತ್ತದ ಛೇರಿನ ಮೇಲೆ ಕುಸಿದಳು. ಬಂಗ್ಲೆಯ ಕಡೆ ನೋಡಿದಳು. ಆಧುನಿಕ ವಿನ್ಯಾಸದಿಂದ ಕಟ್ಟಿದ ಸುಂದರ ಸೌಧ. ನೋಟಕ್ಕೆ ಬಹಳ ಚೆಂದ. ವ್ಯಂಗ್ಯ ನಗುಮುಖದ ಮೇಲೆ ಹರಿದು ಮಾಯವಾಯಿತು.

ಇಂದು ಪೂರ್ಣವಾಗಿ ಅವಳ ಭಾವನೆಗಳೆಲ್ಲ ಸತ್ತುಹೋದಂತಾಗಿತ್ತು.

* * * *

ಭಾವನಾ ಜಯಂತಿ ಹರೀಶ್ ಮನೆಗೆ ಹೋಗಿಬಂದ ಮರುದಿನವೇ ಆಕೆ ತನ್ನ ಗೆಳತಿಯೊಂದಿಗೆ ಪ್ರತ್ಯಕ್ಷಳಾದಳು. ಹಿಂದಿನ ದಿನದ ಅಲಂಕಾರಕ್ಕಿಂತ ಈ ದಿನ ಭಿನ್ನವಾಗಿ ಅಲಂಕರಿಸಿಕೊಂಡಿದ್ದಳು. ಕಿವಿಯಲ್ಲಿ ಮುತ್ತಿನ ಗೊಂಚಲು ತೂಗಾಡುತ್ತಿತ್ತು. ಎರಡು ಜಡೆ, ಬರೀ ಹಣೆ, ಕೆನ್ನೆಗಳಿಗೆ ರೋಜ್, ತುಟಿಯ ಬಣ್ಣ ಬದಲಾಗಿತ್ತು. ತೀರಾ ಹದಿನೆಂಟರ ಯುವತಿಯಂತೆ ಕಾಣುವ ಅಪೇಕ್ಷೆ. ಮೊದಲೇ ಎತ್ತರ, ಈಗ ಹೈಹೀಲ್ಡ್ ಚಪ್ಪಲಿಯ ದೆಸೆಯಿಂದ ಮತ್ತಷ್ಟು ಎತ್ತರ.

ಇವರುಗಳು ಅನುಸರಿಸುವ ಮುನ್ನ ಯಾಕೆ ಯೋಚಿಸುವುದಿಲ್ಲ? ತೀರಾ ಸಪೂರಾದವರು ಬೆನ್ನು, ಕತ್ತು, ಎದೆಯ ಭಾಗ ಕಾಣಿಸುವಂತೆ ಬ್ಲೌಸ್ ಹೊಲಿಸಿದರೆ ಮೂಳೆಗಳು ಹೊರಗೆ ಇಣುಕುವುದರಿಂದ ದೇಹ ವಿಕಾರವಾಗಿ ಕಾಣುತ್ತೆ. ಫ್ಯಾಷನ್ ವ್ಯಾಮೋಹ ಮನುಷ್ಯನ ವಿವೇಚನೆಯನ್ನೇ ಮೊಟಕುಗೊಳಿಸುವುದೇನೋ!?

ಹೆಚ್ಚಿನ ವಿದ್ಯಾವಂತೆಯಲ್ಲದ ಜಯಂತಿ ಹರೀಶ್ ಬಾಯಿಂದ ಇಂಗ್ಲಿಷ್ ನಿರರ್ಗಳವಾಗಿ ಹರಿದುಬರುತ್ತಿತ್ತು. ಅದರಲ್ಲಿ ವಿಪರೀತ ತಪ್ಪುಗಳು. ಕೆಲವೊಮ್ಮೆ

ಬೇರೆಯವರಿಗೆ ಅರ್ಥವಾಗುತ್ತಲೇ ಇರಲಿಲ್ಲ. ಆಗೆಲ್ಲಾ ಮುಖಮುಖ ನೋಡುತ್ತ ನಿಲ್ಲಬೇಕು.

ಹೆಜ್ಜೆಯಿಟ್ಟರೇ ಮಾಸುವಂತಿದ್ದ ರತ್ನಗಂಬಳಿಯ ಮೇಲೆ ವಯ್ಯಾರದಿಂದ ನಡೆದುಬಂದರು. ಈರ್ಷ್ಯೆಯಿಂದ ದಿಟ್ಟಿಸಿದವು ಜಯಂತಿ ಹರೀಶ್‌ರ ಜೋಡಿ ಕಣ್ಣುಗಳು. ಮನೆಯಲ್ಲಿನ ಬೆಲೆಬಾಳುವ ವಸ್ತುಗಳನ್ನು, ಡೈನಿಂಗ್ ಹಾಲ್‌ನಲ್ಲಿದ್ದ ಫ್ರಿಜ್‌ನಿಂದ ಕೂಲ್ ಡ್ರಿಂಕ್ಸ್, ಐಸ್‌ಕ್ರೀಂನ್ನು ರಾಮ ಸಪ್ಲೈ ಮಾಡಿದ. ಅದಕ್ಕಾಗಿ ಒಡತಿಯ ಆಣತಿಯನ್ನು ಕೇಳಲಿಲ್ಲ. ಮನೆಗೆ ಬಂದ ಅತಿಥಿಗಳನ್ನು ಉಪಚರಿಸುವ ಕೆಲವು ರೀತಿನೀತಿಗಳನ್ನು ಅರಿತಿದ್ದ.

ಅವರುಗಳು ಬಂದಾಗ ಉತ್ಸಾಹದಿಂದ ಅರಳಿದ ಭಾವನಾಳ ಮುಖ ಕೆಲವೇ ನಿಮಿಷಗಳಲ್ಲಿ ಮುದುಡಿಹೋಯಿತು. ಅವರು ಮಾತಾಡುತ್ತಿದ್ದುದು ಸೀರೆ, ಒಡವೆ, ಅಲಂಕಾರದ ಬಗ್ಗೆ ಮಾತ್ರ. ವಿಪರೀತ ಬೋರ್ ಎನಿಸಿತು. ಸದ್ಯ ಒಂಟಿಯಾಗಿದ್ದರೆ ಸಾಕು; ಇಂಥವರ ಸಹವಾಸ ಬೇಡ. ಯಾವಾಗ ಹೋಗುತ್ತಾರೋ ಎಂದು ಚಡಪಡಿಸಿದಳು.

ತಮ್ಮ ಮಕ್ಕಳ ಸಾಂಸ್ಕೃತಿಕ ಕಾರ್ಯಕ್ರಮಕ್ಕೆ ಅವಳನ್ನು ಒಯ್ಯಲೇಬೇಕೆಂಬ ಪಣ ತೊಟ್ಟು ಬಂದ ಹಾಗಿತ್ತು. ಏನೇನೋ ನೆಪವೊಡ್ಡಿ ತಪ್ಪಿಸಿಕೊಳ್ಳಲು ಪ್ರಯತ್ನಿಸಿದಳು; ಸಾಧ್ಯವಾಗಲಿಲ್ಲ.

ಸತೀಶನಿಗೆ ಫೋನ್ ಮಾಡಿದಳು. 'ಆಲ್‌ರೈಟ್' ಎಂದಾಗ ಹೋಗಲೇಬೇಕಾಯಿತು.

ತನಗೂ ಆ ಫಂಕ್ಷನ್‌ಗೆ ಆಹ್ವಾನ ಬಂದಿರುವ ಸಂಗತಿ ತಿಳಿಸಿ–ಹೋಗಿಬರಲು ಅಭ್ಯಂತರವಿಲ್ಲವೆಂದಿದ್ದ. ಮತ್ತೊಮ್ಮೆ ಜ್ಞಾಪಿಸಲು ಮರೆಯಲಿಲ್ಲ.

ಕಾನ್ವೆಂಟ್ ಹೊಕ್ಕಾಗ ನಿಶ್ಯಬ್ದತೆ ಆಹ್ವಾನಿಸಿತು. ಅಷ್ಟೊಂದು ಮಕ್ಕಳು ತುಂಬಿದ್ದರೂ ಒಂದು ಚೂರೂ ಗಲಾಟೆ ಇರಲಿಲ್ಲ. ಕೊಲ್ಲುವಂಥ ಅತಿಯಾದ ಶಿಸ್ತು ಏಕೆನಿಸಿತು.

ಎಲ್ಲಕ್ಕಿಂತ ಹೆಚ್ಚಾಗಿ ನೆರೆದಿದ್ದ ಮಹಿಳಾಮಣಿಗಳ ವೇಷಭೂಷಣ ಅಲಂಕಾರಪ್ರಾಯವಾಗಿತ್ತು. ಅದರ ಮಧ್ಯೆ ಸಾಮಾನ್ಯ ಅಲಂಕಾರದ ವಿದ್ಯಾವಂತ ಮಹಿಳೆಯರೂ ಇಲ್ಲದೇ ಹೋಗಿರಲಿಲ್ಲ. ಆದರೆ ಇವರುಗಳ ನಡುವೆ ಅವರು ಕಾಣದಂತಾಗಿದ್ದರು.

ಶಿಸ್ತಾಗಿ ಯೂನಿಫಾರಂ ಧರಿಸಿದ್ದ ಇಬ್ಬರು ಚೆಂದದ ಹುಡುಗಿಯರು ಗೇಟಿನ ಬಳಿಯೇ ನಿಂತು 'ವೆಲ್ ಕಂ' ಎಂದು ಶಿಸ್ತಾಗಿ ಸ್ವಾಗತಿಸಿದ್ದರು.

ಮಕ್ಕಳೇನೋ ಬಾಯಿ ಮುಚ್ಚಿಕೊಂಡು ಮಂಕಾದ ಮುಖ ಹೊತ್ತು ಕೂತಿದ್ದರು. ಆ ವಯಸ್ಸಿನಲ್ಲಿ ಮಿನುಗಬೇಕಾದ ಉತ್ಸಾಹ ಮುಖಗಳಲ್ಲಿರಲಿಲ್ಲ. ಶಿಸ್ತು ಎನ್ನುವ ಹೆಸರಿನಲ್ಲಿ ಎಳೆ ಹೃದಯಗಳ ಚೇತನವನ್ನು ಒತ್ತಿಒತ್ತಿ ಮೂಲೆಗುಂಪು ಮಾಡಿದಂತಿತ್ತು.

ಆಹ್ವಾನಿತರ ಸಂಖ್ಯೆ ಬೆಳೆಯುತ್ತಿದ್ದಂತೆ ಸಭಾಂಗಣದಲ್ಲಿ ಗಲಾಟೆ ಹೆಚ್ಚಾಯಿತು. ಹೆಂಗಸರ ಕಡೆ ಮಾತುಗಳಂತೂ ಮಿತಿಮೀರಿ ಹೋಯಿತು. ತಮ್ಮ ಲೇಡಿಸ್ ಕ್ಲಬ್‌ನಲ್ಲಿ ನಡೆದ ಜಗಳದ ವಿಷಯವನ್ನು ಒಬ್ಬಾಕೆ ಹುರುಪಿನಿಂದ ಹೇಳುತ್ತಿದ್ದರೆ, ಇನ್ನೊಬ್ಬಾಕೆ ಎದುರು ಮನೆಯಾಕೆಯ ಬೊಗಳೆ ಸ್ವಭಾವದ ಬಗ್ಗೆ ದೊಡ್ಡ ಜೋಕ್ ಎಬ್ಬಿಸುತ್ತಿದ್ದಳು. ಸ್ವಲ್ಪ ಜನ ತಮ್ಮ ಮಕ್ಕಳ ಬುದ್ಧಿವಂತಿಕೆಯ ವಿಷಯ ಜಂಬ ಕೊಚ್ಚಿಕೊಳ್ಳುತ್ತಿದ್ದರೆ, ಮತ್ತೊಬ್ಬರು ತಮಗಾಗದವರನ್ನು ದೂರಿಕೊಳ್ಳುತ್ತಿದ್ದರು. ಅವರ ಬಗ್ಗೆ ಏನೂ ಹೇಳುವುದು ಬೇಡ.

ಇವರೆಲ್ಲ ವಿದ್ಯಾವಂತರು, ಹಳ್ಳಿಯ ಜನರನ್ನು ಕಂಡರೆ ಅನಾಗರಿಕರೆಂದು ಮೂಗು ಮುರಿಯುವವರು. ನಾಗರಿಕತೆಯನ್ನು ಕಲೆಸಿ ಪಟ್ಟಾಗಿ ಕುಡಿದವರು.

ದಿನಕ್ಕೆ ಹತ್ತಾರು ಬಾರಿಯಾದರೂ ಆ ಶಬ್ದವನ್ನು ಉಚ್ಚರಿಸಿ ಇತರರನ್ನು ಕೀಳಾಗಿ ಕಂಡು ತಾವು ಮೇಲಿನವರೆಂದು ತೋರಿಸಿಕೊಳ್ಳುವವರು. ಇಂತಹವರ ನಾಗರಿಕತೆ ಹೀಗಿದೆ.

ಸ್ಟೇಜ್ ಮೇಲೆ ಬಂದ ಹೆಡ್ ಮಿಸ್ ವಿದ್ಯಾರ್ಥಿಗಳನ್ನು ಸುಮ್ಮನೇ ಕೂಡುವಂತೆ ಮನವಿ ಮಾಡಿಕೊಂಡರು.

ರಾಜಕೀಯದ ಬಗ್ಗೆ ಅಲ್ಲೊಬ್ಬರು ಇಲ್ಲೊಬ್ಬರು ಮಾತಾಡುತ್ತಿದ್ದ ಗಂಡಸರು ಠೀವಿಯಾಗಿ ಕುಳಿತರು. ಪಾಪ, ಮಕ್ಕಳು ಗಲಾಟೆ ಮಾಡುತ್ತಿದ್ದರೆ ತಾನೇ ಸುಮ್ಮನೇ ಕೂಡುವುದಕ್ಕೆ! ಮಾತಾಡುತ್ತಿದ್ದ ಹಲ ಕೆಲವು ಮಹಿಳಾಮಣಿಗಳು ಸುಮ್ಮನಾದರೂ ಮಿಕ್ಕವರು ಮಾತಾಡುತ್ತಲೇ ಇದ್ದರು.

ವೇದಿಕೆಯ ಮೇಲೆ ಬಂದು ಕುಳಿತ ಒಂದಿಬ್ಬರು ಕಾನ್ವೆಂಟ್‌ನ ಶಿಸ್ತು, ವಿದ್ಯೆಯ ಮಟ್ಟವನ್ನು ಬಾಯಿ ತುಂಬ ಹೊಗಳಿದರು. 'ಎರಡು ವರ್ಷ ಇಲ್ಲಿ ಕಲಿತ ತಮ್ಮ ಮಗಳು ಈಗ ಮನೆಯಲ್ಲಿ ಎಲ್ಲರೊಡನೆಯೂ ಇಂಗ್ಲಿಷ್‌ನಲ್ಲಿಯೇ ಸಂಭಾಷಿಸುತ್ತಾಳೆ, ಹೆಮ್ಮೆಯಿಂದ ಹೇಳಿಕೊಂಡರು. ಪ್ರಚಂಡ ಕರತಾಡನ. ಹೆಮ್ಮೆಯ ವಿಷಯವಲ್ಲವೇ!?

ಕಾರ್ಯಕ್ರಮಗಳು ಶುರುವಾದವು.

ಪುಟ್ಟ ಮಕ್ಕಳು ನೋಡಲೇ ಚಂದ. ಅಂಥದ್ದರಲ್ಲಿ ಅಲಂಕಾರ ಮಾಡಿಕೊಂಡು ವೇದಿಕೆಯ ಮೇಲೆ ಬಂದಾಗ ಹಿರಿಯರ ಕಣ್ಣುಗಳಿಗೆ ಹಬ್ಬ.

ಪ್ರಾರಂಭವಾದದ್ದು ಹೆಣ್ಣು, ಗಂಡು ಮಕ್ಕಳು ಒಬ್ಬರ ಕೈಯನ್ನೊಬ್ಬರು ಹಿಡಿದು ಸೊಂಟ ಬಳಸಿ ಹೆಜ್ಜೆಗೆ ಹೆಜ್ಜೆ ಸೇರಿಸುವ ಪಾಶ್ಚಾತ್ಯ ನೃತ್ಯ, ಪುಟ್ಟ ಮುಗ್ಧ ಮಕ್ಕಳ ಬಾಯಿಯಲ್ಲಿ ಪ್ರೇಮಿಗಳ ಸರಸ ಸಂಭಾಷಣೆ. ರಾಕ್ ಎನ್ರೋಲ್, ಟ್ವಿಸ್ಟ್ ನೃತ್ಯಗಳು ಪ್ರತಿಯೊಂದಕ್ಕೂ ಪ್ರಚಂಡ ಕರತಾಡನ.

ಭಾರತೀಯ ಸಂಸ್ಕೃತಿಯ ಹಿರಿಮೆಯನ್ನು ಇಡೀ ಜಗತ್ತಿಗೆ ಸಾರಿದ ಪುರುಷಸಿಂಹ ಸ್ವಾಮಿ ವಿವೇಕಾನಂದರು ಬದುಕಿದ್ದರೆ...?

ಪಕ್ಕದಲ್ಲಿ ಕೂತಿದ್ದ ಜಯಂತಿ ಹರೀಶ್ ಮಗಳ ಅಭಿನಯದಿಂದ ಉಬ್ಬಿ ಹೋದರು. ಅದನ್ನು ಅಕ್ಕಪಕ್ಕದವರಿಗೆ ಹೇಗೆ ತಿಳಿಸಬೇಕೋ... ಅಷ್ಟು ಪ್ರಯತ್ನ ಮಾಡುತ್ತಲೇ ಇದ್ದರು.

ಭಾವನಾಳ ತಲೆ ಸಿಡಿಯತೊಡಗಿತು. ಎದ್ದು ಹೋಗುವುದು ಸೌಜನ್ಯವಲ್ಲ. ಕುಳಿತು ನೋಡುವ, ಕೇಳುವ ಕಷ್ಟ ಯಾರಿಗೂ ಬೇಡ. ಕುಳಿತಲ್ಲೇ ಚಡಪಡಿಸತೊಡಗಿದಳು.

ಪುಟ್ಟ ಮಕ್ಕಳ ಹೃದಯದಲ್ಲಿ ನಮ್ಮ ಸಂಸ್ಕೃತಿಯನ್ನು ನೆಟ್ಟು ಬೆಳೆಸಬೇಕಾದ ತಾಯಿ ತಂದೆ, ಪೋಷಕರು, ಶಿಕ್ಷಕರು-ತಾವೇ ಅವರಿಗೆ ಅವನತಿಯ ಮಾರ್ಗವನ್ನು ತೋರುತ್ತಿದ್ದಾರೆ. ಈ ತಪ್ಪು ಒಂದು ಮನೆಗೇ ಅಲ್ಲ, ಇಡೀ ದೇಶಕ್ಕೇ ಮಾರಕವಾಗುತ್ತದೆ.

ದೇಶಭಕ್ತಿಯನ್ನು ಬೋಧಿಸುವಂಥ ಒಳ್ಳೆಯ ಜೀವಿಗಳ ಉದಾತ್ತ ತತ್ವ, ಗುರುಹಿರಿಯರ ಬಗ್ಗೆ ಗೌರವ, ಬೌದ್ಧಿಕವಾಗಿ ಬೆಳೆಯಲು ಅನುಕೂಲವಾದ ತತ್ವಗಳ ಮೇಲೆ ಅವರ ಜೀವನವನ್ನು ರೂಪಿಸದಿದ್ದರೆ ಮುಂದೆ ಕಾಲೇಜು ಹಂತಕ್ಕೆ ಬಂದಾಗ.... ಎಳೆತನದಲ್ಲಿ ರೂಪುಗೊಂಡ ತತ್ವಗಳು ಸಿಡಿದೇಳುತ್ತದೆ. ಸಿನಿಮಾ ಅಲ್ಲದೆ ಕ್ಲಬ್ ಅಷ್ಟೇ ಅಲ್ಲದೇ ತಾವು ಕಲಿಯಬೇಕಾದ ಸರಸ್ವತಿ ಗುಡಿಯ ವಿನಾಶಕ್ಕೆ ತಾವೇ ಕಾರಣರಾಗುತ್ತಾರೆ. 'ಗುರುಬ್ರಹ್ಮ ಗುರುವಿಷ್ಣು ಗುರುದೇವೋ ಮಹೇಶ್ವರ' ಎಂದು ಶಿಕ್ಷಕರನ್ನು ಗೌರವಿಸುತ್ತಿದ್ದ ನಾಡಿನಲ್ಲಿ ಸೈಕಲ್ ಚೈನ್, ಕಲ್ಲು ಕಟ್ಟಿಗೆಗಳನ್ನು ಹಿಡಿದು ನಿಲ್ಲುತ್ತಾರೆ ಅವರನ್ನು ಥಳಿಸಲು! ಇದೊಂದು ವಿಪರ್ಯಾಸ!

ಅಭಿನಯಿಸಿದ ಎಲ್ಲ ಮಕ್ಕಳು ಹೊರಗೆ ಹೋದ ಕೂಡಲೇ ಅಪಾರ ಗದ್ದಲ ಮಾಡತೊಡಗಿದರು. ಭಯ ಬರೇ ತಾತ್ಕಾಲಿಕ. ಅದರಿಂದ ಹೆಚ್ಚು ಹೊತ್ತು ಅವರ ಉತ್ಸಾಹವನ್ನು ಹತ್ತಿಕ್ಕಲು ಸಾಧ್ಯವಿಲ್ಲ ಎಂಬ ತತ್ವವನ್ನು ಅರಿತು ವಾಸ್ತವಿಕ ಸ್ಥಿತಿಯನ್ನು ಅರಿತಿದ್ದರೆ ಬೆಣ್ಣೆಯಂಥ ಮಕ್ಕಳ ಹೃದಯ ಸರಿಯಾಗಿ ಸ್ಫುಟಗೊಳ್ಳುತ್ತಿತ್ತೇನೋ!

ಕಾರು ಬಂದು ನಿಂತಿತ್ತು. ನಿರಾಸಕ್ತಳಂತೆ ನೋಡಿದಳು.

ಭಾವನಾ ಜೊತೆ ಜಯಂತಿ ಹರೀಶ್ ಮತ್ತು ಆಕೆಯ ಒಂದಿಬ್ಬರು ಗೆಳತಿಯರು ಹಾಗೂ ಮಕ್ಕಳು ಕಾರು ಹತ್ತಿದರು. ಅಂತಹ ವಿಷಯಗಳಲ್ಲಿ ಅವಳಿಗೆ ಸಣ್ಣತನವಿಲ್ಲ. ಆಗ ಹೆಚ್ಚುಗಾರಿಕೆಯನ್ನು ಕೂಡ ಪ್ರದರ್ಶಿಸಲಾರಳು.

ಮುದ್ದಾದ ಮುಗು ಡಿಂಪಲ್ ಚೂಟಿಯಂತೆ ಕಂಡಳು. ನಕ್ಕಾಗ ಮುತ್ತಿನ ಸಾಲುಗಳಂತೆ ಹಲ್ಲುಗಳು ಹೊಳೆದವು.

"ಕಿಸ್ ಮೀ ಆಂಟಿ" ಭಾವನಾಳ ಕೆನ್ನೆ ಸವರುತ್ತ ಹೇಳಿದಳು. ಆ ಮಗುವಿನ ಕಣ್ಣುಗಳಲ್ಲಿದ್ದ ಹೊಳಪಿಗೆ ಆಕರ್ಷಿತಳಾದಳು. ದುಂಡು ಕೆನ್ನೆಗೆ ಹೂ ಮುತ್ತನ್ನು ಒತ್ತಿದಳು. ಅವಳ ಮುಖವು ಹೂವಿನಂತೆ ಅರಳಿತು.

"ಸ್ವೀಟ್ ಬೇಬಿ" ಅವಳ ಕೆನ್ನೆಯ ಮೇಲೆ ಕೈಯಾಡಿಸಿದಳು. ಏನಾದರೂ ಮಾತಾಡಬೇಕೆನಿಸಿತು. "ಯುವರ್ ನೇಮ್..." ಮುದ್ದಾಗಿ "ಡಿಂಪಲ್" ಎಂದಳು.

"ಲವ್‌ಲೀ!" ಕೆನ್ನೆ ಹಿಂಡಿದಳು.

ಅರಳಿದ ಗುಲಾಬಿ ಕೆನ್ನೆಗಳನ್ನು ನೋಡಿದಳು. ಬಗ್ಗಿ ಕೆನ್ನೆಗೆ ಮತ್ತೆ ಮುತ್ತಿಟ್ಟಳು. ಮೈ ಪುಳಕಿತವಾಯಿತು.

"ದಿಸ್ ವೆ" ಇನ್ನೊಂದು ಕೆನ್ನೆಯ ಕಡೆ ತೋರಿಸಿದಳು. ಡಿಂಪಲ್ ಸನಿಹದಲ್ಲಿ ಅಪಾರ ಸಂತೋಷ ದೊರಕಿದಂತಾಯಿತು.

ಶ್ರೀಮತಿ ಜಯಂತಿ ಹರೀಶ್ ಮಗಳ ಬುದ್ಧಿವಂತಿಕೆ, ಚೆಲುವಿನ ಬಗ್ಗೆ ದೊಡ್ಡ ಭಾಷಣವನ್ನೇ ಮಾಡಿಬಿಟ್ಟರು. ಡಿಂಪಲ್‌ನಂಥ ಮಗುವಿನ ಬಗ್ಗೆ ಹೇಳಿದ್ದು ಅತಿಶಯವೆನಿಸದಿದ್ದರೂ, ಹೇಳಿದ ರೀತಿ ಸರಿಹೋಗಲಿಲ್ಲ.

ಕಾರು ಸರ್ಕಲ್‌ಗೆ ಬಂದಾಗ ಜಯಂತಿ ಹರೀಶನ ಗೆಳತಿಯರು ಇಳಿದು "ಗುಡ್ ನೈಟ್" ಹೇಳಿ ಹೋದರು.

"ನಾವು ಇಲ್ಲೇ ಇಳಿದು ಬಿಡೋದು ಉತ್ತಮ" ಆಡಲಾರದೇ ಆಡಿದಂತಿತ್ತು ಆ ಮಾತು.

"ಏನೂ ಪರ್ವಾಗಿಲ್ಲ. ನಿಮ್ಮ ಮನೆಯ ಬಳಿಯೇ ಇಳಿಯಬಹುದು."

ಅವರನ್ನು ಡ್ರಾಪ್ ಮಾಡಿ ಕಾರು ಬಂಗ್ಲೆಯ ಕಾಂಪೌಂಡ್ ಹೊಕ್ಕಾಗ ಹನ್ನೊಂದು ಗಂಟೆ ಹೊಡೆದು ಹೋಗಿತ್ತು.

ಬೇಸರದ ನಡುವೆ ಡಿಂಪಲ್ ಅವಳ ಮನವನ್ನು ಅರಳಿಸಿದ್ದಳು. ಹಸನ್ಮುಖತೆ ಅವಳನ್ನು ಸ್ವಲ್ಪಮಟ್ಟಿಗೆ ಆವರಿಸಿತ್ತು. ಅಪಸ್ವರಗಳ ನಡುವೆ ಮಧುರಗಾನ ನುಡಿಸಲು ಮನ ಹಾತೊರೆಯುತ್ತಿತ್ತು.

ದಢದಢನೇ ಉತ್ಸಾಹದಿಂದ ಮೆಟ್ಟಲು ಏರಿದಳು. ನಿಶ್ಶಬ್ದದ ನಡುವೆ ಆ ಸದ್ದು ಹೆಚ್ಚೆನಿಸುವಂತೆ ಕೇಳಿಸಿತು.

ರಾತ್ರಿಯ ಉಡುಪಿನಲ್ಲಿದ್ದ ಸತೀಶ ಫೈಲು ನೋಡುವುದರಲ್ಲಿ ಮಗ್ನನಾಗಿದ್ದ. ಮಡದಿ ಬಂದರೂ ಅರಿವಿಲ್ಲದಷ್ಟು ಮಗ್ನತೆ. ಆ ಸಿನ್ಸಿಯಾರಿಟಿ ಬಗ್ಗೆ ಎಲ್ಲರಿಗೂ ಅತಿಯಾದ ಮೆಚ್ಚುಗೆ. ಅಷ್ಟು ಚಿಕ್ಕವಯಸ್ಸಿನಲ್ಲೇ ಅಷ್ಟೊಂದು ದೊಡ್ಡ ಹುದ್ದೆಗೇರಲು ಅದೊಂದು ಕಾರಣವೆನ್ನಬಹುದು.

ಕೆಲಸದ ಬಗ್ಗೆ ಯಾವಾಗಲೂ ಅತಿಯಾದ ಜಾಗರೂಕತೆ. ಫೈಲ್‌ನಲ್ಲಿ ಫ್ಯಾಕ್ಟರಿಗೆ ಸಂಬಂಧಪಟ್ಟ ಎಲ್ಲಾ ವಿಷಯಗಳನ್ನು ಕೂಲಂಕಷವಾಗಿ ಪರಿಶೀಲಿಸುವುದರಲ್ಲಿ ಅಪಾರ ಶ್ರದ್ಧೆ. ಅವನ ಛೇಂಬರ್‌ಗೆ ಬರುವ ಪ್ರತಿಯೊಬ್ಬ ಅಧಿಕಾರಿಗಳು ನಡುಗುತ್ತಲೇ ಬರುತ್ತಿದ್ದರು. ಸ್ವಲ್ಪ ಅಜಾಗರೂಕತೆ ಕಂಡರೂ ಸಹಿಸದ ದಕ್ಷ ಅಧಿಕಾರಿ. ಫ್ಯಾಕ್ಟರಿಯ ಪ್ರಗತಿಯ ಜೀವನಾಡಿಯೆ ಇವನೆಂದರೆ ತಪ್ಪಲ್ಲ.

ಅದಕ್ಕಾಗಿಯೇ ಬೃಹತ್ ಫ್ಯಾಕ್ಟರಿಯ ಒಡೆಯರು ಹುದ್ದೆಗೆ ಮೀರಿದ ಹೊಣೆ, ಅಧಿಕಾರ, ಸಂಬಳ, ಅನುಕೂಲತೆಗಳನ್ನು ಕಲ್ಪಿಸಿಕೊಟ್ಟಿದ್ದರು.

ಭಾವನಾ ಬಂದು ಸತೀಶನಿಗೆ ಎದುರಾಗಿ ಸೋಫಾ ಮೇಲೆ ಕೂತು ನೇರವಾಗಿ ನೋಡಿದಳು. ಗಂಭೀರ ಮುಖ, ನಗುವನ್ನೇ ಅರಿಯದ ತುಟಿಗಳು, ಸ್ವಪ್ರತಿಷ್ಠೆಯನ್ನು ಮಿನುಗಿಸುವ ಕಣ್ಣುಗಳು—ಇದರಿಂದ ಅವನ ಚೆಲುವಿಗೇನೂ ಕುಂದುಂಟಾಗಿರಲಿಲ್ಲ.

ಮೊದಲ ಸಲ ನೋಡಲು ಬಂದಾಗ ಆ ಗಂಭೀರವದನವೇ ಅವಳನ್ನು ಸೆಳೆದುಬಿಟ್ಟಿತ್ತು. ವರದಕ್ಷಿಣೆ, ವರೋಪಚಾರಗಳ ಸುದ್ದಿ ಎತ್ತದಿದ್ದಾಗ ಆದರ್ಶ ವ್ಯಕ್ತಿಯೆಂದು ಹಿಗ್ಗಿಬಿಟ್ಟಳು. ಆದರೆ ಅವನ ಇಚ್ಛೆಗೆ ಅನುಗುಣವಾಗಿ ಮದುವೆ ಮಾಡಿಕೊಡಲು ತಾಯಿ ತಂದೆ, ಅಣ್ಣ ಹೆಣಗಾಡಿದಾಗ ಕುದಿದು ಕುದಿದು ಹೋದಳು. ಹಗಲಿರುಳು ಮೂಕವೇದನೆಯನ್ನು ಅನುಭವಿಸಿದ್ದಳು. ಮದುವೆಯಾದ ಮೇಲಾದರೂ ಮನದ ಕೋಪ, ವೇದನೆಯನ್ನು ಸತೀಶನ ಮುಂದೆ ಕಕ್ಕಿ ಸಮಾಧಾನವಾಗ ಬೇಕೆಂದುಕೊಂಡಳು. ಅದಕ್ಕೆ ಅವಕಾಶವೇ ಸಿಕ್ಕಿರಲಿಲ್ಲ.

ಆದರೆ ಅವಳ ತಾಯಿ ತಂದೆ ತಮ್ಮ ಹುಡುಗಿಗೆ ಇಂಥ ಗಂಡು ದೊರೆತದ್ದು ಅದೃಷ್ಟವೆಂದು ಆ ಪೇಚಾಟದಲ್ಲೂ ಉತ್ಸಾಹದಿಂದಲೇ ಇದ್ದರು.

ಇಷ್ಟೊಂದು ಸ್ವಪ್ರತಿಷ್ಠೆ ಇರುವ ಗಂಡು ತಮ್ಮಂಥ ಸಾಮಾನ್ಯರ ಮನೆಯಲ್ಲಿ ಮದುವೆಯಾಗಲು ಹೇಗೆ ಒಪ್ಪಿದ? ಅದನ್ನು ಗಂಡನ ಬಾಯಿಂದಲೇ ಕೇಳಲು ಆಸೆಪಟ್ಟಿದ್ದಳು. ಅದನ್ನೆಲ್ಲ ಕೇಳುವಷ್ಟು ಸಹನೆಯಾಗಲಿ, ಮಾತನಾಡಲು ಪುರುಸತ್ತಾಗಲಿ ಇರಲಿಲ್ಲ ಆ ಮಹಾಶಯನಿಗೆ.

ಒಂದೆರಡು ಸಲ ಕೈಬಳೆ ಸದ್ದು ಮಾಡಿದಳು. ಕೆಮ್ಮಿ ಗಂಟಲು ಸರಿ ಮಾಡಿಕೊಂಡಳು. ಕೇಳಿಸುವಷ್ಟು ಜೋರಾಗಿ ನಿಟ್ಟುಸಿರುಬಿಟ್ಟಳು.

ಫೈಲುಗಳಿಂದ ಸತೀಶ ತಲೆ ಎತ್ತಲಿಲ್ಲ.

ಆ ವಿಶಾಲ ಎದೆಯಲ್ಲಿ ಮುಖ ಹುದುಗಿಸುವ ಆಸೆ. ನೀಳ ಬಾಹುಗಳಲ್ಲಿ ಹಂತಹಂತವಾಗಿ ಕರಗಿಬಿಡುವ ಇಚ್ಛೆ.

ಬಯಕೆ, ಆಸೆ, ಇಚ್ಛೆ ಯಾವುದೂ ಕೈಗೂಡುವಂಥದ್ದಲ್ಲವೆನಿಸಿತು.

ಎದ್ದು ಭಾವನಾ ಉಡುಪು ಬದಲಾಯಿಸಿ ಮಲಗಲು ಅಣಿಯಾದಳು.

ವೇದನೆಯ ಕಹಿ ಉಗುಳನ್ನು ಬಲವಂತದಿಂದ ನುಂಗಿದಳು.

"ಮೇಮ್ ಸಾಬ್..." ಉಸಿರು ಬಿಗಿಹಿಡಿದು ಕರೆದ.

ರಾಮ ಕೋಣೆಯ ಬಾಗಿಲಿನ ಹೊರಗಡೆ ನಿಂತಿದ್ದ. ಅವನು ಬಂದು ತುಂಬ ಹೊತ್ತಾಗಿರಬಹುದೆಂದು ಮುಖವೇ ಸಾರುತ್ತಿತ್ತು. ಭಾವನಾಳ ಹಿಂದೆಯೇ ಬಂದಿರಬೇಕು. ಅವನ ಬಗ್ಗೆ ಕರುಣೆ ತುಂಬಿ ಬಂತು.

ಕರೆಯದ ಹೊರತು ಒಳಗೆ ಬರಬಾರದೆಂಬ ಕಟ್ಟಪ್ಪಣೆ. ಎದ್ದ ಭಾವನಾ ಬಾಗಿಲ ಬಳಿ ಹೋದಳು.

"ಊಟ... ಸಾಹೇಬರು ಬಂದ ಕೂಡ್ಲೇ ಟೋಸ್ಟ್ ತಿಂದು ಹಾಲು ಕುಡಿದರು. ಇನ್ನು ಊಟ ಮಾಡೋಲ್ಲ; ನೀವು...!"

ತಿರುಗಿ ಸತೀಶನ ಕಡೆಗೆ ನೋಡಿದಳು. ಅದೇ ಮುಖ ಅದೇ ಭಂಗಿ. ಸ್ವಲ್ಪವೂ ವ್ಯತ್ಯಾಸವಿಲ್ಲ.

"ಊಟ ಬೇಡ, ಹಾಲು ತಂದ್ಕೊಡು" ಆಳವಾದ ಬಾವಿಯಿಂದ ಬಂದಂತ್ತಿತ್ತು ಧ್ವನಿ.

ಹೊಟ್ಟೆ ಚುರುಗುಟ್ಟುತ್ತಿತ್ತು. ಊಟ ಮಾಡುವ ಮನಸ್ಸಿಲ್ಲ. ಇಷ್ಟವಿಲ್ಲದ ಊಟದಲ್ಲಿ ಎಂಥ ತೃಪ್ತಿ ಸಿಕ್ಕೀತೂ! ಅದರ ಬದಲು ಬರೀ ಹೊಟ್ಟೆಯಲ್ಲಿ ಮಲಗುವುದೇ ಸರಿಯಾದ ಕ್ರಮವೆನಿಸಿತು.

ಭಯಂಕರ ಏಕಾಂತ ಅಸಹನೀಯ. ಜೀವನದ ಸಂಗಾತಿ, ಆ ದೇಹಕ್ಕೆ ಚೇತನವೀಯಬಲ್ಲ ಏಕೈಕ ವ್ಯಕ್ತಿ ನಿರ್ಲಿಪ್ತನಂತಿದ್ದ. ದೇಹಗಳು ಎರಡಾದರೂ ಜೀವ ಒಂದೆನ್ನುವಂತೆ ಜೀವನ ದೂಡಬೇಕಾದ ವ್ಯಕ್ತಿಗಳು ಮೇಲ್ಛಾವಣಿ ನೋಡುತ್ತ ನಿಟ್ಟುಸಿರುಬಿಟ್ಟಳು.

ಸಮೀಪದಲ್ಲಿದ್ದರೂ ಎಷ್ಟೊಂದು ಅಂತರ!

ತಂದ ಹಾಲನ್ನು ಹಾಗೆಯೇ ಇಟ್ಟು ಹಿಂದಿರುಗಿ ಮಂಚದ ಮೇಲೆ ಹೋಗಿ ಬಿದ್ದುಕೊಂಡಳು. ಕಣ್ಣುಗಳು ಆರಾಧಿಸುವವರನ್ನು ತುಂಬಿಕೊಳ್ಳುತ್ತಿತ್ತು. ಕಣ್ಣು ರೆಪ್ಪೆಗಳನ್ನು ಬಿಗಿಯಾಗಿ ಮುಚ್ಚಿ ಕನಸು ಕಾಣಲು ಪ್ರಯತ್ನಿಸಿದಳು. ಅದಕ್ಕೂ ಕರುಣೆ ಬರಲೊಲ್ಲದೇನೋ! ಹರಿದ ಕಂಬನಿ ಇಂಗದೇ ತಾನೂ ಅಲ್ಲಿರುವುದಾಗಿ ಹೇಳುತ್ತಿತ್ತು.

ನಿದ್ದೆ... ಅದು ಸಮೀಪ ಸುಳಿಯಲಾರದಷ್ಟು ದೂರ. ಕನಸು... ಕಾಣಲಾರಳು. ಏನಾದರೂ ಓದುವ ಇಚ್ಛೆ..... ಉತ್ಸಾಹವಿಲ್ಲ.

ಕೋಣೆಯಲ್ಲಿ ದೀಪ ಆರಿತು. ಹಸಿರು ದೀಪ ಮಿನುಗಿತು. ಸತೀಶ ಮಂಚದ ಬಳಿ ಬರುವ ಸದ್ದು. ನವಿರಾದ ಕಂಪು, ಅಂಗಾಂಗಗಳಲ್ಲಿ ಚೇತನ ಕೆಲವೇ ಕ್ಷಣಗಳಲ್ಲಿ.... ಖಂಡಿತ ಸಾಧ್ಯವಿಲ್ಲ. ಅನುಬಂಧವಿಲ್ಲದ, ಅರ್ಥವಿಲ್ಲದ ವ್ಯವಹಾರಿಕ ಬಂಧನ. ಗಹಗಹಿಸಿ ನಗಬೇಕೆನಿಸಿತು.

ಮಲಗಿದ್ದ ಮಡದಿಯ ಮೇಲೆ ಬ್ಲಾಂಕೆಟ್ ಹೊದ್ದಿಸಿದ. ಎಚ್ಚರಿಸಿ ಅವಳ ನಿದ್ದೆ ಹಾಳು ಮಾಡಲಾರ. ಅದೊಂದು ರೀತಿಯ ಗಂಡಿನ ದೌರ್ಜನ್ಯವೆಂದು ಅವನ ತಿಳುವಳಿಕೆ. ಮನ ಇನ್ನೂ ಫೈಲುಗಳಲ್ಲೇ ಹುದುಗಿರಬಹುದು. ಅಂಗಾತನಾಗಿ ಮಲಗಿ ಬ್ಲಾಂಕೆಟನ್ನು ಎದೆಯವರೆಗೂ ಎಳೆದುಕೊಂಡ. ಮುಖ ಪಕ್ಕಕ್ಕೆ ಹೊರಳಿಸಿ ಭಾವನಾಳ ಮುದ್ದು ಮುಖವನ್ನು ನೋಡಿದ. ತನ್ನದಾದ ವಸ್ತುವನ್ನು ಅಪಹರಿಸಲು ಸಂಕೋಚಿಸುವಷ್ಟು ಸುಸಂಸ್ಕೃತತೆ!

ವೇಗವಾಗಿ ಹೃದಯದ ಬಡಿತ ಕ್ರಮೇಣವಾಗಿ ಸಮಸ್ಥಿತಿಗೆ ಬಂತು. ಸಮಾಧಾನವಾಗುವವರೆಗೂ ಅಳಬೇಕೆಂಬ ಬಯಕೆ ಸಾಮಾನ್ಯ ಮನೆಗಳಾಗಿದ್ದರೆ ಅಳು, ಬಿಕ್ಕಳಿಕೆಯ ಸದ್ದು ಬೇರೆಯ ಸದ್ದುಗಳೊಂದಿಗೆ ಅಡಗಿಹೋಗುತ್ತಿತ್ತೇನೋ.... ಇಲ್ಲ ಅದೂ ಸಾಧ್ಯವಿಲ್ಲ.

ಮೆಲ್ಲಗೆ ಎದ್ದು ಕೂತಳು. ಬ್ಲಾಂಕೆಟನ್ನು ಕಾಲಿನ ಬದಿಗೆ ಒದ್ದಳು. ದೂರ... ಬಹುದೂರ... ಬಿಗುಮಾನ, ದೊಡ್ಡಸ್ತಿಕೆ, ಅರ್ಥವಿಲ್ಲದ ಸಮಾನತೆ. ತನಗೆ ಭಿನ್ನವಾದ ಪ್ರೀತಿಯ ಪ್ರಪಂಚದೆಡೆಗೆ.... ಅದು ಇರುವುದಾದರೂ ಎಲ್ಲಿ? ನೀಲ ಗಗನದ ಮಿನುಗುವ ನಕ್ಷತ್ರಗಳ ನಡುವೇ ಇರಬಹುದೇ? ಹೌದು... ಅಲ್ಲೇ ಇರಬೇಕು. ಚಿಕ್ಕಂದಿನಲ್ಲಿ ಕೇಳಿದ – ದೇವಲೋಕ. ಅಲ್ಲಿ ಸುಂದರ ಉದ್ಯಾನವನವಿದೆ. ಇಂದ್ರ, ಶಚೀದೇವಿ ಎಲ್ಲರೂ ಇದ್ದಾರೆ. ಓಹ್... ಎಲ್ಲಕ್ಕಿಂತ ಸುಂದರ ಆದಿಶೇಷನ ಮೇಲೆ ಪವಡಿಸಿದ ಮಹಾವಿಷ್ಣುವಿನ ಕಾಲುಗಳನ್ನು ಒತ್ತುತ್ತಿರುವ ಲಕ್ಷ್ಮಿ ಆ ಸುಂದರ ಮೊಗದಲ್ಲಿ ಎಂತಹ ಆರಾಧನಾ ಭಾವ! ಮಹಾವಿಷ್ಣುವಿನ ವಿಶಾಲ ನಯನಗಳ ನೋಟ ಮಡದಿಯಲ್ಲಿ ನೆಟ್ಟಿದೆ. ಸಮಾನತೆ, ಮೇಲು-ಕೀಳು ಎಂಬ ಪ್ರಶ್ನೆ ಅವರಲ್ಲಿ ಏಕೆ ಉದ್ಭವಿಸುವುದಿಲ್ಲ! ಜಗತ್ತನ್ನೇ ಪಾಲಿಸುವ ಮಹಾವಿಷ್ಣುವಿಗೂ ಮಡದಿಯೊಂದಿಗೆ ಸರಸವಾಡುವ ಬಯಕೆ, ಅವಳ ಸನಿಹದಲ್ಲಿ ಕಾಲ ಸವೆಸುವ ಇಚ್ಛೆ. ಎಂತಹ ಸುಂದರ... ಅಲ್ಲಿಗೆ ಹೋಗಬೇಕು. ನಮ್ಮ ಷೆಡ್‌ನಲ್ಲಿರೋ ಇಂಪಾಲ ಕಾರ್‌ನಲ್ಲಿ ಕೂತು ಹೋಗಬಹುದೇ? ಖಂಡಿತ ಬೇಡ. ಕಾರಿದ್ದವರೆಲ್ಲ ಅಲ್ಲಿಗೆ ಹೋಗಿಬಿಡಬಹುದು ಅದು ಸಾಧ್ಯವಾಗಕೂಡದು. ಅಲ್ಲಿನ ಸುಂದರ ವಾತಾವರಣವನ್ನೆಲ್ಲ ಇವರುಗಳೆಲ್ಲ ಸೇರಿ ಕಲುಷಿತಗೊಳಿಸಿಬಿಡುತ್ತಾರೆ. ದೊಡ್ಡ ಕ್ರಾಂತಿ ಆಗಬಹುದು. ಅಲ್ಲಿ ಕೂಡ ಪ್ರೀತಿ, ವಿಶ್ವಾಸಗಳು ನಶಿಸಿ ಸಮಾನತೆಗಾಗಿ ದೊಡ್ಡ ಹೋರಾಟವಾಗಬಹುದು. ಆಗ ಪ್ರೀತಿ, ವಿಶ್ವಾಸಗಳ ಸಮಾಧಿಯಾದರೂ ಹೆಚ್ಚಲ್ಲ. ಶ್ರೀಮಂತರ ಬಡವರ ನಡುವೆ ಅಂತರ ಹುಟ್ಟಬಹುದು. ಬಿಗುಮಾನ, ದರ್ಪ ಶ್ರೀಮಂತ ಸೊತ್ತಾದರೆ, ಅಸಹಾಯಕತೆ, ದಾರಿದ್ರ್ಯ ಬಡವರ ಸೊತ್ತಾಗಬಹುದು. ಅದೆಲ್ಲ ಅಲ್ಲಿ ಬೇಡವೇ ಬೇಡ.

ಕಣ್ಣು ತೆರೆದಳು ಬೆಚ್ಚಿ ಬಲವಾಗಿ ರೆಪ್ಪೆಗಳನ್ನು ಮುಚ್ಚಿಕೊಂಡಳು. ಸತೀಶ ಎಷ್ಟು ಸುಂದರವಾಗಿದ್ದಾರೆ. ಮುಖದಲ್ಲಿ ಹಿಂದಿನ ದರ್ಪವಿಲ್ಲ. ಅದಕ್ಕೆ ಬದಲಾಗಿ ಹಸನ್ಮುಖರಾಗಿದ್ದಾರೆ. ಕಣ್ಣುಗಳಲ್ಲಿ ಸ್ವಪ್ರತಿಷ್ಠೆ ಇಲ್ಲ. ಮಾರ್ದವತೆ ಇದೆ, ಕಿಲಕಿಲನೆ ನಕ್ಕಳು.

ಅಲ್ಲಿ ಭಾಷೆಯ ಗೊಂದಲವಿಲ್ಲ. ವೇದ ಪುರುಷನು ಇರುವೆಡೆ ಸನಾತನ ಹಿಂದೂ ಸಂಸ್ಕೃತಿಗೆ ಲೋಪವುಂಟೆ! ಎಲ್ಲೆಡೆ ಭಾರತೀಯ ಸಂಸ್ಕೃತಿಯ ಹಿರಿಮೆ.

ಅದೆಷ್ಟು ಚೆನ್ನ!

ಸಂತೋಷದಿಂದ ಹಾಡಿ ಕುಣಿಯಬೇಕೆನಿಸಿತು. ಹಾಸಿಗೆಯಿಂದ ಇಳಿದುಬಂದು 'ಇದು ನಮ್ಮ ಸಂಸ್ಕೃತಿ... ಇದು ನಮ್ಮ ಸಂಸ್ಕೃತಿ' ಹಾಡತೊಡಗಿದಳು. ಅವಳ ಮನಸ್ಸಿನ ಸಂಕೋಚದ ಪರದೆಯೆಲ್ಲ ತೊಲಗಿಹೋಗಿತ್ತು. ಹೊಸ ಚೇತನ ಅವಳ ಮೈಯಲ್ಲಿ ತುಂಬಿಕೊಂಡಿತ್ತು. ನಿರ್ಭಯವಾಗಿ ಧ್ವನಿಯೆತ್ತರಿಸಿ ಹಾಡತೊಡಗಿದಳು.

ತಟ್ಟನೆ ಎಚ್ಚೆತ್ತ ಸತೀಶನಿಗೆ ಗಾಬರಿಯಾಯಿತು. ಹಿಂದೆಂದೂ ಕಾಣದಿದ್ದ ವಿಚಿತ್ರ ನಡವಳಿಕೆ.... ಆಶ್ಚರ್ಯದಿಂದ ಕಣ್ಣು ಕಣ್ಣು ಬಿಟ್ಟ, ಬಾಯಿಂದ ಮಾತೇ ಹೊರಡದಂತಾಯಿತು.

"ಭಾವನಾ.... ಭಾವನಾ" ಕುಳಿತೆಡೆಯಿಂದಲೇ ಕೂಗಿದ.

ಕೂಗಿಗೆ ಕಿವಿಗೊಡದವಳಂತೆ ಅವಳ ಪಾಡಿಗೆ ಅವಳು ಹಾಡುತ್ತಿದ್ದಳು. ಅವಳ ಮುಖದ ಮೇಲೆ ವಿಚಿತ್ರವಾದ ಹೊಳಪಿತ್ತು.

ಸತೀಶನಿಗೆ ಕಸಿವಿಸಿಯಾಯಿತು. ಯಾಕೆ ಹೀಗೆ? ಆಳುಕಾಳುಗಳು ಎಚ್ಚೆತ್ತರೆ ಏನೆಂದು ತಿಳಿಯಬಹುದು? ಮುಖದಲ್ಲಿ ಬೆವರು ಮೂಡಿತು.

ಮಂಚದಿಂದ ಇಳಿದು ಭಾವನಾಳನ್ನು ಸಮೀಪಿಸಿದ.

ಭಾವನಾ ವೇಗದಿಂದ ಹಾಡುತ್ತಿದ್ದಳು. ಇವನು ಸಮೀಪಿಸಿದ್ದನ್ನು ಅವಳು ಗಮನಿಸಿದಂತೆ ಕಾಣಲಿಲ್ಲ. ಯಾವುದೋ ಸುಂದರ ಪ್ರಪಂಚದಲ್ಲಿ ವಿಹರಿಸುವಂತೆ ಹಾಡುತ್ತಿದ್ದಳು. ಮುಖದಲ್ಲಿ ಮತ್ತಷ್ಟು ಮಾರ್ದವತೆ ಕಾಣಿಸಿಕೊಂಡಿತ್ತು. ಅವಳ ಭುಜದ ಮೇಲೆ ಕೈಯಿಟ್ಟು ಅಲುಗಾಡಿಸಿ ಎಚ್ಚರಿಸಲು ಪ್ರಯತ್ನಿಸಿದ.

ಬೆಚ್ಚಿಬಿದ್ದವಳಂತೆ ದೂರಕ್ಕೆ ಸಿಡಿದು ಹೋಗಿ ನಿಂತಳು.

"ಬೇಡ, ಬೇಡ" ಒಡನೇ ಬಿಕ್ಕಳಿಕೆ, ಅಳು.

ಏನನ್ನೋ ನೆನೆಸಿಕೊಂಡು ಬೆದರಿದ, ಕೈಕಾಲು ಆಡದವನಂತೆ ಕುಳಿತುಬಿಟ್ಟ. ಷಾಕ್ ತಿಂದವನಂತೆ ನಡುಗುತ್ತಿದ್ದ. ತನ್ನನ್ನು ತಾನೇ ಸಮಾಧಾನಿಸಿಕೊಳ್ಳಲಾರದವನು ಅವಳನ್ನು ಹೇಗೆ ಸಮಾಧಾನಿಸಬಲ್ಲ!?

ನಡುಗುವ ಕೈಯಿಂದಲೇ ಹುಕ್ ಮೇಲಿದ್ದ ಫೋನನ್ನು ಕೈಗೆತ್ತಿಕೊಂಡು ಡಯಲ್ ತಿರುಗಿಸಿ ಕಿವಿಯ ಬಳಿ ಇಟ್ಟುಕೊಂಡು "ಹಲೋ... ಹಲೋ" ಎಂದ. ಮಾರ್ದನಿ ಬರಬೇಕಾದರೆ ಬಹಳ ಹೊತ್ತು ಹಿಡಿಸಿತು.

ಡಾಕ್ಟರ್ ತುಂಬ ನಿದ್ದೆಯ ಗುಂಗಿನಲ್ಲಿರಬೇಕು. ಫೋನಿನಲ್ಲೇ ತಡವರಿಸಿದರು. ವಿಷಯ ತಿಳಿದಾಗ ಈಗಲೇ ಬರುವೆನೆಂದು ಹೇಳಿದರು.

ಅವರು ಬಂದಾಗ ಭಾವನಾ ಒಂದು ಕಡೆ ಮಂಕಾಗಿ ಕೂತಿದ್ದಳು. ಅವಳ ಮುಖದ ಮೇಲಿನ ಭಾವನೆಗಳು ಏರುಪೇರಾಗುತ್ತಿದ್ದವು. ಮಂಕಾದ ಮುಖದಲ್ಲಿ ತಟ್ಟನೇ ನಗು ನುಸುಳುವುದು. ಮತ್ತೆ ಗೊಂದಲದಲ್ಲಿ ಬಿದ್ದವಳಂತೆ ಚಡಪಡಿಸುವಳು. ಕೂಡಲೇ ಹಸನ್ಮುಖಿಳಾಗುವಳು. ಗಳಿಗೆಗಳಿಗೆಗೂ ಬದಲಾಯಿಸುತ್ತಿದ್ದ ಅವಳ ಮುಖದ ಭಾವಗಳನ್ನು ಗಮನಿಸುತ್ತ ಕೂತ.

ಎದ್ದು ಕಾರಿಡಾರ್‌ನಲ್ಲಿ ನಿಂತು ಡಾಕ್ಟರ್ ಹಾದಿ ಕಾಯತೊಡಗಿದ. ಬಂದ ಕಾರನ್ನು ಗಮನಿಸಿ ತಾನೇ ಬಾಗಿಲು ತೆಗೆಯಲು ಇಳಿದುಹೋದ. ಆಳುಕಾಳುಗಳನ್ನು ಎಬ್ಬಿಸಿ ತನ್ನ ಪ್ರತಿಷ್ಠೆಗೆ ಕುಂದು ತಂದುಕೊಳ್ಳುವುದು ಅವನಿಗೆ ಇಷ್ಟವಿಲ್ಲ.

ಈಗಾಗಲೇ ರಾಮು, ಅಡಿಗೆಯ ಆಚಾರಿಗೆ ಎಚ್ಚರವಾಗಿತ್ತು. ಆದರೂ ಯಜಮಾನನಿಗೆ ಕಾಣಿಸಿಕೊಳ್ಳಲು ಇಷ್ಟಪಡಲಿಲ್ಲ. ಪೂರ್ಣವಾಗಿ ಸತೀಶನ ಸ್ವಭಾವವನ್ನು ಅರಿತಿದ್ದರು.

ಅವರುಗಳ ಮುಖ ಭಯದಿಂದ ಬಿಳಿಚಿಕೊಂಡಿತ್ತು. ಏನನ್ನೂ ಊಹಿಸಲಾರರು. ಜಗಳ ಹೊಡೆತದಂಥ ಅನಾಗರಿಕ ಕೃತ್ಯಗಳು ನಡೆದಿರಲು ಸಾಧ್ಯವಿಲ್ಲ. ಹೀಗೇಕಾಯಿತು? ರಾತ್ರಿ ಅಮ್ಮನವರು ಮಾಮೂಲಾಗಿಯೇ ಇದ್ದರಲ್ಲ!

ವಿಷಯ ಸರಿಯಾಗಿ ತಿಳಿಯದ ಹೊರತು ಒಂದು ಅಭಿಪ್ರಾಯಕ್ಕೆ ಬರಲು ಸಾಧ್ಯವಿರಲಿಲ್ಲ. ಬಹಳ ಮೆತ್ತಗೆ ಪಿಸುಗುಟ್ಟಿಕೊಂಡರು. ಯಜಮಾನರು ಸ್ವಲ್ಪ ಬಿಗುವಿನ ಸ್ವಭಾವದವರಾದರೂ ಎಂದೂ ತೊಂದರೆ ಕೊಟ್ಟಿರಲಿಲ್ಲ. ಆದ್ದರಿಂದ ಭಯದ ಜೊತೆಗೆ ಗೌರವವಿತ್ತು. ಸತೀಶನ ಬಗ್ಗೆ ಇಲ್ಲಸಲ್ಲದ್ದನ್ನು ಆಡಲಾರರು.

ಡಾಕ್ಟರೊಂದಿಗೆ ಸತೀಶ ಕೋಣೆಯೊಳಗೆ ಬಂದಾಗ, ಭಾವನಾ ಸೋಫಾಕ್ಕೆ ಒರಗಿ ಕಣ್ಣುಮುಚ್ಚಿದ್ದಳು. ಮುದ್ದಾದ ಸುಂದರ ಮುಖದಲ್ಲಿ ಅನಾರೋಗ್ಯದ ಕಳೆಯೇ ಇರಲಿಲ್ಲ. ಎಂದಿನಂತೆ ಸೌಮ್ಯವಾಗಿತ್ತು.

ಒಂದು ನಿಮಿಷ ಸತೀಶ ಬೆಪ್ಪಾಗಿ ನಿಂತ. ಮರುಕ್ಷಣ ಸಾವರಿಸಿಕೊಂಡು ತಾನೇನಾದರೂ ಆತುರಬಿದ್ದು ಡಾಕ್ಟರಿಗೆ ಫೋನ್ ಮಾಡಿಬಿಟ್ಟೆನಾ? ಎಂಥ ಕೆಲಸವಾಗಿಹೋಯಿತು! ಕೈ ಕೈ ಹಿಸುಕಿಕೊಂಡ.

ಡಾಕ್ಟರು ಸತೀಶನ ಮುಖ ನೋಡಿದರು. ಮತ್ತೆ ಭಾವನಾಳ ಮುಖ ನೋಡಿದರು. ಇಬ್ಬರ ಮುಖಗಳನ್ನು ಬದಲಿಸಿ ಬದಲಿಸಿ ನೋಡಿದರು. ಅವರೀಗ ಏನಾದರೂ ಕೇಳಬೇಕಿತ್ತು. ಬಾಯಿ ತೆರೆದರು–

ಕೇಳುವ ಮುನ್ನವೇ ಸತೀಶ ಬಾಯಿ ಬಿಟ್ಟು ನಡೆದ ಸಂಗತಿಯನ್ನು ವಿವರಿಸಿದ. ಅವನ ಸ್ವಾಭಿಮಾನಕ್ಕೆ ಪೆಟ್ಟು ಬಿದ್ದಿತ್ತು. ಪೂರ್ಣವಾಗಿ ಸೋತು ಹೋಗಿದ್ದ.

ಅನುಭವಿ ಡಾಕ್ಟರ್ ಕೂಡಲೇ ಒಂದು ನಿರ್ಧಾರಕ್ಕೆ ಬರಲಾರರು. ಭಾವನಾಳನ್ನು ನೋಡುತ್ತಿರುವುದು ಇದೇ ಮೊದಲನೇ ಸಲವಲ್ಲ. ಹಿಂದೆ ವೀಕ್‌ನೆಸ್‌ಗಾಗಿ ಇಂಜಕ್ಷನ್ ಚುಚ್ಚಿ, ಟಾನಿಕ್ ಬರೆದುಕೊಟ್ಟು ದೊಡ್ಡ ಬಿಲ್ಲು ಕೊಟ್ಟು ಹಣವನ್ನು ವಸೂಲು ಮಾಡಿದರು. ಬೆಂಗಳೂರಿನಂಥ ಪಟ್ಟಣದಲ್ಲಿ ಎರಡು-ಮೂರು ಸ್ವಂತ ಮನೆಗಳನ್ನು ಮಾಡಿಕೊಂಡು ಮಕ್ಕಳಿಗೆಲ್ಲ ಉನ್ನತ ಶಿಕ್ಷಣವನ್ನು ಕೊಡಿಸಿದ್ದರು. ಶ್ರೀಮಂತರ ಬಳಿ ಹೇಗೆ ಹಣ ಸೆಳೆಯಬೇಕೆನ್ನುವ ಕಲೆ ಅವರಿಗೆ ಕರಗತವಾಗಿತ್ತು.

"ನಮಸ್ಕಾರ..." ತಮ್ಮ ಮೊದಲಿನ ಧಾಟಿಯಲ್ಲೇ ಹೇಳಿದರು.

ಭಾವನಾ ಕಣ್ಣು ತೆರೆಯಲಿಲ್ಲ. ತನ್ನಲ್ಲೇ ಏನೋ ಗೊಣಗಿಕೊಳ್ಳುತ್ತಿದ್ದಳು, ಕಡೆಗೆ ನಗಹತ್ತಿದಳು. ಕೂಡಲೇ ಬಿಕ್ಕಿಬಿಕ್ಕಿ ಅಳಲು ಶುರು ಮಾಡಿದಳು. ಸತೀಶನ ಹೃದಯಕ್ರಿಯೆಯೇ ನಿಂತಂತಾಯಿತು.

ಇವರುಗಳ ಯಾವ ಮಾತಿಗೂ ಅವಳು ಉತ್ತರ ಕೊಡುವ ಸ್ಥಿತಿಯಲ್ಲಿರಲಿಲ್ಲ. ನೋಡಿದವರ ಎದೆ ದ್ರವಿಸಿ ಹೋಗುವಂತೆ ಅಳುತ್ತಿದ್ದಳು. ಸತೀಶ ನಿಂತಲ್ಲೇ ಕಲ್ಲಾದ. ದಿಕ್ಕು ತೋಚದಂತಾಯಿತು.

ಡಾಕ್ಟರ್ ಏನೋ ಹೇಳಿದರು. ಅವನಿಗೊಂದೂ ಅರ್ಥವಾಗಲಿಲ್ಲ. ದೊಡ್ಡ ಆಘಾತಕ್ಕೆ ಒಳಪಟ್ಟವನಂತೆ ಬೆಪ್ಪಾಗಿದ್ದ. ಭಾವನಾಳಿಗೆ ಯಾವ ಹಿಂಸೆಯನ್ನೂ ಕೊಟ್ಟಿರಲಿಲ್ಲ. ಬಹಳ ಮೃದುವಾಗಿ ನಡೆಸಿಕೊಂಡಿದ್ದ,

ಅವರು ಸತೀಶನ ಸಹಾಯದಿಂದ ಇಂಜಕ್ಷನ್ ಚುಚ್ಚಿದರು. ಮೊದಲು ಭಾವನಾ ಚಡಪಡಿಸಿದರೂ ಆಮೇಲೆ ನಿದ್ದೆ ಹೋದಳು.

ಅಂತಹ ನೀರವ ತಣ್ಣನೆಯ ರಾತ್ರಿಯಲ್ಲೂ ಸತೀಶನ ಹಣೆ, ಮುಖ, ಕುತ್ತಿಗೆಯ ಮೇಲೆ ಬೆವರು ಕಾಣಿಸಿಕೊಂಡಿತು.

ಬೆನ್ನು ತಟ್ಟಿದ ಡಾಕ್ಟರ್ "ಸತೀಶ್, ಡೊಂಟ್ ವರೀ. ಯೋಚಿಸೊ ಅಂಥದ್ದು ಏನೂ ಇಲ್ಲ. ಎಲ್ಲೋ ಸ್ವಲ್ಪ ಮಾನಸಿಕ ಏರುಪೇರಾಗಿದೆ. ಈಗಲೇ ನಿರ್ಣಯಕ್ಕೆ ಬರೋದು ಬೇಡ. ಎಚ್ಚರವಾದ ಮೇಲೆ ಸುಧಾರಿಸಬಹುದು. ಬೆಳಗಿನ ಹತ್ತರ ಮೇಲೆ ಎಚ್ಚರಗೊಳ್ಳಬಹುದು. ಆದರೆ ಪೂರ್ತಿ ಲವಲವಿಕೆ ಇರೋದಿಲ್ಲ. ನಿಮ್ಮ ಅತ್ತೆ, ಮಾವನ್ನ ಕರೆಸಿಕೊಳ್ಳಿ. ಬೆಳಿಗ್ಗೆ ನಾನು ಬರ್ತೀನಿ."

ಅವರೇನೋ ಧೈರ್ಯ ಹೇಳಿ ಹೋಗಿಬಿಟ್ಟರು. ಅವರಿಗೆ ಇದೆಲ್ಲ ಮಾಮೂಲು. ಇವನ ಉದ್ವಿಗ್ನವಾದ ಮನಸ್ಸು ಸಮಾಧಾನ ಸ್ಥಿತಿಗೆ ಬರಲೊಲ್ಲದು.

ತನ್ನ ನೀಳವಾದ ಬಾಹುಗಳಿಂದ ಹೂವಿನಂತೆ ಅವಳನ್ನು ಎತ್ತಿಕೊಂಡು ಹೋಗಿ ಮಂಚದ ಮೇಲೆ ಮಲಗಿಸಿ, ಅಲ್ಲೇ ಕೂತ. ವ್ಯಾಕುಲ ಅವನ ಮನವನ್ನು ಆಕ್ರಮಿಸಿಬಿಟ್ಟಿತ್ತು. ತನ್ನ ತಪ್ಪೇನಾದರೂ ಇದೆಯೇ.... ಎಂದು ಪುನಃ ವಿಮರ್ಶಿಸಿ ಕೊಳ್ಳತೊಡಗಿದ. ಅವನೆಂದೂ ಅವಳ ಮನಸ್ಸಿಗೆ ಹಿಂಸೆಯಾಗುವಂಥ ಒತ್ತಾಯಗಳನ್ನು ಹೇರಿರಲಿಲ್ಲ.

ಭಾವನಾಳ ಸ್ವಭಾವದ ಪೂರ್ಣ ಪರಿಚಯ ಅವನಿಗಿಲ್ಲ. ಅದನ್ನು ಮಾಡಿಕೊಳ್ಳಲು ಪ್ರಯತ್ನಿಸಿರಲಿಲ್ಲ. ಒಟ್ಟಿನಲ್ಲಿ ಭಾವನಾ ಒಳ್ಳೆಯ ಹುಡುಗಿ. ಅವನು ನೀಡಿದ ಸ್ವತಂತ್ರವನ್ನು ಅವಳೆಂದೂ ದುರುಪಯೋಗಪಡಿಸಿಕೊಂಡಿರಲಿಲ್ಲ. ಹೆಚ್ಚು ಮಾತುಕತೆ ಇಲ್ಲ. ಮೊದಲ ರಾತ್ರಿಯೇ ಚರ್ಚೆಗೆ ಅವಕಾಶ ಕೊಡದೆ ಅವನ ಸೂಚನೆಗೆ ಒಪ್ಪಿಗೆಯ ಮುದ್ರೆ ಹಾಕಿದ್ದಳು.

ಹೆಣ್ಣಿಗಾಗಿ ಕಣ್ಣು ಹಾಯಿಸಿದವನೇ ಅಲ್ಲ. ಅವನು ತನ್ನ ಕೆಲಸದಲ್ಲಿ ಪೂರ್ಣವಾಗಿ ಮಗ್ನನಾಗಿದ್ದ. ಹಾಗೆಂದು ಅಮ್ಮ ಅಪ್ಪ ಸುಮ್ಮನೇ ಕೂಡಲಿಲ್ಲ. ಹಿಂಸೆ ಮಾಡತೊಡಗಿದರು. ಎಲ್ಲಕ್ಕಿಂತ ಹೆಚ್ಚಾಗಿ ಹೆಸರು, ಪ್ರತಿಷ್ಠೆ, ಗೌರವ ಉಳಿಯಬೇಕಾದರೆ ಸಂಗಾತಿಯ ಅವಶ್ಯಕತೆಯಿದೆಯೆನಿಸಿತು. ಬಂದ ಹತ್ತಾರು ಹೆಣ್ಣುಗಳನ್ನು ನಿರಾಕರಿಸಿದ್ದ. ಅದಕ್ಕೆ ಕಾರಣವೇನೆಂಬುದು ಅವನಿಗೆ ಗೊತ್ತಿಲ್ಲ. ಭಾವನಾಳನ್ನು ನೋಡಿದಾಗ ತಟ್ಟನೇ ಒಪ್ಪಿಕೊಂಡ. ಯಾಕೆ ಅನ್ನೋದು ಅವನಿಗೂ ಗೊತ್ತಿಲ್ಲ. ಯಾರಾದರೂ ಆ ವಿಷಯದ ಬಗ್ಗೆ ಪ್ರಶ್ನಿಸಿದರೆ ಅವನು ಉತ್ತರಿಸಲು ಅಸಮರ್ಥ. ಪ್ರಥಮ ನೋಟದಲ್ಲಿಯೇ ಮೆಚ್ಚಿಗೆಯಾಗಿದ್ದಳು; 'ಸರಿ' ಎಂದುಬಿಟ್ಟಿದ್ದ.

ಮದುವೆಯಾದ ಮೇಲೆ ಇದುವರೆಗೆ ತೃಪ್ತಿಯಿಂದಲೇ ಇದ್ದನೆಂದು ಹೇಳಬಹುದು. ಮಡದಿಯಾದವಳಿಗೆ ಸಮಾನವಾದ ಅಧಿಕಾರ ನೀಡುವುದಲ್ಲದೇ ಅವಳನ್ನು ಸರಿಯಾಗಿ ನೋಡಿಕೊಳ್ಳಬೇಕಾದ್ದು ತನ್ನ ಕರ್ತವ್ಯವೆಂದು ಅರಿತುಕೊಂಡಿದ್ದ, ಅದನ್ನು ಅಕ್ಷರಶಃ ಪಾಲಿಸಿದ್ದ, ಎಂದೂ ಅವಳ ಮೇಲೆ ಯಾವುದಕ್ಕೂ ಒತ್ತಾಯ ಹೇರುತ್ತಿರಲಿಲ್ಲ. ಬಯಕೆ ಭುಗಿಲೆದ್ದಾಗ ಸಂಯಮದ ಕಡಿವಾಣ ಹಾಕುತ್ತಿದ್ದ. ಸೀರೆ, ಒಡವೆಗಳನ್ನು ತಂದುಕೊಡುತ್ತಿದ್ದ. ಆದರೇನು...? ನಿಜವಾದ ಸುಖೀ ದಾಂಪತ್ಯದ ಅರ್ಥವನ್ನು ಅರಿತಿರಲಿಲ್ಲ.

ಎಚ್ಚರಗೊಂಡರೂ ಭಾವನಾ ಮಂಕಾಗಿಯೇ ಇದ್ದಳು. ಸ್ನಾನ, ಊಟ ಮಾಡಲಿಲ್ಲ. ಮಲಗೇ ಇದ್ದಳು. ಸತೀಶ ಜೀವ ಬಿಗಿಹಿಡಿದು ಮನೆಯಲ್ಲೇ ಉಳಿದ.

ಸ್ವಭಾವತಃ ಭಾವನಾ ಒಳ್ಳೆಯ ಹುಡುಗಿ. ಉನ್ಮಾದ ಸ್ಥಿತಿಯಲ್ಲೂ ಕೆಟ್ಟದನ್ನು ನಿರೀಕ್ಷಿಸುವಂತಿರಲಿಲ್ಲ. ಮಾತು, ನಗು, ಕೆಲವು ವಿಷಯಗಳ ಬಗ್ಗೆ ಭಾಷಣಗಳನ್ನೇ ಬಿಗಿಯುತ್ತಿದ್ದಳು. ಕೆಲವೊಮ್ಮೆ ಉನ್ಮಾದ ಸ್ಥಿತಿ ಅವಳನ್ನು ಸುಮ್ಮನಿರಲು ಬಿಡುತ್ತಿರಲಿಲ್ಲ.

ಮಲಗಿದ್ದ ಭಾವನಾ ಎದ್ದವಳೇ ವಾರ್ಡ್‌ರೋಬ್ ಮುಂದೆ ಹೋಗಿ ನಿಂತಳು. ಸೀರೆಗಳನ್ನೆಲ್ಲ ಕಿತ್ತು ಕಿತ್ತು ಗುಡ್ಡೆ ಹಾಕತೊಡಗಿದಳು. ಹಲ್ಮುಡಿ ಕಚ್ಚಿ ಕೋಪದಿಂದ ಅವುಗಳನ್ನು ಸುಟ್ಟುಬಿಡುವಂತೆ ನೋಡಿದಳು. ಅವುಗಳನ್ನೆಲ್ಲ ಹರಿಯಲು ತೊಡಗಿದಳು.

ಸತೀಶ ತಡೆಯಲು ಪ್ರಯತ್ನಿಸಿ ಸೋತ.

ಪೂರ್ತಿಯಾಗಿ ಆಯಾಸಗೊಂಡು ಸೋತುಹೋದ ಭಾವನಾ ಅವುಗಳ ಮೇಲೆಯೇ ಕುಕ್ಕರಿಸಿ ಅಳತೊಡಗಿದಳು.

ನಾಲ್ಕಾರು ದಿನ ಡಾಕ್ಟರ್ ಬಂದು ಉಪಚರಿಸಿದರೂ ಯಾವ ಪ್ರಯೋಜನವೂ ಕಾಣಲಿಲ್ಲ. ಕಡೆಗೆ ಮಾನಸಿಕ ವೈದ್ಯರನ್ನು ಕರೆತಂದ. ಚಿಕಿತ್ಸೆ ಪ್ರಾರಂಭಿಸಬೇಕಾಯಿತು.

ಸತೀಶ ಫ್ಯಾಕ್ಟರಿಗೆ ಹೋಗುವುದನ್ನು ಬಿಟ್ಟು ಮನೆಯಲ್ಲೇ ನಿಂತ. ಅವನ ತಲೆಯೇ ಕೆಟ್ಟುಹೋಗಿತ್ತು. ಭಾವನಾ ಏನೂ ಹುಚ್ಚಾಟ ಮಾಡದಿದ್ದರೂ ಏನೂ ತಿನ್ನುತ್ತಿರಲಿಲ್ಲ. ನಾಲ್ಕು ದಿನದಲ್ಲಿ ಪೂರ್ತಿಯಾಗಿ ಬಿಳಿಚಿಕೊಂಡಳು.

ಪೂರ್ತಿ ಕುಗ್ಗಿಹೋದ ಸತೀಶ್. ಅತ್ತೆ, ಮಾವಂದಿರನ್ನು ಕರೆತಂದು ಮಡದಿಯ ಬಳಿ ಬಿಟ್ಟು, ಷಿಲಾಂಗ್‌ನಲ್ಲಿರೋ ಶರತ್‌ಗೆ ತಾರು ಕೊಟ್ಟ, ಎದೆಯೊಡೆದು ಹೋಗುವಂಥ ವೇದನೆಯನ್ನು ಸಹಿಸುತ್ತಿದ್ದ.

ಭಾವನಾಳಿಗಿಂತ ಅವರ ತಾಯಿ, ತಂದೆಯರನ್ನು ಸುಧಾರಿಸುವುದೇ ಅವನಿಗೆ ಕಷ್ಟವಾಯಿತು. ಅವರ ಅಳು, ಸಂಕಟ ಅವನಿಂದ ನೋಡಲಾಗಲಿಲ್ಲ. ನಿರ್ದಾಕ್ಷಿಣ್ಯವಾಗಿ ಅವರನ್ನು ಮರಳಿ ಮನೆಗೆ ಕಳುಹಿಸಿಕೊಟ್ಟ.

ಈಗೀಗ ಭಾವನಾ ತಾಯಿ, ತಂದೆಯರನ್ನು ಇಷ್ಟಪಡುತ್ತಿರಲಿಲ್ಲ. ಇವಳು ಅಲ್ಲಿಗೆ ಹೋದಾಗ, ಅವರು ಇಲ್ಲಿಗೆ ಬಂದಾಗ, ಸದಾ ಅಳಿಯನ ಅಧಿಕಾರ, ಶ್ರೀಮಂತಿಕೆ

ಹೊಗಳುವುದೇ ಅವರ ಕೆಲಸವಾಗಿತ್ತು. ಅವು ಮಗಳಿಗೆ ಸಂತೃಪ್ತಿಯನ್ನು ಇತ್ತಿರಲಿಲ್ಲವೆಂದು ಅವರಿಗೇನು ಗೊತ್ತು? ಮಗಳ ಅದೃಷ್ಟದ ಬಗ್ಗೆ ಅವರಿಗೆ ಹೆಮ್ಮೆ.

ಅವಳ ಮುಂದೆಯೇ ಪರಿಚಿತರಿಗೆಲ್ಲ 'ನೀವು ನೋಡಬೇಕು–ನಮ್ಮ ಭಾವನಾಳ ಮನೆ ಎಷ್ಟು ದೊಡ್ಡದು. ಎಷ್ಟೊಂದು ಕೋಣೆಗಳಿವೆ. ಹತ್ತಾರು ಜನ ಆಳುಗಳಿದ್ದಾರೆ. ಎರಡು ಕಣ್ಣಿಂದ ನೋಡೋಕೆ ಸಾಧ್ಯವಿಲ್ಲ. ಅದೆಷ್ಟು ಬೆಲೆಬಾಳೋ ಸಾಮಾನು!' ಅತಿಶಯವಾಗಿ ಹೊಗಳಿಕೊಳ್ಳುತ್ತಿದ್ದರು. ಕ್ರಮೇಣ ಅವರ ಮಾತುಗಳನ್ನು ಅಸಹ್ಯಯಿಸಿಕೊಳ್ಳತೊಡಗಿದಳು.

ಅವರುಗಳು ಮೆಚ್ಚೋ ಪ್ರತಿಯೊಂದೂ ದ್ವೇಷಿಸುತ್ತಿದ್ದಳು, ಹೀನಾಯವಾಗಿ ಕಾಣುತ್ತಿದ್ದಳು.

ಫ್ರಿಜ್‌ನಲ್ಲಿರೋ ಪದಾರ್ಥಗಳನ್ನು ಹತ್ತಿರಕ್ಕೆ ತಂದರೆ ಎತ್ತೆ ಬಿಸಾಡುತ್ತಿದ್ದಳು. ಮನೆಯ ಪ್ರತಿಯೊಂದು ಕಣವನ್ನೂ ದ್ವೇಷಿಸುವಂತೆ ಕಂಡಿತು.

ಹಿಂದೆ ಗೆಳತಿಯರು ಅಪರೂಪಕ್ಕೆ ಬಂದು ಭೇಟಿಯಾದರೂ ಹಿಂದಿನ ಸಲಿಗೆಯಿಂದ ಮಾತಾಡುತ್ತಿರಲಿಲ್ಲ. ಕಟ್ಟಿಹಾಕಿಕೊಂಡವರಂತೆ ಚಡಪಡಿಸುತ್ತಿದ್ದರು. ಅತಿಯಾದ ಗೌರವ ನೀಡುವುದಲ್ಲದೇ ಅವಳ ಅದೃಷ್ಟವನ್ನು ಕೊಂಡಾಡುತ್ತಿದ್ದರು. ಅಷ್ಟಲ್ಲದೇ ಬಂದವರೆಲ್ಲ ಬೆರಗುಗಣ್ಣುಗಳಿಂದ ನೋಡುವುದಲ್ಲದೇ ಅವಳ ಬಗ್ಗೆ ಹಿಂದಿನ ವಿಶ್ವಾಸ, ಆತ್ಮೀಯತೆ ತೋರುತ್ತಿರಲಿಲ್ಲ. ಒಂದು ರೀತಿಯ ಮಾನಸಿಕ ತೊಳಲಾಟ ಅವಳಲ್ಲಿ ಉಂಟಾಯಿತು.

ಪ್ರೀತಿಯ ಗೆಳತಿಯರು ಅವಳಿಂದ ದೂರ ಸರಿದಿದ್ದರು. ಮಿಸಸ್ ಜಯಂತಿ ಹರೀಶ್ ಅಂಥ ಜಂಬಗಾತಿಯರು ಅವಳ ಬಳಿಯಲ್ಲಿ ಸುಳಿಯಲು ಪ್ರಯತ್ನಿಸುತ್ತಿದ್ದರು. ಅದು ಅವಳಿಗೆ ಬೇಕಿಲ್ಲ.

ತೊಳಲಾಟ, ಆಂದೋಳನಕ್ಕೆ ಮಿತಿ ಇದೆಯಲ್ಲವೇ! ಮನಸ್ಸು ಹಿಡಿತದಲ್ಲಿ ಸ್ವಾಸ್ಥವಾಗಿರುವವರೆಗೂ ಪರವಾಗಿಲ್ಲ. ಸ್ವಲ್ಪ ಏರುಪೇರಾದರೂ ದಾರ ಕಿತ್ತ ಗಾಳಿಪಟ, ತನ್ನಿಚ್ಛೆ ಬಂದಂತೆ ಹೋಗಲು ಉಪಕ್ರಮಿಸುತ್ತದೆ.

* * * *

ಭಾವನಾಳನ್ನು ನೋಡಿಕೊಳ್ಳಲು ನರ್ಸ್ ನೇಮಿತಳಾದಳು. ಡಾಕ್ಟರ್ ದಿನವೂ ಮನೆಗೆ ಬಂದು ಹೋಗುತ್ತಿದ್ದರು. ಸುಧಾರಣೆ ಕಾಣಲಿಲ್ಲ. ಕಡೆಗೆ ಡಾ|| ಚಂದ್ರಚೂಡ್ ತಮ್ಮ ನರ್ಸಿಂಗ್ ಹೋಂನಲ್ಲಿ ಬಿಡಲು ಸಲಹೆ ನೀಡಿದರು.

ಡಾ|| ಚಂದ್ರಚೂಡ್ ಬೆಂಗಳೂರು ನಗರ ಸುಪ್ರಸಿದ್ಧ ಮಾನಸಿಕ ತಜ್ಞರು. ವೈದ್ಯ ವಿದ್ಯೆಯಲ್ಲಿನ ಆ ಭಾಗವನ್ನು ಇಂಗ್ಲೆಂಡ್‌ನಲ್ಲಿ ಅಭ್ಯಾಸ ಮಾಡಿ ಬಂದಿದ್ದರು. ಅವರ ಬುದ್ಧಿಶಕ್ತಿಯನ್ನು ಮೆಚ್ಚಿದ ಜನರು ಅವರನ್ನು ಅಲ್ಲಿಯೇ ಉಳಿಸಿಕೊಳ್ಳಲು ಪ್ರಯತ್ನಿಸಿದ್ದರು. ನಾನಾ ಆಮಿಷಗಳನ್ನು ಒಡ್ಡಿದ್ದರು. ಅವ್ಯೊಂದಕ್ಕೂ ವಶವಾಗದೇ ತಾಯ್ನಾಡಿಗೆ ಹಿಂದಿರುಗಿದ್ದರು. ಹುಟ್ಟಿದ ನಾಡಿನ ಋಣ ತೀರಿಸಲು ಬೆಂಗಳೂರಿನಲ್ಲೇ

ನೆಲೆಸಲು ಇಷ್ಟಪಟ್ಟಿದ್ದರು. ಆದರೆ ಕೆಲಸ ಸಿಕ್ಕದೇ ನಾನಾ ಅವಸ್ಥೆ ಪಡಬೇಕಾಯಿತು. ಆ ಪ್ರಯತ್ನವನ್ನು ಬಿಟ್ಟು ಸ್ವತಂತ್ರವಾಗಿ ಜಯನಗರ ಬಡಲಾವಣೆಯಲ್ಲಿ ನರ್ಸಿಂಗ್ ಹೋಂ ಪ್ರಾರಂಭಿಸಿದರು.

ಇವರ ಪ್ರಯತ್ನವನ್ನು ನೋಡಿ ಕೆಲವರು ನಕ್ಕರು–ಮನೋವೈಕಲ್ಯ ಹೊಂದಿದವರನ್ನು ಬಂದೋಬಸ್ತಾದ ಸರ್ಕಾರದ ಆಸ್ಪತ್ರೆಗಳಲ್ಲಿ ಸುಧಾರಿಸುವುದೇ ಕಷ್ಟ; ಅಂಥದ್ದರಲ್ಲಿ ಇದೊಂದು ಮೂರ್ಖ ಪ್ರಯತ್ನ ಎಂದಿದ್ದರು.

ಧೈರ್ಯಶಾಲಿಗಳಾದ ಡಾ॥ ಚಂದ್ರಚೂಡರು ಇದೊಂದನ್ನೂ ಲೆಕ್ಕಿಸದೇ ಬುದ್ಧಿವಿಕಲರಿಗಾಗಿ ತಮ್ಮ ನರ್ಸಿಂಗ್ ಹೋಂನ್ನು ಮೀಸಲಾಗಿರಿಸಿದ್ದರು. ಕೆಲವೇ ವರ್ಷಗಳಲ್ಲಿ ಇವರ ನರ್ಸಿಂಗ್ ಹೋಂ ಹೆಸರುವಾಸಿಯಾಯಿತು. ಎಷ್ಟೋ ರೋಗಿಗಳ ಪೋಷಕರು ಆಶಾಜೀವಿಗಳಾಗಿ ಬರುತ್ತಿದ್ದರು.

ಅವರ ಮಾತಿಗೆ ಸತೀಶ ಬಹಳ ಕಷ್ಟದಿಂದ ಒಪ್ಪಿಗೆ ಸೂಚಿಸಿದ. ತೀವ್ರತರನಾದ ವೇದನೆಗೆ ಸಿಕ್ಕಿ ಬಳಲಿಬಿಟ್ಟಿದ್ದ. ಬೇರೆಯವರ ಬಳಿ ತೋಡಿಕೊಳ್ಳುವ ಅಭ್ಯಾಸವಿಲ್ಲ. ಒಳಗೇ ಕುದಿದುಹೋಗಿದ್ದ.

ಅಂದು ಸಂಜೆ ನರ್ಸಿಂಗ್ ಹೋಂಗೆ ಕರೆದೊಯ್ದು ಬಿಡಬೇಕೆಂದಿರುವಾಗಲೇ ಶರತ್ ಬಂದಿದ್ದ.

ಎದುರು ಬದುರಾಗಿ ಕೂತಿದ್ದರು. ಇಬ್ಬರು ಯೋಚಿಸುತ್ತಿದ್ದ ವಿಷಯವು ಒಂದೇ; ಯಾಕೆ... ಹೀಗಾಯಿತು? ಇದಕ್ಕೆ ಕಾರಣವೇನು? ಅವರಿಬ್ಬರಿಗೂ ಕೂಡ ಹುಚ್ಚು ಹಿಡಿದಂತಾಗಿತ್ತು.

"ನೇರವಾಗಿ ಇಲ್ಲಿಗೆ ಬಂದಿದ್ದೀರಿಂತ ಕಾಣುತ್ತೆ. ಏನಾದರೂ ತಗೊಳ್ಳಿ" ದೂರದಲ್ಲಿ ಕೈಕಟ್ಟಿ ನಿಂತಿದ್ದ ರಾಮನ ಕಡೆ ನೋಡಿದ ಸತೀಶ.

"ನೆವರ್ ಮೈಂಡ್" ಏನೂ ಬೇಡವೆಂದು ಕೈಯಲ್ಲಾಡಿಸಿಬಿಟ್ಟ.

ತಂಗಿಯ ಸಂಸಾರದ ಬಗ್ಗೆ ಅವನು ಕಂಡಿದ್ದ ಕನಸುಗಳೆಲ್ಲ ಪುಡಿಪುಡಿಯಾಗಿಬಿಟ್ಟಿತ್ತು. ಸಂವೇದನೆಯ ಮಹಾಪೂರವೇ ಹರಿದು ಬರುವುದರಲ್ಲಿತ್ತು. ತಡೆದು ತಡೆದು ಸಾಕಾಯಿತು. ಕಣ್ಣೀರು ಉಕ್ಕಿತು, ನೋವಿನಿಂದ ಮುಖ ಕಿವುಚಿದ. ಮುಷ್ಟಿ ಹಿಡಿದು ಅಂಗೈಯನ್ನು ಹಣೆಗೆ ಒತ್ತಿ ಹಲ್ಮುಡಿ ಕಚ್ಚಿದ, ನರನಾಡಿಗಳೆಲ್ಲ ಚಟಪಟನೇ ಸಿಡಿಯತೊಡಗಿತು.

ತಟ್ಟನೇ ಸತೀಶನ ಎರಡು ಕೈಗಳನ್ನು ಹಿಡಿದುಕೊಂಡು "ನಿಜ ಹೇಳಿ ಸತೀಶ್, ನನ್ನ ತಂಗಿಗೆ ಹುಚ್ಚಿಡಿದಿದೆಯೇ? ಅಯ್ಯೋ... ಭಾವನಾ... ಬುದ್ಧಿವಿಕಲಳೆ? ನಂಗೆ ನಂಬೋಕೆ ಆಗ್ತಾ ಇಲ್ಲ. ನಾನು ಖಂಡಿತ ಇದನ್ನು ಸಹಿಸಲಾರೆ... ಸಹಿಸಲಾರೆ" ಅವನ ಮುಂಗೈ ಮೇಲೆ ಕಣ್ಣೀರಿನ ಬಿಂದುಗಳು ಉದುರಿದವು.

"ನೀವು ಹೇಳಿ, ಅವಳ ಮುಗ್ಧ ಮನಸ್ಸಿಗೆ ಆಘಾತವಾಗುವಂಥದೇನು ನಡೀತು? ಅದಕ್ಕೆ ಕಾರಣ ಯಾರು? ಮಗುವಿನಂಥ ಅವಳ ಮನಕ್ಕೆ ಪೆಟ್ಟುಕೊಟ್ಟವರು ಯಾರು?"

ಕೋಪದಿಂದ ಅವುಡುಕಚ್ಚಿದ. ಕಣ್ಣುಗಳು ಕೆಂಡಗಳನ್ನು ಉಗುಳುತ್ತಿದ್ದವು. ಮುಖದ ನರಗಳು ಬಿಗಿದುಕೊಂಡವು. ಹಣೆಯ ಮೇಲೆ ಬೆವರಿನ ಹನಿಗಳು ಸಾಲುಗಟ್ಟಿದವು.

ಸತೀಶನ ನಾಲಿಗೆ ಒಣಗಿಹೋಯಿತು. ಏನೆಂದು ಹೇಳಿಯಾನು? ಚಡಪಡಿಸಿದ. ವೇದನೆಗೊಂಡ ಆ ಹೃದಯಕ್ಕೆ ಹೇಗೆ ಸಾಂತ್ವನ ನೀಡಬಲ್ಲ?

ಷರಟಿನ ತೋಳಿನಿಂದ ಕಣ್ಣೀರು ಒತ್ತಿಕೊಂಡ ಶರತ್ ಮೌನವಾಗಿ ಕಲ್ಲಿನಂತೆ ಕುಳಿತ, ತಲೆಯ ಸಿಡಿತವೇನು ಕಮ್ಮಿಯಾಗಲಿಲ್ಲ. ಅವನ ಮನ ಹತ್ತಾರು ಬಗೆಯಲ್ಲಿ ಯೋಚಿಸುತ್ತಿತ್ತು.

ಭಾವನಾ ಬಿಕ್ಕಿಬಿಕ್ಕಿ ಅಳುವ ಸದ್ದು ಕೋಣೆಯನ್ನು ಭೇದಿಸಿಕೊಂಡು ಹೊರಗೆ ಬಂತು. ತಕ್ಷಣ ಶರತ್ ಧಾವಿಸಿದ. ನರ್ಸ್ ಭಾವನಾಳ ಕೈ ಹಿಡಿದಿದ್ದಳು.

"ಪ್ಲೀಸ್ ಯು ಗೆಟ್ ಔಟ್... ಪ್ಲೀಸ್ ಯು ಗೆಟ್ ಔಟ್" ಸಹನೆ ಕಳೆದುಕೊಂಡು ಅಬ್ಬರಿಸಿದ. ಕೋಪದಿಂದ ಅವನ ಮೈ ಕಂಪಿಸುತ್ತಿತ್ತು.

ನರ್ಸ್ ಅವನ ಮಾತುಗಳನ್ನು ಗಮನಕ್ಕೆ ತಂದುಕೊಳ್ಳದವಳಂತೆ ತನ್ನ ಕೆಲಸದಲ್ಲಿ ನಿರತಳಾಗಿದ್ದಳು.

ಪೂರ್ತಿ ತಾಳ್ಮೆಯನ್ನು ಕಳೆದುಕೊಂಡ ಶರತ್. ಅವನ ಕಣ್ಣುಗಳು ಕಿಡಿಗಳನ್ನು ಕಾರತೊಡಗಿತ್ತು. ಅವಕ್ಕೆ ಶಕ್ತಿಯಿದ್ದಿದ್ದರೇ ನರ್ಸನ್ನು ಸುಟ್ಟುಬಿಡುತ್ತಿದ್ದವೇನೋ!

"ಐ ಸೇ. ಯು ಗೆಟ್ ಔಟ್" ಇಡೀ ಕೋಣೆ ಅಲ್ಲಾಡುವಂತೆ ಅಬ್ಬರಿಸಿದ.

ಇನ್ನೆರಡು ನಿಮಿಷ ಅಲ್ಲೇ ನಿಂತಿದ್ದರೆ ಅವಳನ್ನು ಕತ್ತಿಡಿದು ಹೊರಗೆ ದಬ್ಬಿ ಬಿಡುತ್ತಿದ್ದನೇನೋ! ಆ ಅನಾಹುತಕ್ಕೆ ಮೊದಲೇ ಜಾರಿಕೊಂಡಳು.

ತಂಗಿಯ ಮುಖವನ್ನು ಬೊಗಸೆಯಲ್ಲಿಡಿದ. ಇವನು ತಂದುಕೊಟ್ಟಿದ್ದ ಸೀರೆಯನ್ನೇ ಉಟ್ಟಿದ್ದಳು. ಸಹಾನುಭೂತಿಯಿಂದ ನೋಡಿದ, ಸಹಿಸಲಾಗಲಿಲ್ಲ.

"ಅಯ್ಯೋ... ಖಂಡಿತ ಸಾಧ್ಯವಿಲ್ಲ. ನನ್ನ ಭಾವನಾ ಹುಚ್ಚಿಯಲ್ಲ, ಅಲ್ಲ.... ಅಲ್ಲ... ಅಲ್ಲ" ಹುಚ್ಚು ಹುಚ್ಚಾಗಿ ಅವಳ ಮುಖವನ್ನೇ ನೋಡುತ್ತಾ ಕಣ್ಣೀರು ಸುರಿಸತೊಡಗಿದನು. ವಿವೇಕ ಶೂನ್ಯವಾಗಿತ್ತು.

ಸರಿಯಾಗಿ ಊಟವಿಲ್ಲ, ಅತ್ತು-ನಕ್ಕು ಸೊರಗಿದ ಭಾವನಾ ಕುಸಿದಳು. ಎತ್ತಿಕೊಂಡು ಹೋಗಿ ಮಂಚದ ಮೇಲೆ ಮಲಗಿಸಿದ. ಶರತ್ ಮುಂಗೈನಿಂದ ಕಣ್ಣುಗಳನ್ನೊರೆಸಿಕೊಂಡ.

ಕಾಲೇಜಿಗೆ ಹೋಗುತ್ತಿದ್ದ ದಿನಗಳಲ್ಲಿ ವೇದಿಕೆಯ ಮೇಲೆ ನಿಂತು 'ಹೆಣ್ಣು ಮತ್ತು ನಿಸ್ಸಹಾಯಕತೆ'ಯೆಂಬ ವಿಷಯದ ಬಗ್ಗೆ ಗಂಟೆಗಟ್ಟಲೇ ವಾದಿಸಿ ಬಹುಮಾನ ಹೊತ್ತು ತಂದು ಹೆಣ್ಣು-ಚೆಲುವಿನಿಂದ ಯುವಕರ ಕನಸಿನ ಕನ್ಯೆಯಾಗಿದ್ದರೂ ಸೌಜನ್ಯದ ಪ್ರತೀಕವಾಗಿದ್ದ ಯುವತಿ-ಸಂಗೀತ, ಸಾಹಿತ್ಯ ಮತ್ತು ಸಂಸ್ಕೃತಿಗಳ ಬಗ್ಗೆ ಚರ್ಚಿಸುತ್ತಿದ್ದ ಮುದ್ದಿನ ತಂಗಿ–ಇಂಥ ದೌರ್ಬಲ್ಯಕ್ಕೆ ಹೇಗೆ ಗುರಿಯಾದಳು!?

ತಾನು ಗಂಡು ಎಂಬುದನ್ನೇ ಮರೆತು ಬಿಕ್ಕಿದ.

ಅಲ್ಲಿದ್ದ ಮಾಸಪತ್ರಿಕೆಯ ಮೇಲೆ ಕಣ್ಣೋಡಿತು. ಬಗ್ಗಿ ಕೈಗೆ ತೆಗೆದುಕೊಂಡ. ಕಣ್ಣೀರಿನ ಪರೆ ಅಡ್ಡ ಬಂತು. ಸರಿಯಾಗಿ ಕಾಣಿಸಲಿಲ್ಲ. ತೊಡೆದುಕೊಂಡು ನೋಡಿದ.

ಮುಖಪುಟದ ಮೇಲೆ ಒಂದು ಚಿತ್ರ ಮೂಡಿತ್ತು. ದೊಡ್ಡ ಬಂಗ್ಲೆ, ಅದರೊಳಗೆ ಬೆಲೆಬಾಳುವ ವಸ್ತುಗಳು, ಬಂಗ್ಲೆಯ ಮುಂದೆ ಕಾರು, ಅದನ್ನು ಅಭಿಮಾನದಿಂದ ನೋಡುವ ಯಜಮಾನ. ಅದರೊಳಗೆ ದಿಕ್ಕುಗೆಟ್ಟು ಕೂತ ಒಂದು ಹೆಣ್ಣಿನ ಚಿತ್ರವಿತ್ತು. ಅದಕ್ಕೆ ಒಂದು ಶೀರ್ಷಿಕೆ 'ಸ್ವರ್ಣ ಪಂಜರ.'

ಒಮ್ಮೆ ಶರತ್‌ಗೆ ತಲೆ ಸುತ್ತಿದಂತಾಯಿತು. ಭಾವನಾಳ ಕಡೆಗೆ ಅಸಹಾಯಕನಾಗಿ ಸಹಾನುಭೂತಿಯಿಂದ ನೋಡಿದ. ಅವಳು ಅನುಭವಿಸಿದ ಹಿಂಸೆ, ತೊಳಲಾಟವನ್ನು ಮನದಲ್ಲೇ ಚಿತ್ರಿಸಿಕೊಂಡ. ಅವನ ಹೃದಯ ಬೊಬ್ಬಿರಿದು ಹೊರಳಿ ಹೊರಳಿ ಅತ್ತಿತ್ತು.

ಕೋಣೆಯಿಂದ ಹೊರಗೆ ಬಂದ. ಸತೀಶ ಶತಪಥ ಹಾಕುತ್ತಿದ್ದ. ಮೊದಲಿನ ಗೆಲುವು ಅವನ ಮುಖದ ಮೇಲಿರಲಿಲ್ಲ. ಮುಸುಡಿಗೆ ಗುದ್ದಿ ಅವನಿಗೆ ಬುದ್ಧಿ ಹೇಳಬೇಕೆನಿಸಿತು, ಅವನ ಪರಿಸ್ಥಿತಿಯನ್ನು ನೆನೆದು ಸುಮ್ಮನಾದ.

"ಮಿಸ್ಟರ್ ಸತೀಶ್, ನಾನು ಭಾವನಾನ ಕರ್ಕೊಂಡ್ಹೋಗ್ತೀನಿ" ಯಾವುದೋ ನಿರ್ಧಾರಕ್ಕೆ ಬಂದವನಂತೆ ನುಡಿದ.

ಅವನಿಗೆ ಗಾಬರಿಯಾಯಿತು. ಭಾವನಾ ಇರೋ ಸ್ಥಿತಿಯಲ್ಲಿ ಅವಳನ್ನು ಎಲ್ಲಿಗೂ ಕಳಿಸಲು ಅವನಿಗಿಷ್ಟವಿಲ್ಲ. ನರ್ಸಿಂಗ್ ಹೋಂನಲ್ಲಿ ಬಿಟ್ಟು ಅವಳಿಗೆ ಸರಿಯಾದ ಚಿಕಿತ್ಸೆ ಮಾಡಿಸಿ ಅವಳು ಮೊದಲಿನಂತಾಗಲು ಎಷ್ಟು ಹಣವನ್ನು ಬೇಕಾದರೂ ಖರ್ಚು ಮಾಡಲು ಸಿದ್ಧ. ಕರ್ತವ್ಯದ ಅರಿವು ಪೂರ್ಣವಾಗಿ ಅವನಿಗೆ ಇತ್ತು.

"ಬೇಡ. ಡಾ. ಚಂದ್ರಚೂಡ್ ಒಳ್ಳೆ ಎಫಿಷಿಯೆಂಟ್ ಡಾಕ್ಟರ್. ಅಲ್ಲಿ ಬಿಟ್ಟರೆ ಬೇಗ ಹುಷಾರಾಗ್ತಾಳೆ?" ಎಂಜಲು ನುಂಗಿದ. ಶರತ್ ಇದ್ದ ಸ್ಥಿತಿಯನ್ನು ನೋಡಿ ಅವನಿಗೆ ಭಯವಾಯಿತು. ಮುಖದಲ್ಲಿ ಕಠಿಣತೆ ಆವರಿಸಿತ್ತು. ಷರಟಿನ ತೋಳುಗಳನ್ನು ಹಿಂದಕ್ಕೆ ಮಡಚಿ ಸೊಂಟದ ಮೇಲೆ ಎರಡು ಕೈಗಳನ್ನು ಇಟ್ಟುಕೊಂಡು ನಿಂತಿದ್ದ. ಅವಶ್ಯ ಬಿದ್ದರೆ ಕೈ ಕೈ ಮಿಲಾಯಿಸಲು ಸಿದ್ಧನಿರುವಂತೆ ಕಂಡಿತು. ಒಂದು ಕ್ಷಣ ಗಲಿಬಿಲಿಯಾಯಿತು.

"ನೋ... ನೋ.... ಅವಳ ವಿಷಯದಲ್ಲಿ ನಿಮಗೆ ತಲೆನೋವು ಬೇಡ." ಮುಖವನ್ನು ಕರ್ಚೀಫ್‌ನಿಂದ ಉಜ್ಜಿದ.

ಇದು ಸತೀಶನ ಅಭಿಮಾನಕ್ಕೆ ದೊಡ್ಡ ಪೆಟ್ಟಾಯಿತು. ಈ ಸ್ಥಿತಿಯಲ್ಲಿ ಖಂಡಿತ ಅವನು ಮಡದಿಯನ್ನು ಕಳುಹಿಸಿಕೊಡಲಾರ. ಶರತ್ ಮೇಲೆ ಕೋಪ ಬಂತು. 'ಸ್ವಲ್ಪವಾದರೂ ತಿಳುವಳಿಕೆ ಇಲ್ಲದ ಮನುಷ್ಯ!' ಎಂದುಕೊಂಡ.

"ಈಗಾಗ್ಲೇ ಒಂದು ನಿರ್ಧಾರಕ್ಕೆ ಬಂದಾಗಿದೆ. ಅವಳು ಮೊದಲಿನ ಸ್ಥಿತಿಗೆ ಬರೋವರೆಗೂ ಎಲ್ಲೂ ಕಳಿಸೋಲ್ಲ. ಹಟ ಮಾಡಬೇಡಿ." ಈಗ ಹಣಾಹಣಿಗೆ ಸತೀಶ ಕೂಡ ಸಿದ್ಧವಾಗಿದ್ದ.

"ಹಲೊ ಸತೀಶ್..." ಡಾ॥ ಚಂದ್ರಚೂಡರ ಧ್ವನಿ ಅವರನ್ನು ಎಚ್ಚರಿಸಿತು. ಇಲ್ಲದಿದ್ದರೆ ಸಿನಿಮಾ ಮಾದರಿಯ ಸಣ್ಣ ಹೊಡೆದಾಟವನ್ನು ನೋಡಬಹುದಿತ್ತೇನೋ!

"ಹಲೋ.... ಕಮ್ ಇನ್" ನಗುಮುಖದಿಂದ ಎದುರುಗೊಂಡ. ನಗುಮುಖವೆಂದರೆ ಹಿಂದಿನ ಬಿಗುಮಾನದ ಮುಖವಷ್ಟೆ. ಅದಕ್ಕಿಂತ ಹೆಚ್ಚಾಗಿ ಏನನ್ನೂ ನಿರೀಕ್ಷಿಸಲಾಗದು.

ಡಾ॥ ಚಂದ್ರಚೂಡ್, ಶರತ್ ಕಡೆ ನೋಡಿದರು. ಆ ಕಣ್ಣುಗಳೊಳಗಿನ ನೋವು, ದುಗುಡವನ್ನು ಅರ್ಥಮಾಡಿಕೊಂಡೇ ಭಾವನಾಳಿಗೆ ಆತ್ಮೀಯ ವ್ಯಕ್ತಿಯೆಂದು ತಿಳಿದುಕೊಂಡರು.

"ಮೈ ಬ್ರದರ್-ಇನ್ ಲಾ" ಬಿಗುಮುಖದಿಂದಲೇ ಪರಿಚಯ ಮಾಡಿಕೊಟ್ಟ. ಡಾ॥ ಚಂದ್ರಚೂಡ್ ನಗುತ್ತಾ ಶರತ್‌ನ ಕೈ ಕುಲುಕಿದರು. ಅವನಲ್ಲಿ ಯಾವ ಉತ್ಸಾಹವನ್ನೂ ಕಾಣಲಾಗಲಿಲ್ಲ. ಕೊಳ್ಳಿ ಇಟ್ಟ ಹೃದಯ ಧಗಧಗನೇ ಉರಿಯುವಂತೆ ಕಂಡಿತು.

ಅವರು ಕೇಳಿದ್ದಕ್ಕೆಲ್ಲ ಯದ್ವಾ-ತದ್ವಾ ಉತ್ತರಿಸಿದ. ಪೂರ್ಣವಾಗಿ ವಿವೇಕಶೂನ್ಯವಾಗಿದ್ದ. ಪೂರ್ಣವಾಗಿ ಮಂಕು ಬಡಿದಿತ್ತು. ಎರಡು ಕೈಯನ್ನು ಬಿಗಿದು ಹಣೆಗೊತ್ತಿಕೊಂಡು ಕೂತುಬಿಟ್ಟ.

ಡಾ॥ ಚಂದ್ರಚೂಡ್, ಸತೀಶ್ ಇಬ್ಬರು ಕೋಣೆಯೊಳಕ್ಕೆ ಹೋದರು. ಅವರು ಹೊರಗೆ ಬರುವವರೆಗೂ ಅದೇ ಸ್ಥಿತಿಯಲ್ಲಿ ಕೂತಿದ್ದ. ಈಗ ಕುದಿಯುತ್ತಿದ್ದ ಕೋಪ ಶಾಂತವಾಗಿತ್ತು. ಆದರೂ ಮನದಲ್ಲಿ ಭೂತ ಸಂಚಾರವಾಗಿತ್ತು.

ತಮ್ಮ ಎಂದಿನ ಆತ್ಮೀಯ ಮಾತುಗಳಿಂದ ಶರತ್‌ನ ಸಮಾಧಾನಗೊಳಿಸಿ ಧೈರ್ಯ ನೀಡಿದರು. ಆದರೂ ಅವನ ಮನಸ್ಥಿಮಿತಕ್ಕೆ ಬರಲೊಲ್ಲದು.

"ಡಾಕ್ಟರ್, ನಮ್ಮ ಭಾವನಾಳಿಗೆ ನಿಜವಾಗಿ ಮತಿವಿಕಲ್ಪವಾಗಿದೆಯೆ?" ಡಾ॥ ಚಂದ್ರಚೂಡ್ ಜೋರಾಗಿ ನಕ್ಕುಬಿಟ್ಟರು. ಅವರಿಗೆ ಇಂತಹುದೆಲ್ಲ ಅಪರೂಪವಲ್ಲ. ಇನ್ನೂ ಚಿತ್ರವಿಚಿತ್ರವಾದ ಪ್ರಶ್ನೆಗಳನ್ನು ಎದುರಿಸಬೇಕು.

"ಅದು ಹೊಸದಾಗಿ ಏನೂ ಆಗಬೇಕಿಲ್ಲ, ಎಲ್ಲರ ಮನದ ಸ್ಥಿತಿಯು ಹಾಗೆಯೇ ಇರುತ್ತೆ. ಹಿಡಿತದಲ್ಲಿ ಇಟ್ಟುಕೊಳ್ಳುವ ಚೈತನ್ಯವಿರುವವರೆಗೂ ಪರವಾಗಿಲ್ಲ.... ನಾನು ಬರೋ ಮೊದಲು ನೀವು ಸತೀಶ್‌ಗೆ ನಾಲ್ಕು ಬಾರಿಸುವ ಸ್ಥಿತಿಯಲ್ಲಿದಿರಿ." ಶರತ್ ಕಕ್ಕಾಬಿಕ್ಕಿಯಾದ. ಬೆರಗಿನಿಂದ ಅವರ ಮುಖ ನೋಡಿದ.

"ಆಫ್‌ಕೋರ್ಸ್, ನೀವು ಅಂಥ ಸ್ಥಿತಿಯಲ್ಲಿದ್ದಿರಿ. ನಿಮ್ಮ ತಂಗಿ ಬಗ್ಗೆ ಯೋಚಿಸಬೇಕಿಲ್ಲ. ನಿಮ್ಮಗಳ ಮನ ಸಮಾಧಾನಕ್ಕೆ ಒಂದು ವಾರ ನನ್ನ ನರ್ಸಿಂಗ್ ಹೋಂನಲ್ಲಿ ಇರಲಿ, ಅಷ್ಟೆ." ಮೇಲಕ್ಕೆ ಎದ್ದರು. ಅವರು ಯಾವಾಗಲೂ ಸಮಯವನ್ನು ಪೋಲು ಮಾಡಲಾರರು.

* * * *

ಭಾವನಾಳನ್ನು ನರ್ಸಿಂಗ್ ಹೋಂನಲ್ಲಿ ಬಿಟ್ಟು ಹತ್ತಾರು ದಿನವಾಗಿತ್ತು. ಸ್ವಲ್ಪ ಹೆಚ್ಚು ಕಡಿಮೆ ಶರತ್ ದಿನದ ಬಹು ವೇಳೆಯನ್ನು ಅಲ್ಲಿಯೆ ಕಳೆಯುತ್ತಿದ್ದ.

ಬೆಳಿಗ್ಗೆ ಎಂಟರ ವೇಳೆಗೆ ಶರತ್ ನರ್ಸಿಂಗ್ ಹೋಂಗೆ ಬಂದ. ಅವನ ಪಕ್ಕದಲ್ಲೇ ಹಾದುಹೋದ ಕಾರು ಕಾಂಪೌಂಡ್‌ನೊಳಕ್ಕೆ ನಿಂತಿತು. ಭಾರವಾದ ನಿಟ್ಟುಸಿರು ಚೆಲ್ಲಿದ. ನಿಧಾನವಾಗಿ ಹೆಜ್ಜೆ ಹಾಕುತ್ತ ಒಳಗೆ ಬಂದ. ಡಾ|| ಚಂದ್ರಚೂಡ್, ಸತೀಶ್ ಮಾತಾಡುತ್ತ ನಿಂತಿದ್ದರು.

"ಹಲೋ ಶರತ್" ಡಾಕ್ಟರ್ ಕೈಯಾಡಿಸಿ ಮುಖದಲ್ಲಿ ನಗು ತುಳುಕಿಸಿದರು. ಪ್ಯಾಂಟಿನ ಜೇಬುಗಳಲ್ಲಿ ತುರುಕಿ ಅವರ ಮುಂದೆ ಹೋಗಿ ನಿಂತ.

"ನೀವು ಒಳ್ಳೆ ಸಮಯಕ್ಕೆ ಬಂದಿದ್ದೀರಿ. ನಿಮ್ಮ ಬಳಿ ಮಾತಾಡೋದಿದೆ ಬನ್ನಿ...." ತಮ್ಮ ರೂಮು ಕಡೆಗೆ ಹೆಜ್ಜೆ ಹಾಕಿದರು.

"ಭಾವನಾನ ನೋಡಬಹುದಾ?" ಡಾಕ್ಟರ್ ಮೆಲುವಾಗಿ ನಕ್ಕರು. ಶರತ್ ಬಗ್ಗೆ ಅವರಿಗೆ ಅಭಿಮಾನವೆನಿಸಿತು. ಅವನ ಪ್ರೀತಿಯ ಆಳವನ್ನು ಎರಡು ದಿನಗಳಲ್ಲಿಯೇ ಕಂಡುಕೊಂಡಿದ್ದರು. ಅಂತಹ ಅಣ್ಣನನ್ನು ಪಡೆದ ಭಾವನಾಳ ಬಗ್ಗೆ ಸಂತೋಷವೂ ಆಗಿತ್ತು.

ಸತೀಶ್ ಒಳಗೆ ಹೋಗಲು ಅನುಮಾನಿಸಿದ. ಡಾಕ್ಟರ್ ಶರತ್ ಬಳಿ ಪ್ರತ್ಯೇಕವಾಗಿ ಮಾತನಾಡಬೇಕೆಂದಿದ್ದರು. ಅದಕ್ಕಾಗಿ ಹಿಂದುಮುಂದು ನೋಡಿದ.

ಹಿಂದಕ್ಕೆ ತಿರುಗಿದ ಡಾ|| ಚಂದ್ರಚೂಡರು "ಬನ್ನಿ" ಎಂದು ಆಹ್ವಾನಿಸಿದಾಗ ಅಳುಕಿನಿಂದಲೇ ಒಳಗೆ ಹೋದ.

ಒಂದು ಕಾಗದವನ್ನು ಫೈಲ್‌ನಿಂದ ತೆಗೆದು ಅವರ ಮುಂದೆ ಹಾಕಿದರು. ಕೆಲವು ಶಬ್ದಗಳಿತ್ತು. ಅದರ ಮುಂದೆ ಅದಕ್ಕೆ ಉತ್ತರವೆನ್ನುವಂತೆ ಮುದ್ದಾದ ಅಕ್ಷರಗಳಲ್ಲಿ ಪದ ಸ್ಫುಟಗೊಂಡಿದ್ದವು. ಶರತ್‌ನ ಹೃದಯದ ಬಡಿತ ಏರಿತು. ಅದು ಭಾವನಾಳ ಅಕ್ಷರಗಳೇ–ಅವನು ಗುರುತಿಸಿದ. ಸತೀಶ ಓದಿ ಹಿಂದಿರುಗಿಸಿದ.

ಡಾ|| ಚಂದ್ರಚೂಡರು ಇಬ್ಬರ ಮುಖದ ಮೇಲಿನ ಭಾವನೆಗಳನ್ನು ಅವಲೋಕಿಸಿದರು. ಶರತ್ ಉದ್ವೇಗಗೊಂಡಿದ್ದ. ಸತೀಶ ಎಂದಿನಂತೆ ಗಂಭೀರವಾಗಿದ್ದ.

"ಏನಾದರೂ ಹೇಳಿ" ಕುರ್ಚಿಯ ಬೆನ್ನಿಗೆ ಒರಗಿ ಕೇಳಿದರು. ಭಾವನಾಳದು ಅಷ್ಟು ಜಟಿಲವಾದ ಕೇಸ್ ಆಗಿರಲಿಲ್ಲ. ಅವಳೇನೋ ಗುಣಮುಖಳಾಗಿಬಿಡಬಹುದು. ಮತ್ತೆ ಅವಳು ಅದೇ ಸ್ಥಿತಿಗೆ ಬರಬಾರದು.

ಕಾಗದದಲ್ಲಿನ ಪದಗಳ ಮೇಲೆ ಕೈಮಾಡಿ "ಇವು ನನ್ನ ತಂಗಿಯ ಕೈ ಅಕ್ಷರ" ಅಷ್ಟು ಹೇಳುವ ವೇಳೆಗೆ ಶರತ್‌ಗೆ ಸಾಕಾಯಿತು. ಗಂಟಲು ಗದ್ಗದವಾಯಿತು. ಧ್ವನಿ ನಡುಗಿತು.

"ಸಮಾಧಾನ ಮಾಡ್ಕೊಳ್ಳಿ, ಮತ್ತೇನೆನಿಸಿತು? ಅದು ಅವಳೇ ಬರೆದಿದ್ದು." ಸತೀಶನ ಕಡೆ ತಿರುಗಿ "ನೀವು ಏನಾದರೂ ಹೇಳಿ" ಹಣೆಯ ಮೇಲೆ ಗೆರೆಗಳು ಮೂಡಿದವು. ಇಕ್ಕಟ್ಟಿನಲ್ಲಿ ಸಿಕ್ಕಿಕೊಂಡು ತೊಳಲಾಡುವವನಂತೆ ಕಂಡ.

"ನಂಗೇನೂ ಗೊತ್ತಾಗ್ತಾ ಇಲ್ಲ." ಡಾಕ್ಟರ್ ಮೃದುವಾಗಿ ನಕ್ಕರು. ಅವಳ ಬುದ್ಧಿವಿಕಲ್ಪಕ್ಕೆ ಸತೀಶ ಕಾರಣವೆಂದು ಗೊತ್ತಾಗಿತ್ತು. ಅವನು ಕೂಡ ಒಂದು ರೀತಿಯ ವಿಕಲ್ಪದಿಂದ ನರಳುತ್ತಿರುವ ಹಾಗೆ ಕಂಡಿತು.

"ಅವಳ ಮನದಲ್ಲಿ ಮೂಡಿದ ವಿಚಾರ ಇಲ್ಲಿ ಸ್ಪಷ್ಟವಾಗಿದೆ. ಮನೆ-ಪಂಜರ, ಗಂಡ–ಸ್ವಾರ್ಥಿ, ಆಳುಗಳು–ರಾಕ್ಷಸರು. ಒಡವೆ–ಕಸ ಇದಕ್ಕೆ ನೀವೇನು ಹೇಳ್ತೀರಿ?"

ಅವನ ಮುಖ, ಹಣೆಯ ಮೇಲೆ ಬೆವರಿನ ಸೆಲೆಯೊಡೆಯಿತು. ತಲೆ 'ಧಿಮ್' ಎಂದಿತು. ಆದರೂ ಬಿಗುಮಾನ ಕಡಿಮೆಯಾಗಲಿಲ್ಲ. ತಡವರಿಸುತ್ತ, "ನಂಗೇನು ಗೊತ್ತಾಗ್ತಾ ಇಲ್ಲ." ಡಾಕ್ಟರ್ ಮುಖದ ಮೇಲೆ ವಿಷಾದದ ನಗೆ ಕಾಣಿಸಿಕೊಂಡಿತು.

ಗಂಡನ ಉದಾಸೀನ, ಬಿಗುಮಾನವನ್ನು ಯಾವ ಹೆಣ್ಣೂ ಸೈರಿಸಲಾರಳು, ಇದು ಯಾಕೆ ಇವರಿಗೆ ಗೊತ್ತಾಗುವುದಿಲ್ಲ. ಆಫೀಸಿನ ಅಧಿಕಾರಿಯಂತೆ ಮನೆಯಲ್ಲಿ ನಡೆದುಕೊಂಡರೇ.

ನರ್ಸ್‌ಗೆ ಸನ್ನೆ ಮಾಡಿದರು ಭಾವನಾಳನ್ನು ಕರೆತರುವಂತೆ. ನಾಲ್ಕಾರು ದಿನಗಳಿಂದ ಎಲ್ಲರಿಂದಲೂ ಪ್ರತ್ಯೇಕಿಸಿ, ಪ್ರತ್ಯೇಕ ಚಿಕಿತ್ಸೆಯನ್ನು ಕೊಡುತ್ತಿದ್ದರು. ಶರತ್ ಚಡಪಡಿಸಿ ಹೋಗಿದ್ದ. ಸತೀಶ ಏನೂ ತೋರಿಸಿಕೊಳ್ಳುತ್ತಿರಲಿಲ್ಲ. ಡಾಕ್ಟರ್ ಅವನ ಹೃದಯದ ತೊಳಲಾಟವನ್ನು ಮುಖಭಾವದಿಂದಲೇ ಅರ್ಥಮಾಡಿಕೊಂಡು ಸಹಾನುಭೂತಿಯಿಂದ ನೋಡುತ್ತಿದ್ದರು.

ಒಳಗೆ ಬಂದವಳೇ ಭಾವನಾ ಕೈಜೋಡಿಸಿ "ನಮಸ್ಕಾರ ಡಾಕ್ಟರ್" ಎಂದಳು. ಇವರುಗಳ ಮುಖ ಡಾಕ್ಟರ್ ಕಡೆಗಿದ್ದುದರಿಂದ ಅವಳು ಗಮನಿಸಲಿಲ್ಲವೆಂದು ಕಾಣುತ್ತದೆ.

"ಹೇಗಿದ್ದೀಯಾ?"

"ಓ.ಕೆ. ಡಾಕ್ಟರ್." ಧ್ವನಿ ಕಂಪಿಸಲಿಲ್ಲ.

"ಯಾರು ಬಂದಿದ್ದಾರೆ ನೋಡು..."

ತಟ್ಟನೆ ಎದ್ದವನೇ ಶರತ್ ಹಿಂದಕ್ಕೆ ತಿರುಗಿದ. ನಾಲ್ಕು ಕಣ್ಣುಗಳು ಸೇರಿದವು.

"ಅಣ್ಣ..." ಎಂದು ಚೀರಿದಳು. ಶರತ್‌ನನ್ನು ಮಗುವಿನಂತೆ ಅಪ್ಪಿ ಬಿಕ್ಕಳಿಸಿದಳು.

ಎದ್ದು ಬಂದ ಡಾಕ್ಟರ್ ಅತಿಶಯವನ್ನು ನೋಡುವಂತೆ ಅವರನ್ನು ನೋಡಿದರು. ಹಿಂದಿನ ಯಾವುದೋ ನೆನಪು ಮರುಕಳಿಸಿರಬೇಕು–ಕಣ್ಣಾಲಿಗಳು ತುಂಬಿಕೊಂಡವು.

"ಭಾವನಾ.... ನೀನು ಅಗತ್ಯವಾಗಿ ಗಮನಿಸಬೇಕಾದವರನ್ನು ಗಮನಿಸಲಿಲ್ಲ." ಅವರ ಧ್ವನಿಯಲ್ಲಿ ತುಂಟಾಟವಿತ್ತು.

ಭಾವನಾಳ ಕಣ್ಣುಗಳು ಸುತ್ತಲೂ ನೋಡಿದವು. ಸತೀಶ್ ಎದುರಾದ ಕೂಡಲೇ ಎರಡು ಕೈಗಳಿಂದ ಮುಖ ಮುಚ್ಚಿಕೊಂಡು ಬಿಕ್ಕಿದಳು.

"ನಾನು.... ಹೋಗೋಲ್ಲ.... ನಾನು ಹೋಗೋಲ್ಲ..."

ಅವಳು ಸಮಾಧಾನ ಸ್ಥಿತಿಗೆ ಬರಲು ಎಷ್ಟೋ ಹೊತ್ತು ಹಿಡಿಯಿತು. ಅಷ್ಟೊತ್ತಿಗೆ ಸತೀಶ್ ಕೋಣೆಯಲ್ಲಿರಲಿಲ್ಲ.

* * * *

ಶರತ್ ತಂಗಿಯನ್ನು ಮನೆಗೆ ಕರೆದುಕೊಂಡು ಬಂದ. ಯಾವುದೂ ಕೆದಕಿ ಅವಳ ಮನಸ್ಸಿಗೆ ನೋವುಂಟು ಮಾಡಬಾರದೆಂದು ತಾಯಿ, ತಂದೆಯರಿಗೆ ಕಟ್ಟಪ್ಪಣೆ ಮಾಡಿದ.

ನೀರು ಹಾಕಿಕೊಂಡ ಕೂದಲನ್ನು ಟವಲ್‌ನಿಂದೊರೆಸುತ್ತ ಹೊರಗೆ ಬಂದ ಭಾವನಾ "ಅಣ್ಣ, ನೀನು ಯಾವತ್ತು ಷಿಲ್ಲಾಂಗ್‌ಗೆ ಹೋಗೋದು? ಎಷ್ಟು ದಿನ ಇದೆ, ಇನ್ನು ರಜ" ಶರತ್ ತಲೆ ಕೆರೆದುಕೊಂಡ. ಅವನೀಗ ಉದ್ಯೋಗಕ್ಕೆ ಮರಳುವ ಆಸೆಯನ್ನೇ ಬಿಟ್ಟಿದ್ದ. ಇಲ್ಲೇ ನೌಕರಿಯ ಪ್ರಯತ್ನವನ್ನು ಮಾಡುವ ಭರವಸೆಯೂ ಇತ್ತು.

"ಇನ್ನು ರಜ ಬೇಕಾದಷ್ಟಿದೆ" ನಿರಾಳವಾಗಿ ಹೇಳಿದ.

ಭಾವನಾ ಅವನ ನಿರೀಕ್ಷೆಗೆ ಮೀರಿ ಬೇಗ ಗುಣಮುಖಳಾಗಿ ಮನೆಗೆ ಹಿಂದಿರುಗಿದ್ದಳು. ಸತೀಶನ ಬಳಿಗೆ ಹಿಂದಿರುಗುವ ಮನಸ್ಸು ಅವಳಿಗಿಲ್ಲವೆಂದು ಎಂದೋ ಅರಿತಿದ್ದ. ಡಾಕ್ಟರ್ ಕೂಡ ಸದ್ಯಕ್ಕೆ ಯಾವ ಒತ್ತಾಯವೂ ಬೇಡ. ಕಾಲಕ್ರಮೇಣ ಬದಲಾವಣೆ ಕಂಡೀತು ಎಂದು ಸಮಾಧಾನ ಹೇಳಿದ್ದರು.

ಇವನು ಕರೆದುಕೊಂಡು ಹೋಗುವುದಕ್ಕೆ ಅರ್ಧ ಗಂಟೆ ಮುನ್ನ ಬಂದಿದ್ದ ಸತೀಶ್ ಡಾಕ್ಟರ್ ಬಿಲ್ಲನ್ನು ಸಲ್ಲಿಸಿ ಹೋಗಿದ್ದ. ಸದ್ಯಕ್ಕೆ ನೋಡುವುದು ಬೇಡವೆಂದು ಡಾಕ್ಟರ್ ಹೇಳಿದ್ದರು.

ತಟ್ಟನೇ ಶರತ್‌ನ ಭುಜಗಳನ್ನು ಹಿಡಿದ ಭಾವನಾ "ನೀನು ಎಲ್ಲೂ ಹೋಗಬೇಡ, ನಂಗೆ ಭಯವಾಗುತ್ತೆ" ಅವಳ ಕಣ್ಣಾಲಿಗಳಲ್ಲಿ ನೀರು ತುಂಬಿಕೊಂಡಿತು. ಅವಳ ದುರ್ಬಲ ಮನಸ್ಸು ಇನ್ನೂ ಹಿಂದಿನ ಸ್ಥಿತಿಗೆ ಮರಳಿರಲಿಲ್ಲ,

"ಖಂಡಿತ ಹೋಗೋಲ್ಲ" ಪ್ರೀತಿಯಿಂದ ಅವಳ ಕೂದಲಲ್ಲಿ ಕೈಯಾಡಿಸಿದ.

"ತಿಂಡಿ ತಿಂದ್ಯಾ?" ಮರೆತವನಂತೆ ಕೇಳಿದ.

"ನಿನ್ನ ಜೊತೇನೇ ತಿಂದೆ." ಅವಳ ಮುಖದಲ್ಲಿ ನಗು ಕಾಣಿಸಿಕೊಂಡಿತು.

"ನಾನು ತಲೆ ಬಾಚ್ಲಾ?" ಅವಳ ಕೈಯಲ್ಲಿದ್ದ ಬಾಚಣಿಗೆ ಕಸಿದುಕೊಂಡ. ಇಬ್ಬರ ನಗು ಅಡಿಗೆ ಮನೆಯಲ್ಲಿದ್ದ ತುಳಸಮ್ಮನವರ ಕಿವಿಗೆ ಬಿತ್ತು. ಮನದಲ್ಲಿಯೇ ದೇವರಿಗೆ ಕೈ ಮುಗಿದರು. ಒಬ್ಬಳೇ ಮಗಳು ಹೀಗೆ ಆಗಿ ಹೋದಳಲ್ಲ–ಎಂದು ಹಗಲಿರುಳು ಕೊರಗಿದ್ದರು.

"ಸಂಜೆ ಎಲ್ಲಾದರೂ ಹೋಗೋಣ" ತಂಗಿಯ ಭುಜ ಸವರಿ ಒಳಗೆ ಬಂದ.

"ಅಮ್ಮ ನಾನು ಸ್ವಲ್ಪ ಹೊರಗಡೆ ಹೋಗಿ ಬರ್ತೀನಿ" ತಾಯಿಯ ಪ್ರತಿಕ್ರಿಯೆಗೂ ಕಾಯದೇ ಹೊರಗೆ ಬಂದ.

ಭಾವನಾನ ಮನೆಗೆ ಕರೆದುಕೊಂಡು ಬಂದಾಗಿನಿಂದ ಸತೀಶನನ್ನು ನೋಡಿರಲಿಲ್ಲ. ಅವನ ತಪ್ಪು ಅವನಿಗೆ ಅರಿವಾಗಿರಬೇಕು. ಮಂಕಾಗಿರುತ್ತಿದ್ದ. ಆದರೂ ಬಿಗುಮಾನ ಬಿಟ್ಟು ಮನದಲ್ಲಿದ್ದನ್ನು ಯಾರ ಮುಂದೆಯೂ ತೋಡಿಕೊಳ್ಳುತ್ತಿರಲಿಲ್ಲ. ಅವನ ಬಗ್ಗೆ ಒಂದು ರೀತಿಯ ಸಹಾನುಭೂತಿ ಉದಯಿಸಿತು. ಇದಕ್ಕೆ ಡಾll ಚಂದ್ರಚೂಡರು ಕಾರಣವೆಂದರೇ ತಪ್ಪಲ್ಲ. ಅವರೆಲ್ಲ ಬಿಡಿಸಿಬಿಡಿಸಿ ಹೇಳಿದ್ದರು.

ತಂಗಿಯ ತುಂಬು ಕೂದಲನ್ನು ನೇವರಿಸುತ್ತ ಸ್ವಲ್ಪ ಹೊರಗಡೆ ಹೋಗಿ ಬಂದುಬಿಡ್ತೀನಮ್ಮ. ನೀನು ಆ ಪುಸ್ತಕ ಓದ್ತಿರು. ಬಂದ ಮೇಲೆ ಚರ್ಚೆ ಮಾಡೋಣ.... ಬೇಕಾದರೆ ಜಗಳನೂ ಕಾಯೋಣ." ಭಾವನಾ ಫಕಫಕನೇ ನಕ್ಕಳು. ಅಂತಹ ತುಂಬುನಗುವನ್ನು ಅವಳ ಮುಖದಲ್ಲಿ ನೋಡಿ, ಕೇಳಿ ಎಷ್ಟೋ ದಿನ ಆಗಿತ್ತು. ಕಣ್ಣರಳಿಸಿ ನೋಡಿದ.

ಅವನು ಹೋದತ್ತಲೇ ನೋಡುತ್ತ ನಿಂತಳು ಭಾವನಾ. ಕತ್ತಲಿನಿಂದ ಬೆಳಕಿಗೆ ಬಂದಷ್ಟು ಅವಳ ಮನ ಉಲ್ಲಾಸವಾಗಿತ್ತು. ತನಗೆ ಮದುವೆಯಾಗಿದ್ದ ಸಂಗತಿಯನ್ನೇ ಮರೆತವಳಂತೆ ವರ್ತಿಸುತ್ತಿದ್ದಳು.

ಆಟೋ ಹಿಡಿದು ಸತೀಶ್ ಫ್ಯಾಕ್ಟರಿಯ ಬಳಿ ಬಂದು ಇಳಿದು ಮೀಟರ್ ನೋಡಿದಾಗ ಅವನೆದೆ ಧಸಕ್ಕೆಂದಿತು. ಐದು-ಇಪ್ಪತ್ತು ಪೈಸೆ ತೆತ್ತು ಲಿಫ್ಟ್ ಮುಖಾಂತರ ಮೇಲಕ್ಕೆ ಹೋದ. ನಿಶ್ಶಬ್ದ ವಾತಾವರಣ. ಫೈಲ್‌ಗಳ ಸದ್ದು, ಟೆಲಿಪ್ರಿಂಟರ್, ಟೈಪ್‌ರೈಟರ್ ಸದ್ದು ನಿಶ್ಶಬ್ದ ವಾತಾವರಣವನ್ನು ಭೇದಿಸಿಕೊಂಡು ಬರುತ್ತಿತ್ತು.

ಯಜಮಾನನ ಹಿಡಿತ ಎಷ್ಟು ಬಲವಾಗಿದೆಯೆನ್ನುವುದಕ್ಕೆ ಇಲ್ಲಿನ ಶಿಸ್ತು ಸ್ಪಷ್ಟವಾಗಿತ್ತು. ಹೊರಗಿದ್ದ ಜವಾನನ ಕೈಯಲ್ಲಿ ಸ್ಲಿಪ್ಪಲ್ಲಿ ತನ್ನ ಹೆಸರು ಬರೆದುಕೊಟ್ಟು ಒಳಗೆ ಕಳುಹಿಸಿದ. ಆತನು ತಕ್ಷಣ ವಾಪಸ್ಸು ಬಂದ.

"ಒಂದೆರಡು ನಿಮಿಷ ಕೂತ್ಕೋಬೇಕು. ಯಾರೊಂದಿಗೋ ಮಾತಾಡ್ತ ಇದ್ದಾರೆ," ಶರತ್ ಅಲ್ಲಿದ್ದ ಛೇರ್‌ನ (ವಿಜಿಟರ್ಸ್‌ಗಾಗಿ ಪ್ರತ್ಯೇಕವಾಗಿಟ್ಟಿರುವ) ಮೇಲೆ ಕುಳಿತ. ಅಲ್ಲೇ ಇದ್ದ ಫ್ಯಾಕ್ಟರಿಗೆ ಸಂಬಂಧಪಟ್ಟ ಮ್ಯಾಗಜೈನ್ ಕೈಗೆ ತೆಗೆದುಕೊಂಡ. ಮಾಲೀಕರು, ಡೈರೆಕ್ಟರ್‌ಗಳ ತದನಂತರ ಸತೀಶ್‌ನ ಫೋಟೋ ಇತ್ತು. ಅವನ ದಕ್ಷತೆಯ ಬಗ್ಗೆ ಒಂದು ಲೇಖನವೂ ಇತ್ತು. ಹೆಮ್ಮೆಯಿಂದ ಬೀಗಿದ. ನಿಟ್ಟುಸಿರಿಟ್ಟ ಅವನ ಕೋಣೆ ಕಡೆ ನೋಡಿದ.

ಅರ್ಧ ಗಂಟೆ ಕಾದ ನಂತರವೇ ಅವನಿಗೆ ಸತೀಶನಿಂದ ಕರೆ ಬಂದಿದ್ದು.

ಅಷ್ಟೊತ್ತಿಗೆ ಅವನಿಗೆ ಬೇಸರವಾಗಿಹೋಗಿತ್ತು. ವಿಚಿತ್ರ ಮನುಷ್ಯನೆಂದುಕೊಂಡ. ಇಂಥ ಮನುಷ್ಯನೊಂದಿಗೆ ಭಾವನಾ ಹೇಗೆ ದಿನಗಳನ್ನು ಸವೆಸಿರಬೇಕು!?

ಇವನು ಹೋದಾಗ ಸತೀಶ ಯಾವುದೋ ಫೈಲ್ ನೋಡುತ್ತಿದ್ದ. ತಲೆಯೆತ್ತದೆಯೇ ಕೂಡುವಂತೆ ಸನ್ನೆ ಮಾಡಿದ. ಆಮೇಲೆ ಹತ್ತು ನಿಮಿಷಗಳ ನಂತರವೇ ಅವನು ಫೈಲುಗಳಿಂದ ಹೊರಬಂದಿದ್ದು.

"ಎಕ್ಸ್‌ಕ್ಯೂಜ್ ಮೀ..." ಸೀಟಿನಿಂದ ಮೇಲೆದ್ದು ಬಂದು ಕೈಕುಲುಕಿದ.

ಸತೀಶ ತೀರಾ ಬಳಲಿಬಿಟ್ಟಂತೆ ಕಾಣುತ್ತಿದ್ದ. ಮೊದಲಿನ ಠೀವಿ, ಗತ್ತು ಇತ್ತು. ಅದರ ಹಿಂದಿನ ನೋವು ತಟ್ಟನೇ ಕಾಣಬರದಿದ್ದರೂ–ಆಮೇಲೆ ಗೋಚರಿಸುತ್ತಿತ್ತು.

ವಾಚ್ ಕಡೆ ನೋಡಿ ತನ್ನ ಸೀಟಿನಲ್ಲಿ ಕೂತು, ಫೋನ್ ಕೈಗೆ ತೆಗೆದುಕೊಂಡು ಅವನನ್ನು ಕೂಡುವಂತೆ ಸನ್ನೆ ಮಾಡಿದ. ಫೋನ್‌ನಲ್ಲಿ ಒಂದೆರಡು ಮಾತುಗಳನ್ನು ಆಡಿ ಕೆಳಗಿಟ್ಟುಬಿಟ್ಟ.

"ಹೋಗೋಣ" ಶರತ್ ಯಾವುದೋ ಮೋಡಿಗೆ ಒಳಗಾದವನಂತೆ ಮೇಲಕ್ಕೆದ್ದು ಅವನನ್ನು ಹಿಂಬಾಲಿಸಿದ. ಕಾರಿನಲ್ಲಿ ಬಂದು ಕೂಡುವವರೆಗೂ ಸತೀಶ್ ಮಾತಾಡಲು ಹೋಗಲಿಲ್ಲ. ಶರತ್‌ನ ಪಾಲಿಗೆ ಈ ಮೌನ ಅಸಹನೀಯ.

"ಹೇಗಿದ್ದಾಳೆ, ಭಾವನಾ?" ಕಾರು ವೇಗವಾಗಿ ಮುಂದಕ್ಕೆ ಹೊರಟ ಮೇಲೆ ಪ್ರಶ್ನಿಸಿದ. ಈಗಾದರೂ ಈ ಪುಣ್ಯಾತ್ಮನಿಗೆ ಮಡದಿಯ ಜ್ಞಾಪಕ ಬಂತಲ್ಲ!

"ಪರ್ವಾಗಿಲ್ಲ" ಚುಟುಕಾಗಿ ಉತ್ತರಿಸಿದ.

ಭಾವನಾ-ಸತೀಶರ ಸ್ವಭಾವಕ್ಕೆ ಉತ್ತರ-ದಕ್ಷಿಣದಷ್ಟು ಅಂತರ. ಕೂಡಿ ಬಾಳೋದು ಸುಲಭವೆನಿಸಲಿಲ್ಲ. ಇಬ್ಬರ ಸ್ವಭಾವದಲ್ಲಿ ಅಲ್ಪಸ್ವಲ್ಪ ಬದಲಾವಣೆಗಳಾದರೂ ಆಗಬೇಕು. ಇಲ್ಲ, ಸತೀಶ ಬದಲಾಗಿ ಮಡದಿಯ ಸ್ವಭಾವಕ್ಕೆ ಹೊಂದಿಕೊಳ್ಳಬೇಕು. ಭಾವನಾ.... ಸಾಧ್ಯವೇ ಇಲ್ಲ.

"ನನ್ನ ಇಲ್ಲಿ ಇಳಿಸಿಬಿಡಿ" ತಟ್ಟನೇ ನುಡಿದ.

ಡಾ|| ಚಂದ್ರಚೂಡ ಸರಿಯಾಗಿ ವಿವರಿಸದಿದ್ದರೆ ಸತೀಶನನ್ನು ಇವನು ದ್ವೇಷಿಸುತ್ತಿದ್ದ. ಡಾಕ್ಟರ್ 'ನಿಮ್ಮ ತಂಗಿ ಮಾತ್ರ ಮತಿವಿಕಲ್ಪಳಲ್ಲ, ಸತೀಶನದು ಕೂಡ ಒಂದು ತರಹದ ಹುಚ್ಚುತನವೇ, ನಾನೆಲ್ಲ ಬಿಡಿಸಿ ಹೇಳಿದ್ದೀನಿ. ತಟ್ಟನೇ ಅವರ ಸ್ವಭಾವ ಬದಲಾಗದಿದ್ದರೂ, ಕಾಲಕ್ರಮೇಣ ಬದಲಾಗುತ್ತೆ' ಎಂದಿದ್ದರು.

ಕಾರು ಮೊದಲಿನ ವೇಗದಲ್ಲಿಯೇ ಹೋಗುತ್ತಿತ್ತು. ಅದು ನಿಲ್ಲುವ ಹಾಗೆ ಕಾಣಲಿಲ್ಲ. ಶರತ್ ಸುಮ್ಮನಾದ. ಕಾರು ಬಂಗ್ಲೆಯ ಮುಂದೆ ಬಂದು ನಿಂತಿತು. ಆಳು ಓಡಿ ಬಂದು ಕಾರಿನ ಬಾಗಿಲು ತೆಗೆದು ಸೆಲ್ಯೂಟ್ ಹೊಡೆದು ಹಿಂದಕ್ಕೆ ನಿಂತ. ಬಾಗಿಲಿನಲ್ಲಿ ನಿಂತಿದ್ದ ರಾಮ ಸೆಲ್ಯೂಟ್ ಹೊಡೆದು ಹಿಂದಕ್ಕೆ ಸರಿದ. ಎಲ್ಲಾ ಮಿಲಿಟರಿ ತರಹ ಶಿಸ್ತು. ಅವನಿಗೆ ನಗುಬಂತು. ಅದುಮಿ ಹಿಡಿದು ಅವನ ಜೊತೆ ಹೆಜ್ಜೆ ಹಾಕಿದ. ಸತೀಶ್ ದಢದಢನೇ ಮೆಟ್ಟಲು ಹತ್ತಿ ಮೇಲೆ ಹೋದಾಗ ಶರತ್ ಕೆಳಗೆ ಉಳಿದ. ಸೋಫಾ ಮೇಲೆ ಮೈಚಾಚಿ ಟೀಪಾಯಿ ಮೇಲಿದ್ದ ಪತ್ರಿಕೆಯನ್ನು ಕೈಗೆ ಎತ್ತಿಕೊಂಡ. ಭಾವನಾಳ ಚಿತ್ರ ಕಣ್ಮುಂದೆ ಸುಳಿಯಿತು. ನಿಟ್ಟುಸಿರಿಟ್ಟ.

"ಸಾಹೇಬ್ರು ಕರೀತಾರೆ." ರಾಮನ ಧ್ವನಿ ಅವನನ್ನು ಎಚ್ಚರಿಸಿತು. ಬೇಸರದಿಂದಲೇ ಪತ್ರಿಕೆಯನ್ನು ಸೋಫಾ ಮೇಲೆ ಎಸೆದು ಮೇಲಕ್ಕೆ ಹೊರಟವನು ಹಿಂದಿರುಗಿ ನೋಡಿದ. ರಾಮ ಪತ್ರಿಕೆಯನ್ನು ಕ್ರಮವಾಗಿ ಜೋಡಿಸಿ ಮಡಿಸಿ ಟೀಪಾಯಿ ಮೇಲಿಡುತ್ತಿದ್ದ. ತುಟಿಗಳ ಮೇಲೆ ನಗು ಸುಳಿಯಿತು.

ಉಡುಪು ಬದಲಾಯಿಸಿದ ಸತೀಶ್ ಸೋಫಾ ಮೇಲೆ ಕೂತಿದ್ದ. ಎರಡು ಕೈಗಳನ್ನು ಬೆಸೆದು ತಲೆಯ ಹಿಂದಕ್ಕೆ ದಿಂಬಿನಂತೆ ಇಟ್ಟುಕೊಂಡಿದ್ದ. ಕಣ್ಣುಗಳಲ್ಲಿಯೆ ಆಹ್ವಾನಿಸಿದ. ಶರತ್ ಹೋಗಿ ಅವನಿಗೆದುರಾಗಿ ಕೂತ. ಅವನು ಬರೀ ನೋಡಿ ಹೋಗುವ ಸಲುವಾಗಿ ಬಂದಿದ್ದ. ಮಾತುಗಳಿಗಾಗಿ ತಡಕಾಡಿದ.

ಬಹಳ ಹೊತ್ತು ಸುಮ್ಮನೇ ಕೂತಿದ್ದ ಸತೀಶ್ "ಭಾವನಾ ಇಲ್ಲಿಗೆ ಯಾವಾಗ ಬರ್ತಾಳೆ?" ಅವನು ಸಹಜವಾಗಿ ನುಡಿದರೂ, ಧ್ವನಿಯಲ್ಲಿನ ಸೋಲುವಿಕೆ ಗೊತ್ತಾಗುತ್ತಿದ್ದಿತು.

ಶರತ್‌ನ ಕೊರಳಿನ ನರಗಳು ಉಬ್ಬಿದವು. ಅಂದು ಬಿಳಿಚಿಕೊಂಡು ತನ್ನ ಪಾಡಿಗೆ ತಾನು ಹಾಡಿಕೊಳ್ಳುತ್ತಿದ್ದ ಭಾವನಾಳ ಜ್ಞಾಪಕ ಬಂತು. ಕೋಪಾನ ಹತ್ತಿಕ್ಕುವುದು ಕಷ್ಟವಾಯಿತು. ಡಾಕ್ಟರ ನುಡಿಗಳು ಜ್ಞಾಪಕಕ್ಕೆ ಬಂದವು. ಸಮಾಧಾನ ಮಾಡಿಕೊಂಡ.

"ಸದ್ಯಕ್ಕೆ ಅವಳು ಅಲ್ಲಿಯೇ ಇರ್ತಾಳೆ." ನಾಲಿಗೆ ಕಚ್ಚಿಕೊಂಡ. ಅವಳು ಅಲ್ಲಿ ಉಳಿಯುವುದು ಅವನಿಗಿಷ್ಟವಿಲ್ಲ. ಹಾಗೆಂದು ಅವಳನ್ನು ಮಾನಸಿಕ ರೋಗಿಯನ್ನಾಗಿ ಮಾಡಲು ಅವನು ಸಮ್ಮತಿಸಲಾರ. ಮುದ್ದಿನ ತಂಗಿ ನಗು ನಗುತ್ತಾ ಬಾಳ್ವೆ ನಡೆಸಬೇಕು. ಅದಕ್ಕಾಗಿ ಯಾವ ತ್ಯಾಗಕ್ಕಾಗಿಯಾದರೂ ಸಿದ್ಧ.

"ಐ ಹ್ಯಾವ್ ನೋ ಅಬ್‌ಜೆಕ್ಷನ್" ಹಣೆಯುಜ್ಜಿಕೊಂಡ. ಭರ್ಜಿ ಅಲುಗಿನಿಂದ ತಿವಿತದಂಥ ನೋವು ಅನುಭವಿಸಿದ. ನಿಂತ ನೆಲವೇ ನಡುಗಿದಂತಾಯಿತು. ತಟ್ಟನೇ ಮೇಲೆದ್ದು "ಬನ್ನಿ, ಊಟ ಮಾಡೋಣ" ಕೋಣೆಯಿಂದ ಹೊರಟುಬಿಟ್ಟ.

ಅವನನ್ನು ಅರ್ಥಮಾಡಿಕೊಳ್ಳುವುದೇ ಶರತ್‌ಗೆ ಕಷ್ಟವಾಗಿತ್ತು. ಭಾವನಾಳನ್ನು ಪ್ರೀತಿಸಲಾರ ಎಂದು ಅವನ ಮನ ಒಪ್ಪಲು ಸಿದ್ಧವಿಲ್ಲ. ಅವನು ಬಾಯಿಬಿಟ್ಟು ಏನೂ ಹೇಳಿಕೊಳ್ಳದಿದ್ದರೂ, ಭಾವನಾಳನ್ನು ನರ್ಸಿಂಗ್ ಹೋಂ ಬಿಟ್ಟ ದಿನ ಆಮೇಲಿನ ದಿನಗಳನ್ನು ನೋಡಿಯೇ ತಿಳಿಯಬಹುದು. ಫ್ಯಾಕ್ಟರಿಗೆ ಹೋಗುವುದನ್ನು ಮರೆತು ಡಾ॥ ಚಂದ್ರಚೂಡರ ಖಾಸಗಿ ಕೋಣೆಯಲ್ಲಿ ಕುಳಿತುಬಿಡುತ್ತಿದ್ದ. ಭಾವನಾ ತನ್ನನ್ನು ದ್ವೇಷಿಸುತ್ತಾಳೆಂದು ತಿಳಿದಾಗಲೂ ಅವನಲ್ಲಿ ಬದಲಾವಣೆ ಕಾಣಲಾಗಲಿಲ್ಲ. ಕರ್ತವ್ಯ ಮರೆಯಲಿಲ್ಲ.

"ಕಮಾನ್" ಛೇರ್‌ನ ಹಿಂದಕ್ಕೆ ಸರಿಸಿ ಕೂತ. ಭಾವನಾ ಊಟ ಮಾಡುತ್ತಿದ್ದುದನ್ನು ಜ್ಞಾಪಿಸಿಕೊಂಡ. ಬೇಸರದಿಂದ ಕೆದಕಿ ಎದ್ದು ಹೋಗುತ್ತಿದ್ದಳು. ಆಗ ಅವನು ಬೇರೆ ಗುಂಗಿನಲ್ಲಿರುತ್ತಿದ್ದ. ತುಟಿ ಕಚ್ಚಿ ವೇದನೆಯನ್ನು ನುಂಗಿದ.

ಡೈನಿಂಗ್ ಟೇಬಲ್ ಮುಂದೆ ಕೂತು ಶರತ್ ಮೇಜಿನ ಮೇಲೆ ದೃಷ್ಟಿ ಹರಿಸಿದ. ಎಲ್ಲದರಲ್ಲೂ ಶಿಸ್ತು. ಆದರೆ... ಯಾಕೋ ಸಾಧ್ಯವಿಲ್ಲವೆನಿಸಿತು.

"ನೀವು ಊಟ ಮಾಡಿ, ಮನೆಯಲ್ಲಿ ಅಮ್ಮ ಭಾವನಾ ನಂಗಾಗಿ ಕಾಯ್ತ ಇರ್ತಾರೆ" ಎದ್ದೇಬಿಟ್ಟ.

"ಇಂಥ ಊಟ ನಾನು ಇಷ್ಟಪಡೋಲ್ಲ. ನಗು, ಸಂತೃಪ್ತಿ, ಆದರವಿಲ್ಲದ ಊಟಕ್ಕೆ ಅರ್ಥವಿಲ್ಲ."

ಅಲ್ಲಿ ಒಂದು ಗಳಿಗೆಯೂ ನಿಲ್ಲದೆ ಹೊರಗೆ ಬಂದುಬಿಟ್ಟ. ಆಗ ಅವನ ವಿವೇಚನೆ ಶೂನ್ಯವಾಗಿತ್ತು. ತಂಗಿ ನಿಂತು ನಗುನಗುತ್ತಾ... ಬಡಿಸಿದ್ದರೇ... ಬಿಸಿಲು ಎನ್ನುವುದನ್ನು ಲೆಕ್ಕಿಸದೇ ಬೇಗ ಬೇಗ ಹೆಜ್ಜೆ ಹಾಕಿದ.

ಸತೀಶ ವರದಕ್ಷಿಣೆ, ವರೋಪಚಾರ ಕೇಳಲಿಲ್ಲ. ಆದರೆ ಅದರ ನಾಲ್ಕು ಪಟ್ಟು ಹಣವನ್ನು ಖರ್ಚು ಮಾಡಿಸಿದ್ದ. ಮಂತ್ರಿಗಳ ಮಕ್ಕಳ ಮದುವೆಗೆ ಬರುವಷ್ಟು ಜನ ಬಂದಿದ್ದರು. ಅವರಿಗೆಲ್ಲ ಪ್ರತ್ಯೇಕವಾದ ಊಟದ ವ್ಯವಸ್ಥೆ. ಯಾವುದರಲ್ಲೂ ಕಮ್ಮಿಯಾಗಬಾರದು. ಸಾಲ ಕೊಡುವವರ ಬಳಿಯೆಲ್ಲ ಸಾಲ ತಂದು ಲೋಪ ಬರದಂತೆ ಖರ್ಚು ಮಾಡಿದ್ದ. ಇನ್ನು ಆ ಸಾಲ ದೊಡ್ಡ ಗಂಟಾಗಿಯೇ ಉಳಿದುಕೊಂಡಿತ್ತು. ಸಮಸ್ಯೆಗಳೆಲ್ಲ ಒಮ್ಮೆಲೇ ಬಂದು ಮುತ್ತಿದವು. ತಲೆ ಸಿಡಿಯತೊಡಗಿತು. ಬೇಗ ಬೇಗ ಹೆಜ್ಜೆ ಹಾಕತೊಡಗಿದ. ಸ್ಯಾರಿ ಪ್ಯಾಲೆಸ್ ಎದುರಾದಾಗ ಪಕ್ಕದ ರೋಡಿಗೆ ತಿರುಗಿಕೊಂಡ. ಭಾವನಾಳಿಗಾಗಿ ಐದು ಸಾವಿರ ರೂಪಾಯಿ ಮೊತ್ತದ ಸೀರೆಗಳನ್ನು ಖರೀದಿಸಿದ್ದ. ಸಾಲ ಇನ್ನೂ ಸ್ವಲ್ಪ ಬಾಕಿ ಉಳಿದಿತ್ತು.

ಅವನು ಮನೆಗೆ ಬಂದಾಗ ಭಾವನಾ ಸ್ವೆಟರ್ ಹೆಣೆಯುತ್ತಿದ್ದಳು. ಕೈಗಳು ಚುರುಕಾಗಿ ಕೆಲಸ ಮಾಡುತ್ತಿದ್ದವು. ಮುಖದಲ್ಲಿ ಒಂದಿಷ್ಟು ಗೆಲುವು ಮೂಡಿತ್ತು. ಪ್ರಯತ್ನಪೂರ್ವಕವಾಗಿ ಆತ್ಮವಿಶ್ವಾಸ ಬೆಳೆಸಿಕೊಳ್ಳುವ ಪ್ರಯತ್ನ ಮಾಡುತ್ತಿದ್ದಳು.

ತಲೆ ಎತ್ತಿದವಳೇ "ಅಮ್ಮ.... ಅಣ್ಣ ಬಂದ" ಕೂಗಿ ಹೇಳಿದಳು. ಈಗಲೂ ಮಗುವಿನಂಥ ಉತ್ಸಾಹವೇ.

"ಒಳ್ಳೆ ಬಿಸಿಲಿನಲ್ಲಿ ಇದೇನು ಮಾಡ್ತಾ ಇದ್ದೀಯಾ!" ತಂಗಿಯ ಕಿವಿ ಹಿಂಡಿ ಛೇಡಿಸಿದ. 'ಅಬ್ಬ' ಕಿವಿಯನ್ನು ಬಿಡಿಸಿಕೊಳ್ಳುತ್ತಾ ಮುಖದಲ್ಲಿ ನಸುಮುನಿಸನ್ನು ನಟಿಸಿದಳು.

"ಹೊಟ್ಟೆ ತಾಳ–ಊಟ ಮಾಡೋಣ." ಒಳಗೆ ಹೋದ.

ಷಿಲಾಂಗ್‌ಗೆ ಹಿಂದಿರುಗಲು ಚಡಪಡಿಸಿದ. ಅದರಿಂದ ಬಹಳಷ್ಟು ತೊಂದರೆ ಅನುಭವಿಸಬಹುದೆಂಬ ಭಯವಿತ್ತು. ಮಗಳ ಬಗ್ಗೆ ಅನುಕಂಪಕ್ಕಿಂತ ತಾಯಿ-ತಂದೆಯರಿಗೆ ಕೋಪವೇ ಜಾಸ್ತಿ. ಅಂಥ ಶ್ರೀಮಂತ ಗಂಡ, ಬಂಗ್ಲೆ, ಕಾರು ಇವುಗಳ ಬಗ್ಗೆ ಮಗಳಿಗೇಕೆ ವ್ಯಾಮೋಹವಿಲ್ಲ! ತೀರಾ ಅತಿಯಾಯಿತು! ಗಂಡ ಬಿಟ್ಟವಳು ಅನ್ನೋ ಕೆಟ್ಟ ಹೆಸರು ಹೊತ್ತುಕೊಂಡು ಬಾಳುವೆ ನಡೆಸಬೇಕಲ್ಲ...! ಅವರ

ಕೊರಗು... ಯೋಚನೆಗಳು... ಅಷ್ಟಿಷ್ಟಲ್ಲ ಈ ಬಿಸಿ ತಂಗಿಗೆ ಎಂದು ತಟ್ಟಿಬಿಡುವುದೋ ಎನ್ನುವುದೇ ಶರತ್‌ಗೆ ಭಯ. ಆದಕ್ಕಾಗಿ ಇಲ್ಲಿಂದ ಹೊರಡಲಾರ.

ಭಾವನಾಳನ್ನು ಸಂಪೂರ್ಣವಾಗಿ ಅರ್ಥ ಮಾಡಿಕೊಂಡವನು ಅವನೊಬ್ಬನೇ. ಅವಳ ಬಗ್ಗೆ ತಪ್ಪು ತಿಳಿಯಲಾರ... ಬೇಸರ ವ್ಯಕ್ತಪಡಿಸಲಾರ. ಅಪಾರ ಸಹಾನುಭೂತಿ ಇದೆ.

ಹದಗೆಟ್ಟ ಆರ್ಥಿಕ ಸ್ಥಿತಿ ಮನೆಯವರಿಗೆಲ್ಲ ತಟ್ಟಲಾರಂಭಿಸಿತು. ಶರತ್‌ಗೆ ದಿಕ್ಕು ತೋಚದಂತಾಯಿತು. ಒಂದೆರಡು ಬಾರಿ ತಾಯಿ-ತಂದೆ ಸೂಕ್ಷ್ಮವಾಗಿ ಅವನು ಕೆಲಸಕ್ಕೆ ಹಿಂದಿರುಗದ ಬಗ್ಗೆ ಆಕ್ಷೇಪಣೆ ವ್ಯಕ್ತಪಡಿಸಿದ್ದರು.

"ನಾನು ಇಲ್ಲೇ ಕೆಲಸಕ್ಕೆ ಪ್ರಯತ್ನ ಮಾಡ್ತಾ ಇದ್ದೀನಿ. ಷಿಲಾಂಗ್‌ಗೆ ಹಿಂದಿರುಗೋಲ್ಲ" ಹೇಳಿಬಿಟ್ಟಿದ್ದ. ಕಡೆಗೆ ಒಂದು ನಿರ್ಣಯಕ್ಕೆ ಬಂದ-ಜೊತೆಯಲ್ಲಿ ಭಾವನಾಳನ್ನೂ ಕರೆದೊಯ್ಯಲು ನಿರ್ಧರಿಸಿದ.

"ಭಾವನಾ, ನಿನ್ನ ಬಟ್ಟೆಬರೆ ಜೋಡಿಸ್ಕೋ." ಓದುತ್ತ ಕುಳಿತಿದ್ದವಳು ತಲೆಯೆತ್ತಿ ಅಣ್ಣನ ಕಡೆ ನೋಡಿದಳು. ಅವಳಿಗೆ ಅರ್ಥವಾಗಲಿಲ್ಲ. ಯಾವುದೊ ಭಯ ಮನದಲ್ಲಿ ಮುಸುಕಿತು. ಎದೆ ನಗಾರಿಯಾಯಿತು.

"ಷಿಲಾಂಗ್‌ಗೆ ಹೋಗೋಣ. ಅಲ್ಲಿ ಊಟ, ತಿಂಡಿಗೆ ತೊಂದರೆ. ನೀನೂ ಬಂದರೆ ಆರಾಮಾ–" ನಕ್ಕ ಭಾವನಾ ಮಿಕಿಮಿಕಿ ನೋಡಿದಳು.

ಅವನು ಮದುವೆಯಾಗಿ ಮಡದಿಯನ್ನು ಜೊತೆಗೆ ಕರೆದೊಯ್ಯಬೇಕಾಗಿತ್ತು. ಅವಳ ಕಣ್ಣಾಲಿಗಳಲ್ಲಿ ನೀರು ತುಂಬಿಕೊಂಡಿತು. ಮಾತಾಡಲು ಕಷ್ಟವಾಯಿತು.

ಅವಳ ಸಮೀಪ ಬಂದ ಶರತ್ ಬಗ್ಗಿ, ಬೆರಳಿನಿಂದ ಅವಳ ಮುಖವನ್ನು ಮೇಲಕ್ಕೆ ಎತ್ತಿದ. ತಟ್ಟನೇ ಚಿಮ್ಮಿದ ನೀರು ಕೆನ್ನೆಗಳ ಮೇಲೆ ಹರಿಯಿತು. ಅವನ ಹೃದಯವೇ ಒಡೆದುಹೋದಂತಾಯಿತು. ಏನು ಬೇಕಾದರೂ ಸಹಿಸಬಲ್ಲ. ಆದರೆ ಭಾವನಾಳ ಕಣ್ಣಲ್ಲಿ ನೀರನ್ನು ಮಾತ್ರ ನೋಡಲಾರ.

"ಛೆ! ಛೆ!.... ಇದೇನಿದು!" ತೋರು ಬೆರಳಿಂದ ಕಣ್ಣೀರನ್ನು ತೊಡೆದ. "ನೀನು ಇಷ್ಟೊಂದು ಸೆಂಟಿಮೆಂಟಲ್ ಹುಡುಗೀಂತ ತಿಳಿದುಕೊಂಡು ಇರ್ಲಿಲ್ಲ! ಈಗೇನಾಯ್ತು.?"

ಅಣ್ಣನ ಕೈ ಹಿಡಿದು ಬಿಕ್ಕಿದಳು. ತೊಳಲಾಟದ ಮಧ್ಯೆ ಅವನದೊಂದೇ ಆಸರೆ. ಮಾತಾಡದೇ... ನಗದೇ... ಆ ಸ್ವರ್ಣಪಂಜರದಲ್ಲಿ ಹೇಗೆ ಬದುಕಿಯಾಳು! ಅದರ ನೆನಪು ಬಂದರೇ ಹುಚ್ಚಿಯಾಗಿಬಿಡುವಳು. ಸದಾ ಡೆಟಾಲ್ ವಾಸನೆ ಸಹಿಸಿ ಸಹಿಸಿ ಅವಳಿಗೆ ಸಾಕಾಗಿತ್ತು.

"ನನ್ನ ಮೇಲೆ ಕೋಪ ಇಲ್ಲವಾ?" ಶರತ್ ಬೆಚ್ಚಿಬಿದ್ದ. ಕರುಣೆಯಿಂದ ತಂಗಿಯ ಕಡೆ ನೋಡಿದ. ಇಂಥ ಮಗುವಿನಂಥ ಮನಸ್ಸಿನ ಮಡದಿಯ ಮನವನ್ನು ಅರ್ಥಮಾಡಿಕೊಳ್ಳಲಿಲ್ಲವಲ್ಲ? ಸತೀಶನ ಮೇಲೆ ಕೋಪ ಬಂತು.

"ನೀನೇನು ತಪ್ಪು ಮಾಡಿದ್ದೀಯಾ? ತಪ್ಪು ಮಾಡಿದೋರು ನಾವು, ಬಂಗ್ಲೆ, ಕಾರು, ಅಧಿಕಾರಾಂತ ಹುಚ್ಚರಾಗಿ ಮದ್ವೆ ಮಾಡಿಕೊಟ್ಟು..." ಮುಂದೆ ಮಾತಾಡಲು ಅವನಿಂದಾಗಲಿಲ್ಲ.

"ಸದ್ಯಕ್ಕೆ ಯೋಚ್ನೆ ಮಾಡಿ ಮನಸ್ಸನ್ನು ಹಾಳು ಮಾಡಿಕೊಳ್ಳಬೇಡ. ಕಾಲ ಎಲ್ಲಾನೂ ಮರೆಸುತ್ತೆ. ನಿಂಗೆ ಮದ್ವೆಯಾಗಿದೆ ಅನ್ನೋದನ್ನೇ ಮರೆತುಬಿಡು" ಸುಲಭವಾಗಿ ಹೇಳಿಬಿಟ್ಟ. ಅದನ್ನು ಬಿಟ್ಟು ಅವನಿಗೆ ಬೇರೆ ದಾರಿ ಇರಲಿಲ್ಲ.

ಈ ವಿಷಯ ತುಳಸಮ್ಮನ ಕಿವಿಗೆ ಬಿದ್ದಾಗ ಮಗನ ಬಗ್ಗೆ ಅವರಿಗೆ ಬೇಸರವಾಯಿತು. ನಾಳೆ ಅಳಿಯ ಬೇರೆ ಮದುವೆಯಾಗಿಬಿಟ್ಟರೇ...! ಅವರೆದೆ ನಗಾರಿಯಂತೆ ಬಾರಿಸಿತು. ಅವಳು ಮನೆಗೆ ಬಂದಾಗಿನಿಂದ ಅಳಿಯ ಮಗಳನ್ನು ನೋಡಲು ಬಂದಿರಲಿಲ್ಲ. ಅಕ್ಕಪಕ್ಕದವರು ಆಗಲೇ ಗುಸುಗುಸು ಪಿಸಪಿಸ ಅನ್ನಲು ಶುರು ಮಾಡಿದ್ದರು. ಕಣ್ಣುಗಳು ತೇವವಾದವು. ಒಬ್ಬಳೇ ಮಗಳು ಸುಖವಾಗಿರಲೀಂತ ಕುಣಿಯುತ್ತ ಸತೀಶ ಹೇಳಿದಂಗೆ ಆಡಂಬರವಾಗಿ ಮದುವೆ ಮಾಡಿಕೊಟ್ಟಿದ್ದರು. ಈಗ.... ಆದದ್ದು!?

ಮಗನನ್ನು ಹಿತ್ತಲಿಗೆ ಕೂಗಿ ಮೆಲುಸ್ವರದಲ್ಲಿ "ಅಳಿಯಂದಿರನ್ನು ನೋಡೋಕೆ ಹೋಗಿದ್ಯಾ? ಏನು ಹೇಳಿದ್ರು?" ತಾಯಿಗೆ ಎಷ್ಟೋ ಬಗೆಯಲ್ಲಿ ತಿಳಿಸಿ ಹೇಳಿದ್ದ. ಅವರು ಅರ್ಥಮಾಡಿಕೊಂಡಿರಲಿಲ್ಲ. ಇನ್ನಷ್ಟು ಸಲ ತಿಳಿಸಿದ್ರೂ ಅಷ್ಟೇ ಎಂದುಕೊಂಡ. ನಿಧಾನವಾಗಿ ಅವರ ಮನಸ್ಸನ್ನು ಅರಿತು ಕೋಪವನ್ನು ನುಂಗಿಕೊಂಡ.

"ಏನಾದ್ರೂ ಹೇಳೋಕೆ ಏನಿದೆ?"

"ನಿಂಗೆ ಸ್ವಲ್ಪಾನೂ ವಿವೇಕವಿಲ್ಲ. ಭಾವನಾನ ಯಾವಾಗ ಕರ್ಕೊಂಡು ಹೋಗ್ತಾರಂತೆ?" ಉಗುಳು ನುಂಗಿದ.

ಈ ವಿಷಯದಲ್ಲಿ ಸತೀಶನನ್ನು ಆಕ್ಷೇಪಿಸಲು ಅವನು ಸಿದ್ಧವಿಲ್ಲ. ಅವನು ಬಹಳಷ್ಟು ಅವಮಾನ ಸಹಿಸಿದ್ದ, ಡಾ॥ ಚಂದ್ರಚೂಡರ ನರ್ಸಿಂಗ್ ಹೋಂನಲ್ಲಿದ್ದ ದಿನಗಳಲ್ಲಿ ಭಾವನಾ, ಸತೀಶನ ಮುಖ ಕಂಡರೇ ಮುಖ ಮುಚ್ಚಿಕೊಂಡು ಚೀರುತ್ತಿದ್ದಳು. ಒಂದು ದಿನ ಅವನು ತಂದುಕೊಟ್ಟ ಸೀರೆಯನ್ನು ಹರಿದು ಚಿಂದಿ ಮಾಡಿ ತನ್ನ ಕೋಪವನ್ನು ಪ್ರಕಟಪಡಿಸಿದ್ದಳು. ಎಲ್ಲವನ್ನು ನುಂಗಿ ಸತೀಶ್ ದೂರಾದರೂ ತನ್ನ ಕರ್ತವ್ಯವನ್ನು ಸಮರ್ಪಕವಾಗಿ ಮಾಡಿದ್ದ.

"ಹೋಗಿದ್ದೆ, ಅವರೇನೋ ಕಳುಹಿಸಿಕೊಡ್ತೂಂದ್ರು. ನಾನೇ ಸದ್ಯಕ್ಕೆ ಆಗೋಲ್ಲ ಅಂದೆ. ಒಂದಿಷ್ಟು ದಿನ ಜೊತೆಯಲ್ಲಿ ಕರ್ಕೊಂಡ್ಹೋಗ್ತೀನಿ. ಸ್ಥಳದ ಬದಲಾವಣೆಯಿಂದ ಭಾವನಾ ಬಹಳಷ್ಟು ಸುಧಾರಿಸುತ್ತಾಳೆ. ನೀನು ಸುಮ್ನೇ ಕೊರಗದೇ ಇರು."

ಪ್ರಯಾಣದ ಸಿದ್ಧತೆಗಳೆಲ್ಲ ಮುಗಿದವು. ಒಮ್ಮೆ ಸತೀಶ್‌ನನ್ನು ಕಂಡುಬರುವುದು ಒಳ್ಳೆಯದೆನಿಸಿತು. ಸಂಜೆ ನೇರವಾಗಿ ಮನೆಗೆ ಹೋದ. ಕಾರು ಪೋರ್ಟಿಕೋದಲ್ಲಿ ನಿಂತಿತ್ತು.

ಒಳಗೆ ಅಡಿಯಿಟ್ಟ. ಹೊರಗಿನ ಶಬ್ದ ಬಿಟ್ಟು ಮನೆಯಲ್ಲಿ ಪೂರ್ಣವಾಗಿ ನಿಶ್ಶಬ್ದ ವ್ಯಾಪಿಸಿತ್ತು. ಅಸಹನೀಯವೆನಿಸಿತು. ಬಿಳಿಯ ಸಮವಸ್ತ್ರದಲ್ಲಿ ಬಂದ ರಾಮ ಸೆಲ್ಯೂಟ್ ಹೊಡೆದು ನಿಂತ.

"ಯಜಮಾನ್ರು ಇದ್ದಾರ?" ಇವನ ಧ್ವನಿ ಕೂಡ ತಗ್ಗಿತು. ಇಲ್ಲಿನ ವಾತಾವರಣದ ಪ್ರಭಾವವಿರಬೇಕು ಎಂದುಕೊಂಡ. ತುಟಿಗಳ ಮೇಲೆ ಒಂದು ವಿಧವಾದ ನಗು ಅರಳಿತು.

'ಇದ್ದಾರೆ' ಎಂದು ತಲೆಯಾಡಿಸಿದ ರಾಮ, ವಿಷಯ ತಿಳಿಸಲು ಮೇಲಕ್ಕೆ ಹೋದ. ಅವನು ಶಬ್ದವಾಗದೆ ನಡೆದುಹೋಗುತ್ತಿದ್ದ ರೀತಿಯನ್ನು ಕಣ್ಣರಳಿಸಿ ನೋಡಿದ. ಈ ಮನುಷ್ಯ ಬದಲಾಗೋಲ್ಲ. ವಿಚಿತ್ರ ಸ್ವಭಾವವೆಂದುಕೊಂಡ.

ಅಲ್ಲಿದ್ದ ಎಲ್ಲಾ ವಸ್ತುಗಳ ಮೇಲೂ ದೃಷ್ಟಿಹರಿಸಿದ. ಫಳಫಳನೇ ಹೊಳೆಯುತ್ತಿದ್ದವು. ಹುಡುಕಿದರೂ ಒಂದು ಚೂರು ಧೂಳು ಸಿಗದು, ಅಪರೂಪದ ಸ್ವಚ್ಛತೆ ಎಂದುಕೊಂಡ.

"ಮೇಲಕ್ಕೆ ಬರ್ಬೇಕಂತೆ" ಸ್ವಭಾವದ ಪರಿಚಯವಿದ್ದುದರಿಂದ ಬೇಸರಪಡದೇ ನಡೆದ. ಕೋಣೆಯ ಬಾಗಿಲು ಪೂರ್ಣವಾಗಿ ತೆರೆದಿತ್ತು. ಮೆಲ್ಲನೇ ಒಳಕ್ಕೆ ಅಡಿಯಿಟ್ಟ.

"ಕಮಾನ್ ಶರತ್, ಹೌ ಆರ್ ಯು?" ಮುಂದಿದ್ದ ಫೈಲನ್ನು ಮುಚ್ಚಿ ಕೇಳಿದ. ಶರತ್ ಸಮಾಧಾನದ ಉಸಿರುಬಿಟ್ಟ.

ಸೋಫಾ ಮೇಲೆ ಕೂತ ಶರತ್ ಸುತ್ತಲೂ ಕಣ್ಣಾಡಿಸಿದ. ಎಲ್ಲಾ ಯಥಾ ಸ್ಥಿತಿಯಲ್ಲಿತ್ತು. ಯಾವೊಂದು ಬದಲಾವಣೆಯೂ ಇಲ್ಲ.

"ನಾಳಿದ್ದು ಬೆಳಿಗ್ಗೆ ಹೊರಡುತ್ತೀನಿ. ಒಮ್ಮೆ ತಿಳಿಸಿ ಹೋಗೋಣಾಂತ ಬಂದೆ." ಸತೀಶನ ಕಣ್ಣುಗಳು ಅರಳಿದವು. ಸ್ವಾಭಿಮಾನವಿನ್ನು ತಗ್ಗಿರಲಿಲ್ಲ. ಬಲವಂತದಿಂದ ಹೆಣ್ಣನ್ನು ಮಣಿಸಬಾರದು, ಘಾಸಿಗೊಳಿಸಬಾರದು. ಅವೆಲ್ಲ ಅನಾಗರಿಕತೆಯ ಲಕ್ಷಣಗಳು. ಯಾವ ಸಂದರ್ಭದಲ್ಲಿಯೇ ಆಗಲಿ ಅವಕ್ಕೆ ವ್ಯತಿರಿಕ್ತವಾಗಿ ನಡೆದುಕೊಳ್ಳಲಾರ.

ಏನಾದರೂ ಕೇಳಬಹುದು ಎಂದು ಶರತ್ ಕಾದ. ಅವನು ಮೌನವಾಗಿ ಕೈಕಟ್ಟಿ ಕೂತು ಎತ್ತಲೋ ನೋಡುತ್ತಿದ್ದ. ಹೊರಡುವುದು ಸೂಕ್ತವೆನಿಸಿತು. ಎದ್ದು ನಿಂತ. ತಟ್ಟನೇ ಸತೀಶನ ಕೈ ಅವನನ್ನು ಎಳೆದು ಕೂಡಿಸಿತು. ಆಶ್ಚರ್ಯಚಕಿತನಾದ. ಮುಖ ಮುಖ ನೋಡಿದ.

"ಭಾವನಾ ಕೂಡ ನನ್ಜೊತೆ ಬರ್ತಾಳೆ" ಅವನ ಕಷ್ಟ ನೋಡಲಾರದೇ ಬಾಯಿಬಿಟ್ಟು ಹೇಳಿದ.

ಸತೀಶ ಮ್ಲಾನವದನನಾದ. ಬಾಯಿಬಿಟ್ಟು ಏನೂ ಆಡದಿದ್ದರೂ ಮನದ ತೊಳಲಾಟವನ್ನು ಮುಖ ಪ್ರತಿಬಿಂಬಿಸುತ್ತಿತ್ತು. ಕಣ್ಣುಗಳಲ್ಲಿ ಅರ್ಥವಾಗದ ವೇದನೆ.

"ಭಾವನಾ... ಹೇಗಿದ್ದಾಳೆ?" ಬಹಳ ಕಷ್ಟದಿಂದ ಕೇಳಿದಂತಿತ್ತು.

ತಾನೇ ಬಂದು ನೋಡಬಹುದಿತ್ತು. ಅಂತರವನ್ನು ಕಡಿಮೆ ಮಾಡಿಕೊಳ್ಳುವ ಪ್ರಯತ್ನ ಮಾಡಬಹುದು. ದೊಡ್ಡಸ್ತಿಕೆಯ ಸೋಗಿನಲ್ಲಿ ಹೃದಯದ ಪ್ರೀತಿಯನ್ನು ಅದುಮಿಡಲು ಸಾಧ್ಯವೇ?

"ಪರ್ವಾಗಿಲ್ಲ" ಚುಟುಕಾಗಿ ಹೇಳಿದ.

ಸತೀಶ, ಬಂದರೂ ಭಾವನಾ ಆದರಿಸಬಲ್ಲಳೆಂಬ ನಂಬಿಕೆ ಇರಲಿಲ್ಲ. ಅವರ ಮಧ್ಯೆ ಪ್ರೀತಿ, ವಿಶ್ವಾಸ ಮಾತುಕತೆ–ಏನೇನು ಬೆಳೆದಿಲ್ಲವೆನಿಸಿತು. ಈ ರೀತಿಯ ಸಂಬಂಧಕ್ಕೆ ಯಾವ ಅರ್ಥವಿದೆ? ನಿರುತ್ಸಾಹಿತನಾದ.

"ಶರತ್ ಇಲ್ಲೇ ಕೆಲಸಕ್ಕೆ ಪ್ರಯತ್ನ ಮಾಡಬಹುದಿತ್ತು." ಸತೀಶ ಅಷ್ಟು ದೀರ್ಘವಾಗಿ ಮಾತಾಡುತ್ತಿದ್ದದ್ದೇ ಕಡಿಮೆ.

ಆ ಮಾತಿನ ಹಿನ್ನೆಲೆ ಶರತ್‌ಗೆ ಸ್ಪಷ್ಟವಾಯಿತು. ಸತೀಶ್ ಮನಸ್ಸು ಮಾಡಿದರೆ ಶರತ್ ಅಂಥ ಹತ್ತು ಜನಕ್ಕೆ ಕೆಲಸ ಕೊಡಿಸಬಲ್ಲ. ಆದರೆ ಅವನೀಗ ಕೆಲ್ಸ ಕೊಡಿಸಲು ಮುಂದಾದರೂ ಇವನು ಮಾತ್ರ ಅವನ ಸಹಕಾರ ಪಡೆದುಕೊಳ್ಳಲು ಸಿದ್ಧವಿಲ್ಲ.

"ಆ ಯೋಚನೇನೇ ಇಲ್ಲ" ಎಂದುಬಿಟ್ಟ.

ದೊಡ್ಡ ಗಾಜಿನ ಗ್ಲಾಸ್‌ಗಳಲ್ಲಿ ಜ್ಯೂಸ್ ಬಂತು. ಸತೀಶ ಹೇಳುವುದಕ್ಕೆ ಕಾದು ಕೂಡದೇ ಕುಡಿದು ಅಲ್ಲಿಟ್ಟ.

"ನಿಮ್ಮ ತಂಗಿ ಬಟ್ಟೆ, ಒಡವೆ, ಎಲ್ಲಾ ಇಲ್ಲೇ ಇದೆ. ಪ್ಯಾಕ್ ಮಾಡಿಸಿಕೊಡಲಾ!"

"ಸದ್ಯಕ್ಕೆ ಬೇಡ. ಅವುಗಳ ಅಗತ್ಯ ಅವಳಿಗಿದ್ದ ಹಾಗೆ ಕಾಣೋಲ್ಲ. ಜೀವನ ಅಂದರೆ ಬರೀ ಒಡವೆ, ಸೀರೆ, ಬಿಗುಮಾನಾಂತ ಭಾವನಾ ತಿಳಿದಿಲ್ಲ" ಮುಖದಲ್ಲಿ ಕಠಿಣತೆ ಕಾಣಿಸಿಕೊಂಡಿತು.

"ಸರಿ, ನಿಮ್ಮಿಷ್ಟ. ಭಾವನಾ ಇಲ್ಲಿಗೆ ಬರೋಕೆ ಇಷ್ಟಪಡೋಲ್ವಾ?" ಕೋಪದಿಂದ ಶರತ್ ಮೈ ಹತ್ತಿಕೊಂಡು ಉರಿಯಿತು. ಪೂರ್ತಿಯಾಗಿ ಸಹನೆ ಕಳೆದುಕೊಂಡ.

"ಇಲ್ಲ.... ಇಲ್ಲ.... ಇಲ್ಲ.... ನೀವು ಬೇಕಾದ್ರೆ ಡೈವೋರ್ಸ್ ತಗೋಬಹ್ದು." ಬಾಯಿಗೆ ಬಂದಿದ್ದನ್ನು ಆಡಿಬಿಟ್ಟ.

ಬಿಸಿರಕ್ತ-ವಿವೇಚನೆ ಕಡಿಮೆ, ಮಾತುಗಳನ್ನು ಲೆಕ್ಕ ಹಾಕಿಕೊಂಡೇ ಇಲ್ಲಿಗೆ ಬರುತ್ತಿದ್ದ. ತಕ್ಷಣ ಸಹನೆ ಕಳೆದುಕೊಂಡು ಹೊರಟುಬಿಡುತ್ತಿದ್ದ.

"ಭಾವನಾಗೆ ಅಗತ್ಯ ಅನಿಸಿದಾಗ.... ಖಂಡಿತ ಪ್ರಯತ್ನ ಪಡೋಣ ಡೋಂಟ್ ವರಿ." ಸತೀಶ ಅವನ ಭುಜ ತಟ್ಟಿದ.

ಆಮೇಲೆ ಆ ಜಾಡನ್ನು ಬದಲಿಸಿ ಲೋಕಾಭಿರಾಮವಾಗಿ ಮಾತಾಡಿದ. ಸತೀಶನ ಮಾತುಗಳು ತೂಕವಾಗಿರುತ್ತಿದ್ದವು. ಒಂದು ಸಣ್ಣ, ಕೆಟ್ಟ ಮಾತು ಕೂಡ ಅವನ ಬಾಯಿಂದ ಹೊರಬೀಳದು. ಅವರುಗಳ ಇಷ್ಟು ದಿನದ ಸಂಬಂಧಕ್ಕೆ ಇಂದೇ ದೀರ್ಘವಾಗಿ ಮಾತಾಡಿದ್ದು.

ಅವನು ಹೊರಟಾಗ ಕಾಂಪೌಂಡ್‌ನವರೆಗೂ ಬಂದು ಬೀಳ್ಕೊಟ್ಟ. ಅಷ್ಟು ದೂರ ಹೋಗಿ ಹಿಂದಿರುಗಿ ನೋಡಿದಾಗ ಸತೀಶ ಅಲ್ಲೇ ನಿಂತಿದ್ದ. ಸಹಾನುಭೂತಿಯಿಂದ ಅವನ ಹೃದಯ ಭಾರವಾಯಿತು.

ಸತೀಶ ತನ್ನ ಸ್ವಭಾವ ಮಡದಿಗೆ ಅರ್ಥ ಮಾಡಿಕೊಳ್ಳುವ ಅವಕಾಶವನ್ನು ಕೊಟ್ಟಿರಲಿಲ್ಲವೆಂದು ಕಾಣಿಸುತ್ತೆ. ಇಲ್ಲದಿದ್ದರೆ ಅವಳು ಮಾನಸಿಕ ರೋಗಿ ಆಗುತ್ತಿರಲಿಲ್ಲ. ಅವನ ಬಗ್ಗೆ ಇಷ್ಟೊಂದು ಜಿಗುಪ್ಸೆಪಟ್ಟುಕೊಳ್ಳುತ್ತಿರಲಿಲ್ಲ.

ಮನೆ ತಲುಪುವವರೆಗೂ ಸತೀಶನ ಬಗ್ಗೆಯೇ ಯೋಚಿಸುತ್ತಿದ್ದ. ಗೆಳೆಯ ಅಳಗೇಶಿ ಇವನಿಗಾಗಿ ಕಾದು ಕೂತಿದ್ದ.

"ಹಲೋ.... ಏನು ಅಪರೂಪಕ್ಕೆ ಬಂದುಬಿಟ್ಟಿದ್ದೀಯಾ? ಎಷ್ಟೊತ್ತು ಆಯ್ತು, ಬಂದು?"

ವಾಚ್ ಕಡೆ ನೋಡಿದ ಅಳಗೇಶಿ "ಎರಡು ಗಂಟೆ ಮಾತ್ರ ಆಯ್ತು, ಬೇಕಾದರೆ ಇನ್ನೆರಡು ಗಂಟೆ ಕೂಡ ಕಾಯ್ತ ಇದ್ದೆ. ನಾವು ಆರು ಜನ ಪಾರ್ಟ್‌ನರ್ಸ್ ಆಗಿ ಸ್ವಂತ ಇಂಡಸ್ಟ್ರಿಯನ್ನು ಪ್ರಾರಂಭ ಮಾಡೋಣಾಂತ. ಈಗಾಗಲೇ ಎಲ್ಲಾ ಪ್ರಯತ್ನ ಮುಗಿದಿದೆ. ನೀನು ಏನ್ಹೇಳ್ತೀಯಾ?"

ತಕ್ಷಣ ಶರತ್‌ಗೆ ಏನೂ ಹೇಳಲಾಗಲಿಲ್ಲ. ಇಷ್ಟು ದಿನ ರಜನೇ ಮುಂದುವರಿಸಿಕೊಂಡು ಬಂದಿದ್ದ. ಎಲ್ಲಾ ರೀತಿಯ ರಜಗಳು ಮುಗಿದಿದ್ದರಿಂದಲೇ ಹೋಗಲು ತುದಿಗಾಲಿನಲ್ಲಿ ನಿಂತಿದ್ದ.

"ಒಪ್ಕೋ ಮಾರಾಯ! ನಿನ್ನ ಒಪ್ಪಿಗೆಯ ಬಗ್ಗೆ ಅವರಿಗೆ ಭರವಸೆ ಕೊಟ್ಟು ಬಂದಿದ್ದೀನಿ." ಅವನಿಗೆ ಯೋಚಿಸೋಕೆ ಅವಕಾಶ ಕೊಡದೇ ಬಲವಂತ ಮಾಡಿದ.

ಸದ್ಯಕ್ಕೆ ಶರತ್ ಬಳಿ ಹಣವಿರಲಿಲ್ಲ. ಪಾರ್ಟ್‌ನರ್ಸ್ ಅಂದಮೇಲೆ ಸಮಾನವಾಗಿ ಹಣ ಹಾಕಬೇಕು. ಇದು ತನಗಾಗದೆಂದು ತಿಳಿದ.

"ಇಲ್ಲಪ್ಪ, ನಾಳಿದ್ದು ಹೊರಡುತ್ತ ಇದ್ದೀನಿ. ಸಿಕ್ಕಿದ ಕೆಲಸಾನ ಬಿಡೋದು ಮೂರ್ಖತನ."

ಅವನು ಏನು ಹೇಳಿದರೂ ಅಳಗೇಶಿ ಒಪ್ಪಲಿಲ್ಲ. ಇನ್ನಿಬ್ಬರು ಶ್ರೀಮಂತ ಪುತ್ರರು. ಜೊತೆಗೆ ಆರು ಜನರು ಬ್ಯಾಂಕಿನಿಂದ ಸಾಲವಾಗಿ ಹಣ ಪಡೆಯುವುದೆಂದು ನಿಶ್ಚಯವಾಯಿತು. ಆದರೂ ಅದೆಲ್ಲ ವ್ಯವಸ್ಥೆಗೆ ಬರುವವರೆಗೂ ಯೋಚನೆ ತಪ್ಪಿದ್ದಲ್ಲ.

ಇಲ್ಲಿಗೆ ಅವನು ಹೊರಡುವ ಪ್ರಯತ್ನ ನಿಂತುಬಿಟ್ಟಿತು. ಬಹಳ ಹುರುಪಿನಿಂದಲೇ ಪ್ರಾರಂಭವಾಯಿತು. ಎಲ್ಲರೂ ಉತ್ಸಾಹಿ ತರುಣರು. ಕೆಲಸ ಮಾಡಿ ಅಭಿವೃದ್ಧಿಗೆ ಬರಬೇಕೆಂಬ ಹುರುಪು ಎಲ್ಲರಲ್ಲೂ ಇತ್ತು. ಸದ್ಯಕ್ಕೆ ಮಾಡೋಕೆ ಒಂದು ಕೆಲಸ ಸಿಕ್ಕಿತು. ಆಮೇಲೆ ಲಾಭ, ಸಂಬಳದ ಪ್ರಶ್ನೆ!

ಶರತ್ ಮನೆಯಲ್ಲಿದ್ದಾಗ ಭಾವನಾಳಿಗೆ ವೇಳೆ ಸರಿಯುತ್ತಿದ್ದ ಅನುಭವವೇ ಆಗುತ್ತಿರಲಿಲ್ಲ. ಈಗ ವೇಳೆ ಕಳೆಯುವುದೇ ಕಷ್ಟವಾಗಿತ್ತು. ಬೇಕಾದಷ್ಟು ಪುಸ್ತಕಗಳನ್ನು

ಹೊತ್ತು ತಂದು ಅವಳ ಮುಂದೆ ಹಾಕುತ್ತಿದ್ದ ಓದಿದ್ದನ್ನೆಲ್ಲ ಟಿಪ್ಪಣಿ ಮಾಡಿಡಲು ಹೇಳುತ್ತಿದ್ದ. ಬಂದ ಮೇಲೆ ಬೇಸರವಿಲ್ಲದೇ ಚರ್ಚೆಗೆ ಕೂಡುತ್ತಿದ್ದ.

ಅಂದು ಭಾನುವಾರ ಮನೆಯಲ್ಲೇ ಇದ್ದ. ಸಂಜೆ ತಿರುಗಾಡಲು ಹೊರಟರು. ಅಕ್ಕಪಕ್ಕದ ಮನೆಯವರ ತೀಕ್ಷ್ಣ ದೃಷ್ಟಿ ಅವಳ ಮೇಲೆ ಬಿದ್ದಾಗ ಮುಜುಗರವಾಯಿತು. ಆದರೂ ಸಾವರಿಸಿಕೊಂಡಳು.

"ಅಣ್ಣ, ಮನೆ ಬೋರಾಗಿಬಿಟ್ಟಿದೆ. ಎಲ್ಲಾದ್ರೂ ಕೆಲಸದ ಪ್ರಯತ್ನ ಮಾಡ್ಬೇಕು. ಒಂದು ಗುರಿಯಿದ್ದ ಹೊರತು ಮನ ನೆಮ್ಮದಿಯಾಗದು. ತೀರಾ ನೀರಸವಾಗುತ್ತೆ."

ಅವಳ ಮಾತನ್ನು ಸುಲಭವಾಗಿ ತಳ್ಳಿಬಿಡಲು ಅವನಿಂದಾಗಲಿಲ್ಲ. ಭಾವನಾ ಸುಮ್ಮನೇ ಮಂಕಾಗಿ ಮನೆಯಲ್ಲಿ ಕೂಡುವುದು ಅವನಿಗೆ ಬೇಕಾಗಿರಲಿಲ್ಲ. ಯೋಚಿಸತೊಡಗಿದ.

"ಪ್ರಯತ್ನ ಮಾಡೋಣ" ನಿರಾಶೆಗೊಳಿಸದೇ ನುಡಿದ.

ಶರತ್‌ನ ತಲೆಯಲ್ಲಿ ಇದೊಂದು ಸಣ್ಣ ಹುಳುವಾಗಿ ಪ್ರವೇಶಿಸಿತು. ಸದಾ ಕೊರೆಯುತ್ತಲೇ ಇರತೊಡಗಿತು. ವಾಂಟೆಡ್ ಕಾಲಂಗಳನ್ನು ನೋಡತೊಡಗಿದ. ಅವರಿವರಲ್ಲಿ ಪ್ರಸ್ತಾಪಿಸತೊಡಗಿದ. ಈಗ ಭಾವನಾ ಮದುವೆಯಾದ ಹೆಣ್ಣು ಎಂದಾದರೂ, ಅವರ ಮನಗಳು ಬೆರೆತರೇ.... ಅವನ ಮನ ಹರ್ಷದ ಹೊನಲಾಗುತ್ತಿತ್ತು. ಬೇರೆ ಕಡೆ ಕಳಿಸಲು ಇಷ್ಟವಿಲ್ಲ. ಅವರಿವರ ಸಹಾಯದಿಂದ ಒಂದು ಫ್ಯಾಕ್ಟರಿಯಲ್ಲಿ ಕ್ಲರ್ಕ್ ಹುದ್ದೆ ದೊರೆಯಿತು ಭಾವನಾಳಿಗೆ.

ತುಳಸಮ್ಮ ಮಗನ ಮೇಲೆ ಎಗರಿಬಿದ್ದರು.

"ನಿಂಗೇನು ಬುದ್ಧಿಯಿಲ್ಲ. ಅವ್ಳಿಗೇನು ಬಂದಿದೆ–ಹೊರಗಡೆ ಹೋಗಿ ದುಡಿಯೋಕೆ! ಹತ್ತು ಜನಕ್ಕೆ ಕೆಲಸ ಕೊಡೋಷ್ಟು ಶಕ್ತಿ ಅವಳ ಗಂಡನಿಗಿದೆ" ತಾಯಿ ಮಾತುಗಳನ್ನು ಸಮಾಧಾನವಾಗಿ ಕೇಳಿದ. ಅವರ ಮಾತುಗಳಲ್ಲಿ ಹುರುಳಿತ್ತು. ಆದರೆ ಪ್ರಯೋಜನವೇನು?

"ನೀನು ಸುಮ್ನೆ ಇರು. ಈ ಸಲ ಅಲ್ಲಿಗೆ ಕಳಿಸಿದ್ರೆ ಅವಳು ಪೂರ್ತಿಯಾಗಿ ಹುಚ್ಚಿಯಾಗ್ಬಿಡ್ತಾಳೆ. ಮನೆಯಲ್ಲಿರೋ ಬದಲು ಹುಚ್ಚಾಸ್ಪತ್ರೆಯಲ್ಲಿರುತ್ತಾಳೆ ಅಷ್ಟೆ" ಅವರು ಕಣ್ಣಲ್ಲಿ ನೀರು ಹಾಕಿಕೊಂಡು ಸುಮ್ಮನಾಗಿಬಿಟ್ಟರು.

ಹೊಸದೊಂದು ಯೋಜನೆಯನ್ನು ಗೆಳೆಯ ಅಳಗೇಶಿ ಅವನ ಮುಂದಿಟ್ಟಿದ್ದ. ಡೈವೋರ್ಸ್ ಕೊಡಿಸಿ ಮದುವೆ ಮಾಡಿಬಿಡುವುದು. ಅದೇನು ಕಷ್ಟವಲ್ಲ ಈ ಕಾಲದಲ್ಲಿ. ಅದರ ಬಗ್ಗೆಯೂ ಯೋಚಿಸುತ್ತಿದ್ದ.

ಉದ್ಯೋಗಕ್ಕೆ ಸೇರಿಕೊಂಡಾಗಿನಿಂದ ಭಾವನಾಳ ಮುಖದ ಮೇಲೆ ಕಳೆಕೂಡಿಬಂದಿತ್ತು. ಮಾತುಗಳಲ್ಲಿ ಉತ್ಸಾಹವಿತ್ತು. ನಡಿಗೆಯಲ್ಲಿ ಲಾಲಿತ್ಯವಿತ್ತು.

ಬಸ್ ಹಿಡಿದು ಆಫೀಸ್ ತಲುಪೋ ವೇಳೆಗೆ ಗಂಟೆ ಹನ್ನೊಂದು ದಾಟಿತ್ತು. ಮೂವತ್ತೈದು ನಿಮಿಷ ಲೇಟು ಅವಳೆದೆ ಹಾರಿತು. ಕೆಲಸಕ್ಕೆ ಸೇರಿಕೊಂಡಾಗಿನಿಂದ ಎಂದೂ ಹೀಗೆ ಆಗಿರಲಿಲ್ಲ.

ಸಂಕೋಚಿಸುತ್ತಲೇ ಬಂದು ಸೀಟ್ ಮೇಲೆ ಕೂತಳು. ಬಲವಂತದಿಂದ ಉಗುಳು ನುಂಗಿ ಅತ್ತಿತ್ತ ನೋಡಿದಳು. ಅವರೆಲ್ಲ ತಮ್ಮ ಕೆಲಸಗಲ್ಲಿ ಮಗ್ನರಾಗಿದ್ದರು. ಕೂತು ಸರಾಗವಾಗಿ ಉಸಿರಾಡಿದಳು. ಹೆಡ್ ಕ್ಲರ್ಕ್ ತಲೆ ಎತ್ತಿ ನೋಡಿದರು. ತಮ್ಮ ಕೆಲಸದಲ್ಲಿ ನಿರತರಾದರು.

ಕೈಯಲ್ಲಿದ್ದ ಬ್ಯಾಗನ್ನು ಕುರ್ಚಿಯ ಹಿಂಬದಿಗೆ ತಗುಲಿಹಾಕಿ ಜೋಡಿಸಿಟ್ಟ ಫೈಲನ್ನು ಎಳೆದುಕೊಂಡಳು.

"ಅಮ್ಮ, ಸಾಹೇಬ್ರು ಕರೀತಾರೆ."

ಗುಂಡಿಗೆ ಬಾಜಾಭಜಂತ್ರಿಯಾಯಿತು. ಪ್ರಥಮ ದಿನ ಅವರನ್ನು ನೋಡಿದ್ದಳೇ ವಿನಃ ಇದುವರೆಗೂ ಪುನಃ ಹೋಗಿ ನೋಡುವ ಅವಕಾಶವಾಗಿರಲಿಲ್ಲ. ಅವರಿಂದ ಎಂದೂ ಕರೆ ಬಂದಿರಲಿಲ್ಲ. ಉಗುಳು ನುಂಗಿ ಮೇಲೆದ್ದಳು. ಅತ್ತಿತ್ತ ನೋಡಿ ಮೆಲ್ಲನೇ ಹೆಜ್ಜೆ ಹಾಕಿದಳು.

"ಮೇ ಐ ಕಮಿನ್ ಸಾರ್?" ಧ್ವನಿ ನಡುಗಿತು. ತಾನಿಷ್ಟು ಪುಕ್ಕಲಿಯೇ ಎಂದುಕೊಂಡಳು.

"ಯಸ್..." ಫೋನನ್ನು ಕಿವಿಯ ಬಳಿ ಹಿಡಿದೇ ಹೇಳಿದರು.

ಅಲ್ಲಿದ್ದ ಕುರ್ಚಿಯ ಬೆನ್ನಿಗೆ ಕೈಯೂರಿ ನಿಂತಳು. ಫೋನಿನ ಸಂಭಾಷಣೆ ಮುಗಿದಿರಬಹುದು.

"ಕೂತುಕೊಳ್ಳಿ" ಸಂಕೋಚಿಸುತ್ತಲೇ ಕೂತಳು.

"ಒಂದು ಸಣ್ಣ ಫಂಕ್ಷನ್ ಇದೆ. ನೀವು ಹಾಡಬೇಕು." ಕಕ್ಕಾಬಿಕ್ಕಿಯಾದಳು.

"ಗಾಬರಿಯಾಯ್ತು! ನೀವು ಖಂಡಿತ ತಪ್ಪಿಸಿಕೊಳ್ಳೋ ಪ್ರಯತ್ನ ಮಾಡಬೇಡಿ. ನೀವು ಹಾಡೋದನ್ನ ನಾನು ಕೇಳಿದ್ದೀನಿ, ಹಿಂದೆ ಒಂದ್ಸಲ ನಾನು, ಅಳಗೇಶಿ ನಿಮ್ಮನೆಗೆ ಕೂಡ ಬಂದಿದ್ವಿ. ನೀವು ಮರೆತಿದ್ದೀರಿ."

ಶರತ್ ಸ್ನೇಹಪರ. ಅವನ ಗೆಳೆಯರ ಬಳಗ ದೊಡ್ಡದು. ಹಿಂಡು ಜನಾನ ಕಟ್ಟಿಕೊಂಡು ತಿರುಗೇ ಅವನಿಗೆ ಅಭ್ಯಾಸ. ಅವನನ್ನು ಹುಡುಕಿಕೊಂಡು ಬೇಕಾದಷ್ಟು ಜನ ಬರುತ್ತಿದ್ದರು. ಅವರುಗಳನ್ನೆಲ್ಲ ನೆನಪಿನಲ್ಲಿಡಲು ಸಾಧ್ಯವೇ!?

"ಹಾಡೋ ಅಭ್ಯಾಸನೇ ತಪ್ಪಿಹೋಗಿದೆ. ಶಾಸ್ತ್ರೀಯವಾಗಿ ನಾನೇನು ಕಲಿತಿಲ್ಲ" ಮುಜುಗರಪಟ್ಟುಕೊಂಡೇ ಹೇಳಿದಳು.

ಮದುವೆಯಾದ ಮೇಲೆ ಅವಳ ಸಂಪೂರ್ಣ ವ್ಯಕ್ತಿತ್ವವೇ ಮರೆಯಾಗಿಹೋಗಿತ್ತು. ಆ ದಿನಗಳಲ್ಲಿ ಅವಳು ಉತ್ಸಾಹದ ಚಿಲುಮೆ. ಯಾರಲ್ಲಿಯಾದರೂ ಅರಳು ಹುರಿದಂತೆ ಮಾತಾಡುತ್ತಿದ್ದಳು. ಸತೀಶನ ಸಮೀಪದಿಂದ ಮೂಕಿಯಾಗಿದ್ದಳು.

"ಪರ್ವಾಗಿಲ್ಲ. ಅಲ್ಲಿಗೆ ಬರೋವರೆಲ್ಲ ಕುರಿಗಳು. ನೀವು ಹೇಗೆ ಹಾಡಿದರೂ ಚಪ್ಪಾಳೆ ತಟ್ಟುತ್ತಾರೆ. ಸಂಜೆ ಆರು ಗಂಟೆಗೆ ನಮ್ಮ ಬಂಗ್ಲೆಯಲ್ಲಿ"

ಅವಳ ಕಣ್ಣುಗಳಲ್ಲಿ ಭಯ ಇಣಕಿತು. ಎಷ್ಟೇ ಪ್ರಯತ್ನಪಟ್ಟರೂ ಸಂಕೋಚ, ಹಿಂಜರಿಕೆ ಅವಳನ್ನು ಬಾಧಿಸುತ್ತಲೇ ಇತ್ತು. ತಾನು ಸತೀಶನ ಮಡದಿಯೆಂಬುದನ್ನು ಮರೆಯಲಾರಳೇನೋ!

"ನಮ್ಮ ಆಫೀಸ್ ಸ್ಟಾಫ್ ಎಲ್ಲಾ ಬರ್ತಾರೆ. ನನ್ನ ಸ್ನೇಹಿತರೊಬ್ಬರು ಉನ್ನತ ವ್ಯಾಸಂಕ್ಕಾಗಿ ವಿದೇಶಕ್ಕೆ ಹೋಗುತ್ತಾ ಇದ್ದಾರೆ. ಅವರ ಬೀಳ್ಕೊಡಿಗೆ ಸಮಾರಂಭ ಮಾತ್ರ."

ಅವಳ ತಲೆ ಒಂದೇ ಸಮನೆ ಸಿಡಿಯತೊಡಗಿತು. ಮುಂದೆ ಏನು ಹೇಳಿದರೋ ಅವಳಿಗೊಂದೂ ಕೇಳಿಸಲಿಲ್ಲ. ಸೋತವಳಂತೆ ಬಂದು ತನ್ನ ಸೀಟಿನ ಮೇಲೆ ಕೂತಳು. ಹಿಂದೆ ಹಾಡಬೇಕಾದ ಸಂದರ್ಭಗಳಿಗಾಗಿ ಕಾದುಕೂಡುತ್ತಿದ್ದಳು. ಇಂದು.... ಆ ಆಸಕ್ತಿಯೇ ಇಲ್ಲ.

ಸೆಕ್ಷನ್‌ಗೆ ಸಂಬಂಧಪಟ್ಟ ನಾಲ್ಕಾರು ಪತ್ರಗಳನ್ನು ತಿರುವಿಹಾಕಿದಳು. ಏಕಾಗ್ರತೆ ಬರಲೊಲ್ಲದು. ಪದೇ... ಪದೇ ಸತೀಶನ ಗಂಭೀರ ಮುಖ ಬಂದು ಎದುರಿಗೆ ನಿಲ್ಲುತ್ತೆ.

"ಹುಷಾರಿಲ್ವಾ, ಭಾವನಾ?" ಒಂದೇ ಸಮನೆ ಟೈಪ್‌ರೈಟರ್ ಜೊತೆ ಹೋರಾಡುತ್ತಿದ್ದ ಶೀಲಾ ಪ್ರಶ್ನಿಸಿದಳು. ತಡವರಿಸುತ್ತ "ಏನಿಲ್ಲ, ಸ್ವಲ್ಪ ತಲೆನೋವು ಮಾತ್ರ."

ಆ ಭಾವನಾ ಸತ್ತುಹೋದಳೇನೋ ಈ ಭಾವನಾನೇ ಬೇರೆ ಇರಬೇಕು. ತನ್ನತನದ ಬಗ್ಗೆ ಅವಳಿಗೆ ಅಪನಂಬಿಕೆಯಾಗಹತ್ತಿತು. ಮಧ್ಯಾಹ್ನ ತಿಂಡಿ ಕೂಡ ತಿನ್ನಲಿಲ್ಲ.

ಆಫೀಸ್‌ನಿಂದ ಹೊರ ಹೊರಟಾಗ ಶೀಲಾ "ನೀನು ಮನೆಯಿಂದಲೇ ಬರ್ತೀಯಾ?" ಯಾವುದೋ ಜ್ಞಾನದಲ್ಲಿದ್ದವಳಿಗೆ ಕಕ್ಕಾಬಿಕ್ಕಿಯಾಯಿತು. ಮುಖ ನೋಡುತ್ತ ಸುಮ್ಮನೆ ನಿಂತುಬಿಟ್ಟಳು.

"ಬಾಸ್ ಮನೆಯಲ್ಲಿ ಪಾರ್ಟಿ ಇದೆಯಲ್ಲ...." ತಟ್ಟನೇ ಏನು ಹೇಳಬೇಕೋ ತಿಳಿಯಲಿಲ್ಲ. ಅಲ್ಲಿಗೆ ಹೋಗುವ ನಿರ್ಧಾರವನ್ನೇ ಮಾಡಿರಲಿಲ್ಲ.

"ಹಿಂದೆ ಇಂಥದ್ದೇ ಸಂದರ್ಭದಲ್ಲಿ ಹೋಗಿದ್ದೆ. ಟೈಮ್ ಪಾಸ್ ಆಗಿದ್ದೇ ತಿಳಿಯಲಿಲ್ಲ. ಬಾಸ್ ಕೂಡ ಒಳ್ಳೆ ಸಿಂಗರ್. ತುಂಬಾ ಚೆನ್ನಾಗಿ ಹಾಡ್ತಾರೆ. ಈ ಒಳ್ಳೇ ಅವಕಾಶಾನ ಕಳೆದುಕೊಳ್ಳೋದು ಬೇಡ."

"ಬಹುಶಃ ಆಗುತ್ತೋ ಇಲ್ಲವೋ-ನೋಡ್ಬೇಕು."

"ನಾನು ಜೊತೆಯಲ್ಲೇ ಬರ್ತೀನಿ. ಆಮೇಲೆ ನಮ್ಮ ಮನೆಗೆ ಹೋಗಿ ಅಲ್ಲಿಂದ ಹೋಗೋಣ. ಟೈಮ್ ಆಗುತ್ತೆ" ಸರಿಯೆನ್ನುವಂತೆ ತಲೆ ಅಲುಗಿಸಿದಳು.

ಸತ್ತಂತೆ ಉತ್ಸಾಹ ಕಳೆದುಕೊಂಡು ಬದುಕುವ ಬದಲು ನಾಲ್ಕು ದಿನವಾದರೂ ಸಂತೋಷದಿಂದ ಬಾಳಿ ಕಣ್ಮುಚ್ಚಬೇಕು.

ಇಬ್ಬರೂ ಆಟೋ ಹಿಡಿದು ಮನೆಗೆ ಬಂದರು. ಎದುರು ಬಂದ ಶರತ್ ಎಲ್ಲೋ ಹೊರಡುವ ತರಾತುರಿಯಲ್ಲಿದ್ದ. ಹೊರಗಡೆ ಒಂದು ಸ್ಕೂಟರ್ ಇತ್ತು.

"ನೀನು ಬಂದೇಬಿಟ್ಯಾ! ನಾನು ನಿನ್ನನ್ನು ಕರ್ಕೊಂಬರೋಕೆ ಹೊರಟಿದ್ದೆ." ಅವನ ಹೃದಯದ ಪ್ರೀತಿಯ ಕಾರಂಜಿ ಎಂದೂ ಕಮ್ಮಿಯಾಗದು. ದಿನದಿನಕ್ಕೂ ತಂಗಿಯ ಬಗ್ಗೆ ಅಕ್ಕರೆ ಅಭಿಮಾನಗಳು ಜಾಸ್ತಿಯಾಗುತ್ತಿದ್ದವೆ ಹೊರತು ಕಮ್ಮಿಯಾಗಿರಲಿಲ್ಲ.

"ನಾನು ಬಂದುಬಿಟ್ಟೆ" ಮನಪೂರ್ವಕವಾಗಿ ನಕ್ಕಳು. ಶರತ್ ಒಬ್ಬ ಅವಳ ಮುಂದಿದ್ದರೇ, ಎಲ್ಲಾ ಮರೆತು ಮೊದಲಿನ ಭಾವನಾಳೇ ಆಗಿಬಿಡುತ್ತಿದ್ದಳು.

ಶೀಲಾಳನ್ನು ಪರಿಚಯ ಮಾಡಿಕೊಟ್ಟು ಒಳಗೆ ಹೋದಳು. ಶರತ್ ತಂಗಿಯನ್ನು ಹಿಂಬಾಲಿಸಿದ. ತಟ್ಟನೆ ಒಂದೆಡೆ ಕುಳಿತು ಮಂಕು ಮುಖ ಮಾಡಿದಳು.

ಶರತ್‌ಗೆ ಗಾಬರಿಯಾಯಿತು.

"ಏನಾಯ್ತು ನನ್ನ ಪುಟ್ಟ ಮರಿಗೆ!" ಅವಳ ಗಲ್ಲ ಸವರಿದ. ಭಾವನಾ ನಕ್ಕುಬಿಟ್ಟಳು. ಅವನೂ ನಕ್ಕ.

"ಇವೊತ್ತು ಒಂದು ತಲೆನೋವು ಬಂದಿದೆ. ನಮ್ಮ ಬಾಸ್ ಮನೆಯಲ್ಲಿ ಒಂದು ಪಾರ್ಟಿಯಂತೆ. ನನ್ನ ಹಾಡೋಕೆ ಒಪ್ಪಿಸಿದ್ದಾರೆ. ಅವರು ಹಿಂದೆ ನನ್ನ ಹಾಡು ಕೇಳಿದ್ದಾರಂತೆ. ಅಳಗೇಶಿ ಜೊತೆಯಲ್ಲಿ ಯಾವಾಗಲೋ ನಮ್ಮ ಮನೆಗೆ ಬಂದಿದ್ದರಂತೆ. ಈಗೇನು.... ಮಾಡ್ಲಿ?"

ಅವಳ ಬದುಕಿಗೆ ಉತ್ಸಾಹ ತುಂಬಬೇಕಾದ ಕೆಲಸ ಅವನ ಪಾಲಿಗೆ ಒದಗಿಬಂದಿತ್ತು.

"ಅದಕ್ಕೇನು ಹಾಡು, ನನ್ನ ಸ್ನೇಹಿತರ ಮನೆಯ ಪಾರ್ಟಿಗಳಲ್ಲಿ ಎಷ್ಟು ಸಲ ಹಾಡಿಲ್ಲ...!"

ಭಾವನಾಳ ಬೆಳದಿಂಗಳಿನಂಥ ಮುಖದಲ್ಲಿ ದಟ್ಟವಾಗಿ ಕಾರ್ಮೋಡಗಳು ಕವಿದುಕೊಂಡವು. ಗತವನ್ನು ಕುರಿತು ಯೋಚಿಸುತ್ತಿರಬಹುದು. ಮ್ಲಾನವದನಳಾದಳು.

"ಅದು ಹಿಂದಿನ ಮಾತು ಆಯಿತು. ಈಗ..." ಗಂಟಲು ಭಾರವಾಯಿತು. ಬಾಯಲ್ಲಿನ ಮಾತುಗಳು ಹೊರಗೆ ಬರಲಿಲ್ಲ. ಒಳಗೇ ಕುಳಿತಳು.

ತಂಗಿಯ ಮನದ ನೋವು ಅವನಿಗೆ ಅರ್ಥವಾಯಿತು. ಭಾವನಾಳ ಬಗ್ಗೆ ಸತೀಶನ ಆಕ್ಷೇಪಣೆಯೇನು ಇರಲಿಲ್ಲ. ಅವನು ಇಂದು ಕೂಡ ಮುಕ್ತ ಮನಸ್ಸಿನಿಂದ ಸ್ವಾಗತಿಸಬಲ್ಲ. ಆದರೆ... ಆ ಯಾಂತ್ರಿಕ ಸತ್ತ ಬಾಳು ಯಾರಿಗೆ ಬೇಕು?

"ಈಗೇನಾಗಿದೆ? ಹೆಣ್ಣು ಎಂದ ಮಾತ್ರಕ್ಕೆ ತೀರಾ ಸೆಂಟಿಮೆಂಟಲ್ ಆಗಬಾರದು. ಅದನ್ನು ಮರೆತುಬಿಡು" ಸುಲಭವಾಗಿ ಹೇಳಿದ.

ಭಾವನಾಳ ತುಟಿಗಳ ಮೇಲೆ ನೋವಿನ ನಗು ಚಿಮ್ಮಿತು.

"ಹೊತ್ತಾಯ್ತು ಭಾವನಾ" ಶೀಲಾ ಕುಳಿತ ಕಡೆಯಿಂದಲೇ ಕೂಗಿದಳು. ಇಬ್ಬರಿಗೂ ತಮ್ಮ ತಪ್ಪಿನ ಅರಿವುಂಟಾಯಿತು. ಭಾವನಾ ಹೆಗಲ ಮೇಲೆ ಟವಲು ಹಾಕಿ "ಮುಖ ತೊಳೆದು ಬಾ" ಎಂದು ಅಟ್ಟಿದ.

ಮುಖ ತೊಳೆದು ಬಂದ ಭಾವನಾ ಬೇಗ ಬೇಗ ಅಲಂಕಾರ ಮುಗಿಸಿ ಶರತ್ ಆರಿಸಿಕೊಟ್ಟ ಸೀರೆಯುಟ್ಟು ರೆಡಿಯಾಗಿ ಬಂದಳು. ಕಾಫಿ ಕುಡಿಯುತ್ತಿದ್ದ ಶೀಲಾ ಬಟ್ಟಲು ಕೆಳಗಿಟ್ಟು "ಹೋಗೋಣ್ವಾ?" ಎಂದಳು.

"ಸಾರಿ, ಕಾಯಿಸಿಬಿಟ್ಟೆ, ಹೊತ್ತಾಯ್ತು?"

ವಾಚ್ ಕಡೆ ನೋಡಿದ ಶೀಲಾ "ಪರ್ವಾಗಿಲ್ಲ" ಎಂದು ಹೊರಗೆ ಹೆಜ್ಜೆ ಇಟ್ಟವಳು ಹಿಂದಕ್ಕೆ ತಿರುಗಿ ಶರತ್‌ಗೆ ಹೇಳಿ ಬೇಗ ಬೇಗ ಹೆಜ್ಜೆ ಹಾಕತೊಡಗಿದಳು. ಅವಳ ಸಮಕ್ಕೆ ಹೆಜ್ಜೆ ಹಾಕುವುದು ಭಾವನಾಳಿಗೆ ಕಷ್ಟವಾದರೂ ಆಮೇಲೆ ಸರಿಹೊಂದಿಸಿಕೊಂಡು ನಡೆದಳು.

ಶೀಲಾ ಮನೆಯಿಂದ ಆಟೋದಲ್ಲಿ ಹೊರಟು ಬಂಗ್ಲೆಯ ಮುಂದೆ ನಿಂತಾಗ ನಾಲ್ಕಾರು ವಾಹನಗಳು ನಿಂತಿದ್ದವು. ಒಂದು ನಿಮಿಷ ಅವಳ ಮನ ಅಳುಕಿತು.

ಸತೀಶ್‌ಗೆ ಸ್ವಾಭಿಮಾನ, ದೊಡ್ಡಸ್ತಿಕೆ ಜಾಸ್ತಿ. ಈಗ ತನ್ನ ಮಡದಿ ಬೇರೆ ಕಡೆ ಕೆಲಸದಲ್ಲಿರುವ ಸಂಗತಿ ತಿಳಿದರೆ ಅವನ ಮನಸ್ಥಿತಿಯೇ ಕೆಟ್ಟು ಹೋಗಬಹುದು. ಹಿಂಜರಿಕೆಯುಂಟಾಯಿತು. ಇಲ್ಲಿಗೇನಾದರೂ ಸತೀಶ ಬಂದಿದ್ದರೇ..... ಹಿಂದಕ್ಕೆ ಹೊರಟುಬಿಡಲು ನಿಶ್ಚಯಿಸಿದಳು. ಕಾಲುಗಳು ಸ್ತಬ್ಧವಾದವು. ಮುಂದಕ್ಕೆ ಹೋಗಲಾರವು ಎಂದು ಮುಷ್ಕರ ಹೂಡಿದಂತೆ ಕಂಡುಬಂದಿತು.

"ಭಾವನಾ, ಯಾಕೆ ನಿಂತುಬಿಟ್ಟಿರಿ, ಬನ್ನಿ" ನಾಲ್ಕು ಹೆಜ್ಜೆ ಮುಂದೆ ಹೋದ ಶೀಲಾ ನಿಂತು ಹಿಂದಕ್ಕೆ ತಿರುಗಿ ಅವಳನ್ನು ಕೂಗಿದಳು.

"ಯಾಕೋ ನಂಗೆ ತಲೆ ತಿರುಗುತ್ತೆ. ನಾನು ಮನೆಗೆ ಹೋಗ್ತೀನಿ" ನಿಂತಲ್ಲೇ ಸೋತ ಧ್ವನಿಯಲ್ಲಿ ಹೇಳಿದಳು.

ಅನುಮಾನಿಸಿದ ಶೀಲಾ ಹಿಂದಕ್ಕೆ ಬಂದಳು. ಅವಳಿಗೆ ಭಾವನಾಳ ಬಗ್ಗೆ ಇದುವರೆಗೂ ಗೊತ್ತಿರಲಿಲ್ಲ. ಇಂದೂ ಗೋಡೆಯ ಮೇಲೆ ವಿರಾಜಿಸುತ್ತಿದ್ದ ಭಾವನಾ, ಸತೀಶರ ಫೋಟೋ ಅವಳ ಗಮನವನ್ನು ಸೆಳೆದಿತ್ತು.

"ಬರದಿದ್ದರೆ ಬಾಸ್ ಬೇಜಾರು ಮಾಡ್ಕೋತಾರೆ. ಅವರ ಕೈ ಕೆಳಗೆ ದುಡಿಯುವ ಪ್ರತಿಯೊಬ್ಬರಿಗೂ ತಮ್ಮ ಸ್ಥಾನಮಾನಗಳನ್ನು ಕೊಟ್ಟೆ ಗೌರವಿಸುತ್ತಾರೆ. ಅಂಥ ದೊಡ್ಡತನ ಅವರಲ್ಲಿದೆ, ನೀವೇನು ಹಾಡೋದು ಬೇಡ. ನಾನೇ ಅವರಿಗೆ ಹೇಳ್ತೀನಿ."

ಹಿಂದಿನಿಂದ ಬಂದ ಹೆಡ್ ಕ್ಲರ್ಕ್ ಮೂರ್ತಿರಾಯರು "ಯಾಕೆ ನಿಂತುಬಿಟ್ರಿ? ಈಗಾಗ್ಲೇ ಹೊತ್ತಾಗಿದೆ" ಅವಸರಿಸಿದರು.

ಶೀಲಾಳ ಜೊತೆ ಹೆಜ್ಜೆ ಹಾಕಿದಳು. ಮಾತು, ನಗುವಿನ ಅಬ್ಬರ ಅಸಾಧ್ಯವಾಗಿತ್ತು. ಸತೀಶ ಇವೆಲ್ಲ ಸಹಿಸಲಾರ.

ಆದಷ್ಟು ಹಿಂದೆ ಇರುವ ಸೀಟ್‌ಗಳನ್ನು ಹುಡುಕಿ ಕೂತರು. ಪಾದರಸದಂತೆ ಅತ್ತಿತ್ತ ಓಡಾಡುತ್ತಿದ್ದ ಮಹೇಶ ಎಲ್ಲರೊಂದಿಗೂ ನಗುನಗುತ್ತಾ ಮಾತಾಡುತ್ತಿದ್ದ. ಆ ಮುಖದ ನಗು ಎಂದೂ ಮಾಸಿ ಹೋಗದೇನೋ!

ಭಾವನಾ ಗದ್ದಕ್ಕೆ ಕೈಯೂರಿ ಆದಷ್ಟು ತಲೆ ತಗ್ಗಿಸಿ ಕೂತಳು. ಈಗಾಗಲೇ ಏಳು ಗಂಟೆ ದಾಟಿಹೋಗಿತ್ತು. ಇನ್ನು ಯಾವ ಕಾರ್ಯಕ್ರಮಗಳೂ ಪ್ರಾರಂಭವಾಗಿರಲಿಲ್ಲ. ವಾಚ್ ಕಡೆ ನೋಡಿ ಬೇಸರಪಟ್ಟುಕೊಂಡಳು. ಶಿಸ್ತಿಲ್ಲದ ಜನ ಎಂದುಕೊಳ್ಳದೇ ಇರಲಾಗಲಿಲ್ಲ. ಜನ ಬರುತ್ತಲೇ ಇದ್ದರು.

ಆಮೇಲೆ ಎದ್ದುನಿಂತ ಮಹೇಶ್ ತನ್ನ ಗೆಳೆಯನನ್ನು ಎಲ್ಲರಿಗೂ ಪರಿಚಯಿಸಿದ. ಅವನ ಬುದ್ಧಿವಂತಿಕೆ, ಹಿರಿಮೆಯನ್ನು ಬಹಳವಾಗಿ ಹೊಗಳಿದ. ದೊಡ್ಡ ಸೈಜ್‌ನ ಹಾರ ಹಾಕಿ ಅಪ್ಪಿಕೊಂಡ. ಆಮೇಲೆ ಒಂದಿಬ್ಬರು ಮಾತಾಡಿದರು.

"ಈಗ..." ಎಂದು ಎದ್ದು ನಿಂತ ಮಹೇಶ್ ಸುತ್ತಲೂ ಕಣ್ಣಾಡಿಸಿದ. ಕಣ್ಣುಗಳು ಭಾವನಾಳನ್ನು ಹುಡುಕುವ ಕೆಲಸ ಮಾಡಿತ್ತು. ಅವನಿಗೆ ನಿರಾಸೆಯಾಯಿತು, ತಟ್ಟನೇ ವಿದೇಶಕ್ಕೆ ಹೊರಡಲಿದ್ದ ಗೆಳೆಯ ಎದ್ದು ನಿಂತು "ಈಗ ಮಹೇಶ್ ಹಾಡಬೇಕು, ಹಾಡ್ತಾನೆ. ಅಲ್ಲಿಂದ ವಾಪಸ್ಸು ಬರುವವರೆಗೂ ನೆನಪಿನಲ್ಲಿರೋ ಅಂಥ ಹಾಡು ಹಾಡಬೇಕು" ಮಹೇಶನ ಬೆನ್ನು ತಟ್ಟಿ, ಕಣ್ಣೊಡೆದು ಕೂತ. ನೆರೆದಿದ್ದವರೆಲ್ಲ ಜೋರಾಗಿ ಚಪ್ಪಾಳೆ ಹೊಡೆದರು.

ಅನಿರೀಕ್ಷಿತವಾಗಿ ಕಾಲೇಜಿಗೆ ಹೋಗಿ ಅಲ್ಲಿನ ಸಮಾರಂಭದಲ್ಲಿ ಭಾವನಾಳ ಹಾಡನ್ನು ಕೇಳಿದ್ದ. ಇಂದಿಗೂ ಮರೆತಿರಲಿಲ್ಲ. ಇದು ಸುಸಂದರ್ಭವೆಂದು ಅವಳನ್ನು ಹಾಡಲು ಒತ್ತಾಯಿಸಿದ್ದ. ಬೇಸರವಾಯಿತು.

ಗಂಟಲು ಸರಿ ಮಾಡಿಕೊಂಡು ಹಾಡಲು ಶುರು ಮಾಡಿದ. ಅವನ ಗೆಳೆಯರೆಲ್ಲ ಜಮಾಯಿಸಿಬಿಟ್ಟರು. ಕೋರಸ್ ಶುರುವಾಯಿತು. ನೆರೆದಿದ್ದವರೆಲ್ಲ ಚಪ್ಪಾಳೆ ತಟ್ಟಲು ಶುರು ಮಾಡಿದರು. ತಟ್ಟನೇ ಅವನ ಕಣ್ಣುಗಳಲ್ಲಿ ಆಸೆಯ ಮಿಂಚು ಮಿಂಚಿತು. ಶೀಲಾಳ ಪಕ್ಕ ಕೂತ ಭಾವನಾ ಅವನ ಕಣ್ಣಿಗೆ ಬಿದ್ದೇಬಿದ್ದಳು. ಹಾಡು ಮುಗಿಯುತ್ತಿದ್ದಂತೇ ಜೋರಾಗಿ ಚಪ್ಪಾಳೆಯ ಸದ್ದು.

ಸದ್ದು ಅಡಗಿದ ಕೂಡಲೇ ನಿಂತೇ ಇದ್ದ ಮಹೇಶ್ "ಈಗ ಭಾವನಾ ಹಾಡಬೇಕು. ನನ್ನ ಹಾಡಿನಿಂದ ಕಿವಿಗಳು ತಮ್ಮ ಕಾರ್ಯವನ್ನೇ ನಿಲ್ಲಿಸಿರಬೇಕು. ಅವರು ಹಾಡಿ ಚುರುಕುಗೊಳಿಸಬೇಕಾಗಿ ಪ್ರಾರ್ಥನೆ."

ಸಾವಕಾಶವಾಗಿ ಎದ್ದುನಿಂತ ಭಾವನಾ ಹಾಡಲು ಶುರು ಮಾಡಿದಳು. ಜನಪದ ಧಾಟಿಯ ಭಾವಗೀತೆ. ಕೇಳಲು ಆಹ್ಲಾದಕರವಾಗಿತ್ತು. ಮೋಡಿಹಾಕಿದಂತೆ ಎಲ್ಲರನ್ನು ಸುಮ್ಮನಾಗಿರಿಸಿತ್ತು. ಹಾಡು ಮುಗಿದ ಕೂಡಲೇ ಜೋರಾದ ಚಪ್ಪಾಳೆ. ಅದು ಅಡಗಬೇಕಾದರೆ ಎರಡು-ಮೂರು ನಿಮಿಷಗಳೇ ಬೇಕಾದವು.

"ಎಲ್ಲರ ಪರವಾಗಿ ಕೇಳಿಕೋತಾಯಿದ್ದೀನಿ, ಭಾವನಾ ಅವರು ಇನ್ನೊಂದು ಹಾಡಬೇಕು" ಮಹೇಶ್ ಹೇಳಿ ಅವಳೆಡೆ ನೋಟ ಚೆಲ್ಲಿದ. ಮೊದಲು ಅವಳ ಮುಖದ

ಮೇಲೆ ಬೇಸರದ ಛಾಯೆ ಇಣುಕಿದರೂ ಮರುಕ್ಷಣದಲ್ಲಿ ಕರಗಿಹೋಯಿತು. ಭಾವನಾಪ್ರದವಾದ ಗೀತೆ. ನಿರ್ಲಿಪ್ತಳಂತೆ ಹಾಡಿ ಮುಗಿಸಿದಳು. ಡಿನ್ನರ್ ಗ್ರಾಂಡಾಗಿ ಅರೇಂಜ್ ಮಾಡಿದ್ದರು. ಸೇರಿದಷ್ಟು ತಿಂದಳು. ಶೀಲಾಗೆ ಕೂಡ ಮನೆಗೆ ಹೋಗುವ ಆತುರ. ಕಡೆಯಿಂದಲೇ ನುಸುಳಿ ಬಾಸ್‌ಗೆ ತಿಳಿಸಲು ಮೂರ್ತಿರಾಯರಿಗೆ ಹೇಳಿ ಹೊರಗೆ ಬಂದರು.

"ಮಿಸ್ ಶೀಲಾ..." ತಟ್ಟನೇ ನಿಂತು ಇಬ್ಬರೂ ಹಿಂದಿರುಗಿ ನೋಡಿದರು. ಮಹೇಶ್ ನಡೆದು ಬರುತ್ತಿದ್ದ. ಮುಖದ ಮೇಲೆ ಅಧಿಕಾರದ ಠೀವಿಯಿದ್ದರೂ ಕಣ್ಣುಗಳಲ್ಲಿ ಸ್ನೇಹ ತುಂಬಿ ತುಳುಕಾಡುತ್ತಿತ್ತು.

"ಬಹಳ ಚೆನ್ನಾಗಿ ಹಾಡಿದ್ದೀರಿ" ಭಾವನಾಳನ್ನು ನೋಡುತ್ತಲೇ ಹೇಳಿದ. ತಲೆತಗ್ಗಿಸಿಯೇ "ಥ್ಯಾಂಕ್ಸ್" ಎಂದಳು.

"ಇಷ್ಟು ಹೊತ್ತಿನಲ್ಲಿ ಮನೆ ತಲುಪೋದು ಪ್ರಯಾಸವೇ. ಡ್ರೈವರ್ ಹುಸೇನ್‌ಗೆ ಹೇಳಿದ್ದೇನೆ. ಕಾರ್‌ನಲ್ಲಿ ಹೋಗಿ" ಭಾವನಾಳಿಗೆ ಇದು ಅತಿಶಯವೆನಿಸಿದರೂ ಶೀಲಾಳಿಗೆ ಏನೂ ಅನ್ನಿಸಲಿಲ್ಲ. ಮೂರು ವರ್ಷಗಳಿಂದ ಅವನ ಕೈ ಕೆಳಗೆ ಕೆಲಸ ಮಾಡುತ್ತಿದ್ದಳು. ಆತ್ಮೀಯತೆ, ಧಾರಾಳತನ ಕಂಡದ್ದೆ. ಮೌನವಾಗಿ ತಲೆಯಾಡಿಸಿದಳು. ಭಾವನಾ ಏನೋ ಹೇಳಲು ಬಾಯಿ ತೆಗೆದವಳು ಸುಮ್ಮನಾದಳು.

ಕಾರಿನಿಂದ ಮನೆಯ ಮುಂದೆ ಇಳಿದಾಗ ಎಲ್ಲಾ ದೀಪಗಳು ಉರಿಯುತ್ತಿದ್ದವು. ತಾಯಿ, ಮಗನಿಗೆ ಜೋರು ಜೋರಾಗಿ ಮಾತುಕತೆಗಳು ನಡೆಯುತ್ತಿದ್ದವು.

ಶೀಲಾಗೆ ಕೈಬೀಸಿ ಬಾಗಿಲ ಬಳಿಗೆ ಹೋಗಿ ನಿಂತಳು.

"ಅವಳಿಗೆ ಬುದ್ಧಿ ಹೇಳಿ ತಿದ್ದಿ ಗಂಡನ ಮನೆಗೆ ಕಳಿಸೋದುಬಿಟ್ಟು.... ಇದೇನು ಚಂದ! ಅನುಭವ ಸಾಲದು. ಎಂದು ಧಾರೆಯೆರೆದುಕೊಟ್ಟೆವೋ ಅಂದಿಗೇ ಮುಗಿದುಹೋಯಿತು ನಮ್ಮ ಜವಾಬ್ದಾರಿ, ಕಷ್ಟವೋ ಸುಖವೋ ಅಲ್ಲೇ ಇರಲಿ. ಪಕ್ಕದ ಮನೆ ಪಾರ್ವತಿನ ಅವಳ ಗಂಡ ಕುಡಿದು ಬಂದು ಚೆನ್ನಾಗಿ ಬಡಿದು ಹಾಕಿದ್ದಾನೆ. ಹಾಗೆಂದು ಅವಳು ಮನೆಬಿಟ್ಟು ಓಡಿ ಹೋಗೋಕೆ ಆಗುತ್ಯಾ?"

"ಅವಳ ವಿಷಯದಲ್ಲಿ ತಲೆ ಹಾಕಬೇಡ, ಅಪ್ಪನ ಹಾಗೇ ಮೌನವಾಗಿದ್ದುಬಿಡು. ದೇವರು ಬಂದರೂ ನಿಮ್ಮನ್ನು ಬದಲಾಯಿಸೋಕೆ ಆಗೋಲ್ಲ, ಬರೀ ಹೆತ್ತು ಸಾಕಿದ್ದೀಯಾ ಅಷ್ಟೆ. ಅವಳ ಸ್ವಭಾವ ನಿಂಗೆ ಗೊತ್ತೇನು?" ಶರತ್ ಕೂಡ ಬೇಸತ್ತವನಂತೆ ಮಾತಾಡುತ್ತಿದ್ದ.

ಮೆಲ್ಲಗೆ ಚಿಲುಕ ಅಲ್ಲಾಡಿಸಿದಳು. ಶರತ್ ಬಂದು ಬಾಗಿಲು ತೆಗೆದವನೇ "ಇಷ್ಟು ಬೇಗ ಮುಗಿದುಹೋಯಿತಾ?" ಏನೋ ಒಂದು ಕೇಳಿದ. ಮನೆಯಲ್ಲಿನ ಹೋರಾಟ ತಂಗಿಗೆ ತಿಳಿಯಬಾರದೆಂದು ಅವನ ತೊಳಲಾಟ. ಮೌನವಾಗಿ ತಲೆಯಾಡಿಸಿ ಒಳಗೆ ಹೋದಳು. ಹೋಗುವ ಮುನ್ನ ನಿಂತು ತಂದೆಯ ಮುಖ ನೋಡಿದಳು. ಅವರು ಸುಮ್ಮನೆ ಕೂತಿದ್ದರು. ಇತ್ತೀಚೆಗೆ ಮಾತಾಡುವುದನ್ನೇ ಕಡಿಮೆ ಮಾಡಿದ್ದರು.

* * * *

ಸತೀಶ ಬಾಂಬೆಗೆ ಹೋಗಿ ಹತ್ತು ದಿನಗಳಾಗಿತ್ತು. ಅಂದು ಸಂಜೆ ವಾಪಸ್ಸು ಬಂದಿದ್ದ. ಆಫೀಸ್‌ಗೆ ಹೋಗದೆ ನೇರವಾಗಿ ಮನೆಗೆ ಬಂದಿದ್ದ. ಸ್ನಾನ ಮಾಡಿಬಂದು ಕಾರಿಡಾರ್‌ನಲ್ಲಿ ಕುಳಿತ. ಈ ಸಲದ ಪ್ರವಾಸ ತಲೆಯನ್ನು ಬಿಸಿ ಮಾಡಿತ್ತು. ಎಲ್ಲಕ್ಕಿಂತ ಹೆಚ್ಚಾಗಿ ಅವನನ್ನು ಪ್ರಸನ್ನಗೊಳಿಸಲು ಕೆಲವು ಮಾರಾಟಗಾರರು ಹೆಣ್ಣುಗಳ ಪ್ರಯೋಗ ನಡೆಸಿದ್ದರು. ಅವನು ಸಿಡಿದೆದ್ದ. ಹಾಗೆಲ್ಲಾ ಕಲ್ಪಿಸಿಕೊಳ್ಳಲು ಕೂಡ ಅವನಿಗೆ ಬೇಸರ,

"ರಾಮ..." ಅವನು ಅಲ್ಲಿಯೇ ಅಪ್ಪಣೆಗಾಗಿ ಕಾದು ನಿಂತಿದ್ದ.

"ಕಾಫಿ ತಗೊಂಡು ಬಾ" ಅವನು ಸರಸರನೇ ಕೆಳಗಿಳಿದು ಹೋದ.

ಅವನು ಟೇಸ್ಟ್‌ಗಳ ಬಗ್ಗೆ ಒಂದು ನಿರ್ಣಯಕ್ಕೆ ಬರಲು ಅವರಿಗೆ ಕಷ್ಟವಾಗುತ್ತಿತ್ತು, ಕೆಲವೊಮ್ಮೆ ಕಾಫಿ ಹಿಡಿದು ಹೋದಾಗ ಬೇಡವೆಂದು ರೇಗಿಬಿಡುತ್ತಿದ್ದ. ಒಂದೊಂದು ಸಲ ಅವರಿಗೆ ಸಮಸ್ಯೆಯಾಗಿಬಿಡುತ್ತಿದ್ದ.

ಹೊಗೆಯಾಡುವ ಬಿಸಿಬಿಸಿ ಕಾಫಿ ಬಂತು. ನಿಧಾನವಾಗಿ ಹೀರಿದ. ಬಳೆಗಳ ನಿನಾದ–ತಕ್ಷಣ ಮೈಮರೆಸಿತು. ಅತ್ತಿತ್ತ ದೃಷ್ಟಿ ಹರಿಸಿದ. ಮನಸ್ಸಿನ ಭ್ರಾಂತಿಯೆಂದುಕೊಂಡ.

"ನೀನು ಹೋಗು" ಕಪ್‌ನ ಅವನ ಕೈಗೆ ಕೊಡುತ್ತ ಹೇಳಿದ.

ಬೇಸರ ಹಣಕಿ ಹಣಕಿ ಮನಸ್ಸಿನ ತಿಳಿಯನ್ನೆಲ್ಲ ರಾಡಿ ಮಾಡಿತ್ತು. ದೌರ್ಬಲ್ಯದ ಎಳೆ ಮನದೊಳಗೆ ನುಸುಳಿತು. ಎದ್ದು ಬಂದು ವಾಡ್‌ರೋಬ್ ಮುಂದೆ ನಿಂತ. ಎಷ್ಟೋ ಸೀರೆಗಳನ್ನ ಭಾವನಾ ಉಟ್ಟಿರಲಿಲ್ಲ. ಅವಳೆಂದೂ ಇವುಗಳ ಮೇಲೆ ಆಸಕ್ತಿಯನ್ನೇ ವ್ಯಕ್ತಪಡಿಸಿರಲಿಲ್ಲ, ಕೈಯಿಂದ ಅವನ್ನೆಲ್ಲ ಸವರಿದ. ವೇದನೆಯ ಅಲಗು ಬಗೆಯಲಾರಂಭಿಸಿತು. ಕೈಯಿಂದ ಮುಟ್ಟಿಮುಟ್ಟಿ ನೋಡಿದ. ಸ್ಪರ್ಶ ಹಿತವಾಗಿತ್ತು. ಬಯಕೆ ಬಾಯಿ ತೆರೆದು ನಿಂತಂತಾಯಿತು. ಅವನು ಪೂರ್ಣ ಸಂಯಮಿ. ಎಂಥ ಸಮಯದಲ್ಲಿಯಾದರೂ ದೌರ್ಬಲ್ಯದ ವಶವಾಗಲಾರ. ಅವನಲ್ಲೂ ಭಾವನೆಗಳು ಇದೆ ಎನ್ನುವುದಕ್ಕೆ ಭಾರವಾದ ನಿಟ್ಟುಸಿರು ಹೊರಬಿತ್ತು.

ರಾತ್ರಿಯ ಊಟ ಕೂಡ ಬೇಡವೆಂದು ಮಂಚ ಸೇರಿಬಿಟ್ಟ. ಇಷ್ಟು ದಿನಕ್ಕೆ ಇಂದು ಭಾವನಾಳ ನೆನಪಿನಿಂದ ನಿದ್ರಿಸಲಾಗಲಿಲ್ಲ. ಯಾವಾಗಲೂ ಫ್ಯಾಕ್ಟರಿ, ಫೈಲುಗಳ ವಿಷಯಗಳನ್ನು ಮಾತ್ರ ತಲೆಯಲ್ಲಿ ತುಂಬಿಕೊಂಡಿರುತ್ತಿದ್ದ. ಬೇರೆ ಕಡೆ ಹೊರಳಲು ಅವಕಾಶವೇ ಇರಲಿಲ್ಲ. ಇಂದು ಅದರ ಸ್ಥಿತಿಯೇ ಬೇರೆಯಾಗಿತ್ತು.

ರಾತ್ರಿ ನಿದ್ದೆ ಇಲ್ಲದಿದ್ದರಿಂದ ಮುಖದ ಮೇಲೆ ವ್ಯಾಪಕವಾಗಿ ಬೇಸರ ಪ್ರಕಟಗೊಂಡಿತ್ತು. ಆದರೂ ಯಾವುದರಲ್ಲಿಯೂ ಏರುಪೇರಾಗುವಂತೆ ವರ್ತಿಸಲಾರ. ಸ್ನಾನ, ತಿಂಡಿ ಎಲ್ಲಾ ಮುಗಿಯಿತು. ಹೊರಗೆ ಬಂದಾಗ ಡ್ರೈವರ್ ಸೆಲ್ಯೂಟ್ ಹೊಡೆದು ಕಾರಿನ ಡೋರನ್ನು ತೆಗೆದ. ಠೀವಿಯಿಂದ ಹತ್ತಿ ಕುಳಿತ. ಕಾರು ಹೊರಟಿತು.

ಯುವತಿಯರು ಇದ್ದೆಡೆ, ಹೆಂಗಳೆಯರು ಇದ್ದಕಡೆ ಅವನು ಸಾಧಾರಣವಾಗಿ ನೋಟ ಹರಿಯಬಿಡಲಾರ. ಹರಿದರೂ ಅವನ ಮನದಲ್ಲಿ ಯಾವ ಹೊಸ ಭಾವನೆಗಳು ಕೆರಳವು. ವಾಹನ ಸಂಚಾರ ಅಧಿಕವಾಗಿತ್ತು. ಕಾರು ನಿಂತಿತು. ತಟ್ಟನೇ ಕಿಟಕಿಯಿಂದ ಹರಿದ ನೋಟ ಒಂದೆಡೆ ನಿಂತುಬಿಟ್ಟಿತು. ಭಾವನಾ ಕ್ಯೂನಲ್ಲಿ ನಿಂತಿದ್ದಳು. ಮುಖದಲ್ಲಿ ಬೇಸರವಿಲ್ಲ, ಉತ್ಸಾಹವಿತ್ತು. ಕಠಿಣತೆಯಿರಲಿಲ್ಲ, ಮಾರ್ದವತೆ ಇತ್ತು. ಕಣ್ಣು ಅರಳಿಸಿದ. ತಟ್ಟನೇ ಗಂಭೀರವಾದ.

ಬಿಸಿಲು ಚುರುಕಾಗಿತ್ತು. ಮುಖಕ್ಕೆ ನೇರವಾಗಿ ಬೀಳುತ್ತಿದ್ದ ಸೂರ್ಯರಶ್ಮಿಯನ್ನು ತಡೆಯಲು ಒಮ್ಮೊಮ್ಮೆ ಕೈ ಅಡ್ಡ ಇಡುತ್ತಿದ್ದಳು. ಎದೆಯಲ್ಲಿ ಛಳಕು ಎದ್ದಿತು. ಕಾರು ನಿಧಾನವಾಗಿ ಮುಂದಕ್ಕೆ ಹೊರಟಿತು. ಭಾವನಾ ಕಾಣದಾದಳು. ಮನಸ್ಸಿನ ನೆಮ್ಮದಿ ಪೂರ್ಣವಾಗಿ ಕಲಕಿಹೋಯಿತು.

ಯಾರ ಕಡೆ ನೋಡುವುದೂ ಅವನಿಗೆ ಬೇಕಿರಲಿಲ್ಲ. ವಂದಿಸಿದವರಿಗೆ ಪ್ರತಿವಂದಿಸುವುದನ್ನು ಮರೆತು ತನ್ನ ಛೇಂಬರ್‌ಗೆ ನಡೆದ. ವಾಚ್‌ಮನ್‌ನ ಕರೆದು ಯಾರನ್ನೂ ಕೋಣೆಯೊಳಗೆ ಬಿಡಬಾರದೆಂದು ಹೇಳಿದ. ತಲೆಯ ನರಗಳು ಪಟಪಟನೇ ಸಿಡಿಯುತ್ತಿದ್ದವು.

ಈಗ ಯಾರ ಸಹಾಯವೂ ಬೇಕಿರಲಿಲ್ಲ. ಜಗ್‌ನಲ್ಲಿದ್ದ ತಣ್ಣನೆಯ ನೀರನ್ನು ಬಗ್ಗಿಸಿಕೊಂಡು ಎರಡು ಲೋಟ ಕುಡಿದು ಬಂದು ತನ್ನ ಸೀಟಿನ ಮೇಲೆ ಕುಳಿತ.

ಅಕಸ್ಮಾತ್ತಾಗಿ ಒಮ್ಮೆ ಸಿಕ್ಕಿದ ಶರತ್ ಇಲ್ಲೇ ಉಳಿದ ಬಗ್ಗೆ, ಕೆಲಸದ ಬಗ್ಗೆ ಹೇಳಿಕೊಂಡಿದ್ದ, ಭಾವನಾಳ ಬಗ್ಗೆ ತುಟಿ ಬಿಚ್ಚಿರಲಿಲ್ಲ.

ಛೇಂಬರ್‌ನಲ್ಲಿ ಹೊರಗೆ ಬಂದವನೇ, ಹೊರಗೆ ಕಾದು ಕುಳಿತವರ ಕಡೆ ಕೂಡ ದೃಷ್ಟಿ ಹೊರಳಿಸದೇ ಕಾರು ಹತ್ತಿ ನಡೆಯಿಸಿದ. ಭಾವನಾಳನ್ನು ಕಂಡ ಜಾಗಕ್ಕೆ ಅರಿವಿಲ್ಲದಂತೆ ಬಂದ. ಕ್ಯೂ ಖಾಲಿಯಾಗಿತ್ತು. ನಿರಾಸೆಯಿಂದ ಮನೆಯ ಕಡೆ ವೇಗವಾಗಿ ನಡೆಸಿದ.

ಭಾವನಾ ಕಾರನ್ನೂ ನೋಡಿದ್ದಳು. ತಳಮಳ, ತೊಳಲಾಟ ಒಮ್ಮೆಲೆ ಎಲ್ಲಾ ಶುರುವಾಗಿತ್ತು. ಬಸ್ಸಿನಲ್ಲಿ ತುರುಕಲ್ಪಟ್ಟು ಆಫೀಸನ್ನು ಸೇರಿದ್ದಳು.

"ಬನ್ನಿ, ಬನ್ನಿ. ನಿಮಗಾಗಿಯೇ ಕಾಯ್ತ ಇದ್ದೀನಿ" ಸ್ಟೆನೋಗ್ರಾಫರ್ ರಮೇಶ್ ಹೇಳಿದ. ಎಲ್ಲಿಯ ಗ್ರಹಚಾರಪ್ಪ! ಅವಳೆದೆ ಧಸಕ್ಕೆಂದಿತು. ಇತ್ತೀಚೆಗೆ ಕಾರಣವಿಲ್ಲದೆ ಪದೇ ಪದೇ ಎಲ್ಲಕ್ಕೂ ಹೆದರುತ್ತಿದ್ದಳು. ಇದು ಒಳ್ಳೆಯ ಲಕ್ಷಣವಲ್ಲವೆಂದು ಅವಳಿಗೆ ಗೊತ್ತಿತ್ತು. ಯಾವುದೋ ದುರ್ಬಲತೆ ಮನವನ್ನು ಆವರಿಸಿಕೊಂಡಿತ್ತು.

"ಏನು ವಿಷಯ?" ಬ್ಯಾಗನ್ನು ತನ್ನ ಟೇಬಲ್ಲಿನ ಮೇಲಿಡುತ್ತ ಪ್ರಶ್ನಿಸಿದಳು.

"ಶೀಲ ಮದ್ವೆ ಗೊತ್ತಾಗಿದೆ" ಸಮಾಧಾನದ ಉಸಿರುಬಿಟ್ಟಳು. ಅವಳ ಮದುವೆಯ ವಿಷಯ ಅವಳಿಗೆ ಗೊತ್ತಿದ್ದುದೇ. ಅದಕ್ಕೂ ನಂಗೆ ಕಾಯೋಕು ಸಂಬಂಧವೇನು ಎಂದು ಕೇಳಿಬಿಡುವ ಮನಸ್ಸಾಗಿತ್ತು, ಕೇಳಲಿಲ್ಲ.

"ಎಲ್ಲರೂ ಒಟ್ಟಿಗೆ ದುಡ್ಡು ಹಾಕಿ ಬಳಸುವಂಥ ವಸ್ತುವನ್ನು ಪ್ರೆಸೆಂಟ್ ಮಾಡೋಣಾಂತ" ರಮೇಶ್ ತುಟಿ ಕಚ್ಚಿ ಟೇಬಲ್ಲಿಗೆ ಒರಗಿ ಹೇಳಿದ.

"ಗುಡ್ ಐಡಿಯಾ. ಹಾಗೇ ಮಾಡಿ. ಶೇರ್ ಹಣದ ಬಗ್ಗೆ ತಿಳಿಸಿಬಿಡಿ. ಈಗಲೇ ಕೊಟ್ಟುಬಿಡ್ತೀನಿ" ಬ್ಯಾಗಿಗೆ ಕೈಹಾಕಿದಳು.

"ನೀವೊಬ್ರು ಕೊಡಬಹುದು. ನಾವೆಲ್ಲ ಕೊಡೋಕಾಗುತ್ತ? ನೂರೆಂಟು ತಾಪತ್ರಯಗಳು. ಹಣದ ಅಗತ್ಯವಿಲ್ಲದಿದ್ದರೆ ಇಲ್ಲಿ ಯಾಕೆ ಬಂದು ಸಾಯಬೇಕಾಗಿತ್ತು!" ಕಹಿಯಾಗಿ ಆಡಿದಳು ಕಮಲ.

ಅವಳ ತಾಪತ್ರಯಗಳು ಎಲ್ಲರಿಗೂ ಗೊತ್ತಿದ್ದುದೇ. ನಾಲ್ಕು ಮಕ್ಕಳ ತಾಯಿ. ಗಂಡನಿಗೆ ಒಂದು ಪರ್ಮನೆಂಟ್ ಕೆಲಸವಿರಲಿಲ್ಲ. ಮೊದಲು ಅಷ್ಟಿಷ್ಟು ದುಡಿಯುತ್ತಿದ್ದ. ಈಗ ಅಡಿಗೆ ಮಾಡಿಕೊಂಡು ಹಾಯಾಗಿ ಮನೆಯಲ್ಲಿದ್ದುಬಿಟ್ಟಿದ್ದ. ರುಚಿಕಟ್ಟಾಗಿ ಮಾಡಿಕೊಂಡು ತಿನ್ನುತ್ತಿದ್ದ. ತಿಂಗಳ ಕೊನೆಯ ದಿನಗಳಲ್ಲಿ ತಾಳ್ಮೆಗೆಟ್ಟು ಆಫೀಸ್‌ನಲ್ಲೇ ಅತ್ತುಬಿಡುತ್ತಿದ್ದಳು. ಎಲ್ಲರ ಹತ್ತಿರಾನೂ ಐದು, ಹತ್ತು ಸಾಲ ಪಡೆದೇ ಇದ್ದಳು. ಆದರೆ ಸಂಬಳ ಬಂದಕೂಡಲೇ ಮರೆಯದೇ ಹಿಂದಿರುಗಿಸುತ್ತಿದ್ದಳು. ಮತ್ತೆ.... ಅದೇ... ಹೀಗೇ ನಡೆದುಹೋಗುತ್ತಿತ್ತು. ಅವಳ ಬಗ್ಗೆ ಆಫೀಸ್‌ನವರಿಗೆಲ್ಲ ಸಹಾನುಭೂತಿ.

"ದಯವಿಟ್ಟು ನೀವೇನೂ ಕೊಡಬೇಡಿ. ನಿಮ್ಮ ಪಾಲಿನ ಹಣ ನಾವೇ ಹಾಕಿಕೊಳ್ಳುತ್ತೀವಿ" ರಮೇಶ್ ಹೇಳಿದ ಕೂಡಲೇ ಕಮಲ ಸಿಡಿದೆದ್ದಳು.

"ಮನೆ ಕಡೆ ಸ್ವಲ್ಪ ತಾಪತ್ರಯವಿರಬಹುದು. ಆದರೆ ನನ್ನ ಹಣವನ್ನು ನೀವುಗಳು ಹಾಕಿಕೊಳ್ಳುವಂಥ ಸ್ಥಿತಿ ಬಂದಿಲ್ಲ." ಮೂಗಿನ ತುದಿ ಕೆಂಪಾಗಿತ್ತು.

ರಮೇಶನ ಮುಖ ಪೆಚ್ಚಾಯಿತು. 'ನನ್ನ ಮಾತನ್ನು ತಪ್ಪಾಗಿ ತಿಳಿದುಕೊಂಡುಬಿಟ್ಟರಲ್ಲ' ಎಂದು ಪೇಚಾಡಿಕೊಂಡ.

"ಎಕ್ಸ್‌ಕ್ಯೂಜ್ ಮಿ" ಎಂದವನೇ ಸುಮ್ಮನೆ ತನ್ನ ಸೀಟಿಗೆ ಹೋಗಿ ಕೂತುಕೊಂಡುಬಿಟ್ಟ. ಮೊದಲೇ ಬೆಳ್ಳಗಿದ್ದ ಮುಖ ಮತ್ತಷ್ಟು ಬಿಳಚಿಕೊಂಡಿತು. ಅವನ ಬಿಳುಪಾದ ಮುಖದಲ್ಲಿ ಗಡ್ಡ ಮೀಸೆಗಳ ಸುಳಿವಿರಲಿಲ್ಲ. ಸ್ವಲ್ಪ ವೀಕ್ ಪರ್ಸನಾಲಿಟಿ. ಅವನು ನೋಡಿದವರಿಗೆ ಹದಿನಾರರ ಹುಡುಗನಂತೆ ಕಾಣಿಸುತ್ತಿದ್ದ.

ಭಾವನಾ ತನ್ನ ಕೆಲಸದಲ್ಲಿ ಮಗ್ನಳಾದಳು. ಆಫೀಸ್ ಬಿಟ್ಟು ಸಂಜೆ ಹೊರಹೋಗುವವರೆಗೂ ಕೆಲಸ. ಮಧ್ಯೆ ಅವಳು ಯಾವ ವಿಷಯಕ್ಕೂ ತಲೆ ಕೆಡಿಸಿಕೊಳ್ಳುವಷ್ಟು ಪುರುಸೊತ್ತಿಲ್ಲ.

"ನಿಮ್ಮ ಸೆಕ್ಷನ್ ಫೈಲ್ ತಗೊಂಡು ಬರ್ಬೇಕಂತೆ" ಜವಾನ ಬಂದು ಹೇಳಿಹೋದ.

ಮೂರ್ತಿರಾಯರ ಸೀಟ್ ಕಡೆ ನೋಡಿದಳು. ಅವರು ಇರಲಿಲ್ಲ. ಅದಕ್ಕೆ ಹೇಳಿ ಕಳಿಸಿದ್ದಾರೆಂದುಕೊಂಡು, ಫೈಲ್ ತಗೊಂಡು ಬಾಸ್ ಛೇಂಬರಿಗೆ ನಡೆದಳು.

ಪರ್ಸನಲ್ ಸೆಕ್ರೆಟರಿ ಗೋದಾಬಾಯಿಯೊಡನೆ ಯಾವುದೋ ವಿಚಾರ ವಿನಿಮಯದಲ್ಲಿ ಮಗ್ನನಾದ ಮಹೇಶ್ ಕೂಡುವಂತೆ ಸನ್ನೆ ಮಾಡಿದ. ಗೋದಾಬಾಯಿ ಅವಳ ಕೈನಲ್ಲಿದ್ದ ಫೈಲ್ ತಗೊಂಡು "ನೀನು ಹೋಗಬಹುದು" ಎಂದಳು.

ಅವಳಿಗೆ ಅಷ್ಟೇ ಸಾಕಾಗಿತ್ತು. ಆದರೆ ಬೇಸರದಿಂದ ಹೊರಗೆ ಬಂದಳು. 'ಜವಾನನ ಮುಖಾಂತರವೇ ತರಿಸಿಕೊಳ್ಳಬಹುದಾಗಿತ್ತಲ್ಲ! ಕರೆ ಕಳುಹಿಸುವಂಥದ್ದು ಏನಾಗಿತ್ತು?' ಆ ಸೀಟಿನ ಮಹತ್ವವೇ ಅಂಥದಿರಬಹುದು.

ಅಬ್ಬ!.... ಸತೀಶನದು ಎಂಥ ಬಿಗುಮಾನ. ಜಗತ್ತಿನಲ್ಲೇ ತಾನು ಅತ್ಯುಚ್ಚ ಸ್ಥಾನದಲ್ಲಿರುವೆ ಎನ್ನುವ ಕೆಟ್ಟ ಅಹಂಕಾರ. ವಿದ್ಯಾವಂತರಿಗೆ ವಿನಯವಿಲ್ಲದಿದ್ದರೆ ಆ ವಿದ್ಯೆಗೆ ಬೆಲೆಯೇನಿದೆ? ಅಂದೆಲ್ಲ ಮುಜುಗರದಿಂದಲೇ ಕೆಲಸ ಮಾಡಿದಳು.

ಸಂಜೆ ಆಫೀಸ್‌ನಿಂದ ಹೊರಗೆ ಬಂದಾಗ ರಾಮ ಎದುರಾದ. ಕಣ್ಣರಳಿಸಿ ನಿಂತುಬಿಟ್ಟ. ಮಾತುಗಳು ಅವನ ಬಾಯಿಂದ ಹೊರಡಲೇ ಇಲ್ಲ.

"ರಾಮ ಎಲ್ಲಿಗೆ ಬಂದಿದ್ದೆ?" ಯಾವ ಭಾವವಿಕಾರಕ್ಕೂ ಒಳಗಾಗದೇ ಕೇಳಿದಳು.

"ಮನೆ ಕಡೆ ಹೋಗಿಬಂದೆ. ಅಮ್ಮಾವ್ರೆ ಚೆನ್ನಾಗಿದ್ದೀರಾ?" ಅವನ ಗಂಟಲು ನಡುಗಿತು. ಕಣ್ಣುಗಳಲ್ಲಿ ಕಂಬನಿ ಶೇಖರವಾಯಿತು.

ಭಾವನಾ ಆ ಮನೆಗೆ ಬಂದ ಮೇಲೆ ಅಲ್ಪಸ್ವಲ್ಪವಾದರೂ ಜಡತ್ವ ನೀಗಿಹೋಗಿತ್ತು. ದೊಡ್ಡಸ್ಥಿಕೆ, ಭೇದಭಾವ ತೋರುತ್ತಿರಲಿಲ್ಲ. ಬಾಯಿ ತುಂಬ ಮಾತಾಡಿಸುತ್ತಿದ್ದಳು. ಉಗುಳು ನುಂಗಿದ.

"ಈಗ ಎಲ್ಲಿಗೆ ಹೋಗ್ತಾ ಇದ್ದೀಯಾ?" ಮುಂದಕ್ಕೆ ಹೆಜ್ಜೆ ಹಾಕುತ್ತಲೇ ಕೇಳಿದಳು.

"ಬಂಗ್ಲೆಗೆ" ತಲೆಯ ನರಗಳು ಸಿಡಿದಂತಾಯಿತು. ಅದು ಬಂಗ್ಲೆಯಲ್ಲ.... ಸ್ವರ್ಣಪಂಜರ... ಮುಖದಲ್ಲಿ ಭೀತಿ ಕಾಣಿಸಿಕೊಂಡಿತು. ಮೈಯೆಲ್ಲಾ ಬೆವರೊಡೆಯಿತು. ಹೆಜ್ಜೆ ಮುಂದಿಡಲಾರದೇ ನಿಂತುಬಿಟ್ಟಳು.

"ಅಮ್ಮಾವ್ರೆ.... ಅಮ್ಮಾವ್ರೆ...." ರಾಮ ಬೆದರಿ ಕೂಗಿದ.

ನಿಂತಲ್ಲೇ ಕುಸಿದಳು. ಹಿಂದೆ ಬಂದ ಕಮಲ ಓಡಿ ಬಂದು ಹಿಡಿದುಕೊಂಡಳು. ರಮೇಶನಿಂದ ವಿಷಯ ಅರಿತ ಮಹೇಶ್ ಓಡಿಬಂದ. ಹಿಂದುಮುಂದು ನೋಡದೇ ಎರಡು ಕೈಯಲ್ಲೂ ಎತ್ತಿ ಆಫೀಸ್‌ನೊಳಕ್ಕೆ ಕೊಂಡೊಯ್ದ.

ಅಷ್ಟರಲ್ಲಿ ಜನ ಸೇರಿದರು. ಅವರುಗಳನ್ನು ಚದುರಿಸಲು ಸ್ವಲ್ಪ ಕಷ್ಟವೇ ಆಯಿತು.

ಕಣ್ಣನ್ನು ಬಿಗಿಯಾಗಿ ಮುಚ್ಚೇ ಭಾವನಾ ಅಸ್ಪಷ್ಟವಾಗಿ ಬಡಬಡಿಸುತ್ತಿದ್ದಳು. ನೋವು, ವೇದನೆ ಮುಖದಲ್ಲಿ ಪ್ರಕಟವಾಗುತ್ತಿತ್ತು.

ಅವಳ ಬ್ಯಾಗಿನ ಡೈರಿಯಲ್ಲಿದ್ದ ನಂಬರ್‌ಗೆ ಫೋನ್ ಮಾಡಿದರು. ಶರತ್ ಒಂದೇ ಉಸುರಿಗೆ ಓಡಿ ಬಂದ.

"ಭಾವನಾ.... ಭಾವನಾ..." ಅವನ ಗಂಟಲು ನಡುಗುತ್ತಿತ್ತು. ಮುಖದ ನರಗಳೆಲ್ಲ ಉಬ್ಬಿದ್ದವು.

"ಡಾಕ್ಟರನ್ನು ಕರೆಸೋಣವೋ...?" ಮಹೇಶ್ ಅವನ ಕಡೆ ನೋಡುತ್ತ ಕೇಳಿದ.

"ಬೇಡ ಸಾರ್ ಮನೆಗೆ ಕರ್ಕೊಂಡ್ಹೋಗ್ತೀನಿ."

ಇವರೆಲ್ಲರೆದುರಿಗೂ ಅವಳ ಮತಿವಿಕಲ್ಪ ಪ್ರಕಟವಾಗುವುದು ಅವನಿಗೆ ಬೇಕಾಗಿರಲಿಲ್ಲ. ಅದು ಹತ್ತಾಗಿ ಹರಡಿ ಅವಳು ವ್ಯಂಗ್ಯಬಾಣಗಳಿಗೆ ತುತ್ತಾಗುವುದು ಅವನಿಗೆ ಬೇಕಿರಲಿಲ್ಲ.

"ಫ್ಲೂ ಬಂದಿತ್ತು. ಆದಾದ ಮೇಲೆ..." ಅವನ ಬಾಯಿ ಒಣಗಿಹೋಯಿತು.

ಸ್ವಲ್ಪ ಎಚ್ಚರ ಸ್ಥಿತಿಗೆ ಬಂದ ಕೂಡಲೇ ಮಹೇಶ ತಾನೇ ಕಾರಲ್ಲಿ ಶರತ್, ಭಾವನಾಳನ್ನು ಮನೆಗೆ ಕರೆದೊಯ್ದುಬಿಟ್ಟ.

ಹಿಂದೆ ಅಳಗೇಶಿ ಜೊತೆ ಅವರ ಮನೆಗೆ ಹೋಗಿದ್ದ. ಆಗ ಪುಟಿಯುವ ಚೆಂಡಿನಂತಿದ್ದಳು. ಸದಾ ನಗುವಿನ ಹೊನಲು ಹರಿಯುವ ಮುಖ ನೋಡಿ ಮುಗ್ಧನಾಗಿ ಹೋಗಿದ್ದ. ಇಂಥ ಹುಡುಗಿಗೆ ಏನಾಗಿ ಹೋಯ್ತು?

ಕಾರು ನೇರವಾಗಿ ಅಳಗೇಶಿಯ ಇಂಡಸ್ಟ್ರಿ ಕಡೆ ಹೊರಟಿತು. ಇವನು ಹೋದಾಗ ಚಮ್ಮಟಿಗೆ, ಸುತ್ತಿಗೆಗಳ ಸದ್ದು ಅವ್ಯಾಹತವಾಗಿ ಹರಿದುಬರುತ್ತಿತ್ತು. ಬೀರು, ಅರ್ಧಂಬರ್ಧ ತಯಾರಾದ ಬೀರು, ಟೇಬಲು, ಕುರ್ಚಿ ಸಾಲಾಗಿದ್ದವು. ಅವನ್ನು ದಾಟಿಕೊಂಡು ಒಳಗೆ ನಡೆದ. ಅಳಗೇಶಿ ಸ್ವತಃ ಕೆಲಸದಲ್ಲಿ ನಿರತನಾಗಿದ್ದ. ನಿಂತಿದ್ದ ಇನ್ನೊಬ್ಬನ ಪ್ಯಾಂಟ್, ಷರಟು ಕೊಳೆಯಾಗಿತ್ತು.

"ಯಾರು ಬೇಕಾಗಿತ್ತು ಸಾರ್?" ಏನೋ ಬರೆಯಲು ಮಗ್ನನಾಗಿದ್ದ ವ್ಯಕ್ತಿ ಎದ್ದು ನಿಂತು ಕೇಳಿದ.

"ಅಳಗೇಶಿನ ನೋಡಬೇಕಾಗಿತ್ತು" ಹಾಗೆಂದ ಕೂಡಲೇ ಅಳಗೇಶಿನೇ ಹಳೆಯ ಬಟ್ಟೆಯ ತುಂಡಿಗೆ ಕೈಯನ್ನು ಒರೆಸುತ್ತ ಬಂದವನೇ "ಅಪರೂಪಕ್ಕೆ ದೇವರು ಬಂದ ಹಾಗೆ ಬಂದುಬಿಟ್ಟೆ, ನಾವೇ ಬರೋಣಾಂತ ಇದ್ವೀ." ಬರೆಯುತ್ತ ಇದ್ದ ವ್ಯಕ್ತಿ ಮತ್ತು ಅವನ ಜೊತೆ ನಿಂತು ಕೆಲಸ ಮಾಡುತ್ತಿದ್ದ ವ್ಯಕ್ತಿಯನ್ನು ಪರಿಚಯ ಮಾಡಿಸಿದ. ಅವರಿಬ್ಬರು ಅವನ ಪಾರ್ಟ್‌ನರ್‌ಗಳು.

ಇನ್ನೊಬ್ಬ "ನಮ್ಮ ಶರತ್, ಈಗ ತಾನೇ ಎಲ್ಲೋ ಹೋದ. ಏನೋ ಸಾಲ ಮಾಡಿ ಶುರು ಮಾಡಿದ್ದೀವಿ. ನಿಮ್ಮಂಥವರ ದಯೆಬಿದ್ದು ದೊಡ್ಡದಾಗಬೇಕಷ್ಟೆ" ತನ್ನ ಎಲ್ಲಾ ಹಲ್ಲುಗಳನ್ನು ಪ್ರದರ್ಶಿಸಿದ.

"ಮೊದಲು ಕೂತ್ಕೋ" ಅವನನ್ನ ರೆಟ್ಟೆ ಹಿಡಿದು ಅಲ್ಲಿದ್ದ ಕುರ್ಚಿಯ ಮೇಲೆ ಕೂಡಿಸಿದ. ಕೆಲಸದ ಹುಡುಗ ಕಾಫಿ ತರಲು ಓಡಿದ. ಅವನಿಗೆ ಆ ಉಪಚಾರವೆಲ್ಲ ಬೇಕಿರಲಿಲ್ಲ. ಭಾವನಾಳ ಬಗ್ಗೆ ಅಲ್ಪಸ್ವಲ್ಪವಾದರೂ ತಿಳಿಯಬೇಕಿತ್ತು. ಅಲ್ಲಿಯವರೆಗೂ ಅವನಿಗೆ ನೆಮ್ಮದಿ ಇಲ್ಲ.

ಭಾವನಾಳ ಕೆಲಸಕ್ಕಾಗಿ ಅಳಗೇಶಿ ಬಹಳಷ್ಟು ಪ್ರಯತ್ನ ಮಾಡಿದ್ದು ಇವನಿಗೆ ಎಷ್ಟೋ ಸಲ ಬಂದು ದುಂಬಾಲು ಬಿದ್ದಿದ್ದ. ವಿಷಯ ಅವನಿಗೆ ತಿಳಿದೇ ಇರುತ್ತದೆ ಎನ್ನುವುದು ಮಹೇಶನ ಊಹೆ.

ಬಲವಂತಕ್ಕೆ ಕಾಫಿ ಗುಟುಕರಿಸಿ ಮೇಲಕ್ಕೆದ್ದ.

"ಅಳಗೇಶಿ, ನಿನ್ನ ಹತ್ರ ಸ್ವಲ್ಪ ಮಾತಾಡಬೇಕು" ಬಹಳ ತುರ್ತಾದ ಕೆಲಸ ಏನಾದರೂ ಇರಬಹುದೇನೋ ಎಂದು ಅನುಮಾನಿಸಿಯೇ ಕೇಳಿದ.

"ನಡೀರಿ" ಅವನಿಗೆ ಮೊದಲು ಹೊರಟು ನಿಂತ. ಪ್ಯಾಂಟಿನ ಕೆಲವೆಡೆ ಕರ್‍ರಗಿನ ಕಲೆಗಳಾಗಿತ್ತು. ಅದರ ಕಡೆ ಅವನು ಗಮನ ಕೊಟ್ಟಹಾಗೆ ಕಾಣಲಿಲ್ಲ. ಮಹೇಶನ ಸ್ವಭಾವವೂ ಅದಕ್ಕೆ ಹೊರತಾದುದಲ್ಲ.

ಅಳಗೇಶಿ, ಬಂದು ಕಾರು ಹತ್ತಿದ, ಕಾರು ಮುಂದಕ್ಕೆ ಹೊರಟಕೂಡಲೆ "ಏನ್ಸಾರ್ ವಿಶೇಷ!" ಎಂದ.

"ಇಲ್ಲಿ ಸಾರ್‌ಗೀರ್ ಬೇಡ. ಹೇಗಿದೆ ಬಿಜಿನೆಸ್?" ಲೋಕಾಭಿರಾಮವಾಗಿ ಕೇಳಿದ.

"ಪರ್ವಾಗಿಲ್ಲ. ಪಾರ್ಟ್‌ನರ್‌ಗಳು ತುಂಬ ದುಡ್ಡಿನವರೇ. ಬ್ಯಾಂಕ್‌ನಲ್ಲಿ ನಾಮಕಾವಾಸ್ತೆ ಸಾಲ ತಗೊಂಡಿದ್ದೀನಿ. ನಮ್ಮ ಶರತ್ ಒಳ್ಳೇ ಮೆಕ್ಯಾನಿಕ್. ಎಲ್ಲಾ ಅವನ ಮೇಲ್ವಿಚಾರಣೆಯಲ್ಲೇ ನಡೀತಾ ಇರೋದು. ಏನಾದ್ರೂ ಸ್ವಲ್ಪ ಆರ್ಡರ್ಸ್ ಕೊಟ್ಟು ನಮ್ಮ ಇಂಡಸ್ಟ್ರಿ ಬದುಕೋ ಹಾಗೆ ಮಾಡಿ." ಮಹೇಶ್ ನಕ್ಕುಬಿಟ್ಟ.

"ಭಾವನಾ ಬಗ್ಗೆ ತಿಳಿಯಬೇಕಾಗಿತ್ತು."

ಅಳಗೇಶಿ ಬೆಚ್ಚಿಬಿದ್ದ. ಅವನು ಹಿಂದಿನಿಂದ ಭಾವನಾಳನ್ನು ಬಲ್ಲ. ಯಾರ ಬಾಯಿಂದಲೂ ಅವಳ ಬಗ್ಗೆ ಕೆಟ್ಟ ನುಡಿಗಳನ್ನು ಕೇಳಲು ಸಿದ್ಧನಿಲ್ಲ. ಮನದಲ್ಲಿ ಸಂದೇಹದ ತೆರೆ ಎದ್ದಿತು. ಮತಿವಿಕಲ್ಪವಾಗಿ ಚೇತರಿಸಿಕೊಂಡವಳು, ಮತ್ತೇನಾದರೂ.... ಶರತ್‌ನ ಧೃತಿಗೆಟ್ಟ ಮುಖ ಅವನ ಕಣ್ಮುಂದೆ ಬಂದು ನಿಂತಿತು. ವಿಷಣ್ಣವದನನಾದ.

"ಏನಾಗಿದೆ ಆ ಹುಡುಗಿಗೆ?"

"ಏನೂ ಆಗಿಲ್ಲ. ಇದ್ದಕ್ಕಿದ್ದಂತೆ ಕುಸಿದಿದ್ದಳು. ಅದಕ್ಕೆ ನಿನ್ನ ಫ್ರೆಂಡ್‌ಗೆ ಫೋನ್ ಮಾಡಿ ಕರೆಸಿಕೊಂಡಿದ್ದು. ಡಾಕ್ಟರನ್ನ ಕರೆಸೋಣವೆಂದರೆ ಬೇಡ ಎಂದುಬಿಟ್ಟ."

ಅಳಗೇಶಿ ಸೋತವನಂತೆ ಮುಖ ಮಾಡಿದ. ಶರತ್‌ನ ಕೊರಗು ಅವನಿಗೆ ಗೊತ್ತಿದ್ದುದೇ. ಒಂದೊಂದು ದಿನ ಮತಿಗೆಟ್ಟವನಂತೆ ಸುಮ್ಮನೇ ಕೂತುಬಿಡುತ್ತಿದ್ದ. ಕಣ್ಣಲ್ಲಿ ನೀರು ಹಾಕಿಕೊಂಡು ಅವಳ ಭವಿಷ್ಯದ ಬಗ್ಗೆ ಯೋಚಿಸಿ ನಿಟ್ಟುಸಿರುಬಿಡುತ್ತಿದ್ದ.

"ಕಮಲ್ ಲಿಮಿಟೆಡ್ ಜನರಲ್ ಮ್ಯಾನೇಜರ್ ಸತೀಶ್ ಗೊತ್ತಾ?"

ಒಂದು ನಿಮಿಷ ಯೋಚಿಸಿದರು, ಆಮೇಲೆ "ಹೆಸರು ಕೇಳಿದ್ದೀನಿ. ದಕ್ಷ ಅಧಿಕಾರಿ, ಪ್ರಾಮಾಣಿಕ ಮನುಷ್ಯ ಅಂತ ಜನ ಹೇಳ್ತಾರೆ" ರೋಡಿನ ಕಡೆಗೇ ನೋಡುತ್ತಾ ಹೇಳಿದ.

"ಭಾವನಾ ಸತೀಶನ ಮಡದಿ" ಮಹೇಶ್ ಚಕಿತನಾದ.

"ಕಣ್ಣು, ಮೂಗು ಎಲ್ಲಾ ಚೆನ್ನಾಗಿದೆ. ಅಚ್ಚ ಬಿಳಿಯ ಬಣ್ಣ ದೇಹದ ಗಾತ್ರ, ಎಲ್ಲಾ ಸರ್ಯಾಗಿದೆ. ಆದರೆ ಪ್ರಾಣನೇ ಇಲ್ಲ. ಅಂದ ಹಾಗೆ ಒಳ್ಳೆ ಸ್ಮಾರ್ಟ್, ಅಧಿಕಾರ ಇದೆ. ಬುದ್ಧಿವಂತ, ಕೆಟ್ಟ ಹಾಬಿಗಳೊಂದೂ ಇಲ್ಲ. ಆದರೆ ಕೈ ಹಿಡಿದ ಹೆಂಡತೀನ ಹೇಗೆ ನಡೆಸಿಕೋಬೇಕು ತಿಳಿಯದು. ಈ ಹುಡುಗಿಗೆ ಮತಿವಿಕಲ್ಪವಾಗಿ ಹೋಗಿತ್ತು. ಚಿಕಿತ್ಸೆಯ ನಂತರ ಚೇತರಿಸಿಕೊಂಡಿದ್ದಾಳೆ."

ಮನಸ್ಸಿಟ್ಟು ಕೇಳಿದ ಮಹೇಶ ವಿಚಾರಮಗ್ನನಾದ. ಸತೀಶನನ್ನ ನೋಡಿರಲಿಲ್ಲ, ಅವನ ಸ್ವಭಾವದ ಬಗ್ಗೆ ಸರಿಯಾದ ತಿಳಿವಳಿಕೆ ಇಲ್ಲ. ಯಾವ ನಿರ್ಣಯಕ್ಕೂ ಬರಲು ಅವನಿಂದ ಸಾಧ್ಯವಾಗಲಿಲ್ಲ.

"ಮನಃಪೂರ್ವಕವಾಗಿ ಸತೀಶನನ್ನು ದ್ವೇಷಿಸುತ್ತಾಳೆ. ಅವರಿಬ್ಬರ ಬಾಳ್ವೆ ಸುಗಮವಾದ ರೀತಿಯಲ್ಲಿ ಸಾಗಲು ಸಾಧ್ಯವೇ? ಶರತ್ ತಂಗಿನ ಅಲ್ಲಿಗೆ ಕಳಿಸೋ ವಿಚಾರಾನೇ ತಳ್ಳಿಹಾಕಿದ್ದಾನೆ. ಕೂತು ಯೋಚಿಸಿ ಪುನಃ ತಲೆ ಕೆಡಿಸಿಕೊಳ್ಳದಿರಲೆಂದೇ ಕೆಲಸಕ್ಕೆ ಕಳುಹಿಸುತ್ತಾ ಇರೋದು."

"ಭಾವನಾ ಸಂಗೀತ, ಸಾಹಿತ್ಯಪ್ರೇಮಿ. ಪ್ರತಿಯೊಂದರಲ್ಲೂ ಉತ್ಸಾಹ. ಅರಳುಹುರಿದಂತೆ ಮಾತಾಡಿ ಅಭ್ಯಾಸ. ಒಳ್ಳೆ ವಿಮರ್ಶಕಳೂ ಕೂಡ. ಓದಿದ ಪುಸ್ತಕಗಳನ್ನು ಅಚ್ಚುಕಟ್ಟಾಗಿ ವಿಮರ್ಶೆ ಮಾಡುತ್ತಾಳೆ. ಇಂಥ ಹುಡುಗಿನ ಪಂಜರದಲ್ಲಿ ಕೂಡಿದರೆ ಗತಿಯೇನು?"

ಕಾರಿನ ವೇಗ ಮಹೇಶ್ ಕಡಿಮೆ ಮಾಡುತ್ತ "ಪ್ರತಿಯೊಬ್ಬರ ಜೀವನದಲ್ಲೂ ಏನಾದರೊಂದು ತೊಡಕು. ನಿನ್ನ ಎಲ್ಲಿ ಇಳಿಸಲಿ?"

"ಶರತ್ ಮನೆ ತಿರುವಿನಲ್ಲಿ ಇಳಿಸು. ಅವನನ್ನ ನೋಡ್ಕೊಂಡು ಮನೆಗೆ ಹೋಗ್ತೀನಿ."

ಮಹೇಶ ಅಂತರ್ಮುಖಿಯಾಗಿ ಭಾವನಾಳ ಬಗ್ಗೆಯೇ ಯೋಚಿಸುತ್ತಿದ್ದ. ಹೊಂದಿಕೊಳ್ಳಲಾರದಷ್ಟು ಸತೀಶನ ಸ್ವಭಾವ ವಿಚಿತ್ರವೇ? ಯಾವುದೋ ನೆನಪಿನಲ್ಲಿ ನಿಟ್ಟುಸಿರುಬಿಟ್ಟ.

ಆಳಗೇಶಿ, ಶರತ್ ಮನೆಗೆ ಬಂದಾಗ ಅವನು ಶತಪಥ ಸುತ್ತುತ್ತಿದ್ದ. ಬಹಳಷ್ಟು ಗಂಭೀರನಾಗಿದ್ದ.

"ಶರತ್..." ತಲೆ ಎತ್ತಿ ಬಾರದ ನಗುವನ್ನು ತುಟಿಗಳ ಮೇಲೆ ತಂದುಕೊಂಡು ಸ್ವಾಗತಿಸಿದ.

"ಈ ಕಡೆ ಬಂದಿದ್ದೆ. ನಿನ್ನ ನೋಡಿ ಹೋಗೋಣಾಂತ ಬಂದೆ." ತಟ್ಟನೇ ವಿಷಯಕ್ಕೆ ಬರುವುದು ಅಳಗೇಶಿಗೆ ಬೇಕಾಗಿರಲಿಲ್ಲ.

"ಕೂತ್ಕೊ" ಎಂದು ಹೇಳಿ ಅವನಿಗೆದುರಾಗಿ ಕೂತ. ಮನದ ಸಂಕಟವನ್ನು ಬೇರೆಯವರಿಗೆ ಹೇಳಿಕೊಳ್ಳಲಾರದೇ ಒದ್ದಾಡಿದಂತಿತ್ತು.

"ಯಾಕೆ ಒಂದು ತರಹ ಇದ್ದೀಯಾ?"

"ಏನೂ ಇಲ್ಲವಲ್ಲ? ಭಾವನಾ ಆರೋಗ್ಯ ಚೆನ್ನಾಗಿಲ್ಲ. ಈಗ ಡಾ. ಚಂದ್ರಚೂಡ್ ಬಂದು ಹೋದರು. ಇಂಜೆಕ್ಷನ್ ಕೊಟ್ಟರು. ಒಳ್ಳೆ ನಿದ್ದೆ ಬಂದಿದೆ. ಈ ನಡುವೆ ಎಲ್ಲಾ ವಿಧದಲ್ಲೂ ಚೇತರಿಸಿಕೊಂಡಿದ್ದಳು. ಪುನಃ...." ಕಹಿ ಉಗುಳನ್ನು ನುಂಗಿ ಕೈಕೈ ಹಿಸುಕಿಕೊಂಡ.

"ನಾನು ಇಲ್ಲಿ ಉಳಿದುಕೊಂಡಿದ್ದೇ ತಪ್ಪೆನಿಸುತ್ತೆ. ಷಿಲಾಂಗಿಗೇ ಹೊರಟು ಹೋಗಿದ್ದರೆ ಇಲ್ಲಿನದೆಲ್ಲ ಮರೆತು ಹೊಸ ಪರಿಸರದಲ್ಲಿ ಬಹಳಷ್ಟು ಸುಧಾರಿಸಿಕೊಳ್ಳುತ್ತಿದ್ದಳೇನೋ!" ತಾನು ಬಹು ದೊಡ್ಡ ತಪ್ಪನ್ನು ಮಾಡಿಬಿಟ್ಟಿದ್ದೀನಿ ಎನ್ನುವಂತೆ ಚಡಪಡಿಸುತ್ತಿದ್ದ.

"ಎಂಥದ್ದೂ ಇಲ್ಲ. ಸ್ವಲ್ಪ ಸ್ವಲ್ಪಕ್ಕೆಲ್ಲ ತಲೆ ಕೆಡಿಸಿಕೊಳ್ಳೋದು ಬೇಡ. ದೌರ್ಬಲ್ಯ ಒಂದೆರಡು ಸಲ ಕಾಡಿದರೂ ಆಮೇಲೆ ತಾನಾಗಿ ಸುಧಾರಿಸುತ್ತೆ."

ಆ ವಿಷಯನ ಅಲ್ಲಿಗೆ ನಿಲ್ಲಿಸಿ ತನ್ನ ಹೊಸ ಇಂಡಸ್ಟ್ರಿ ಪ್ರಗತಿ, ಲಾಭದ ಬಗ್ಗೆ ಮಾತಾಡಿದರು. ಹೊರಗೆ ಹೋಗಿದ್ದ ವಾಸುದೇವಮೂರ್ತಿಗಳು ಬಂದವರೇ ಅವರ ಬಳಿ ಕುಳಿತು ತಮಗೆ ತೋಚಿದ್ದನ್ನು ಹೇಳಿದರು.

* * * *

ಸತೀಶ್ ಮನೆಗೆ ಬಂದಾಗ ಅವನ ಅಪ್ಪ, ಅಮ್ಮನ ಆಗಮನವಾಗಿತ್ತು. ಅವರೇನು ಇವನ ಹಾಗೆ ದೊಡ್ಡ ಜನವಲ್ಲ. ಸರಳ ಸ್ವಭಾವವೇ ಅವರ ಆಸ್ತಿ. ಅಪರೂಪಕ್ಕೊಮ್ಮೆ ಬಂದು ಮಗುವನ್ನು ನೋಡಿ ಹೋಗಿಬಿಡುತ್ತಿದ್ದರು. ಇಲ್ಲಿ ಮಾತ್ರ ಸತ್ತರೂ ಇರಲಾರರು.

"ಹೇಗಿದ್ದೀರಿ?" ಅವರನ್ನು ವಿಚಾರಿಸಿಕೊಳ್ಳುವ ರೀತಿ ಹೀಗಿತ್ತು. ಅವರಿಗೇನೂ ಬೇಸರವಿಲ್ಲ. ಈಗಿನಷ್ಟು ಬಿಗುಮಾನ, ಗಾಂಭೀರ್ಯತೆ ಮೊದಲು ಇಲ್ಲದಿದ್ದರೂ ಅವನ ಸ್ವಭಾವದಲ್ಲಿ ಒಂದು ರೀತಿಯ ಪ್ರತ್ಯೇಕತೆ ಇತ್ತು.

ತನ್ನ ಓದು, ಶಾಲೆ, ಕಾಲೇಜು ಬಿಟ್ಟು ಇತರ ವಿಷಯಗಳ ಕಡೆ ತಲೆ ಹಾಯಿಸುತ್ತಲೇ ಇರಲಿಲ್ಲ. ಪ್ರತಿಯೊಂದು ತರಗತಿಯಲ್ಲೂ ಅವನೇ ಮೊದಲನೆ ದರ್ಜೆಯವನಾಗಿ ತೇರ್ಗಡೆಯಾಗಬೇಕು. ಅದಕ್ಕೆ ಬೇಕಾದ ಸಾಧನೆ, ಅಭ್ಯಾಸ ಮಾಡುತ್ತಿದ್ದ. ಹಿಂದೆ ಇದನ್ನು ಕಂಡು ಹೆಮ್ಮೆಪಡುತ್ತಿದ್ದರು. ದಿನಕಳೆದಂತೆ ಮಗನ ಸ್ವಭಾವದ ಬಗ್ಗೆ ಅಮಿತವಾದ ಬೇಸರವಾಯಿತು, ಆಗ ತಿದ್ದಲು ಹೊರಟರು. ಕೊರಡಾಗಿದ್ದ. ಅದೃಷ್ಟ ಚೆನ್ನಾಗಿತ್ತು. ವಿದ್ಯಾಭ್ಯಾಸ ಮುಗಿದ ಕೂಡಲೇ ಕೆಲಸ ಸಿಕ್ಕಿತು.

ಅಲ್ಪಕಾಲದಲ್ಲಿಯೇ ಪ್ರತಿಭೆ, ಪ್ರಾಮಾಣಿಕತೆಯಿಂದ ಉನ್ನತ ದರ್ಜೆಗೆ ಏರಿದ. ಅವನ ಸ್ವಭಾವಕ್ಕೆ ಕಳಸವಿಟ್ಟಂತಾಯಿತು.

"ಚೆನ್ನಾಗಿದ್ದೀವಿ. ನೀನು ಹೇಗಿದ್ದೀಯಾ?" ಮಗನನ್ನೇ ನೋಡುತ್ತ ಕೇಳಿದರು ರಮಾಬಾಯಿ.

ಎತ್ತರದ ಮೈಕಟ್ಟು, ಗಂಭೀರ ಮುಖ, ಅದಕ್ಕೊಪ್ಪುವಂಥ ಉಡುಪುಗಳು–ಮಗನನ್ನೇ ನೋಡಿದರು. ಹೆಮ್ಮೆ ಅವರ ಕಣ್ಣುಗಳಲ್ಲಿ ತುಳುಕಿತು.

"ಇನ್ನು ಭಾವನಾ ಬಂದಿಲ್ವ?" ಬೇಸರದ ಮುಖ ಹೊತ್ತು ಕೇಳಿದರು. ಸೊಸೆಯಿದ್ದರೆ ನಾಲ್ಕು ದಿನ ಇದ್ದು ಹೋಗಬೇಕೆಂದುಕೊಂಡು ಬಂದಿದ್ದರು. ನಿರಾಸೆ ಕಾದಿತ್ತು.

"ಇನ್ನ ಇಲ್ಲ" ನಿರ್ಲಿಪ್ತನಂತೆ ಹೇಳಿದ.

ಇದು ತನಗೆ ಸಂಬಂಧವೇ ಇಲ್ಲವೆನ್ನುವಂತೆ ಗುಂಡಪ್ಪನವರು ಪೇಪರಿನೊಳಗೆ ತಲೆದೂರಿಸಿ ಕೂತಿದ್ದರು. ಮಗನ ಮಾತು ಕೇಳಿ ಗಡ್ಡ ತುರಿಸಿಕೊಂಡರು.

ಸತೀಶ ಮೇಲೆ ನಡೆದುಬಿಟ್ಟ. ಬುದ್ಧಿ ಬಂದಾಗಿನಿಂದ ತಾಯಿ, ತಂದೆಯರ ಬಳಿ ಸಲಿಗೆಯಿಂದ ವರ್ತಿಸಿದವನೇ ಅಲ್ಲ. ಮಾತುಕತೆನೂ ಪೂರಾ ಕಡಿಮೆ. ಅವರು ಕೇಳಿದ್ದಕ್ಕೆ ಹೌದು ಅಥವಾ ಇಲ್ಲ ಎಂದು ಚುಟುಕಾಗಿ ಹೇಳುತ್ತಿದ್ದ.

"ಎಂಥ ಸುಪುತ್ರನನ್ನು ಹೆತ್ತುಬಿಟ್ಟೆ!" ಗುಂಡಣ್ಣನವರು ಹೆಂಡತಿಯ ಕಡೆ ನೋಡಿ ಹಣೆ ಚಚ್ಚಿಕೊಂಡರು.

"ಸದ್ಯಕ್ಕೆ ಮೆತ್ತಗೆ ಮಾತಾಡಿ" ಪಿಸು ಧ್ವನಿಯಲ್ಲಿ ಹೇಳಿದಳು.

ಗುಂಡಣ್ಣನವರಿಗೆ ನಗು ಬಂತು. ಅವರ ಗಂಟಲು ಮೊದಲಿನಿಂದಲೂ ದೊಡ್ಡದ್ದು. ಮನೆಯಲ್ಲಿ ಮಾತಾಡಿದರೆ ನಾಲ್ಕು ಮನೆಗೆ ಕೇಳಿಸುತ್ತಿತ್ತು. ಇನ್ನು ಕೂಗಾಡಿದರೆ ಇಡೀ ಕೇರಿಗೆ ಕೇಳಿಸುತ್ತಿತ್ತು. ಅಂಥದ್ದನ್ನು ಅಡಗಿಸಿಡಲು ಸಾಧ್ಯವೇ?

"ನಡೀ ಕೋಣೆಗೆ ಹೋಗೋಣ" ಪತ್ರಿಕೆಯನ್ನು ಕೈಯಲ್ಲಿ ಹಿಡಿದು ಕೋಣೆಯ ಕಡೆ ಹೆಜ್ಜೆ ಹಾಕಿದರು.

ಪದ್ಮಾಸನ ಹಾಕಿಕೊಂಡು ಸೋಫಾ ಮೇಲೆ ಕೂಡುತ್ತ, "ಯಾವಾಗ ಹೋಗೋಣ? ಇಲ್ಲಾದರೇ ಹೋಟಲಿನಲ್ಲಿದ್ದ ಅನುಭವಾಗುತ್ತೇ ವಿನಃ ಮನೆಯಲ್ಲಿದ್ದಂತೆ ಅನ್ನಿಸೋಲ್ಲ" ಅವರು ಬಂದು ಒಂದೆರಡು ಗಂಟೆಗಳು ಮಾತ್ರ ಆಗಿತ್ತು. ಈಗಾಗಲೇ ಹೊರಡಬೇಕೆನ್ನುವಷ್ಟು ಬೇಸರ.

"ಒಂಟಿಯಾಗಿ ಬಿಟ್ಟೇ ಅವನು ಹೀಗೆ ಆಗಿರೋದು. ಎಲ್ಲ ಬಂದು ಇಲ್ಲೇ ಇದ್ದುಬಿಡೋಣ."

"ನೀನು ಬೇಕಾದ್ರೆ ಇಲ್ಲೇ ಇರು. ನಾನು ಮಾತ್ರ ಇರೋಲ್ಲ. ಡೆಟಾಲ್‌ನಲ್ಲಿ ನಮ್ಮಿಬ್ಬರಿಗೆ ಸ್ನಾನ ಮಾಡಿಸೋಕೂ ಅವನು ಹಿಂದೆಗೆಯೋಲ್ಲ. ಮಾತು ಆಡದಂತೆ ಬಾಯಿಗೆ ಬೇಕಾದರೆ ಪ್ಲಾಸ್ಟರ್ ಹಾಕಿಸಿಬಿಡ್ತಾನೆ." ನಗುತ್ತಲೇ ಹೇಳಿದರು.

ಗಂಡ ಹೇಳಿದ್ದರಲ್ಲಿ ರಮಾಬಾಯಿಗೆ ಅತಿಶಯವೇನೂ ಕಾಣಲಿಲ್ಲ. ಮನೆಯ ಆಳುಗಳ ಎದುರಿನಲ್ಲಂತೂ ಮಾತಾಡಲೇಬಾರದೆಂದು ತಾಕೀತು ಮಾಡಿದ್ದ.

"ಊಟಕ್ಕೆ ಬರ್ಬೇಕಂತೆ." ರಾಮ ಬಂದು ಕೂಗಿದ.

ಗುಂಡಣ್ಣನವರು ಹೆಂಡತಿಯ ಮುಖ ನೋಡಿ ನಿಟ್ಟುಸಿರುಬಿಟ್ಟರು. ಅಪರೂಪಕ್ಕೆ ಬಂದ ಅಪ್ಪ, ಅಮ್ಮ-ತಾನೇ ಬಂದು ಕರೆದಿದ್ದರೆ ಏನಾಗುತ್ತಿತ್ತು? ಅವನ ಆಫೀಸರ್‌ಗಿರಿಗೆ ಕಡಿಮೆಯಾಗುತ್ತಿತ್ತೇನೋ!! ಅವನಿಗೆ ಮನೆ, ಆಫೀಸ್‌ಗಳ ನಡುವಿನ ವ್ಯತ್ಯಾಸವೇ ತಿಳಿದಿಲ್ಲವಲ್ಲ! ವ್ಯಥೆಗೊಂಡರು.

"ನಡಿಯಪ್ಪ, ಬರ್ತೀವಿ." ಅವನ ಮುಖ ನೋಡುತ್ತ ನಿಲ್ಲುವುದು ಅವರಿಗೆ ಬೇಕಾಗಿರಲಿಲ್ಲ.

ಒಲ್ಲದ ಮನಸ್ಸಿನಿಂದಲೇ ಬಂದರು. ಸತೀಶ್ ಟೇಬಲ್ಲಿನ ಮುಂದೆ ಕೂತಿದ್ದ. ಮಿಣಮಿಣನೇ ಮಿರುಗುವ ಚಾಕು, ಫೋರ್ಕ್, ಸ್ಪೂನ್‌ಗಳು. ಮುಜುಗರವಾಯಿತು. ಇಂತಹ ಊಟದಲ್ಲಿ ಅವರಿಗೆ ಸ್ವಾರಸ್ಯವೇ ಕಾಣುತ್ತಿರಲಿಲ್ಲ. ಕೈಗಳ ಕಡೆ ನೋಡಿಕೊಂಡರು. ದೇವರು ಎಷ್ಟು ಲಕ್ಷಣವಾದ ಕೈಗಳನ್ನು ಕೊಟ್ಟಿದ್ದಾನೆ. ಇದರಲ್ಲಿ ಊಟ ಮಾಡೋದು ಬಿಟ್ಟು ಅವನ್ನ ಬಳಸಬೇಕಾ! ಶುದ್ಧ ಅವಿವೇಕ.

ಅವರಿಗೆ ಅಂಥದ್ದೆಲ್ಲ ಬಳಸಿ ಊಟ ಮಾಡಲು ಇಷ್ಟವಿಲ್ಲ. ಪ್ರತಿಬಾರಿ ಬಂದಾಗಲೂ ಮಗನ ಕೋಪದ ಮುಖ ನೋಡಿಯೇ ಊರಿಗೆ ಹಿಂದಿರುಗುತ್ತಿದ್ದದ್ದು.

"ನೀನು ಊಟ ಮಾಡು; ನಾವು ಆಮೇಲೆ ಮಾಡ್ತೀವಿ. ನಿನ್ನ ಹಾಗೆ ಕಸರತ್ತು ಮಾಡಿ ಊಟ ಮಾಡೋಕೆ ನಮ್ಮಿಂದಾಗೋಲ್ಲ" ಬೇಸತ್ತ ಧ್ವನಿಯಲ್ಲಿ ಹೇಳಿದರು ಗುಂಡಣ್ಣನವರು.

"ನೀವೂ ಮಾಡಿ" ದೊಡ್ಡ ಮನಸ್ಸು ಮಾಡಿ ಹೇಳಿದಂತಿತ್ತು.

ಲಕ್ಷಣವಾಗಿ ಕುರ್ಚಿಯ ಮೇಲೆ ಪದ್ಮಾಸನ ಹಾಕಿಕೊಂಡು ಕೂತ ಗುಂಡಣ್ಣನವರು ಮುಂದಿದ್ದನ್ನೆಲ್ಲ ಹಿಂದಕ್ಕೆ ಸರಿಸಿ "ರಾಮ, ಎರಡು ಬಾಳೆಯೆಲೆ ತಗೊಂಡು ಬಾ" ಬರುವಾಗ ಬಾಳೆಯೆಲೆಗಳ ಕಟ್ಟನ್ನ ತಂದಿದ್ದರು. ಪ್ರತಿಸಲ ಬರುವಾಗಲೂ ಎಲೆಗಳನ್ನ ಹಿಡಿದುಕೊಂಡೇ ಬರುತ್ತಿದ್ದರು. ಮಗನ ಆಕ್ಷೇಪಣೆಗೆ ಅವರು ಕಿವಿಗೊಡುತ್ತಿರಲಿಲ್ಲ.

"ರಮಾ, ಕೂತ್ಕೊ" ಎಂದವರೇ ಅಲ್ಲಿದ್ದ ಉಪ್ಪು, ಉಪ್ಪಿನಕಾಯನ್ನು ತಾವೇ ಬಡಿಸಿಕೊಂಡು ಪ್ಲೇಟ್‌ನಲ್ಲಿದ್ದ ಅನ್ನವನ್ನ ಎಲೆಗೆ ಬಗ್ಗಿಸಿಕೊಂಡು ಊಟ ಪ್ರಾರಂಭಿಸಿಯೇಬಿಟ್ಟರು. ರಮಾಬಾಯಿ ಗಂಡನನ್ನು ಅನುಸರಿಸಿದರು.

ಬಂದ ಕೋಪ, ಬೇಸರವನ್ನ ಒಳಗೆ ನುಂಗುತ್ತಲೇ ಅವರ ಕಡೆ ನೋಡದೇ ಊಟ ಮುಂದುವರಿಸಿದ. ಒಂದೆರಡು ಸಲ ಆ ಕಡೆ ದೃಷ್ಟಿ ಹೊರಳಿಸಿದಾಗ ಏನೋ ಕಳೆದುಕೊಂಡ ಅನುಭವವಾಯಿತು. ಕೈಯಲ್ಲಿ ಹದವಾಗಿ ಕಲಸಿ, ಬೆರಳುಗಳನ್ನು ನೆಕ್ಕುತ್ತ ಊಟ ಮಾಡುತ್ತಿದ್ದರು ಗುಂಡಣ್ಣನವರು.

"ಯಾವಾಗ ಬರ್ತಾಳೆ ಸೊಸೆ? ಹೆಣ್ಣು ಇಲ್ಲದ ಮನೆಗೆ ಕಳೇನೇ ಇರೋಲ್ಲ, ಒಂದೇ ಊರಲ್ಲಿ ಇದ್ದುಕೊಂಡು ಇಷ್ಟು ದಿನ ತವರುಮನೆಯಲ್ಲಿ ಬಿಟ್ಟಿರೋದು ಅದೆಲ್ಲ ಸರಿಬರೋಲ್ಲ. ನಿಮ್ಮಮ್ಮನ ಕೇಳು–ನಾಲ್ಕು ದಿನದ ಮೇಲೆ ತವರು ಮನೆಯಲ್ಲಿ ಬಿಟ್ಟಿರುತ್ತಾ ಇರಲಿಲ್ಲ. ಈಗಲೂ ಒಂದು ಗಳಿಗೆ ಅವಳು ನನ್ನ ಕಣ್ಮುಂದೆ ಇರದಿದ್ರೆ ಹುಚ್ಚೇ ಹಿಡಿದಂತಾಗುತ್ತೆ" ಊಟ ಮಾಡುತ್ತಲೇ ಗುಂಡಣ್ಣನವರು ವ್ಯಾಖ್ಯಾನ ಪ್ರಾರಂಭಿಸಿದ್ದರು.

ಊಟ ಮಾಡುವಾಗಂತೂ ಮಾತು ಆಡಲೇಬಾರದು. ಇದನ್ನ ಎಷ್ಟೋ ಸಲ ಅವರಿಗೆ ನೇರವಾಗಿ ಹೇಳಿದ್ದ. ನಕ್ಕುಬಿಟ್ಟಿದ್ದರು.

ಅನ್ನ ಬಡಿಸುತ್ತಿದ್ದ ಭಟ್ಟರನ್ನ ನೋಡಿ "ಇದೇನ್ರಿ ಹೀಗೆ ಬಡಿಸ್ತೀರಿ! ಇನ್ನಷ್ಟು ಅನ್ನ ಹಾಕಿ; ನೀವು ಬಡಿಸೋ ತರ ತಿಂದಿದ್ರೆ ನಲ್ವತ್ತು ವರ್ಷಕ್ಕೆ ಮೂಲೆ ಸೇರಬೇಕಾಗುತ್ತೆ."

ಅವರ ಮುಖದಲ್ಲಿ ನಗು ಕಾಣಿಸಿಕೊಂಡಿತು. ಆದರೂ ನಗಲಿಲ್ಲ. ಸುಮ್ಮನೆ ಯಜಮಾನನ ಕೋಪಕ್ಕೆ ಗುರಿಯಾಗಬೇಕು? ಅವರುಗಳು ಹೇಳಿದಂತೆ ಇದ್ದರೆ ಯಾವ ತಂಟೆ ತಕರಾರುಗಳೂ ಇರೋಲ್ಲ.

ರಮಾಬಾಯಿ ಊಟ ಮಾಡಿದ್ದು ಸ್ವಲ್ಪವೇ. ಅವರಿಗೆ ಇಲ್ಲಿನ ರೀತಿನೀತಿಗಳು ಸರಿಹೋಗಲ್ಲ. ಆದರೂ ಹೊಂದಿಕೊಳ್ಳಲು ಎಷ್ಟೋ ಪ್ರಯತ್ನಪಟ್ಟಿದ್ದರು, ಪಡುತ್ತಿದ್ದರು.

ಸತೀಶ ಊಟ ಮುಗಿಸಿ ಎದ್ದುಹೋದ. ಇನ್ನ ಆಫೀಸ್‌ಗೆ ಹೋಗೊ ವೇಳೆಗೆ ಕೆಳಗಿಳಿದು ಬರೋದು.

ಮಗನನ್ನ ಸರಿಯಾಗಿ ನೋಡಿ ಮಾತಾಡಿಸಿದಂತಾಗಲಿಲ್ಲ. ಇಬ್ಬರೂ ಮೆಟ್ಟಲೇರಿ ಅವನ ಕೋಣೆಗೆ ಹೋದರು. ಅರೆ ಮಲಗಿಯೇ ಸತೀಶ ಯಾವುದೋ ಪತ್ರವನ್ನು ನೋಡುತ್ತಿದ್ದ. ಗುಂಡಣ್ಣನವರು ಮುಖವನ್ನು ಕಹಿಯಾಗಿ ಮಾಡಿಕೊಂಡರು. ಮಗನ ಬದುಕು ತೀರಾ ಯಾಂತ್ರಿಕವೆನಿಸಿತು. ಇದು ಆರೋಗ್ಯದ ದೃಷ್ಟಿಯಿಂದಲೇ ಅಲ್ಲ, ಎಲ್ಲಾ ದೃಷ್ಟಿಯಿಂದಲೂ ಕೆಡುಕೆನಿಸಿತು.

"ಸತೀಶ" ಎನ್ನುತ್ತಲೇ ಒಳಗೆ ಬಂದು ಕೂತರು. ರಮಾಬಾಯಿ ಮೂಗು ಮುಚ್ಚಿಕೊಂಡರು. ಪ್ರತಿನಿತ್ಯವೂ ಅವನ ಕೋಣೆಯನ್ನು ಡೆಟಾಲ್‌ನಿಂದ ಸ್ವಚ್ಛ ಮಾಡಬೇಕು. ಅದರ ವಾಸನೆ ಇಡೀ ಕೋಣೆಯನ್ನು ವ್ಯಾಪಿಸಿಕೊಂಡಿರುತ್ತಿತ್ತು. ಬೇರೆಯವರಿಗಂತೂ ಸಹ್ಯವಾಗುತ್ತಿರಲಿಲ್ಲ.

ಎದ್ದು ಬಂದು ಅವರ ಎದುರು ಕೂತ. ಅವರೇ ಏನಾದರೂ ಹೇಳಲೆಂದು ಅವನು ಯಾವಾಗಲೂ ಮಾಡುತ್ತಿದ್ದುದೇ ಹೀಗೆ. ಇವರುಗಳು ಎಷ್ಟು ಮಾತನಾಡಬೇಕೆಂದು ಬಂದರೂ ಮೂಕನ ಮುಂದೆ ಮಾತುಗಳೇ ಬಾರದಂತೆ ಸುಮ್ಮನೆ ಕೂಡುತ್ತಿದ್ದರು.

"ಒಮ್ಮೆ ಊರಿಗೆ ಬಂದು ಹೋಗು; ಮನೆಯಲ್ಲೆಲ್ಲ ನೀನು ಬರಲಿಲ್ಲಾಂತ ಬೇಜಾರು ಮಾಡಿಕೊಂಡಿದ್ದಾರೆ" ಅವನ ಮುಖದ ಭಾವನೆಗಳೇನೂ ಬದಲಾಗಲಿಲ್ಲ.

"ಪುರುಸೊತ್ತೇ ಇಲ್ಲ" ಗುಂಡಣ್ಣನವರ ಮೂಗಿನ ತುದಿ ಕೆಂಪಗಾಯ್ತು. ಎಷ್ಟು ಬುದ್ಧಿಯಿದ್ದರೇನು ನಗುನಗುತ್ತಾ ಬದುಕೋ ರೀತೀನೇ ಗೊತ್ತಿಲ್ಲ.

"ವಿಚಿತ್ರ ಕಣೋ! ಜಗತ್ತೆಲ್ಲ ನಿನ್ನ ತಲೆಯ ಮೇಲಿರೋ ಹಾಗೆ ಆಡ್ತೀಯಾ! ಅದೆಂಥ ಕೆಲಸ? ಅಪ್ಪ, ಅಮ್ಮ, ಅಣ್ಣ, ತಮ್ಮ ಅನ್ನೋ ಮಮತೆ ಬೇಡವಾ? ಬರಿ! ಬರಡುಜೀವನ–" ಛೀಗುಟ್ಟಿದರು.

ತಟ್ಟನೆ ಎದ್ದವನೇ ಸತೀಶ ಬೀರುವಿನ ಬಾಗಿಲು ತೆಗೆದು ನೋಟಿನ ಕಂತೆಯನ್ನು ಹಿಡಿದು ಬಂದು ಅವರ ಮುಂದಿಟ್ಟ.

ಪೂರ್ತಿಯಾಗಿ ಸಹನೆ ಕಳೆದುಕೊಂಡರು ಗುಂಡಣ್ಣನವರು. ನೋಟುಗಳ ಕಟ್ಟನ್ನು ತೆಗೆದು ಅವನ ಮುಖದ ಮೇಲೆ ಒಗೆದುಬಿಟ್ಟರು.

"ಯಾರಿಗೋ ಬೇಕು ನಿನ್ನ ಹಣ! ನಮಗೆ ಬೇಕಾಗಿರೋದು ಮಗನ ಪ್ರೀತಿ, ಅಮ್ಮನನ್ನು ಹೇಗೆ ಆದರಿಸಬೇಕೆಂದು ತಿಳಿಯದ ನಿನ್ನ ವಿದ್ಯೆಗೆ ಬೆಂಕಿ ಬಿತ್ತು. ನಿನ್ನ ಅಧಿಕಾರ, ದೌಲತ್‌ನಿಂದ ಏನನ್ನೂ ಪಡೆಯೋಕೆ ಆಗೋಲ್ಲ" ಎಂದು ಎದ್ದವರೇ "ನಡಿಯೇ... ಈ ಮೂರ್ಖನ ಬಳಿ ಕೆಲಸವೇನು?" ಹೊರಟೇಬಿಟ್ಟರು.

ಕರುಳಿನ ಕರೆಗೆ ಓಗೊಟ್ಟು ಬಂದರೂ ಮಗನ ಮುಖವನ್ನು ನೋಡಿಕೊಂಡು ಹೊರಟುಬಿಡುತ್ತಿದ್ದರು. ಸೊಸೆ ಬಂದ ಮೇಲಾದರೂ ಮಗನ ಸ್ವಭಾವದಲ್ಲಿ ಬದಲಾವಣೆಯಾಗಬಹುದೆಂದು ಬಹಳ ಕಾದು ಬಂದಿದ್ದರು. ಒಡಲಿಗೆ ಬೆಂಕಿ ಇಟ್ಟಂತಾಯಿತು. ದುಃಖ ಉಮ್ಮಳಿಸಿಕೊಂಡು ಬಂದಿತು.

ಕೋಣೆಗೆ ಬಂದು ಒಂದು ಕಡೆಗೆ ಕೂತು ಬುಸುಗುಟ್ಟಿದರು.

ಅವರುಗಳ ಮನ ತೀರಾ ನೊಂದಿತ್ತು. ಗುಂಡಣ್ಣನವರು ಧೋತರದ ಚುಂಗಿನಿಂದ ಕಣ್ಣೊರೆಸಿಕೊಂಡರು.

"ರಮಾ, ನಡೀ ಹೋಗೋಣ" ತೂಗುತ್ತಿದ್ದ ಷರಟನ್ನು ಏರಿಸಿ, ತಂದಿದ್ದ ಬ್ಯಾಗನ್ನು ಕೈಗೆ ಎತ್ತಿಕೊಂಡರು.

"ಅವನ ಸ್ವಭಾವ ನಿಮಗೆ ಹೊಸದೇ? ಮನಸ್ಸು ಕೆಡಿಸಿಕೊಂಡು ಏನೇನೋ ಅಂದುಬಿಟ್ಟಿರಿ!" ರಮಾಬಾಯಿ ಕಣ್ಣು, ಮೂಗು ಒರೆಸಿಕೊಂಡರು.

"ಸಾಕು ನಡಿ, ಇವನ ಸಹವಾಸ. ಬಿಗುಮಾನ, ಅಧಿಕಾರ ಇಟ್ಟುಕೊಂಡೆ ಬದುಕಲಿ" ಅವರು ಇನ್ನೊಂದು ಕ್ಷಣ ಅಲ್ಲಿರೋಕೆ ಸಿದ್ಧವಿಲ್ಲ.

"ಬೀಗರ ಮನೆಗೆ ಹೋಗಿ ಸೊಸೇನ ನೋಡಿಕೊಂಡು ಹೋಗೋಣ. ಇವನು ಕಲ್ಲು. ಈ ಕಲ್ಲನ್ನು ಕಟ್ಟಿಕೊಂಡು ಆ ಹುಡುಗಿ ಹೇಗೆ ಸಂಸಾರ ಮಾಡಬೇಕೋ!"

ಗಂಡನ ಸ್ವಭಾವ ಅರಿತಿದ್ದ ರಮಾಬಾಯಿ ಹೊರಟು ನಿಂತರು. ಅವರ ಕಣ್ಣಾಲಿಗಳು ತುಂಬಿ ಬಂದವು. ಒಂದೇ ಒಂದು ಸಲ ಪ್ರೀತಿಯಿಂದ ಅಮ್ಮ ಎಂದು ಕರೆದಿದ್ದರೆ ಅವರ ಹೆತ್ತ ಒಡಲು ತಂಪಾಗುತ್ತಿತ್ತೇನೋ!

ಚೀಲ ಹಿಡಿದು ಹೊರಗೆ ಬಂದಾಗ ರಾಮ ಅವರ ಕೈಯಲ್ಲಿನ ಚೀಲ ಇಸುಕೊಳ್ಳಲು ಮುಂದಾದ. ಅವರು "ಬೇಡಬಿಡಪ್ಪ" ಎಂದವರೇ ಮುಂದಕ್ಕೆ ನಡೆದುಬಿಟ್ಟರು. ಅವನು ನಿಂತಲ್ಲೇ ಕಲ್ಲಾದ.

ಸತೀಶನಿಗೆ ಕೂಡಲಾಗಲಿಲ್ಲ. ಎದೆಯಲ್ಲಿ ಬೆಂಕಿ ಹತ್ತಿಕೊಂಡು ಉರಿದಂತಾಯಿತು. ಸರಸರನೇ ಕೆಳಗಿಳಿದು ಬಂದ. ರಾಮ ಹಿಂದಕ್ಕೆ ಸರಿದ. ಹೊರಗೆ ಬಂದಾಗ ಅವರುಗಳು ನಡೆದುಹೋಗುತ್ತಿದ್ದರು. ಒಳ್ಳೆ ರಣಬಿಸಿಲು ಚುರುಕ್ಕೆಂದಿತು. ಸ್ವರವೆತ್ತಿ ಕೂಗಬೇಕೆಂದುಕೊಂಡ. ಗೇಟ್‍ನಲ್ಲಿದ್ದ ವಾಚ್‍ಮನ್ ಅವನ ಕಡೇನೇ ನೋಡುತ್ತಿದ್ದ. ಹೆಜ್ಜೆ ಹಿಂದಕ್ಕೆ ಇಟ್ಟ.

ಸೋತವನಂತೆ ಸೋಫಾಕ್ಕೆ ಒರಗಿದ. ಅವರ ನಿರೀಕ್ಷೆಗೆ ಮೀರಿ ಹಣ ಕಳುಹಿಸುತ್ತಿದ್ದ. ಅವರಿಗೆ ತೃಪ್ತಿ, ಸಮಾಧಾನಗಳಿಲ್ಲ. ಎಲ್ಲಾ ಅನುಕೂಲವಿದ್ದರೂ ಇಲ್ಲಿರಲಾರರು. ಅವರು ಮಗನಿಂದ ಬಯಸುವುದೇನು? ಮೊಟ್ಟಮೊದಲ ಬಾರಿಗೆ ಸಂಬಂಧಪಟ್ಟವರ ಬಗ್ಗೆ ಯೋಚಿಸಿದ.

ಅವನಿಗೆ ಆಗ ಹತ್ತರ ವಯಸ್ಸಿರಬಹುದು. ಬೆಳಿಗ್ಗೆಯೇ ಪಕ್ಕದ ಊರಿನ ತೇರಿಗಾಗಿ ಹೊರಟಿದ್ದರು. ನಡುದಾರಿಯಲ್ಲಿ ಚಪ್ಪಲಿ ಕಿತ್ತುಹೋಯಿತು. ಬೇರೆಯವರ ಚಪ್ಪಲಿ ಹಾಕಿಕೊಂಡು ಇವನಿಗೆ ನಡೆಯುವುದು ಸಾಧ್ಯವಾಗದು. ಆಗ ವಯಸ್ಸನ್ನು ಮರೆತು ತಂದೆ ಹೆಗಲಿನಲ್ಲಿ ಹೊತ್ತು ನಡೆದರು. ಹೃದಯ ಆರ್ತತೆಯಿಂದ ಕೂಗಿತು.

ಪ್ರತಿಯೊಂದು ಸಣ್ಣ ಪುಟ್ಟ ಘಟನೆಗಳೆಲ್ಲ ಜ್ಞಾಪಿಸಿಕೊಂಡ. ಮಸುಕು ಮಸುಕಾಗಿ ಕಾಣಿಸಿಕೊಂಡಿತು. ಡಾ॥ ಚಂದ್ರಚೂಡರ ಶ್ರಮದಿಂದ ಎಲ್ಲಾ ಅರ್ಥ ಮಾಡಿಕೊಳ್ಳುವ ಸ್ಥಿತಿಗೆ ಇಳಿದಿದ್ದ.

ಆಟೋ ಹಿಡಿದು ನೇರವಾಗಿ ಬೀಗರ ಮನೆಗೆ ಬಂದರು. ವರಾಂಡದಲ್ಲಿ ಕೂತಿದ್ದ ವಾಸುದೇವ ಮೂರ್ತಿಗಳು "ಬರಬೇಕೂ.... ಬರಬೇಕೂ.... ಬಡವರ ಮನೆಗೆ ಭಾಗ್ಯದೇವತೆಗಳು ಬಂದಂತಾಯಿತು" ಆತ್ಮೀಯತೆಯಿಂದ ಸ್ವಾಗತಿಸಿದರು.

ಅವರ ಮನದಲ್ಲಿ ಆಸೆಯ ಕುಡಿ ಮೊಳಕೆಯೊಡೆಯಿತು. ಹಿರಿಯರ ನೆರವಿನಿಂದಾದರೂ ಮಗಳ ಸಂಸಾರ ಸರಿಹೋಗಲೇಬೇಕು. ಮನುಷ್ಯ ಆಶಾಜೀವಿಯಾದಾಗಲೇ ಬದುಕು ಸುಂದರ. ನಿರಾಶಾವಾದಿಯಾದರೆ ಬದುಕು ದುಸ್ತರ.

"ಎಲ್ಲಾ ಆರೋಗ್ಯನಾ!" ಕೈಯಲ್ಲಿದ್ದ ಚೀಲವನ್ನು ಗೋಡೆಗೊರಗಿಸಿ ಅಲ್ಲೇ ಕುಳಿತರು.

ಸೆಕೆ.... ಸೆಕೆ.... ತಡೆಯಲಾರದಷ್ಟು ಸೆಕೆ. ಷರಟಿನ ಮೇಲಿನ ಗುಂಡಿ ಬಿಚ್ಚಿ 'ಅಯ್ಯಪ್ಪಾ' ಎಂದರು. ಅವರ ನೋಟ ಮನೆಯನ್ನೆಲ್ಲ ಇಣಕಿ ನೋಡಿತು. ಹೇಗಾದರೂ ಮಗನ ಹೆಂಡತಿಯಲ್ಲವೇ ಭಾವನಾ! ತಂತು ಎಲ್ಲಿ ಹರಿದುಹೋದೀತು!

"ಲೇ.... ಸ್ವಲ್ಪ ಹೊರಗಡೆ ಬಾ. ಬೀಗರು ಬಂದಿದ್ದಾರೆ" ಕೈಯನ್ನು ತಲೆದಿಂಬಾಗಿಸಿಕೊಂಡು ಮಲಗಿದ್ದ ತುಳಸಮ್ಮ ಸಂಭ್ರಮದಿಂದ ಎದ್ದರು. ಮಗನ ಹಾಗೆ ಭಿನ್ನದೃಷ್ಟಿಯಲ್ಲಿ ಯೋಚಿಸಲಾರರು. ಮಗಳು ಗಂಡನ ಜೊತೆಯೇ ಬಾಳಬೇಕು, ಅದು ಬಿಟ್ಟು ಬೇರೆ ದಾರೀನೇ ಇಲ್ಲ. ಇದು ಅವರ ಸಂಪ್ರದಾಯವಾದ ಅನಿಸಿಕೆಗಳು. ಶರತ್ ಇದನ್ನು ಒಪ್ಪಲಾರ.

"ಒಳ್ಳೆ ಬಿಸಿಲು ಹೊತ್ತು–ಒಳಗಡೆ ಬನ್ನಿ. ಊರಲ್ಲಿ ಎಲ್ಲ ಚೆನ್ನಾಗಿದ್ದಾರ?" ಮೈತುಂಬ ಸೆರಗು ಹೊದ್ದು ಕೇಳಿದರು.

"ದೇವರ ದಯೆಯಿಂದ ಎಲ್ಲಾ ಚೆನ್ನಾಗಿದ್ದಾರೆ."

ಇಬ್ಬರೂ ಒಳಗಡೆ ಬಂದು ಆರಾಮಾಗಿ ಕೂತರು. ಕಾಫೀ ಆಯಿತು. ಅದೂ ಇದೂ ಮಾತಾಡುತ್ತ ಕೂತರು. ಮಧ್ಯೆ ಭಾವನಾಳ ಸುದ್ದಿಯೇ ಬರಲಿಲ್ಲ. ಚಕಿತರಾದರು. ಒಂದೆರಡು ಸಲ ಅರ್ಜೆಂಟಾಗಿ ಬಂದು ಹೋದಾಗ ಸತೀಶನ ಮಡದಿ ಮಾವನ ಮನೆಯಲ್ಲಿರುವ ಸುದ್ದಿ ಮಾತ್ರ ಮುಟ್ಟಿಸಿದ್ದ. ಮಿಕ್ಕ ಯಾವ ವಿಷಯಗಳೂ ಅವರಿಗೆ ತಿಳಿದಿರಲಿಲ್ಲ.

"ಸೊಸೆ ಎಲ್ಲಿ ಕಾಣೋಲ್ಲ!" ಗುಂಡಣ್ಣನವರು ನೇರವಾಗಿ ಕೇಳಿಬಿಟ್ಟರು.

ಇವರಿಬ್ಬರಿಗೆ ಕಸಿವಿಸಿಯಾಯಿತು. ಮುಖ ಮುಖ ನೋಡಿಕೊಂಡರು. ನಿಜಸಂಗತಿ ತಿಳಿಸುವುದೋ... ಬೇಡವೋ ಎಂದು ಕಣ್ಣುಗಳಲ್ಲಿಯೇ ಮಾತಾಡಿಕೊಂಡರು, ಕಡೆಗೆ "ಅವಳ ಸ್ನೇಹಿತೆ ಮನೆಗೆ ಹೋಗಿದ್ದಾಳೆ. ಅವಳು ಅಪರೂಪಕ್ಕೆ ತವರುಮನೆಗೆ ಬಂದಿದ್ದಾಳೆ. ಒಂದು ದಿನವಾದ್ರೂ ಜೊತೆ ಇರ್ತೀವಿ. ಕಳಿಸಿಕೊಡೀಂತ ದುಂಬಾಲು ಬಿದ್ದಳು."

"ಒಳ್ಳೆದಾಯಿತು ಬಿಡಿ. ಆಸ್ತಿ, ಅಂತಸ್ತು ಮುಖ್ಯವಲ್ಲ, ಸ್ನೇಹ, ಪ್ರೀತಿ ವಿಶ್ವಾಸವೇ ಮುಖ್ಯ. ಅದರ ಮೇಲೆ ತಾನೇ ನಮ್ಮ ಸಮಾಜದ ಕಟ್ಟುಪಾಡುಗಳು ನಿಂತಿರುವುದು" ಅನುಭವಯುಕ್ತವಾದ ನುಡಿಗಳನ್ನು ಆಡಿದರು. ಇದಕ್ಕೆ ಮಗನ ಸ್ವಭಾವದಿಂದ ನೊಂದ ಅವರ ಮನಸ್ಸೇ ಕಾರಣವೇನೋ?

ಬಿಗುಮಾನ, ಆಡಂಬರ ಅರಿಯದ ಜನ, ಬೆರೆತುಹೋದರು. ಸಂಜೆ ಶರತ್, ಭಾವನಾ ಒಟ್ಟಿಗೆ ಬಂದರು. ಮಗ ಎಲ್ಲಿ ನಿಜ ಹೇಳಿಬಿಡುತ್ತಾನೋ ಎಂದು ಅವರಿಗೆ ಭಯವಾಯಿತು. ನಾಲಿಗೆ ಕೂಡ ಸ್ವಲ್ಪ ಹರಿತವೇ! ಬಿಸಿ ರಕ್ತ, ಸ್ವಲ್ಪಸ್ವಲ್ಪಕ್ಕೂ ಉದ್ವೇಗಗೊಳ್ಳುತ್ತೆ.

"ಏನಪ್ಪ ಆರೋಗ್ಯನಾ!" ಸೊಸೆಯನ್ನು ಕಣ್ಣರಳಿಸಿ ನೋಡಿದರು. ಎಂದೂ ನಾಲ್ಕು ದಿನ ಒಟ್ಟಿಗಿದ್ದುದು ಇಲ್ಲ. ಸತೀಶ ಅಲ್ಲಿಗೆ ಕಳಿಸೋಕೆ ಒಪ್ಪಿರಲಿಲ್ಲ. ಇಲ್ಲಿ ನಿಲ್ಲೋಕೆ ಇವರಿಗೆ ಮನಸ್ಸಿಲ್ಲ. ಇನ್ನು ಹೇಗೆ ಬೆಳೆದೀತು ಆತ್ಮೀಯ ಅನುಬಂಧ!?

"ಆರೋಗ್ಯ, ನೀವೆಲ್ಲ ಆರೋಗ್ಯವೇ? ಯಾವಾಗ ಬಂದದ್ದು?" ಶರತ್ ತಲೆ ಕೆಲಸ ಮಾಡತೊಡಗಿತು. ಇವರು ಯಾಕೆ ಬಂದಿರಬಹುದು? ಮಧ್ಯಸ್ಥಿಕೆಗಾ...? ಇಲ್ಲ.... ಸತೀಶ ರಿಯಲೀ ಜಂಟಲ್‌ಮನ್; ತಮ್ಮ ಮಧ್ಯೆ ಬೇರೆಯವರಿಗೆ ಅವಕಾಶವೀಯಲಾರ.

"ಚೆನ್ನಾಗಿದ್ದೀಯಾ, ಮಗು...?" ಗುಂಡಣ್ಣನವರ ಆತ್ಮೀಯ ನುಡಿಗಳು ಅವಳ ಹೃದಯವನ್ನು ತಟ್ಟಿದವು. ಸತೀಶ ಮಾತ್ರ ಇವರಂತಲ್ಲ,

"ಚೆನ್ನಾಗಿದ್ದೀನಿ" ತುಟಿ ಕಚ್ಚಿದಳು. ಅವರಲ್ಲಿ ಯಾವ ತರಹ ಸಲಿಗೆನೂ ಬೆಳೆದಿರಲಿಲ್ಲ. ಅಪರೂಪಕ್ಕೊಮ್ಮೆ ಬಂದು ಮುಖ ತೋರಿಸಿ ಹೋಗಿಬಿಡುತ್ತಿದ್ದರು.

"ಭಾವನಾ, ನನ್ನ ಕಾರ್ಡು ಹುಡುಕಿಕೊಡು" ತಂಗಿಯನ್ನು ಒಳಗೆ ಅಟ್ಟಿದ. ಅವರಿಗೆ ವಿಷಯ ಪೂರಾ ಗೊತ್ತಿದ್ದ ಹಾಗೆ ಕಾಣಿಸಲಿಲ್ಲ. ಒಮ್ಮೆಯಾದರೂ ಬಂದು ಸೊಸೆ ನರ್ಸಿಂಗ್ ಹೋಂನಲ್ಲಿದ್ದಾಗ ನೋಡಿ ಹೋಗಿರಲಿಲ್ಲ.

"ಮಗನ ಮನೆಯಿಂದ ನೇರವಾಗಿ ಇಲ್ಲಿಗೆ ಬಂದ್ವಿ" ಗುಂಡಣ್ಣನ ಬದಲು ರಮಾಬಾಯಿ ಹೇಳಿದರು.

ಏನೇ ಆಗಲಿ ಬೀಗರ ಎದುರಿಗೆ ಮಗನನ್ನು ತೆಗಳಿ ಮಾತಾಡಲಾರರು. ಅವರ ಮಕ್ಕಳಲ್ಲೆಲ್ಲಾ ಹೆಚ್ಚು ವಿದ್ಯಾವಂತ, ಬುದ್ಧಿವಂತ, ಒಳ್ಳೆ ಅಧಿಕಾರದಲ್ಲಿದ್ದವನು ಇವನೊಬ್ಬನೇ. ಅವನ ಸ್ವಭಾವದ ಬಗ್ಗೆ ಬೇಸರವಿದ್ದರೂ ಅವನನ್ನು ತೆಗಳಿಯಾರೇ...!

"ಬಂದೆ" ಒಳಗೆ ಹೋದ. ಭಾವನಾ ಗೋಡೆಗೆ ಒರಗಿ ನಿಂತಿದ್ದಳು. ಮನ ಗೊಂದಲದಲ್ಲಿ ಬಿದ್ದ ಹಾಗೆ ಕಂಡಿತು. ಮೃದುವಾಗಿ ಭುಜದ ಮೇಲೆ ಕೈಯಿಟ್ಟ. ತಲೆಯೆತ್ತಿ ಅವನೆಡೆ ನೋಡಿದಳು. ಅವನ ಕಣ್ಣುಗಳಲ್ಲಿ ನೂರು ಭರವಸೆಗಳು ಸಿಕ್ಕವು. ಮನ ಹೂವಿನಂತೆ ಹಗುರವಾಯಿತು.

"ಡೋಂಟ್ ವರಿ. ನಿನ್ನ ಇಷ್ಟಕ್ಕೆ ವಿರುದ್ಧವಾಗಿ ಏನೂ ನಡೆಯೋಲ್ಲ" ಮುಂಗುರುಳನ್ನು ಹಿಂದಕ್ಕೆ ಸರಿಸಿದ.

ಅಪರೂಪಕ್ಕೆ ಬಂದ ಬೀಗರನ್ನು ಬಲವಂತವಾಗಿ ನಿಲ್ಲಿಸಿಕೊಂಡರು. ಸರಳ ಜೀವಿಗಳು, ದೊಡ್ಡ ಮನುಷ್ಯನ ತಾಯಿ ತಂದೆಯರೆಂದು ಬೀಗರೇ ಸುಲಭವಾಗಿ ಬೆರೆತು ಹೋದರು.

ಮಗನ ಬಳಿ ಬಂದ ತುಳಸಮ್ಮ ಪಿಸುಗುಟ್ಟಿದರು. "ಭಾವನಾ ಕೆಲ್ಸಕ್ಕೆ ಹೋಗೋ ವಿಷಯ ತಿಳಿಸಬೇಡ" ತಾಯಿಯ ಮುಖ ನೋಡಿದ. ಅವರ ಕಣ್ಣುಗಳಲ್ಲಿ ಭಯವಿತ್ತು. ವ್ಯಂಗ್ಯ ನಗು ಅವನ ತುಟಿಗಳ ಮೇಲೆ ಅರಳಿತು.

ರಮಾಬಾಯಿ ಸೊಸೆಯನ್ನು ಮುಂದೆ ಕೂಡಿಸಿಕೊಂಡು ತಾವೇ ಜಡೆಹೆಣೆದು ತಂದ ಹೂವನ್ನು ಅವಳ ತಲೆಗೇರಿಸಿದಳು. ಬಿಗಿಯಾದ ಜಡೆ ಭಾರವೆನಿಸುವಷ್ಟು ಹೂ ಭಾವನಾಳಿಗೆ ಮುಜುಗರವಾಯಿತು. ಆದರೆ ಅವರ ಆಸೆ, ಉತ್ಸಾಹಕ್ಕೆ ತಣ್ಣೀರು ಎರಚಲು ಸಿದ್ಧಳಾಗಲಿಲ್ಲ.

"ಅಮ್ಮ, ನಾವು ಸುತ್ತಾಡಿಕೊಂಡು ತರಕಾರಿ ತಗೊಂಡು ಬರ್ತೀವಿ" ತಾಯಿಗೆ ಹೇಳಿದ. ಅವರು ಬದಲಾಡಲಿಲ್ಲ. ತಂಗಿಯ ಮೇಲೆ ಅವನಿಗಿದ್ದ ಅಕ್ಕರೆ ಅತಿಶಯವಾದದ್ದೇ. ಅದನ್ನು ಯಾರೂ ಅಲ್ಲಗಳೆಯಲಾರರು.

ಹೋಗುತ್ತಿದ್ದ ಅಣ್ಣ, ತಂಗಿಯನ್ನು ಕಣ್ಣರಳಿಸಿ ನೋಡಿದರು ರಮಾಬಾಯಿ, ಗುಂಡಣ್ಣ. ಸತೀಶನಿಗೆ ಮೂರು ಜನ ಅಕ್ಕತಂಗಿಯರು. ಒಮ್ಮೆಯಾದರೂ ಪ್ರೀತಿಯಿಂದ ಮಾತಾಡಿಸಿದವನಲ್ಲ. ಅಕ್ಕರೆಯಿಂದ 'ಬನ್ನಿ' ಎಂದು ಬಾಯಿ ತುಂಬ ಕರೆದವನಲ್ಲ. ಅವರಾಗಿ ಏನಾದರೂ ಬಾಯಿಬಿಟ್ಟು ಕೇಳಿದರೆ ತಪ್ಪದೆ ಕೊಡಿಸಿಕೊಡುತ್ತಿದ್ದ. ಎಲ್ಲವನ್ನು ಕರ್ತವ್ಯವೆನ್ನುವಂತೆ ಮಾಡುತ್ತಿದ್ದ. ಯಾವ ಕೆಲಸ, ಮಾತುಗಳಲ್ಲೂ ಸೂಕ್ಷ್ಮವೇದನೆ–ಸಂವೇದನೆಗಳು ಇರಲಿಲ್ಲ.

"ನೋಡಿದ್ರಾ!" ಕಣ್ಣುಸನ್ನೆಯಲ್ಲಿ ತೋರಿಸಿ ಕೇಳಿದರು ರಮಾಬಾಯಿ ಗಂಡನನ್ನು. ಅವರು ಮೇಲ್ಭಾವಣಿ ನೋಡಿ ನಿಟ್ಟುಸಿರುಬಿಟ್ಟರು.

ದೀಪ ಹಚ್ಚಿದ ಮೇಲೆ ಸ್ವಲ್ಪ ಓಡಾಡಿ ಬರೋದು ವಾಸುದೇವಮೂರ್ತಿಗಳ ಅಭ್ಯಾಸ. ಜೊತೆಯಲ್ಲಿ ಹೆಂಡತಿಯನ್ನು ಕರೆದೊಯ್ಯುತ್ತಿದ್ದರು. ಈಗ ಬೀಗರು ಬಂದಿದ್ದಾರೆ; ಸಾಧ್ಯವಿಲ್ಲ. ಆದರೂ ತಾವೇ ಹೋಗಿ ಸುತ್ತಿ ಬರುವ ಚಪಲ.

"ಬರ್ತೀರಾ, ಒಂದು ರೌಂಡ್ ಹಾಕ್ಕೊಂಡು ಬರೋಣ!" ಗುಂಡಣ್ಣನವರನ್ನು ಕೇಳಿದರು, ಅವರು ಎದ್ದೇಬಿಟ್ಟರು. ಒಂದು ಕಡೆಗೆ ಕೂತ ಜೀವ ಅವರದಲ್ಲ. ಕೆಲಸವಿಲ್ಲದಿದ್ದರೂ ಅವರ ಸುತ್ತಾಟ ನಿಲ್ಲದು.

ಅವರುಗಳು ಹೊರಗೆ ಹೋದ ಮೇಲೆ ಹೆಂಗಸರದೇ ರಾಜ್ಯ. ಮಾತಾಡುತ್ತಲೇ ರಾತ್ರಿಯ ಅಡಿಗೆ ಪ್ರಾರಂಭಿಸಿದರು.

"ನಿಮ್ಮ ಬಳಗದಲ್ಲಿ ಎಲ್ಲಾದ್ರೂ ಗಂಡು ಇದ್ಯಾ?" ರಮಾಬಾಯಿ ಪೀಠಿಕೆ ಶುರು ಮಾಡಿದರು. ಅವರ ಕಡೇ ಮಗಳಿಗಿನ್ನ ಮದುವೆ ಆಗಿರಲಿಲ್ಲ. ವರಾನ್ವೇಷಣೆಯ ಪ್ರಯತ್ನದಲ್ಲಿಯೇ ಇದ್ದರು.

"ನಿಮ್ಮ ಮಗಳಿಗೆ ಎಷ್ಟು ವಯಸ್ಸು?" ಕುದಿಯುತ್ತಿದ್ದ ನೀರಿಗೆ ಬೇಳೆ ಸುರಿಯುತ್ತ ಕೇಳಿದರು. ಅವರಿಗೆ ಗೊತ್ತಿದ್ದ ಕಡೆ ಒಂದೆರಡು ಹುಡುಗರಿದ್ದರು. ಅವರ ನಾದಿನಿ ಮಗನೇ ಒಬ್ಬ ಇದ್ದ. ಮೊದಲು ಭಾವನಾನ ಅವನಿಗೆ ಕೊಡುವ ಉದ್ದೇಶವಿತ್ತು; ಶರತ್ ನಿರಾಕರಿಸಿಬಿಟ್ಟಿದ್ದ. ಅವರದು ದೊಡ್ಡ ಸಂಸಾರ. ಹೇಳಿಕೊಳ್ಳುವಂಥ ಅನುಕೂಲಸ್ಥರೇನು ಅಲ್ಲ. ಅದಕ್ಕೆ ಇವರು ಕೂಡ ಸುಮ್ಮನಾಗಿಬಿಟ್ಟಿದ್ದರು.

"ಈ ಜೇಷ್ಠಕ್ಕೆ ಹದಿನೆಂಟು ತುಂಬುತ್ತೆ. ಇವಳ ತಲೆಯ ಮೇಲೆ ನಾಲ್ಕು ಅಕ್ಕಿಕಾಳು ಹಾಕಿಬಿಟ್ಟರೆ ನಮ್ಮ ಜವಾಬ್ದಾರಿ ಮುಗಿದುಹೋಗುತ್ತೆ. ಗಂಡು ಹುಡುಗರದು ಹೇಗೋ ಆಗುತ್ತೆ."

ಸತೀಶ ಮಧ್ಯದವನು. ಅವನಿಗಿಂತ ದೊಡ್ಡವವರು ಇಬ್ಬರು ಇದ್ದರಲ್ಲದೇ ಅವನಿಗಿಂತ ಚಿಕ್ಕವರು ಕೂಡ ಇಬ್ಬರಿದ್ದರು, ಯಾರಿಗೂ ಅಂಟಿ ಅಂಟದಂತಿದ್ದ. ಅವರುಗಳು ಕೂಡ ಇದನ್ನ ಹಚ್ಚಿಕೊಂಡಿರಲಿಲ್ಲ. ಅದಕ್ಕೆ ಇವನ ಸ್ವಭಾವವೇ ಕಾರಣವಿರಬೇಕು. ಬೆಂಗಳೂರಿಗೆ ಬಂದರೂ ಅವನನ್ನು ನೋಡುವ ಕಷ್ಟ ತೆಗೆದುಕೊಳ್ಳುತ್ತಿರಲಿಲ್ಲ.

"ನನ್ನ ನಾದಿನಿ ಮಗ ಒಬ್ಬ ಇದ್ದಾನೆ. ಅವನಿಗೆ ಇಪ್ಪತ್ತೈದು ಆಯಿತು. ತೀರಾ ಐಶ್ವರ್ಯವಂತರ ಮನೆಯಲ್ಲದಿದ್ದರೂ ಉಂಡು ಉಡೋಕೆ ತಾಪತ್ರಯವಿಲ್ಲ."

"ನೀವು ಜಾತಕ ತರಿಸಿ. ನಾನು ಜಾತಕ ಕಳುಹಿಸಿಕೊಡ್ತೀನಿ. ಋಣಾನುಬಂಧವಿದ್ದರೆ ಆಗಿಹೋಗಲಿ!" ಹೆಣ್ಣು ಮಕ್ಕಳ ಮದುವೆಯ ಕಷ್ಟದ ಬಗ್ಗೆ ಅವರಿಗೆ ಅನುಭವವಿತ್ತು.

ಹುಡುಗಿ ಎಸ್.ಎಸ್.ಎಲ್.ಸಿ. ಕೂಡ ಪಾಸಾಗಿರಲಿಲ್ಲ. ಶತಪ್ರಯತ್ನ ಮಾಡಿ ನಾಲ್ಕು ಸಾರಿ ಕಟ್ಟಿಸಿದ್ದರು, ಕಡೆಗೂ ಪಾಸಾಗಲಿಲ್ಲ. ವಿಷಯ ತಿಳಿದ ಸತೀಶ ಕಹಿ ಮುಖ ಮಾಡಿದ್ದ. ಮಿಕ್ಕವರು ತಲೆ ಕೆಡಿಸಿಕೊಳ್ಳಲು ಹೋಗಿರಲಿಲ್ಲ.

ಅರ್ಧ ಅಡಿಗೆಯಾದ ಮೇಲೆ ಶರತ್, ಭಾವನಾ ಬಂದರು. ಅವಳ ಮುಖ ಬೆಳದಿಂಗಳಿನಂತೆ ಸ್ವಚ್ಛವಾಗಿತ್ತು. ಸೊಸೆಯನ್ನು ಕಣ್ಣರಳಿಸಿ ನೋಡಿದರು. ತಮ್ಮ ಸೊಸೆಯರಲ್ಲೆಲ್ಲ ಇವಳೇ ಚೆಲುವೆ ಎಂದುಕೊಂಡರು. ತಟ್ಟನೇ ಮುಖ ಬಿಗಿದುಕೊಂಡಿತು. ಸತೀಶನ ಮೈಕಟ್ಟು, ರೂಪಕ್ಕೆ ಇವಳ ಚೆಲುವು ಕೂಡ ಸಾಲದೇನೋ! ಮಗನ ಬಗ್ಗೆ ಅಭಿಮಾನಗೊಂಡರು.

"ಅಮ್ಮ ಏನಾದ್ರೂ ಕೆಲಸ ಮಾಡಿಕೊಡಲಾ?" ಭಾವನಾ ಸೊಂಟಕ್ಕೆ ಸೆರಗಿನ ತುದಿಯನ್ನು ಬಿಗಿದು ಅಡಿಗೆಯ ಮನೆಗೆ ಬಂದಳು.

ಬೇರೆಯ ವೇಳೆಯಲ್ಲಾದರೇ ಏನು ಹೇಳುತ್ತಿದ್ದರೋ! ಬೀಗಿತ್ತಿ ಎದುರಿಗಿದ್ದಾರೆ, ಅವಳ ಮನೆಯಲ್ಲಿ ಕೈಗೊಬ್ಬ, ಕಾಲಿಗೊಬ್ಬ ಆಳುಗಳು. ಇಲ್ಲಿ ಕೆಲಸ ಮಾಡಿಸಿದರೆ ಏನೆಂದುಕೊಂಡಾರು!?

"ಏನೂ ಬೇಡ, ಎಲ್ಲಾ ಮುಗಿದೇಹೋಯ್ತು."

ಭಾವನಾ ಸುಮ್ಮನೆ ಹೊರಗೆ ಬಂದಳು. ರೇಡಿಯೋ ಹಚ್ಚಿ ಶರತ್ ಕೂತಿದ್ದ. ಭಾವಗೀತೆಗಳ ಕಾರ್ಯಕ್ರಮ. ಕಿವಿ ಅರಳಿತು. ಹೋಗಿ ಅವನಿಗೆದುರಾಗಿ ಕೂತಳು. ತನ್ಮಯರಾಗಿ ಕೇಳುತ್ತಾ ಕೂತುಬಿಟ್ಟರು.

"ಊಟಕ್ಕೆ ಬನ್ನಿ" ತುಳಸಮ್ಮನ ಧ್ವನಿ ಅವರನ್ನು ಎಚ್ಚರಿಸಿತು. ಅಷ್ಟೊತ್ತಿಗೆ ಗುಂಡಣ್ಣನೋರು, ವಾಸುದೇವ ಮೂರ್ತಿಗಳು ಬಂದಿದ್ದರು. ಅಡಿಗೆ ರುಚಿಕಟ್ಟಾಗಿತ್ತು.

ಎರಡು ಪಲ್ಯ, ತೊವ್ವೆ, ಕೋಸಂಬರಿ, ಪಾಯಸ ಇವಿಷ್ಟೆ ಮಾಡಿದ್ದು. ಆದರದ ಉಪಚಾರ–ಗುಂಡಣ್ಣನವರು ಪಟ್ಟಾಗಿ ಹೊಡೆದರು.

"ಮದ್ವೆಯಾದಾಗಿನಿಂದ ಸೊಸೆ ನಮ್ಮನೆಯಲ್ಲಿ ಇರೋಕೆ ಬಿಡಲಿಲ್ಲ. ಸತೀಶ ಧಾರಾಳ ಮನಸ್ಸು ಮಾಡಿ ಇಲ್ಲಿ ಬಿಟ್ಟಿದ್ದಾನೆ. ಒಂದೆರಡು ದಿನ ನಮ್ಮ ಮನೆಯಲ್ಲಿದ್ದು ಬರಲಿ, ಕಳ್ಸಿಕೊಡಿ" ಎಲೆಗೆ ಸುಣ್ಣ ಸವರುತ್ತ ಪೀಠಿಕೆ ಹಾಕಿದರು ಗುಂಡಣ್ಣನವರು.

ಅಡಿಕೆಪುಡಿಯನ್ನು ಬಾಯಿಗೆ ಹಾಕಿಕೊಳ್ಳುತ್ತಿದ್ದ ವಾಸುದೇವ ಮೂರ್ತಿಗಳಿಗೆ ತಟ್ಟನೇ ಏನು ಹೇಳಬೇಕೋ ಒಂದೂ ತೋರಲಿಲ್ಲ. ಭಾವನಾಳ ಸಂಪೂರ್ಣ ಜವಾಬ್ದಾರಿಯನ್ನು ಮಗನಿಗೆ ಒಪ್ಪಿಸಿದ್ದರು. ಮಧ್ಯೆ ತಲೆ ಹಾಕಿದರೆ ಅವನೇನು ಕೇಳುವವನಲ್ಲ. ಆದ್ದರಿಂದ ಸ್ವಾತಂತ್ರ್ಯವಹಿಸಿ ಏನೂ ಹೇಳಲಾರದ ಸ್ಥಿತಿಯಲ್ಲಿದ್ದರು.

"ಲೇ ಇವಳೇ…" ಎಲೆಗೆ ಸುಣ್ಣ ಸವರುತ್ತ ಹೆಂಡತಿಯನ್ನು ಕೂಗಿದರು. ತಕ್ಷಣಕ್ಕೆ ಜ್ಞಾಪಕ ಬರುವುದು ಕೈ ಹಿಡಿದವಳು ತಾನೇ!

"ಒಂದು ನಿಮಿಷ ಸುಧಾರಿಸಿಕೊಳ್ಳಿ…. ಬಂದ್ಬಿಟ್ಟೆ…." ಒಳಗಿನಿಂದಲೇ ಹೇಳಿದರು.

ಕೈಯನ್ನು ಸೆರಗಿಗೆ ಒರೆಸುತ್ತ ಹೊರಗೆ ಬಂದರು ತುಳಸಮ್ಮ. ಅವರಿಗೆ ಗಾಬರಿಯಾಗಿತ್ತು, ಬಹಳ ಸಂಪ್ರದಾಯಸ್ಥರ ಮನೆಯಲ್ಲಿ ಬೆಳೆದವರು. ಹೆಣ್ಣು ಹೆತ್ತವರು ಬೀಗರಿಗೆ ಹೆದರಬೇಕು. ಅವರಿಗೆ ಯಾವುದೂ ಕಡಿಮೆಯಾಗಬಾರದು. ಅವರ ಕೋಪಕ್ಕೆ ಸಿಕ್ಕಿ ಮಗಳ ಸಂಸಾರ ಬಾಡಬಾರದು.

"ಏನೂ…. ಇನ್ನು ಒಂದಿಷ್ಟು ಕೆಲಸ ಇತ್ತು."

"ಬೀಗರು ಏನೋ ಕೇಳ್ತಾರೆ" ಗುಂಡಣ್ಣನವರು ಕಡೆಗಣ್ಣಿಂದಲೇ ತೋರಿಸಿ ಸುಮ್ಮನಾದರು.

"ಸೊಸೇನ ನಾಲ್ಕು ದಿನ ನಮ್ಮನೆಗೆ ಕಳುಹಿಸಿಕೊಡಿ; ಸತೀಶನಂತೂ ಕಳ್ಸಿಕೊಡೋಲ್ಲ." ಅವರ ಮುಖದ ಗೆಲುವು ತಗ್ಗಿತು.

"ಒಂದು ನಿಮಿಷ ಬಂದೆ," ಒಳಗೆ ಹೋಗಿಬಿಟ್ಟರು.

ಸಂದಿಗ್ಧದಲ್ಲಿ ಸಿಕ್ಕಿಹಾಕಿಕೊಂಡವರಂತೆ ಪೇಚಾಡಿದರು. 'ಅವರನ್ನು ನಿಲ್ಲಿಸಿಕೊಂಡು ತಾವು ತಪ್ಪು ಮಾಡಿಬಿಟ್ಟೆವಿ! ಏನಪ್ಪ ಮಾಡೋದು?'

ಹೇಗೆ ಊಟ ಮುಗಿಸಿದರೋ… ಹಿತ್ತಲಲ್ಲಿದ್ದ ಮಗನ ಬಳಿ ಹೋದರು. ತುಂಬು ಬೆಳದಿಂಗಳು. ನೀಲಾಕಾಶದಲ್ಲಿ ಚಂದಿರ ಬೆಳಗುತ್ತಿದ್ದ. ಅಣ್ಣ, ತಂಗಿ ಕವಿಗಳು ಚಂದ್ರನನ್ನು ವರ್ಣಿಸಿದ ವಿಷಯದ ಬಗ್ಗೆ ಚರ್ಚೆ ಮಾಡುತ್ತಿದ್ದರು.

ಅವರಿಗೆ ಈಗ ಮಗಳ ಮೇಲೆ ಕೋಪ ಬಂತು. ಈ ಹೆಣ್ಣಿಗೆ ಗಂಡನ ಬಗ್ಗೆ ಯೋಚನೆಯೇ ಇಲ್ಲವಲ್ಲ! ಎಷ್ಟು ಜನ್ಮದಲ್ಲಿ ಮಾಡಿದ್ದ ಪುಣ್ಯವೋ ಸತೀಶನಂಥ ಗಂಡ ಸಿಗೋಕೆ…. ಮನದಲ್ಲಿಯೇ ಮರುಗಿದರು.

"ಏನು ಮಾಡ್ತಾ ಇದ್ದೀರಾ?" ಅವರ ಧ್ವನಿಯಲ್ಲಿ ಕೋಪವಿತ್ತು, ಶರತ್ ಗಮನಿಸಿದ. ಅವರ ವಿಚಾರಧಾರೆಗಳೇ ಬೇರೆ. ಬೇರೆ ರೀತಿಯಲ್ಲಿ ಯೋಚಿಸಲೇ ಗೊತ್ತಿಲ್ಲ.

"ನೋಡ್ತಾ ಇಲ್ಲವಾ! ಎಷ್ಟು ಚೆನ್ನಾಗಿದೆ ಬೆಳದಿಂಗಳು" ಚಂದ್ರನನ್ನೇ ನೋಡುತ್ತ ನುಡಿದ.

ಅವರಿಗೆ ತಲೆ ಚಚ್ಚಿಕೊಳ್ಳಬೇಕೆನಿಸಿತು. ಚಂದ್ರನೇನು ಹೊಸಬನಾ? ಬೆಳದಿಂಗಳೇನು ಅಪರೂಪವಾ! ಅತಿಶಯವಾಗಿ ನೋಡೋದೇನಿದೆ!?

"ಬೀಗರು ಭಾವನಾನ ಕರ್ಕೊಂಡ್ಹೋಗ್ತಾರಂತೆ." ಕಣ್ಣು ಕಿರಿದು ಮಾಡಿ ತಾಯಿಯ ಕಡೆ ನೋಡಿದ. ಭಾವನಾ ತನಗೆ ಸಂಬಂಧಪಟ್ಟ ವಿಷಯ ಅಲ್ಲವೆನ್ನುವಂತೆ ಬೆಳದಿಂಗಳನ್ನು ಸವಿಯುತ್ತ ನಿಂತಿದ್ದಳು.

"ಆಗೋಲ್ಲ ಅಂತ ಹೇಳು."

"ನಿಂಗೆ ಬುದ್ಧಿ ಇಲ್ಲ. ಅಲ್ಪಸ್ವಲ್ಪ ವಿಷಯಗಳನ್ನು ದೊಡ್ಡದು ಮಾಡ್ಕೊಂಡು ಮದ್ವೆಯಾದ ಹುಡುಗೀನ ಮನೆಯಲ್ಲಿ ಇಟ್ಟುಕೊಳ್ಳೋದ! ಕಳುಹಿಸಿಬಿಡೋಣ; ಅಲ್ಲಿಂದ ಸತೀಶ ಕರ್ಕೊಂಡು ಹೋಗಬಹುದು." ತಾಯಿಯ ಕಡೆ ದುರದುರನೆ ನೋಡಿದ.

"ಇಲ್ಲಿಂದ ನಿನ್ನ ಅಳಿಯ ಕರ್ಕೊಂಡು ಹೋಗೋಲ್ಲ ಅಂದಿದ್ನಾ?" ಮುಖ ಬಿಗಿದುಕೊಂಡು "ನಾನೇ ಕಳುಹಿಸಿಕೊಡೋಲ್ಲ. ಈ ಪಂಜರದಲ್ಲಿ ಅಳುತ್ತಾ ನನ್ತಂಗಿ ಜೀವನ ಸವೆಸಬೇಕಾಗಿಲ್ಲ" ನೇರವಾಗಿ ಹೇಳಿದ.

ಅವರು ತಲೆ ಗಟ್ಟಿಸಿಕೊಂಡರು. ಇವರಿಬ್ಬರಿಂದ ತಮಗೆಲ್ಲಿ ಹುಚ್ಚು ಹಿಡಿದುಬಿಡುವುದೋ ಎಂದು ಹೆದರಿದರು. ಬಳಗದವರೆಲ್ಲ ಭಾವನಾಳಿಗೆ ಹುಚ್ಚು ಹಿಡಿದಿದೆ. ಅದಕ್ಕೋಸ್ಕರ ಗಂಡ ಬಿಟ್ಟಿದ್ದಾನೆಂದು ಆಡಿಕೊಳ್ಳುತ್ತಾರೆ. ಹೇಗೆ ಮುಖವೆತ್ತಿ ಅವರೆದುರು ತಿರುಗಾಡೋದು?

"ಅಮ್ಮ ನೀನು ಸುಮ್ಮನೇ ಹೋಗಿ ಕಳಿಸೋಲ್ಲಾಂತ ಹೇಳಿಬಿಡು. ಇಲ್ಲದಿದ್ರೆ ನಾನೇ ಹೇಳ್ತೀನಿ."

ತುಳಸಮ್ಮ ಅಲ್ಲಿಂದ ಕಾಲು ತೆಗೆದರು. ಮಗನ ಸ್ವಭಾವ ಅವರಿಗೆ ಚೆನ್ನಾಗಿ ಗೊತ್ತು.

* * * *

ಅಪ್ಪ, ಅಮ್ಮ ಹೊರಟುಹೋದ ಮೇಲೆ ಸತೀಶನ ಮನಸ್ಥಿತಿಯೇ ಕೆಟ್ಟುಹೋಯಿತು. ಮರೆಯಲು ಪ್ರಯತ್ನಪಟ್ಟ, ಸಾಧ್ಯವಾಗಲಿಲ್ಲ. ಫೈಲುಗಳಲ್ಲಿ ಮುಖ ಹುದುಗಿಸಿದಾಗಲೂ ತಂದೆಯ ಕೋಪದ ಮುಖವೇ ಅವನಿಗೆ ಕಾಣುತ್ತಿತ್ತು. ಹೀಗೇಕೆ...? ಹೀಗೇಕೆ...? ತನ್ನನ್ನು ತಾನೇ ಪ್ರಶ್ನಿಸಿಕೊಂಡ.

ಅವನ ಅಧಿಕಾರದ ಬಗ್ಗೆ ಉದಾಸೀನತೆಯಿಂದ ಹೀಗಳೆದಿದ್ದರು. ದುಡಿಮೆಯನ್ನು ಎತ್ತಿ ಮುಖದ ಮೇಲೆ ಎಸೆದು ಹೋಗಿದ್ದರು. ಕೆಟ್ಟ ಸ್ವಾಭಿಮಾನಕ್ಕೆ ಬರೆ ಎಳೆದಂತಾಗಿತ್ತು.

ಮಧ್ಯಾಹ್ನ ಕಾರು ಮನೆ ಕಡೆ ಹೊರಟಾಗ ಭಾವನಾ ಒಬ್ಬಳೇ ಬಸ್‌ಸ್ಟಾಪ್‌ನಲ್ಲಿ ನಿಂತಿದ್ದಳು. ಗಳಿಗೆಗೊಮ್ಮೆ ದೂರಕ್ಕೆ ದೃಷ್ಟಿಹಾಯಿಸಿ ನೋಡುತ್ತಿದ್ದಳು. ಪದೇ ಪದೇ ವಾಚ್ ಕಡೆ ನೋಡುತ್ತಿದ್ದಳು.

"ಭಾವನಾ" ಬೆಚ್ಚಿಬಿದ್ದಳು. ಹೃದಯ ಸಣ್ಣ ಧ್ವನಿಯಲ್ಲಿ ರಾಗ ಹಾಡಿದಂತಾಯಿತು. ಪಕ್ಕಕ್ಕೆ ನೋಟ ಹರಿಸಿದಳು. ಬಸ್‌ಸ್ಟಾಪ್‌ನಿಂದ ಸ್ವಲ್ಪ ದೂರದಲ್ಲಿ ಕಾರು ನಿಂತಿತ್ತು. ಡ್ರೈವರ್ ಸೀಟ್‌ನಲ್ಲಿ ಸತೀಶ ಕೂತಿದ್ದ. ಬಾಯಿ, ಗಂಟಲು ಪೂರ್ಣವಾಗಿ ಒಣಗಿಹೋಯಿತು.

ವಿದ್ಯಾವಂತ ಯುವತಿ. ಅಸಭ್ಯ ವರ್ತನೆ ಅವಳಿಂದಾಗದು. ಕಾರಿನ ಬಳಿ ಹೋದಳು.

"ಹತ್ತು" ಕಾರಿನ ಮುಂಭಾಗವನ್ನು ನೋಡುತ್ತ ಹೇಳಿದ.

"ಥ್ಯಾಂಕ್ಸ್–ಈಗ ಬಸ್ ಬರುತ್ತೆ. ನಾನು ಶರತ್‌ಗಾಗಿ ಕಾಯ್ತಾ ಇದ್ದೀನಿ" ಮೃದುವಾದ ದನಿಯಲ್ಲೇ ಹೇಳಿದಳು. ಸತೀಶನ ಬಗ್ಗೆ ಬೇಸರವಿರಬಹುದು. ಆದರೆ ಅವನನ್ನು ದ್ವೇಷಿಸಲಾರಳು.

"ಬಸ್, ಆಟೋ ಚಾಲಕರ ಮುಷ್ಕರ, ಸುಮ್ಮನೆ ಹತ್ತು" ಧ್ವನಿಯಲ್ಲಿ ಅಧಿಕಾರ ಇಣುಕಿತು. ಅವಳ ಸ್ವಾಭಿಮಾನವನ್ನು ಕೆಣಕಿದಂತಾಯಿತು.

ಬಸ್‌ಸ್ಟಾಪ್‌ನಲ್ಲಿದ್ದ ನಾಲ್ಕಾರು ಜನರು ಓಡಿದರು. ಕೂಗಾಟ, ಘೋಷಣೆಗಳು ಕೇಳಿಬಂದವು. ಕಾರಿನಿಂದ ಇಳಿದ ಸತೀಶ ಅವಳನ್ನು ಬಲವಂತದಿಂದ ಕೂಡಿಸಿಕೊಂಡು ಡೋರ್ ಹಾಕಿದ. ಕಾರು ವೇಗವಾಗಿ ಮುಂದಕ್ಕೆ ಹೋಯಿತು.

ಮೌನವಾಗಿ ಕೂತಳು.

"ಭಾವನಾ, ಹಕ್ಕುಗಳಷ್ಟೇ ಕರ್ತವ್ಯಗಳೂ ಪವಿತ್ರ. ಅದರಿಂದ ವಂಚಿತನನ್ನಾಗಿ ಮಾಡಬೇಡ, ಕರ್ತವ್ಯ ಪೂರೈಕೆಯಲ್ಲಿ ನಿಂಗೆ ಹಿಂಸೆ ಮಾಡಿ, ಮಾನಸಿಕ ನೆಮ್ಮದಿಯನ್ನು ಕೆಡಿಸಲಾರೆ. ಕಾರನ್ನು ಕಳುಹಿಸುತ್ತೀನಿ. ನಿನ್ನ ಉಪಯೋಗಕ್ಕೆ ಇಟ್ಟುಕೊಳ್ಳಬಹುದು" ಸತೀಶ ಆಡಿದ್ದು ಅಷ್ಟೇ ಮಾತುಗಳು. ಆಮೇಲೆ ತುಟಿ ಎರಡು ಮಾಡಲಿಲ್ಲ.

"ದಯವಿಟ್ಟು ಕಾರು ಕಳುಹಿಸಬೇಡಿ. ಧನ್ಯವಾದಗಳು" ಕಾರಿನಿಂದ ಇಳಿದಾಗ ಅಷ್ಟು ಮಾತ್ರ ಹೇಳಿದಳು, ಕಾರು ಮೊದಲಿನ ವೇಗದಲ್ಲಿಯೇ ಹೋಯಿತು. ನಿಂತವಳು ಶಿಲೆಯಾದಳು. ತಾನೇನೋ ದೊಡ್ಡ ತಪ್ಪು ಮಾಡಿದವಳಂತೆ ವೇದನೆ ಅನುಭವಿಸಿದಳು.

ಬಲವಂತದಿಂದ ಕಾಲೆಳೆದುಕೊಂಡು ಮನೆಯೊಳಕ್ಕೆ ಬಂದಳು. ಇದ್ದಕ್ಕಿದ್ದಂತೆ ಅವಳ ಮನದಲ್ಲಿ ಭಯ ಆವರಿಸಿಕೊಂಡಿತು. ಶರತ್ ಏನಾದರೂ ಗಲಭೆಯಲ್ಲಿ ಸಿಕ್ಕಿಬಿದ್ದಿದ್ದರೆ? ಎದೆ ನಗಾರಿಯಾಯಿತು.

"ಇದೇನು ಇಷ್ಟು ಬೇಗ ಬಂದುಬಿಟ್ಟೆ!" ಮಲಗಿದ್ದ ತುಳಸಮ್ಮ ಎದ್ದು ಪ್ರಶ್ನಿಸಿದರು.

ಅಣ್ಣ, ತಂಗಿ ಶಂಕರಾಭರಣ ನೋಡಲು ಯೋಜನೆ ಹಾಕಿಕೊಂಡಿದ್ದರು. ಅದಕ್ಕಾಗಿಯೇ ಅರ್ಧ ದಿನ ರಜ ಪಡೆದು ಬಸ್‌ಸ್ಟಾಪ್‌ನಲ್ಲಿ ಬಂದು ಕಾದಿದ್ದಳು.

"ತಲೆ ನೋಯುತ್ತಾ ಇತ್ತು. ಅರ್ಧ ದಿನ ರಜ ಹಾಕಿ ಬಂದ್ಬಿಟ್ಟೆ." ನಿಜ ನುಡಿಯಲಾರದೇ ಹೇಳಿದಳು. ಶರತ್ ಮುಖ ನೋಡುವವರೆಗೂ ಅವಳ ಮನದ ಆತಂಕ ಕಡಿಮೆಯಾಗದು.

"ಊಟ ಮಾಡು" ತಟ್ಟೆ ಹಾಕಲು ಒಳಗೆ ಹೋದರು.

ಇನ್ನ ಬೇಡವೆಂದರೆ ನೂರೆಂಟು ಪ್ರಶ್ನೆಗಳನ್ನು ಹಾಕುತ್ತಾರೆ. ಇಲ್ಲದ್ದೆಲ್ಲ ಊಹಿಸಿಕೊಂಡು ನೊಂದುಕೊಳ್ಳುತ್ತಾರೆ. ಅಷ್ಟೆಲ್ಲ ಪಂಚಾಯಿತಿ ಯಾಕೆಂದು ಮೌನವಾಗಿ ಬಂದು ತಟ್ಟೆಯ ಮುಂದೆ ಕೂತಳು.

ಸೇರಿದಷ್ಟು ಊಟ ಮಾಡಿ ಎದ್ದು ಬಂದಳು. ವಾಸುದೇವಮೂರ್ತಿಗಳು ಭಾಗವತ ಹಿಡಿದು ಕೂತಿದ್ದರು. ಈ ನಡುವೆ ಮಾಡುತ್ತಿದ್ದದ್ದೇ ಅದು. ಅವರು ಪೂರ್ಣವಾಗಿ ಅದರಲ್ಲಿ ತಲ್ಲೀನರಾಗಿದ್ದರು.

"ಊಟ ಆಯ್ತಾ ಅಮ್ಮ?" ನೋಟ ಮೇಲೆತ್ತದೆ ಕೇಳಿದರು. ಭಾವನಾಳ ತುಟಿಗಳ ಮೇಲೆ ತುಂಟನಗು ಸುಳಿಯಿತು. ಅಪ್ಪ ಪೂರ್ಣವಾಗಿ ತಲ್ಲೀನರಾಗಿಲ್ಲ. ನೆಪಮಾತ್ರಕ್ಕೆ ಭಾಗವತ ಅವರ ಮುಂದೆ ಇದೆಯೆಂದುಕೊಂಡಳು.

"ಆಯ್ತು" ಮೆಲ್ಲಗೆ ತಲೆಯೆತ್ತಿ ಮಗಳ ಕಡೆ ನೋಡಿದರು. ನೋಟ ಮನದ ಆಳವನ್ನು ಬಗೆದು ನೋಡುವಂತಿತ್ತು.

ಅವರು ಕಾರು ಬಂದು ನಿಂತಾಗಲೇ ಕಿಟಕಿಯಿಂದ ನೋಡಿದ್ದರು. ಮಗಳನ್ನು ಅಳಿಯನ ಕಾರಿನಲ್ಲಿ ಕಂಡಾಗ ಸುರುಟಿಕೊಂಡ ಆಸೆಗಳು ಚಿಗುರಿದ್ದವು. ಸಂತೋಷದಿಂದ ಉಬ್ಬಿಹೋಗಿದ್ದರು. ಆದ್ದರಿಂದಲೇ ಭಾಗವತದಲ್ಲಿ ಪೂರ್ಣವಾಗಿ ಮನಸ್ಸನ್ನು ಲೀನಗೊಳಿಸಲಾರದೇ ಹೋಗಿದ್ದರು.

ಗಂಟಲು ಸರಿಪಡಿಸಿಕೊಂಡರು. ಮಾತನ್ನು ಹೇಗೆ ಪ್ರಾರಂಭಿಸಬೇಕೆಂದು ಅವರಿಗೆ ತಿಳಿಯಲಿಲ್ಲ. ಕಡೆಗೆ ಅವಳಾಗಿ ಹೇಳಲೆಂದು ಸುಮ್ಮನೇ ಕೂತರು. ಭಾವನಾ ಆ ಪ್ರಸ್ತಾಪವನ್ನು ಎತ್ತಲಿಲ್ಲ.

ಹೊರಗೆ ಬಂದು ನಿಂತು ದೂರದವರೆಗೂ ದೃಷ್ಟಿ ಬೀರಿದಳು. ಬರೋ ಸೈಕಲ್, ಸ್ಕೂಟರ್ ಕಡೆ ನೋಡುತ್ತಿದ್ದಳು. ಬರುಬರುತ್ತಾ ಅವುಗಳ ಸಂಚಾರವು ಕಡಿಮೆಯಾಯಿತು. ಭಯದಿಂದ ಅವಳೆದೆ ಹೊಡೆದುಕೊಳ್ಳತೊಡಗಿತು. ನಿಂತ ಜಾಗ ಬಿಟ್ಟು ಅಲ್ಲಾಡಲಿಲ್ಲ.

ಎರಡು ಸಲ ವಾಸುದೇವ ಮೂರ್ತಿಗಳು "ಒಳಗೆ ಬಾಮ್ಮ, ಇನ್ನು ಬಿಸಿಲಿನ ಝಳ ಕಮ್ಮಿಯಾಗಿಲ್ಲ" ಕಿವುಡಿಯಂತೆ ನಿಂತೇ ಇದ್ದಳು. ಕೊನೆಗೆ ಅವರೇ ಹೊರಗೆ ಬಂದರು.

"ಸುಮ್ಮನೇ ಯಾಕಮ್ಮ ನಿಂತಿದ್ದೀ?" ಧ್ವನಿಯಲ್ಲಿ ಮೃದುತ್ವ ಕಾಣಿಸಿಕೊಂಡಿತು.

"ಅಣ್ಣ ಬರುತ್ತೀನಿ ಅಂದಿದ್ದ!" ಗಂಟಲು ನಡುಗಿತು.

"ಬಂದ್ರೆ.... ಬರ್ತಾನೆ. ನೀನು ಒಳಗೆ ನಡೀ."

ಭಾವನಾ ಸೋತವಳಂತೆ ಹೋಗಿ ಮಂಚದ ತುದಿಗೆ ಆತುಕೊಂಡು ಕೂತಳು.

"ಅಮ್ಮ... ಅಮ್ಮ... ಭಾವನಾ ಬಂದ್ಲಾ?" ಶರತನ ಧ್ವನಿ. ಕೋಟಿ ಮಿಂಚುಗಳು ಒಮ್ಮೆಲೆ ಮಿಂಚಿದಂತಾಯಿತು.

"ಅದ್ಯಾಕೋ.... ಹಾಗೆ ಕೂಗಿಕೋತೀಯ!" ತುಳಸಮ್ಮ ಮಗನನ್ನು ಆಕ್ಷೇಪಿಸಿದರು.

ಇದು ಮೊದಲ ಬಾರಿಯಲ್ಲ. ಏನಾದರೂ ಒಂದು ವಿಶೇಷ ಸುದ್ದಿ ತಂಗಿಗೆ ತಿಳಿಸಬೇಕಾದರೆ ಹೀಗೇ ಓಡಿ ಬರುತ್ತಿದ್ದ.

"ಮೊದ್ಲು ಹೇಳು, ಭಾವನಾ.... ಬಂದ್ಲಾ?" ಕೋಣೆಯೊಳಕ್ಕೆ ನುಗ್ಗಿದ. ಎದುರಿಗೆ ಬಂದ ಭಾವನಾ ಇವನಿಗೆ ಡಿಕ್ಕಿ ಹೊಡೆದಳು. ಎದೆಯ ಮೇಲೆ ಕೈಯಿಟ್ಟುಕೊಂಡು, "ಮೈ ಗಾಡ್.... ಉಳಿಸಿಬಿಟ್ಟೆ" ಸುಸ್ತಾದವನಂತೆ ಹೇಳಿದ.

ಹಿಂದಿನಿಂದ ಬಂದ ಮಹೇಶನ ಮುಖ ಗೆಲುವಾಯಿತು. ಭಾವನಾ ಮಧ್ಯಾಹ್ನ ರಜ ಪಡೆದು ಹೋದ ಮೇಲೆ ಶರತ್ ಒಂದು ದೊಡ್ಡ ಗಲಭೆಯನ್ನೇ ಎಬ್ಬಿಸಿದ್ದ. ಅಷ್ಟರ ವೇಳೆಗೆ ಗಲಭೆ, ಘರ್ಷಣೆ ಬಹಳ ಕಡೆ ವ್ಯಾಪಿಸಿತು. ಎಲ್ಲಾ ಭಯವಾಗುವಂತಹ ಸುದ್ದಿಗಳೇ.

"ನಾನಿನ್ನು.... ಬರಲಾ?" ಮಹೇಶ್ ಅಂದಾಗಲೇ ಅವನ ಅರಿವಾದದ್ದು ಭಾವನಾಳಿಗೆ.

ಹೊರಗೆ ಬಂದು ವಿನಯದಿಂದ "ಕೂತ್ಕೊಳ್ಳಿ ಸಾರ್" ಎಂದಳು.

"ಪರ್ವಾಗಿಲ್ಲ. ನೀವು ಕ್ಷೇಮವಾಗಿ ಮನೆಯನ್ನು ತಲುಪಿದ್ದೀರಲ್ಲ–ಅಷ್ಟೇ ಸಾಕು." ಒಳ್ಳೆಯತನದ ಸೊಬಗು ಮುಖಕ್ಕೆ ಒಂದು ವಿಶಿಷ್ಟ ಮೆರಗನ್ನು ನೀಡಿತ್ತು.

ಶರತ್ ಆದರದಿಂದ ಸತ್ಕರಿಸಿಯೇ ಅವನನ್ನು ಬೀಳ್ಕೊಟ್ಟದ್ದು.

ಹಿಂದೆ ಒಮ್ಮೆ ಮಹೇಶ ಅವರ ಮನೆಗೆ ಬಂದಿದ್ದರೂ ಶರತ್‌ಗೆ ನೆನಪಿರಲಿಲ್ಲ. ತಂಗಿ ಅಲ್ಲಿ ಕೆಲಸಕ್ಕೆ ಹೋಗಲು ಪ್ರಾರಂಭಿಸಿದ ಮೇಲೆ ಪರಿಚಯಕ್ಕೆ ಒಂದು ನಿರ್ದಿಷ್ಟ ರೂಪುರೇಷೆಗಳು ಸಿದ್ಧವಾದದ್ದು.

ದೊಡ್ಡ ಅಧಿಕಾರದಲ್ಲಿದ್ದರೂ ಮಹೇಶನಿಗೆ ಸ್ವಲ್ಪವಾದರೂ ಅಹಂಕಾರವಿರಲಿಲ್ಲ. ಕೈಕೆಳಗೆ ಕೆಲಸ ಮಾಡುವವರಲ್ಲಿ ಸರಳವಾಗಿ ಬೆರೆತು ಹೋಗುತ್ತಿದ್ದ. ಸದಾ ತುಟಿಗಳ ಮೇಲೆ ನಗು, ಕಣ್ಣುಗಳಲ್ಲಿ ಆತ್ಮೀಯತೆ, ಅವು ಎಂಥವರನ್ನಾದರೂ ಅವನೆಡೆಗೆ ಸೆಳೆದುಬಿಡುತ್ತಿತ್ತು.

* * * *

ಶರತ್‌ಗೆ ಸಂಬಂಧಗಳು ಬರತೊಡಗಿದವು. ಮನೆಯವರು ಪ್ರಯತ್ನ ಮಾಡದಿದ್ದರೂ ಹೆಣ್ಣು ಹೆತ್ತವರು ಸುಮ್ಮನೇ ಕೂಡಲಿಲ್ಲ.

"ಬೆಳಿಗ್ಗೆ ಜೋಯಿಸರು ಬಂದು ಹೋದರು" ತಾಯಿ ಹೇಳಿದಾಗ, ಬಗ್ಗಿ ಕಾಲಿನ ಷೂಲೇಸ್ ಸಡಿಲಿಸುತ್ತಿದ್ದವನು ತಲೆಯನ್ನು ಮೇಲಕ್ಕೆ ಎತ್ತಿದ. ಕಣ್ಣುಗಳಲ್ಲಿ ಅಸಹನೆ ಕಾಣಿಸಿಕೊಂಡಿತು. ಗಂಭೀರವಾಗಿ ಕೇಳಿದ.

"ಯಾಕೆ ಬಂದಿದ್ದು?"

"ಇನ್ಯಾಕೆ ಬರ್ತಾರೆ! ಜಾತಕ ತಗೊಂಡು ಬಂದಿದ್ದರು. ಹುಡುಗಿ ಮನೆಯವರು ತುಂಬ ಅನುಕೂಲವಂತರಂತೆ. ಹುಡ್ಗಿ ಕೂಡ ಲಕ್ಷಣವಾಗಿದ್ದಾಳಂತೆ" ಅವರ ಕಣ್ಣುಗಳಲ್ಲಿ ಆಸೆ ಕಾಣಿಸಿಕೊಂಡಿತು. ಶರತ್ ಅಸಹನೆಯಿಂದ ಕಿಡಿಕಾರಿದ.

"ಇನ್ಮೇಲೆ ಅವರನ್ನು ಬರಬೇಡಾಂತ ಹೇಳು. ನಾನು ಸದ್ಯಕ್ಕೆ ಮದ್ವೆಯಾಗೋಲ್ಲ" ಮಾತಿನಲ್ಲಿ ದೃಢ ನಿರ್ಧಾರವಿತ್ತು.

ತುಳಸಮ್ಮನವರಿಗೆ ಮಗಳ ಮೇಲೆ ಕೋಪ ಬಂತು. ತಲೆಕೆಡಿಸಿಕೊಳ್ಳದೆ ಸ್ವಲ್ಪ ಅನುಸರಿಸಿಕೊಂಡಿದ್ದರೇ ಗಂಡನ ಮನೆಯಲ್ಲಿ ಹಾಯಂತ ಇರಬಹುದಾಗಿತ್ತು.

"ನಿಂಗೆಲ್ಲೋ ತಲೆಕೆಟ್ಟಿದೆ. ಈಗಲ್ಲದೇ ಇನ್ನು ಯಾವಾಗ ನೀನು ಮದುವೆಯಾಗೋದು?"

ನೇರವಾಗಿ ತಾಯಿಯನ್ನು ನೋಡಿದ. ಅವರ ಮಾತು, ಆಸೆ ಏನೂ ತಪ್ಪಿಲ್ಲ. ಆದರೆ ವೈವಾಹಿಕ ಜೀವನ ತೃಪ್ತಿಕರವಾಗಿರುತ್ತೆ ಅನ್ನುವ ಆಸೆ ಇಟ್ಟುಕೊಳ್ಳಬಾರದು. ಭಾವನಾಳ ಬಗ್ಗೆ ತಾವು ಕಂಡ ಕನಸುಗಳೆಷ್ಟು.... ನಿಟ್ಟುಸಿರುಬಿಟ್ಟ.

"ಇದೇನು ಚೆನ್ನಲ್ಲ. ಹೆತ್ತವರು ನಾವು, ತಗ್ಗಿ ಬಗ್ಗಿ ನಡೆಯಬೇಕು. ಅದು ಬಿಟ್ಟು ಧಿಮಾಕು ಮಾಡಿದರೆ ಪ್ರಯೋಜನವೇನು? ಭಾವನಾ ಗಂಡನನ್ನು ಸೇರ್ಸೋ ಪ್ರಯತ್ನ ಮಾಡು. ಈ ಸಂಪತ್ತಿಗೆ ಸಾವಿರಾರು ರೂಪಾಯಿ ಸಾಲ ಮಾಡಿ ಮದ್ವೆ ಮಾಡಬೇಕಿತ್ತಾ?!" ತುಳಸಮ್ಮ ಅಳುತ್ತಾ ಕೂತುಬಿಟ್ಟರು. ಅವರಿಗೆ ಏನು ಹೇಳಬೇಕೋ ಶರತ್‌ಗೆ ತಿಳಿಯಲಿಲ್ಲ.

ಬೇಸರದಿಂದಲೇ ಹೊರಗೆ ನಡೆದ. ಒಂದು ನಿರ್ದಿಷ್ಟ ಗುರಿ ಇರಲಿಲ್ಲ. ಏನೋ ಜ್ಞಾಪಿಸಿಕೊಂಡು ಡಾ|| ಚಂದ್ರಚೂಡರ ನರ್ಸಿಂಗ್ ಹೋಂ ಕಡೆಗೆ ನಡೆದ. ಡಾಕ್ಟರ್ ಊರಿನಲ್ಲಿ ಇರಲಿಲ್ಲ.

ಮುಖ ಕಿವುಚಿ ಎರಡು ಕೈಗಳನ್ನು ಪ್ಯಾಂಟ್ ಜೇಬಿನೊಳಕ್ಕೆ ಇಳಿಬಿಟ್ಟು ದಾಪುಗಾಲು ಹಾಕುತ್ತ ನಡೆದ.

"ಹಲೋ" ನಿಂತು ಹಿಂದಿರುಗಿದ. ಕಾರಿನಲ್ಲಿ ಕೂತಿದ್ದ ಮಹೇಶ ಕಣ್ಣಿಗೆ ಬಿದ್ದ. ಮುಖದ ತುಂಬ ನಗುವನ್ನು ತುಳುಕಿಸಿ "ಹಲೋ" ಎನ್ನುತ್ತ ಕಾರಿನ ಬಳಿ ನಡೆದ.

"ಎಲ್ಲಿಗೋ ಹೊರಟಿದ್ದೀರಿ...!" ತಕ್ಷಣ ಏನು ಹೇಳಬೇಕೋ ಅವನಿಗೆ ತಿಳಿಯಲಿಲ್ಲ.

"ಡಾ॥ ಚಂದ್ರಚೂಡರನ್ನು ನೋಡೋ ಸಲುವಾಗಿ ಬಂದಿದ್ದೆ. ಅವರು ಊರಿನಲ್ಲಿ ಇಲ್ಲ." ಬಗ್ಗಿ ಹೇಳಿದ.

ಮಹೇಶ್ ಹುಬ್ಬು ಏರಿಸಿ "ಈಗ ಮತ್ತೆ..." ಅವನ ಮುಖದ ಮೇಲೆ ತುಂಟನಗು ಮಿನುಗಿತು. ಕೈಯಿಂದ ಕ್ರಾಪನ್ನು ಸವರಿಕೊಂಡು "ಮನೆಗಷ್ಟೆ. ಬೇರೆಲ್ಲೂ ಹೋಗೋ ಅಭ್ಯಾಸವಿಲ್ಲ" ಮಹೇಶ ಕೂಡ ನಕ್ಕುಬಿಟ್ಟ.

"ಹಾಗಾದ್ರೆ ಹತ್ತಿ–ನಮ್ಮನೆಗೆ ಬಂದು ಒಂದು ಕಪ್ ಕಾಫಿ ಕುಡ್ದು ಹೋಗಬಹುದಲ್ಲ." 'ಒಲ್ಲೆ' ಎನ್ನುವುದಕ್ಕೆ ಕಾರಣವಿರಲಿಲ್ಲ. ಬೇಸರ ಕಳೆಯಲು ಬೇರೆಯವರ ನೆರವು ಅಗತ್ಯವಾಗಿತ್ತು.

"ಓ.ಕೆ...." ಎಂದು ಹತ್ತಿ ಕೂತ.

"ನಿಮ್ಮ ಸಿಸ್ಟರ್ ತುಂಬ ಇಂಟೆಲಿಜೆಂಟ್..." ಕಾರಿನ ವೇಗ ಹೆಚ್ಚಿಸುತ್ತ ಹೇಳಿದ.

ಶರತ್ ಮ್ಲಾನವದನನಾದ. ಅವಳು ತುಂಬ ಬುದ್ಧಿವಂತಳಾದುದ್ದರಿಂದಲೇ ಪ್ರಾಣಸಂಕಟ. ಸಾಧಾರಣ ಮನಸ್ಸತ್ವದವಳಾಗಿದ್ದರೆ ಸೀರೆ, ಒಡವೆ, ಬಂಗಲೆ ಸತೀಶನ ವ್ಯವಹಾರಿಕ ಸಂಬಂಧದಲ್ಲಿಯೇ ತೃಪ್ತಿಪಟ್ಟುಕೊಂಡುಬಿಡುತ್ತಿದ್ದಳು.

"ಅವರು ನಮ್ಮ ಆಫೀಸ್‌ಗೆ ಬಂದ ಮೇಲೆ ಎಷ್ಟೋ ಸುಧಾರಣೆಯಾಗಿದೆ. ಒಂದು ಕ್ಷಣವನ್ನೂ ವ್ಯರ್ಥವಾಗಿ ಕಳೆಯೋಲ್ಲ. ಮಿಕ್ಕ ಕೆಲಸಗಾರರಿಗೆ ಆದರ್ಶಪ್ರಾಯರು" ಭಾವನಾ–ವೇಗದಿಂದ ನುಡಿದಂತಿತ್ತು.

"ಥ್ಯಾಂಕ್ಸ್" ಅಷ್ಟು ಮಾತ್ರ ಹೇಳಿದ ಶರತ್.

ಕಾರಿನ ವೇಗ ಜಾಸ್ತಿಯಾಯಿತು. ಮಹೇಶ್ ಅವನ ಇಂಡಸ್ಟ್ರಿಯ ಬಗ್ಗೆ ಮಾತ್ರ ಕೇಳತೊಡಗಿದ.

ಕಾರು ನಿಂತಾಗ ಮೂರು ವರ್ಷ ವಯಸ್ಸಿನ ಒಂದು ಗಂಡು ಹುಡುಗ ಓಡಿಬಂತು... ಮಹೇಶನ ತದ್ರೂಪಿನಂತಿದ್ದ.

"ಅಪ್ಪ..." ಮಹೇಶನ ಎರಡು ಕಾಲುಗಳನ್ನು ತಬ್ಬಿಕೊಂಡ. ಮಹೇಶ ಬಗ್ಗಿ ಮಗನನ್ನು ಎತ್ತಿಕೊಂಡು "ಈ ಮಾಮನಿಗೆ ನಮಸ್ತೆ ಮಾಡು" ಎಂದ. ಅವನು ತಂದೆಯ ತೋಳಿನಲ್ಲಿ ಕಣ್ಣರಳಿಸಿ ಮುದ್ದಾಗಿ "ನಮಸ್ತೆ" ಎಂದ.

ಶರತ್ ಮಗುವಿನ ಕೆನ್ನೆ ಸವರಿ "ನಿನ್ನ ಹೆಸರೇನು ಮರಿ?" ಎಂದ.

"ನನ್ನ ಹೆಸರು..... ನನ್ನ ಹೆಸರು.... ಪರಮಹಂಸ". ಶರತ್‌ನ ಕಣ್ಣುಗಳಲ್ಲಿ ವಿಸ್ಮಯ ಮಿನುಗಿತು. ಇದು ಅಪರೂಪದ ಹೆಸರೇ. ನೆನಪನ್ನು ಕೆದಕಿ ನೋಡಿದ, ಹೆಚ್ಚು ಬಳಕೆಯಲ್ಲಿದ್ದ ಹಾಗೆ ಕಾಣಿಸಲಿಲ್ಲ.

"ಗುಡ್.... ತುಂಬ..... ತುಂಬ.... ಚೆನ್ನಾಗಿದೆ ನಿನ್ಹೆಸರು" ಪರಮಹಂಸ ಕಣ್ಣರಳಿಸಿ ನಕ್ಕ.

"ಅಜ್ಜಿಗೆ ಹೇಳ್ಹೋಗು" ಮಗನನ್ನು ಕೆಳಗೆ ಇಳಿಸಿದ.

"ಬನ್ನಿ" ಎಂದು ಡ್ರಾಯಿಂಗ್ ರೂಮಿಗೆ ಕರೆದೊಯ್ದ. ಪ್ರತಿಯೊಂದರಲ್ಲೂ ಸರಳತೆ ಎದ್ದು ತೋರುತ್ತಿತ್ತು.

"ಒಂದು ನಿಮಿಷ, ಬಂದ್ಬಿಡ್ತೀನಿ" ಒಳಗೆ ಹೋದ.

ಶರತ್ ಟೀಪಾಯಿ ಮೇಲಿದ್ದ ಪತ್ರಿಕೆಗಳನ್ನು ತಿರುವಿ ಹಾಕುತ್ತ ಕೂತ. ಹೆಚ್ಚು ಕಮ್ಮಿ ಎಲ್ಲಾ ಓದಿ ಮುಗಿಸಿದ್ದುವೇ. ಮತ್ತೆ ಮತ್ತೆ ತಿರುವಿಹಾಕಲು ಬೇಸರ. ಅವೆಲ್ಲ ಒತ್ತಟ್ಟಿಗೆ ಇಟ್ಟು ಸುಮ್ಮನೇ ಕೂತ.

"ಬನ್ನಿ ಮಾಮ ಒಳಗೇ" ಪರಮಹಂಸ ಒಳಗೆ ಬಂದವನೇ ಅವನ ಕೈ ಹಿಡಿದು ಎಳೆಯತೊಡಗಿದ. ತಲೆಯ ತುಂಬ ದಟ್ಟವಾದ ಕೂದಲು. ಯಾವ ಫ್ಯಾಷನ್‌ಗೂ ಒಳಗಾಗಿರಲಿಲ್ಲ. ಜೊಂಪೆ ಜೊಂಪೆಯಾಗಿ ಹರಡಿಕೊಂಡಿತ್ತು.

"ಅಪ್ಪ ಬರಲಿ ಇರು" ಅಷ್ಟರಲ್ಲಿ ಮಹೇಶನೇ ಬಂದ. ಬಿಳಿಯ ಷರಟು ಪಂಚೆ ಮಾತ್ರ ಧರಿಸಿದ್ದ.

"ಮಾಮನಿಗೆ ಬೇಜಾರು ಮಾಡೋಕೆ ಬಂದ್ಬಿಟ್ಯಾ!" ಮಗನ ಕಡೆ ಮೆಚ್ಚಿಗೆಯಿಂದ ನೋಡುತ್ತ "ಬನ್ನಿ ಒಳಗಡೆ ಹೋಗೋಣ" ಅವನನ್ನು ಎಬ್ಬಿಸಿಕೊಂಡು ಹೋಗಿ ಮನೆಯನ್ನೆಲ್ಲ ತೋರಿಸಿದ.

"ಇವರು ನಮ್ಮ ತಂದೆ" ವಯಸ್ಸಾದರೂ ದಷ್ಟಪುಷ್ಟವಾದ ವ್ಯಕ್ತಿಯನ್ನು ಪರಿಚಯಿಸಿದ. ವಿನಯದಿಂದ ಕೈಜೋಡಿಸಿದ. ಅವರು ಇದನ್ನು ಗಮನಿಸದವರಂತೆ ಕೂತಿದ್ದರು. ಮಹೇಶ ನಿಟ್ಟುಸಿರಿಟ್ಟಾಗ, ಶರತ್ ಆತಂಕದಿಂದ ನೋಡಿದ.

"ಅಪ್ಪ, ಹೇಗಿದ್ದೀರಿ?" ಮಹೇಶ್ ಅವರ ಭುಜದ ಮೇಲೆ ಕೈಹಾಕಿ ಪ್ರಶ್ನಿಸಿದ. ಅವರು ತಲೆ ಎತ್ತಿ ಮಗನ ಕಡೆ ನೋಡಿದರು. ನೋಟದಲ್ಲಿ ನಿಸ್ಸಹಾಯಕತೆ ಇತ್ತು. ಒಳಗೆ ಮೂಕವೇದನೆ ಅನುಭವಿಸುವವರಂತೆ ಕಂಡರು.

"ಬರಲಿಲ್ವಾ?" ಕೇಳಿದರು.

"ಬರ್ತಾಳೆ" ಅವರ ಕಡೆ ನೋವಿನ ನೋಟ ಬೀರಿದ ಮಹೇಶ್ ಹೊರಗೆ ಬಂದ.

ಕೋಣೆಯಿಂದ ಹೊರಗೆ ಬಂದ ಕೂಡಲೇ ಮುಖದ ಮೇಲಿನ ನೋವು ತಕ್ಷಣ ಮರೆಯಾಯಿತು. ಹಸನ್ಮುಖನಾದ. ಆ ನಟನೆ ಅವನಿಗೆ ಕರಗತವಾಗಿರಬೇಕು.

ತಿಂಡಿ, ಕಾಫಿಯಾಯಿತು. ಯಾವುದರಲ್ಲೂ ಆಡಂಬರವಿರಲಿಲ್ಲ. ಸರಳತೆಗೆ ಹೇಳಿ ಮಾಡಿಸಿದಂಥ ಜನ ಎಂದುಕೊಂಡ.

"ಅಮ್ಮ...." ಕೂತ ಕಡೆಯಿಂದಲೇ ಮಹೇಶ ಕೂಗಿದ. ಅವನ ತಾಯಿಯೇನೋ ಮೈ ತುಂಬ ಸೆರಗು ಹೊದ್ದು ಹೊರಗೆ ಬಂದರು. ತಿಂಡಿ ಅವರೇ ಮಾಡಿರಬೇಕು–ಮುಖದ ಮೇಲೆ ಬೆವರು ಮೂಡಿತ್ತು. ಸೆರಗಿನಿಂದಲೇ ಒರೆಸಿಕೊಳ್ಳುತ್ತ ಹೊರಗೆ ಬಂದು ನಿಂತರು.

"ಇವರು ನಮ್ಮ ತಾಯಿ" ಎಂದು ಅವರನ್ನು ಪರಿಚಯಿಸಿ "ಇವರು ನನ್ನ ಸ್ನೇಹಿತರು ಶರತ್ ಅಂತ; ಸ್ವಂತ ಇಂಡಸ್ಟ್ರಿ ಪ್ರಾರಂಭಿಸಿ ದುಡಿಯುತ್ತ ಇದ್ದಾರೆ.

ನಿರುದ್ಯೋಗದ ಯುವಕರಿಗೆ ಅವರು ಆದರ್ಶಪ್ರಾಯರು" ಅವನ ಮಾತುಗಳಲ್ಲಿ ವ್ಯಂಗ್ಯವಿರಲಿಲ್ಲ. ಅತಿಶಯವೂ ಇರಲಿಲ್ಲ. ಸಹಜವಾಗಿ ಹೇಳಿದ.

ಶರತ್‌ಗೆ ಸಂಕೋಚವಾಯಿತು.

"ಮನೆಯಲ್ಲಿ ಎಲ್ಲಾ ಆರೋಗ್ಯವಾ?" ಆತ್ಮೀಯರನ್ನು ಪ್ರಶ್ನಿಸುವಂತೆ ಕೇಳಿದರು.

"ಚೆನ್ನಾಗಿದ್ದಾರೆ."

"ಅಮ್ಮರಾಜಿ ಇಲ್ವಾ?"

"ಇದ್ದಾಳೆ. ಕಳುಹಿಸಿಕೊಡ್ತೀನಿ" ಅವರು ಒಳಗೆ ಹೋದರು.

ಆಮೇಲೆ ಹತ್ತು ನಿಮಿಷಗಳಾದ ಮೇಲೆಯೇ ರಾಜಿ ಬಂದದ್ದು. ಹದಿನಾಲ್ಕು ವರ್ಷದ ಹುಡುಗಿ. ಲಂಗ, ಚೋಲಿ ಧರಿಸಿದ್ದಳು. ಎರಡು ಕೈ ತುಂಬ ಗಾಜಿನ ಬಳೆಗಳು. ನೀಟಾಗಿ ಹಣೆದ ಜಡೆ. ಅಗಲವಾದ ಮುಖ, ಕಪ್ಪು ಬೆರೆತ ಬಿಳಿಯ ಬಣ್ಣ. ನೀಳವಾದ ಮೂಗು, ಪುಟ್ಟ ಬಾಯಿ– ವಯಸ್ಸಿಗೆ ಮೀರಿದ ಗಂಭೀರ.

"ಇವಳು ನನ್ನ ಚಿಕ್ಕ ತಂಗಿ." ಹತ್ತಿರಕ್ಕೆ ಬಂದ ರಾಜಲಕ್ಷ್ಮಿಯ ತಲೆ ಸವರಿದ.

"ನಮಸ್ತೆ" ಎರಡು ಕೈ ಜೋಡಿಸಿದಳು. ಇನ್ನು ತನ್ನ ಕೆಲಸ ಮುಗಿಯಿತು ಎನ್ನುವಂತೆ ಅಲ್ಲಿಂದ ಹೊರಟಳು. ಅವಳು ಹೋದ ಕಡೆಯೇ ಮಹೇಶನ ನೋಟ ಹಿಂಬಾಲಿಸಿತು.

"ಇನ್ನು ಒಬ್ಬರನ್ನ ತಮಗೆ ಪರಿಚಯ ಮಾಡಿಕೊಡಲಿಲ್ಲ. ಸದ್ಯಕ್ಕಂತೂ ಅವಕಾಶವಿಲ್ಲ." ಒಂದು ತರಹ ನಕ್ಕ. ಆ ನಗುವಿನ ಹಿಂದೆ ನೋವಿದೆಯೆನಿಸಿತು.

"ನಾನು ಬರ್ತೀನಿ. ನಿಮ್ಮ ಮನೆಯವರ ಸರಳ ಆತ್ಮೀಯತೆಯಿಂದ ನನಗೆ ಸಂತೋಷವಾಗಿದೆ. ಒಮ್ಮೆ ಕುಟುಂಬ ಸಮೇತ ನಮ್ಮನೆಗೆ ಬನ್ನಿ" ಎದ್ದು ನಿಂತ.

ತಾಯಿ, ಮಗ ಮಾತ್ರವಲ್ಲದೇ ರಾಜಲಕ್ಷ್ಮಿ, ಪರಮಹಂಸ ಅವನನ್ನು ಬೀಳ್ಕೊಡಲು ಗೇಟಿನವರೆಗೂ ಬಂದರು. ಒಂದೆರಡು ಗಂಟೆಗಳ ಪರಿಚಯ ಒಂದು ರೀತಿಯ ಆತ್ಮೀಯತೆಯನ್ನು ಬೆಳೆಸಿತ್ತು ಆ ಕುಟುಂಬದೊಂದಿಗೆ.

"ಅಲ್ಲಿಂದ ಕಾರಿನಲ್ಲಿ ಕರ್ಕೊಂಡ್ಬಂದು ಈಗ ನಡೆಸಿ ಕಳಿಸ್ತೀಯಾ?" ತಾಯಿ ಹಾಗೆಂದ ಕೂಡಲೇ ಮಹೇಶ್‌ಗೆ ತನ್ನ ತಪ್ಪಿನ ಅರಿವಾಗಿರಬೇಕು. ಮುಖ ಸಣ್ಣಗಾಯಿತು. ತಟ್ಟನೇ ಮಗನನ್ನು ಕೆಳಗೆ ಇಳಿಸಿ,

"ಎಕ್ಸ್‌ಕ್ಯೂಜ್ ಮಿ..." ಎಂದವನೇ ಒಳಗೆ ಓಡಿದ.

"ನಾನು ನಡೆದೇ ಹೋಗ್ತೀನಿ" ಶರತ್ ಅರಿತು ನುಡಿದ.

"ಬೇಡಪ್ಪ; ಒಂದು ನಿಮಿಷ ಬಂದುಬಿಡ್ತಾನೆ" ಅವನನ್ನು ಬಲವಂತದಿಂದ ಅಲ್ಲಿಯೇ ನಿಲ್ಲಿಸಿಕೊಂಡರು.

ಮಹೇಶ್ ಕಾರಲ್ಲಿ ಕರೆದೊಯ್ದು ಮನೆಯ ಬಳಿ ಇಳಿಸಿಯೇ ಬಂದ.

ಮನೆ ಒಳಗೆ ಹೋದ ಶರತ್‌ನ ಮನಸ್ಸು ಹಸನ್ಮುಖವಾಗಿಯೇ ಇತ್ತು. ಮಹೇಶನ ಸರಳತೆಯ ಬಗ್ಗೆ ಅವನಿಗೆ ಮೆಚ್ಚಿಗೆಯಾಗಿತ್ತು. ಸತೀಶ-ಮಹೇಶರನ್ನು ಹೋಲಿಸಿ ನೋಡಿದ. ಬಹಳಷ್ಟು ಅಂತರ. ಕೆಲವು ವಿಷಯಗಳಲ್ಲಿ ಸತೀಶನನ್ನು ದೂರಲು ಮನ ಒಪ್ಪಲಿಲ್ಲ.

* * * *

ಭಾವನಾಳ ಕೆಲವು ಮೆಚ್ಚಿನ ಪುಸ್ತಕಗಳು ಎಲ್ಲಾ ಅಲ್ಲಿಯೇ ಉಳಿದು ಹೋಗಿತ್ತು. ಎರಡು, ಮೂರು ದಿನದಿಂದ ಮನಸ್ಸು ಕೊರೆಯುತ್ತಿತ್ತು. ಕೆಲವು ಗೆಳತಿಯರು ಅವಳಿಗೆ ನೀಡಿದ್ದ ಉಡುಗೊರೆಗಳು ಅವು.

"ಅಣ್ಣ..." ಮುಂದೆ ಹೇಳಲು ಅನುಮಾನಿಸಿದಳು. ಕ್ರಾಪು ತೀಡುತ್ತಿದ್ದ ಶರತ್ ಅವಳೆಡೆ ನೋಡಿದ.

"ಯಾಕೆ ಸುಮ್ಮನಾದೆ? ಏನು ವಿಷಯ?" ಅವಳನ್ನೇ ನೇರವಾಗಿ ನೋಡುತ್ತ ಕೇಳಿದ.

"ಏನಿಲ್ಲ-ನನ್ನ ಕೆಲವು ಪುಸ್ತಕಗಳು ಅಲ್ಲೇ ಉಳಿದುಬಿಟ್ಟಿವೆ!" ಮಾತುಗಳು ತುಂಡು ತುಂಡಾಗಿ ಬಂದವು.

"ತಂದರೆ ಆಯ್ತು. ಅಂದೇ ಸತೀಶ್ ನಿನ್ನ ಬಟ್ಟೆ, ಒಡವೆಗಳನ್ನು ಪ್ಯಾಕ್ ಮಾಡಿಸಲೇಂತ ಕೇಳಿದ್ದ. ನಾನೇ ಬೇಡವೆಂದಿದ್ದೆ. ಹೋಗಿ ತರೋಣ. ಇಲ್ಲ ನೀನೇ ಹೋಗಿ ತಗೊಂಡು ಬಾ" ತಲೆಯೆತ್ತಿ ಅಣ್ಣನ ಕಡೆ ನೋಡಿದಳು.

"ಕೆಲವು ವಿಷಯಗಳಲ್ಲಿ ಸತೀಶನದು ಉನ್ನತವಾದ ವ್ಯಕ್ತಿತ್ವ ಅನ್ನಿಸುತ್ತೆ" ಮೆಚ್ಚಿ ನುಡಿದಂತಿತ್ತು.

"ಹೊತ್ತಾಯ್ತು.... ಬರ್ತೀಯಾ!"

ಇಂದು ಭಾವನಾಳಿಗೆ ಹೊರಗೆ ಹೋಗಿ ಅಡ್ಡಾಡಿ ಬರುವ ಮನಸ್ಸಾಗಲಿಲ್ಲ. ನೆನಪುಗಳು ಅಡ್ಡಾದಿಡ್ಡಿಯಾಗಿ ಮನದಲ್ಲಿ ಹಾದು ಹೋಗುತ್ತಿದ್ದವು. ಏಕಾಂತ ಬೇಕೆನಿಸಿತು.

"ಇವತ್ತು ನೀನು ಹೋಗ್ಬಾ, ಆರ್ಥರ್ ಕಾನನ್‌ರವರ ಒಂದು ಪತ್ತೇದಾರಿ ಕಾದಂಬರಿ ಸಿಕ್ಕಿದೆ. ಅದನ್ನು ಓದಿ ಮುಗಿಸಿಬಿಡ್ತೀನಿ" ತಪ್ಪಿಸಿಕೊಳ್ಳಲು ಒಂದು ಸುಳ್ಳು ನೆವ ಹೇಳಿದಳು.

"ಹೋಗಲಿ ಬಿಡು. ನಾನೂ ಎಲ್ಲೂ ಹೋಗೋಲ್ಲ." ಸುಮ್ಮನೆ ಒಂದೆಡೆ ಕುಳಿತ.

"ನೀನಿದ್ರೆ ಯಾವ್ದೂ ಆಗೋಲ್ಲ. ನಾಳೇನೇ ಆ ನಾವೆಲ್‌ನ ಹಿಂದಿರುಗಿಸಿಬಿಡ್ಬೇಕು, ಹೋಗಮ್ಮ" ಅವನಿಗೆ ದುಂಬಾಲುಬಿದ್ದು ಅವನನ್ನು ಹೊರಗೆ ಅಟ್ಟಿದಳು.

ಕೋಣೆಗೆ ಒಳಗಿನಿಂದ ಚಿಲಕ ಹಾಕಿ ಒಂದು ಕಡೆ ಕೂತಳು. ಸತೀಶನ ಬಗ್ಗೆ ಯೋಚಿಸಿದಳು. ಮಧುರವಾದ ಒಂದು ಗಳಿಗೆಯಾದರೂ ಹಾದು ಹೋಗಿದೆಯೇ?– ಕೆದಕಿ ಬೆದಕಿ ನೋಡಿದಳು. ಅವನ ಮುಖದ ಗಂಟು ಎಂದೂ ಸಡಿಲವಾಗುತ್ತಲೇ

ಇರಲಿಲ್ಲ. ಆ ಬಂಗ್ಲೆಯ ವಾಸ... ಗಡಗಡನೇ ನಡುಗಿ ಎರಡು ಕೈಗಳಿಂದ ಮುಖ ಮುಚ್ಚಿಕೊಂಡಳು.

ಅಲ್ಲಿ ಇಲ್ಲಿ ಸುತ್ತಾಡುವುದು ಬೇಡವೆಂದು ನೇರವಾಗಿ ಸತೀಶನ ಮನೆಗೆ ಹೋದ. ರಾಮ ವಿನಯದಿಂದ ಸ್ವಾಗತಿಸಿದ.

ಸಣ್ಣನೆಯ ಧ್ವನಿಯಲ್ಲಿ ಅತ್ತಿತ್ತ ನೋಡಿ "ಅಮ್ಮಾವರು ಚೆನ್ನಾಗಿದ್ದಾರ ಸಾರ್?" ಇವನಿಗೆ ಮಾತ್ರ ಕೇಳಿಸುವಷ್ಟು ಸಣ್ಣನೆಯ ಧ್ವನಿಯಲ್ಲಿ ಕೇಳಿದ.

"ಚೆನ್ನಾಗಿದ್ದಾರೆ. ಸಾಹೇಬ್ರು ಇದ್ದಾರ?"

'ಇದ್ದಾರೆ' ಎನ್ನುವಂತೆ ತಲೆಯಾಡಿಸಿದ ಅವನು ಮೇಲಕ್ಕೆ ಕೈ ತೋರಿಸಿದ.

ಮತ್ತೆ ಮಾತಿಗೆ ಅವಕಾಶ ಕೊಡದೇ ಶರತ್ ತಾನೇ ಹತ್ತಿ ಮೇಲೆ ಹೋದ. ರಾಮ ನಿಬ್ಬೆರಗಾದ.

ಕೋಣೆಯ ಬಾಗಿಲು ತೆರೆದಿತ್ತು. ಸತೀಶ್ ಸೋಫಾ ಮೇಲೆ ಮೈಚೆಲ್ಲಿ ಕೂತಿದ್ದ. ಹೆಣಗಾಟದ ಸ್ಪಷ್ಟ ಛಾಯೆ ಅವನ ಮುಖದ ಮೇಲಿತ್ತು. ಕಣ್ಣು ಮುಚ್ಚಿ ಎದೆಯವರೆಗೂ ಕೈಕಟ್ಟಿ ಕೂತಿದ್ದ.

"ಹಲೋ ಸತೀಶ್" ಕೋಣೆಯೊಳಕ್ಕೆ ಅಡಿಯಿಡುತ್ತ ಅಂದ.

ಕಣ್ಣು ತೆರೆದ ಸತೀಶ್ ತಟ್ಟನೇ ಗಾಬರಿಯಾದ. ಸರಿಯಾಗಿ ಕೂಡುತ್ತ, "ಹಲೋ" ಎಂದ. ಕಣ್ಣುಗಳಲ್ಲಿ ಯಾವುದೋ ನೋವು ಮಿನುಗಿ ಮರೆಯಾಯಿತು.

"ಕೂತ್ಕೋ ಶರತ್" ಧ್ವನಿ ಮೃದುವಾದ ಹಾಗೆ ಕಂಡಿತು. ಶರತ್ ಕಣ್ಣರಳಿಸಿದ.

ಭಾವನಾಳೊಂದಿಗೆ ಹೊಂದಿಕೊಂಡು ಜೀವನವನ್ನು ಸವಿಜೇನು ಮಾಡಿಕೊಂಡಿದ್ದರೆ ಶರತ್‌ಗೆ ಸತೀಶನಿಗಿಂತ ಆತ್ಮೀಯ ವ್ಯಕ್ತಿ ಬೇರೆ ಇರುತ್ತಲೇ ಇರಲಿಲ್ಲ.

"ಎಲ್ಲಾ ಸರಿಯಾಗಿದ್ಯಾ?" ಬಿಡಿಸಿ ಬಿಡಿಸಿ ಕೇಳುವುದು ಸತೀಶನ ಸ್ವಭಾವವಲ್ಲ.

"ಓ.ಕೆ." ಎಂದ ಶರತ್.

ನಾಲ್ಕಾರು ಬಾರಿ ಒಂದೇ ಬಸ್ ಸ್ಟಾಪ್‌ನಲ್ಲಿ ಭಾವನಾಳನ್ನು ಕಂಡ ಮೇಲೆ ಅವಳು ಅಪಾಯಿಂಟ್‌ಮೆಂಟ್‌ನಲ್ಲಿರಬಹುದೆಂದು ಊಹಿಸಿಕೊಂಡಿದ್ದ. ಅವರಿವರನ್ನು ಕೇಳಿ ತಿಳಿದುಕೊಳ್ಳುವ ಪ್ರಯತ್ನ ಅವನು ಮಾಡಿರಲಿಲ್ಲ. ಅದು ಅವನ ಸ್ವಭಾವಕ್ಕೆ ವಿರುದ್ಧ.

ಮದುವೆಯಾದ ಮಾತ್ರಕ್ಕೆ ಹೆಣ್ಣು ತನ್ನ ಸ್ವತಂತ್ರ ಕಳೆದುಕೊಳ್ಳಬೇಕೇ.... ಖಂಡಿತ ಕೂಡದು. ಅವಳ ಸ್ವಂತ ಮೌಲ್ಯಗಳಿಗೂ ಬೆಲೆ ಇದೆ. ಯಾವ ರೀತಿಯಲ್ಲೂ ಒತ್ತಡ ಹೇರಿ ಅವಳ ಸ್ವಂತ ಅನಿಸಿಕೆಗಳನ್ನು ಧ್ವಂಸಗೊಳಿಸಲಾಗದು. ಇದರಲ್ಲಿ ತಿರುಳು ಇದ್ದರೂ ಸರಿಯಾದ ರೀತಿಯಲ್ಲಿ ಕಾರ್ಯಗತವಾಗಲಿಲ್ಲ.

"ಅಲ್ಲಿ ಭಾವನಾ ಕೆಲವು ಪುಸ್ತಕಗಳು ಇವೆಯೆಂದಳು. ತಗೊಂಡು ಹೋಗೋಣಾಂತ ಬಂದೆ!"

"ಬೈ ಆಲ್ ಮೀನ್ಸ್.... ಖಂಡಿತ ತಗೊಂಡ್ಹೋಗಿ."

"ಮೊದಲು ಸ್ವಲ್ಪ ತಿಂಡಿ ತಗೊಂಡು ಆಮೇಲೆ ಆ ಕೆಲಸ ಮಾಡಬಹುದು" ಅಳುಕು, ಆಂಜಿಕೆಯಿಲ್ಲದೇ ನುಡಿದ. ಯಾವುದೇ ಕ್ಲಿಷ್ಟ ಸಂದರ್ಭದಲ್ಲಿಯಾದರೂ ಸತೀಶ್ ತನ್ನತನವನ್ನು ಕಳೆದುಕೊಳ್ಳದೇ ಜೋಪಾನವಾಗಿ ಕಾಪಾಡಿಕೊಳ್ಳುತ್ತಿದ್ದ ಎನ್ನುವುದಕ್ಕೆ ಇದೊಂದು ಸ್ಪಷ್ಟ ನಿದರ್ಶನ.

ಬಿಸ್ಕತ್, ಹಣ್ಣು, ಕಾಫಿಯಾಯಿತು.

ಇಂಡಸ್ಟ್ರಿಯ ಬಗ್ಗೆ ಕೆಲವು ವಿಷಯಗಳನ್ನು ಕೇಳಿದ. ತನ್ನ ಅಮೂಲ್ಯ ಸಲಹೆಗಳನ್ನು ನೀಡಿದ. ಕೋಪ, ಕೊಂಕು ಎಲ್ಲೂ ಇರಲಿಲ್ಲ.

"ಬನ್ನಿ" ಎಂದವನೇ ಮೇಲಕ್ಕೆ ಎದ್ದ.

ಮೇಜಿನ ಡ್ರಾಯರ್ ತೆಗೆದು ಬೀಗದ ಕೈಗೊಂಚಲನ್ನು ಶರತ್ ಕೈಗೆ ಇತ್ತ. ಶರತ್ ಗಾಬರಿಯಿಂದ ಅವನ ಮುಖ ನೋಡಿದ.

"ಭಾವನಾಳ ಸ್ವಂತ, ಅವಳಿಗೆ ಸಂಬಂಧಪಟ್ಟ ಯಾವ ವಸ್ತುಗಳನ್ನೂ ತೆರೆದು ನೋಡಿಲ್ಲ. ಅವಳಿಟ್ಟ ಕಡೆನೇ ಎಲ್ಲಾ ಇದೆ. ಹುಡುಕಿಕೊಳ್ಳಿ." ಮನವನ್ನು ತೆರೆದ ಪುಸ್ತಕದಂತೆ ಅವನ ಮುಂದೆ ತೆರೆದಿಟ್ಟ.

"ನನ್ನ ಹೆಲ್ಪ್ ಬೇಕಾದರೇ ಕೇಳಿ" ಹೋಗಿ ಸೋಫಾ ಮೇಲೆ ಕೂತುಬಿಟ್ಟ.

ಬೀಗದ ಕೈ ಗೊಂಚಲನ್ನು ಕೈಯಲ್ಲಿ ಹಿಡಿದ ಶರತ್ ಸುಮ್ಮನೆ ನಿಂತ.

ಸತೀಶ ಉನ್ನತ ವ್ಯಕ್ತಿಯಾಗಿ ಕಂಡುಬಂದ. ಭಾವನಾಳ ಬಗ್ಗೆ ಕೋಪ ಪ್ರದರ್ಶನವಾಗಲಿ, ಒಂದು ಸಣ್ಣ ಮಾತಾಗಲಿ ಅಂದಿರಲಿಲ್ಲ.

ಬೀಗದ ಕೈ ಗೊಂಚಲನ್ನು ಕೈಯಲ್ಲಿ ಹಿಡಿದು ಬಂದೇ ಅವನ ಎದುರಿನಲ್ಲಿ ನಿಂತ.

ತಟ್ಟನೇ ತಲೆ ಎತ್ತಿದ ಸತೀಶ್ "ಸಿಕ್ಕಲಿಲ್ವಾ?" ಕಣ್ಣುಗಳಲ್ಲಿ ನೋವು ಬೇಡವೆಂದರೂ ಇಣುಕುತ್ತಿತ್ತು.

"ಇಲ್ಲ" ಎಂದವನೇ ಸುಮ್ಮನೇ ನಿಂತ. ಸತೀಶನನ್ನು ಅರ್ಥ ಮಾಡಿಕೊಳ್ಳುವುದೇ ಅವನಿಗೆ ಕಷ್ಟವಾಯಿತು.

"ನಾನು ಹೆಲ್ಪ್ ಮಾಡ್ತೀನಿ" ಈಗ ರಾಮನನ್ನು ಕರೆಯುವುದು ಅವನಿಗೆ ಬೇಡವೆನಿಸಿರಬೇಕು.

ಸತೀಶ ಅವಳ ಎಲ್ಲಾ ವಸ್ತು, ಪುಸ್ತಕಗಳನ್ನು ಅವನ ಮುಂದೆ ಹರಡಿದ ಅವು ಯಾವುವೂ ಉದಾಸೀನಗೊಂಡು ಮೂಲೆಯ ಕಸವಾಗಿರಲಿಲ್ಲ.

"ಇವೆಲ್ಲ ಭಾವನಾಳದೇ" ಸತೀಶನ ಹೃದಯ ಒಡೆದು ಚೂರುಚೂರಾದ ಅನುಭವವಾಯಿತು. ಈಗ ಅವಳ ಎಲ್ಲಾ ವಸ್ತುಗಳ ಮೇಲೂ ಅವನಿಗೆ ಅಕ್ಕರೆ ಇತ್ತು.

"ಇವೆಲ್ಲಾ ಪ್ಯಾಕ್ ಮಾಡಿಸಲಾ?" ಅವನ ದೃಷ್ಟಿ ಬೇರೆಡೆ ತಿರುಗಿತು.

ಶರತ್‌ಗೆ ಕಸಿವಿಸಿಯಾಯಿತು. ಜೀವನವನ್ನು ಧೈರ್ಯವಾಗಿ ಎದುರಿಸುವ ಮನೋಬಲ ಸತೀಶನಿಗಿದೆಯೆನಿಸಿತು. ಅವನ ಬಾಯಿಂದ ಮಾತುಗಳು ಹೊರಡುವುದೇ ಕಷ್ಟವಾಯಿತು.

"ಬೇಡ ಬಿಡಿ" ತಟ್ಟನೆ ನುಡಿದುಬಿಟ್ಟ.

ಸತೀಶ ಆತಂಕಗೊಂಡು ಅವನೆಡೆ ನೋಡಿದ. ಅವನು ಬಹಳ ಕಷ್ಟದಿಂದ ನೋವನ್ನು ನುಂಗುತ್ತಿದ್ದ. ಅವನು ತಂಗಿಯನ್ನು ಎಷ್ಟೊಂದು ಅತಿಶಯವಾಗಿ ಪ್ರೀತಿಸುತ್ತಾನೆಂದು ಕಂಡುಕೊಂಡಿದ್ದ. ಭಾವನಾ ಕೂಡ ಅಷ್ಟೆ. ಎಷ್ಟೋ ಸಲ ರಾತ್ರಿಯ ವೇಳೆ 'ಅಣ್ಣ, ಅಣ್ಣ' ಎಂದು ಕೂಗಿಕೊಂಡು ಎದ್ದುಬಿಡುತ್ತಿದ್ದಳು. ಆಗ ಹಗುರವಾಗಿದ್ದುಬಿಟ್ಟಿದ್ದ.

"ನಿಮಗೆ ಎಲ್ಲಾ ತಗೊಂಡು ಹೋಗೋದಿಕ್ಕೆ ಸಾಧ್ಯವಾಗದಿದ್ರೆ ನಾನೇ ಕಳುಹಿಸಿ ಕೊಡೋ ಏರ್ಪಾಟು ಮಾಡ್ತೀನಿ."

ಶರತ್ ಸೋತವನಂತೆ ಕೂತುಬಿಟ್ಟ.

"ಈ ಪುಸ್ತಕಗಳನ್ನು ಮಾತ್ರ ತಗೋತೀನಿ" ಜೋಡಿಸಿದ್ದ ಪುಸ್ತಕಗಳನ್ನು ಮಾತ್ರ ತಗೊಂಡು ಹೊರಟುನಿಂತ.

"ಶರತ್, ಊಟ ಮಾಡ್ಕೊಂಡ್ಹೋಗಿ."

ನಿರಾಕರಿಸುವುದು ಅವನಿಂದಾಗಲಿಲ್ಲ. ಅವನ ಕೈಯಲ್ಲಿದ್ದ ಪುಸ್ತಕಗಳನ್ನು ಸತೀಶ ತಗೊಂಡು ಟೇಬಲ್ ಮೇಲಿಟ್ಟು "ಬನ್ನಿ, ಹೊರಗಡೆ ಹೋಗೋಣ."

ಇಬ್ಬರೂ ಬಂದು ಕಾಂಪೌಂಡ್‌ನಲ್ಲಿ ಲಾನ್ ಮೇಲೆ ಹಾಕಿದ್ದ ಬೆತ್ತದ ಛೇರ್‌ಗಳ ಮೇಲೆ ಕೂತರು. ಮಾತುಗಳಾಡಲು ಇಬ್ಬರೂ ಸಂಕೋಚಿಸುವವರಂತೆ ಕಂಡರು.

"ಈಗ ಭಾವನಾ ಹೇಗಿದ್ದಾಳೆ?" ನೇರವಾಗಿ ಮಡದಿಯ ಬಗ್ಗೆ ವಿಚಾರಿಸಿದ.

"ಪರ್ವಾಗಿಲ್ಲ, ಏನೂ ತೊಂದರೆ ಇಲ್ಲ. ಚಟುವಟಿಕೆಯ ಚಿಲುಮೆ. ಅವಳು ಸುಮ್ನೇ ಕೂತರೆ ತಲೆ ಕೆಡಿಸಿಕೋತಾಳೆ" ಅವಳ ಕೆಲಸದ ಬಗ್ಗೆ ಹೇಳಲು ಪೀಠಿಕೆ ಹಾಕಿದ.

ಮೊದಲು ಉದಾಸೀನ ಮಾಡಿದ್ದ ಸತೀಶನ ಬಗ್ಗೆ ಕೋಪಗೊಂಡು ಕಿಡಿಕಾರಿದ್ದ. ಈಗ ತಿಳಿಸುವುದು ಸಮಂಜಸವಾಗಿ ಕಂಡಿತು. ಇಂದು ಬೇರೆ ಸತೀಶನನ್ನೇ ಕಂಡಂತಾಗಿತ್ತು.

ಸತೀಶ ಗಂಭೀರವಾಗಿ ಕೂತ. ಇಲ್ಲಿ ಆತುರಪಡಲಿಲ್ಲ.

"ಈಗ ಭಾವನಾ ಅಪಾಯಿಂಟ್‌ಮೆಂಟಿನಲ್ಲಿದ್ದಾಳೆ" ಅವನ ಮುಖದ ಮೇಲಿನ ಭಾವಗಳು ಬದಲಾಗಲಿಲ್ಲ.

"ಅವಳು ಪೂರ್ಣವಾಗಿ ಸ್ವತಂತ್ರಳು. ತನ್ನ ಜೀವನವನ್ನು ಸರ್ಯಾದ ರೀತಿಯಲ್ಲಿ ರೂಪಿಸಿಕೊಳ್ಳಲು ಅವಳಿಗೆ ಅವಕಾಶವಿದೆ. ಆದರೆ..." ಮುಂದೆ ಆಡಲು ಅನುಮಾನಿಸಿದ.

"ನಾನು ಕರ್ತವ್ಯಬಾಹಿರನಾಗಿದ್ದೀನಿ. ನನ್ನ ಮಡದಿಯ ಎಲ್ಲಾ ಬೇಕುಬೇಡ ಪ್ರತಿಯೊಂದನ್ನು ಪೂರೈಸುವ ಜವಾಬ್ದಾರಿ ನನ್ನದು. ಆದರೆ ಅವಳಿಷ್ಟಕ್ಕೆ ವಿರುದ್ಧವಾಗಿ

ಯಾವೊಂದು ಹೊರೆಯನ್ನೂ ಹೇರಲು ನಾನು ಇಷ್ಟಪಡೋಲ್ಲ" ಸಂದಿಗ್ಧ ಸ್ಥಿತಿಯನ್ನು ಸ್ಪಷ್ಟಪಡಿಸಿದ.

ನಾಲ್ಕಾರು ಬಾರಿ ಭಾವನಾ ಬಸ್‌ಸ್ಟಾಪ್‌ನಲ್ಲಿ ಕ್ಯೂನಲ್ಲಿ ನಿಂತಿದ್ದನ್ನು ಕಂಡೆ. ನನಗೆ ತುಂಬ ಕಷ್ಟವಾಯಿತು. ಕಾರು ಉಪಯೋಗಿಸುವಂತೆ ಮನವೊಲಿಸಿ ಬಹಳ ಕಷ್ಟದಿಂದ ಅಷ್ಟನ್ನು ಹೇಳಿದ.

ಶರತ್ ಬೆರಗಾದ. ಸತೀಶನ ಹೃದಯದ ಪ್ರೀತಿಗೆ ಕೊರತೆಯಿಲ್ಲ. ತೋರಿಸಿಕೊಳ್ಳಲು ಅವಕಾಶವೇ ಕೂಡಿ ಬಂದಿಲ್ಲದಿರಬಹುದು. ಪದೇಪದೇ ಮನಸ್ಸಿನಲ್ಲಿ ಏಳುವ ಸಂದೇಹಗಳೇ.

ಊಟ ಮಾಡುವಾಗಲೂ ಸತೀಶ ಪೂರ್ಣವಾಗಿ ಗಂಭೀರನಾಗಲಿಲ್ಲ. ಒಂದೆರಡು ಮಾತುಗಳನ್ನು ಆಡಿದ, ಎಷ್ಟೋ ಅಷ್ಟು ಮಾತ್ರ.

"ನಾನು ಬರ್ತೀನಿ" ಶರತ್ ಎದ್ದು ನಿಂತ. ಅವನು ಬಂದ ಕೆಲಸವನ್ನು ಪೂರ್ಣವಾಗಿ ಮರೆತಿದ್ದ. ಪುಸ್ತಕದ ಕಡೆ ಹೊರಳಿ ಕೂಡ ನೋಡಲಿಲ್ಲ.

ಸತೀಶ ಎತ್ತಿಕೊಟ್ಟು "ಆಗಾಗ ಬರ್ತಾ ಇರೀ" ಎಂದ. ಆ ಗಂಭೀರ ಕಣ್ಣುಗಳ ಹಿಂದೆ ಆತ್ಮೀಯತೆಯ ಕಿಡಿಯೊಂದು ಮಿಂಚಿ ಮರೆಯಾಯಿತು.

ಗೇಟ್‌ವರೆಗೂ ಬಂದು ಬೀಳ್ಕೊಟ್ಟು, ಎಷ್ಟೋ ಹೊತ್ತು ಅಲ್ಲಿಯೇ ನಿಂತುಬಿಟ್ಟ.

"ಸಾರ್...." ರಾಮನ ಆಳವಾದ ಧ್ವನಿ ಹೊರಬಿತ್ತು.

ಅತ್ತ ತಿರುಗಿ ಅವನ ಮುಖ ನೋಡಿದವನೇ ಅರ್ಥ ಮಾಡಿಕೊಂಡವನಂತೆ ತನ್ನ ಕೋಣೆಗೆ ನಡೆದ. ಬಿಸಿ ಹಾಲಿನ ಲೋಟದ ಮೇಲೆ ಸ್ಟೀಲಿನ ತಟ್ಟೆ ಮುಚ್ಚಿತ್ತು. ನಿಧಾನವಾಗಿ ಕುಡಿದು ಅಲ್ಲಿಟ್ಟ, ರಾಮ ತಕ್ಷಣ ಲೋಟ, ತಟ್ಟೆಯನ್ನು ಕೊಂಡೊಯ್ದ.

ಹರಡಿದ ಎಲ್ಲಾ ವಸ್ತುಗಳನ್ನು ರಾಮ ಅವುಗಳ ಜಾಗಕ್ಕೆ ಸೇರಿಸಿಟ್ಟಿದ್ದ. ಆದರೆ ಇನ್ನೆರಡು ಕವನ ಸಂಗ್ರಹದ ಸಣ್ಣ ಸಣ್ಣ ಪುಸ್ತಕಗಳು ಮೇಜಿನ ತುದಿಯಲ್ಲಿದ್ದವು. ಕೈಗೆತ್ತಿಕೊಂಡು ಸವರಿದ. ಮನದಲ್ಲಿ ಹರ್ಷದ ಹೊನಲು ಉಕ್ಕಿತು. ಗಂಭೀರ ಮುಖದಲ್ಲಿ ಮಾರ್ದವತೆ ಮಿನುಗಿತು. ಎದೆಗೆ ಒತ್ತಿಕೊಂಡ.

ಡಾ|| ಚಂದ್ರಚೂಡ್ ಅವನ ವಿಪರೀತ ಸ್ವಾಭಿಮಾನ, ಗಂಭೀರತೆ ತೆರೆಗಳನ್ನು ಸರಿಸಲು ಪ್ರಯತ್ನಪಟ್ಟಿದ್ದರು. ಒಮ್ಮೆಲೇ ಅದು ಫಲಕಾರಿಯಾಗದಿದ್ದರೂ ದಿನದಿಂದ ದಿನಕ್ಕೆ ಅಲ್ಪಸ್ವಲ್ಪ ಬದಲಾವಣೆಗಳು ಕಾಣಿಸಿಕೊಳ್ಳತೊಡಗಿತು.

ಮಂಚದ ಮೇಲೆ ಕೂತು ಮೊದಲ ಪುಟ ತಿರುವಿದ. ಮುದ್ದಾದ ಬರವಣಿಗೆಯಲ್ಲಿ "ಭಾವನಾ ಸತೀಶ್" ಎಂದು ಬರೆದಿದ್ದಳು. ಒಂದೊಂದೇ ಪುಟ ತಿರುವಿದ. ನಿದ್ದೆ ಬರುವವರೆಗೂ ಪ್ರಯಾಸಪಟ್ಟು ನಾಲ್ಕಾರು ಕವನಗಳನ್ನು ಮೆಲುಧ್ವನಿಯಲ್ಲಿ ಓದಿಕೊಂಡ. ಹಾಯೆನಿಸಿತು. ಪುಸ್ತಕಗಳನ್ನು ಎತ್ತಿ ಸ್ವಸ್ಥಾನದಲ್ಲಿಟ್ಟು ಬಂದು ಮಲಗಿದ.

* * * *

ಬೆಳಿಗ್ಗೆ ಶರತ್ ಮನೆಯಿಂದ ಹೊರಡುವುದಕ್ಕೆ ಮುನ್ನ ಡ್ರಾಯರ್‌ನಲ್ಲಿಟ್ಟಿದ್ದ ಪುಸ್ತಕಗಳ ಕಟ್ಟನ್ನು ಹೊರಗೆ ತೆಗೆದ. ರಾತ್ರಿ ಬಂದ ಕೂಡಲೇ ಕೊಡುವುದು ಅವನಿಗೆ ಬೇಡವೆನಿಸಿತು. ನೆನಪುಗಳು ಹೊಮ್ಮಿ ರಾತ್ರಿಯೆಲ್ಲ ಯೋಚಿಸುತ್ತ ಕೂಡುವುದು ಅವನಿಗೆ ಬೇಕಿರಲಿಲ್ಲ.

"ಭಾವನಾ.... ತಗೋ" ಜಡೆ ಹೆಣೆಯುತ್ತಿದ್ದ ಭಾವನಾ ಇತ್ತ ತಿರುಗಿದಳು. ಪುಸ್ತಕಗಳನ್ನು ನೋಡಿದೊಡನೆ ಸತೀಶನ ನೆನಪು ನುಗ್ಗಿ ಬಂತು.

"ಯಾವಾಗ ತಂದೆ?" ಅರ್ಧ ಹೆಣೆದ ಜಡೆಯನ್ನು ಒಂದು ಕೈಯಲ್ಲಿ ಹಿಡಿದುಕೊಂಡು ಬಂದೇ ತಗೊಂಡಳು.

"ನೆನ್ನೆ ಸಂಜೆ ಹೋಗಿದ್ದೆ."

ಅವಳ ಮುಖದ ಭಾವನೆಗಳನ್ನು ಪರೀಕ್ಷಿಸಿ ನೋಡತೊಡಗಿದ. ಭಾವನಾ ಖಂಡಿತ ಬದಲಾಗಬೇಕು. ಸತೀಶನನ್ನು ಅರ್ಥ ಮಾಡಿಕೊಳ್ಳುವ ಪ್ರಯತ್ನ ಮಾಡಬೇಕು. ಅವರಿಬ್ಬರೂ ಒಂದಾಗಬೇಕು–ಮನ ಹಕ್ಕಿಯಂತೆ ರೆಕ್ಕೆಗಳನ್ನು ಕಟ್ಟಿಕೊಂಡು ಆಕಾಶಕ್ಕೆ ಹಾರಿತು.

"ನಿನ್ನ ಒಡವೆ, ಸೀರೆ ಎಲ್ಲಾನು ತಗೊಂಡು ಹೋಗೋಕೆ ಹೇಳಿದ." ಅವಳ ಬಾಯಿಂದ ಸ್ಪಷ್ಟವಾಗಿ ತಿಳಿಯಲು ಆಶಿಸಿದ.

"ಯಾರಿಗೆ ಬೇಕು? ಮುಂದೆ ಬರೋ ಮಡದಿಗಾಗಿ ಕಾಯ್ದಿರಿಸಿಕೊಳ್ಳಲಿ" ಜಿಗುಪ್ಸೆಯಿಂದ ಹೇಳಿದಳು. ಅಷ್ಟಕ್ಕೇ ಸುಮ್ಮನಾದ.

ಸ್ಕೂಟರ್ ಹಾರನ್ ಸದ್ದು ಕೇಳಿದ ಶರತ್ ಹೊರಕ್ಕೆ ಓಡಿದ. ಅಳಗೇಶಿ ಒಂದೇ ಸಮನೆ ಬಾರಿಸುತ್ತಿದ್ದ.

"ಸಾಕು ನಿಲ್ಸಿ ಬಾರೋ" ಒಳಗಿನಿಂದಲೇ ಕೂಗಿದ.

"ಖಂಡಿತ ಆಗೋಲ್ಲ. ಅರ್ಜೆಂಟ್, ಬೇಗ ಬಾ."

"ಭಾವನಾ, ನಾನು ಬರ್ತೀನಿ" ಕೂಗಿ ಹೇಳಿ ಓಡಿದ.

ಬೆಳಿಗ್ಗೆ ಎದ್ದು ಗುಡಿಗೆ ಹೋಗಿದ್ದ ತುಳಸಮ್ಮ, ವಾಸುದೇವಮೂರ್ತಿಗಳು ಇನ್ನೂ ಮನೆಗೆ ಬಂದಿರಲಿಲ್ಲ. ಜಡೆ ಸರಿಮಾಡಿಕೊಂಡು ವಾಚ್ ಕಡೆ ನೋಡಿದ ಭಾವನಾ ತಿಂಡಿಯನ್ನು ಡಬ್ಬಿಗೆ ತುಂಬಿ ಹೊರಗೆ ಬಂದಳು.

ಗಂಟೆ ಒಂಬತ್ತೂವರೆಯಾದಾಗ ಬೀಗ ಹಾಕಿ ಬೀಗದ ಕೈಯನ್ನು ಪಕ್ಕದ ಮನೆಯವರಿಗೆ ಕೊಟ್ಟು ಬೇಗ ಬೇಗ ಹೆಜ್ಜೆ ಹಾಕಿದಳು. ಅಪರೂಪಕ್ಕೆ ಜಯಂತಿ ಹರೀಶ್ ಎದುರಾದಾಗ ಸುಸ್ತಾದಳು. ನೋಡದವಳಂತೆ ಹೋಗುವ ಪ್ರಯತ್ನ ಮಾಡಿದಳು, ಸಾಧ್ಯವಾಗಲಿಲ್ಲ.

"ಏನ್ರೀ.... ಭಾವನಾ," ಹತ್ತಿರಕ್ಕೆ ಬಂದೇಬಿಟ್ಟಳು. ನಿರುಪಾಯಳಾಗಿ ನಿಂತಳು.

"ಈಗ ಸರ್ಯಾಗಿದ್ದೀರಾ?"

"ಏನಾಗಿದ್ದೀನಿ?" ಮುಖಕ್ಕೆ ಅಪ್ಪಳಿಸಿದಂತೆ ಕೇಳಿದಳು.

"ಒಂದೆರಡು ಸಲ ನಿಮ್ಮನೆಗೆ ಹೋಗಿದ್ದೆ, ನೀವು ಇರಲಿಲ್ಲ. ಮಿಸ್ಟರ್ ಸತೀಶ್ ಸಿಕ್ಕಾಗ ಕೇಳಿದೆ. ಮಾತೇ ಆಡಲಿಲ್ಲ. ಆಮೇಲೆ ಯಾರೋ ಹೇಳಿದರು–ನಿಮಗೆ ಮೈಯಲ್ಲಿ ಹುಷಾರಿಲ್ಲಾಂತ!" ಭಾವನಾ ಸ್ವಲ್ಪ ಜೋರಾಗಿಯೇ ನಕ್ಕುಬಿಟ್ಟಳು.

"ಸ್ವಲ್ಪ ಅರ್ಜೆಂಟಾಗಿ ಹೋಗ್ತಾ ಇದ್ದೀನಿ. ಇನ್ನೊಮ್ಮೆ ಸಿಕ್ತೀನಿ!" ಭಾವನಾ ಅವಳನ್ನು ಸರಿಸಿಕೊಂಡು ಹೊರಟೇಬಿಟ್ಟಳು. ಅವಳ ಜೊತೆ ಹೆಚ್ಚು ಹೊತ್ತು ಮಾತಿಗೆ ನಿಲ್ಲುವುದು ಅವಳಿಗೆ ಬೇಡವಾಗಿತ್ತು.

ಆದರೂ ಅಂದು ಅರ್ಧ ಗಂಟೆ ತಡವಾಗಿಯೇ ಆಫೀಸ್ ಸೇರಿದ್ದು. ಜವಾನ ಅಟೆಂಡೆನ್ಸ್ ತಂದಿಟ್ಟಾಗ ಅವಳ ಕೈ ನಡುಗಿತು. ಬಸ್ ಹಿಡಿದು ಬರುವವರ ಪಾಡು ಇಷ್ಟೇ.

ಫೈಲುಗಳನ್ನು ಎಳೆದುಕೊಂಡಳು. ಕೆಲಸಕ್ಕೇನೂ ಕಡಿಮೆ ಇಲ್ಲ. ಹತ್ತು ಜನ ಮಾಡುವಂಥ ಕೆಲಸವನ್ನು ಐದು ಜನ ಲೇಡಿಸ್‌ಗೆ ವಹಿಸಿಕೊಟ್ಟಿದ್ದರು. ಯಾರೂ ಸೋಮಾರಿಗಳಲ್ಲ. ಗೋದಾಮಣಿ ಶಿಸ್ತಿನ ಇನ್ನೊಂದು ಮುಖ. ಪ್ರತಿಯೊಂದರಲ್ಲೂ ಅಚ್ಚುಕಟ್ಟು. ಸ್ವಲ್ಪ ಹೆಚ್ಚು ಕಡಿಮೆಯಾದರೂ ಸಹಿಸುವ ಜಾಯಮಾನ ಆಕೆಯದಲ್ಲ. ಮೂಗಿನ ತುದಿಯಲ್ಲಿ ಕೋಪ,

ಮಹೇಶ್ ಸಹಜವಾಗಿ ಸರಳ ವ್ಯಕ್ತಿ. ಬಿಗುಮಾನ ತೋರುವವನಲ್ಲ. ಅಂಥ ವ್ಯಕ್ತಿಗೆ ಇಂಥ ಪರ್ಸನಲ್ ಸೆಕ್ರೆಟರಿ.

"ಕರೀತಾರೆ" ಜವಾನ ಬಂದು ಹೇಳಿ ಹೋದ.

ಶೀಲಾ ಮುಖ ಊದಿಸಿದಳು. ಇವಳು ಬರುವುದಕ್ಕೆ ಮುನ್ನ ಅವಳು ಬೈಸಿಕೊಂಡು ಬಂದಿದ್ದಳು. ಈಗ ಇವಳ ಸರದಿ. ಮನಸ್ಸಿನಲ್ಲೇ ಗೋದಾಮಣಿಗೆ ಶಾಪ ಹಾಕಿದಳು.

"ಏನೂ ಹೆದರಬೇಡ. ಹತ್ತು ನಿಮಿಷ ಲೇಟಾದರೆ ಇವಳಪ್ಪನ ಮನೆ ಗಂಟೇನೂ ಹೋಗೋಲ್ಲ. ದಬಾಯಿಸಿ ಬಾ" ಪಿಸುಮಾತಿನಲ್ಲೇ ಭಾವನಾಳಿಗೆ ಧೈರ್ಯ ತುಂಬಿದಳು.

ಸೌಮ್ಯ ಸ್ವಭಾವ ಭಾವನಾಳ ಗುಣ. ಆದರೆ ಯಾರ ಅಹಂಕಾರಕ್ಕೂ ಅವಳು ಸೊಪ್ಪು ಹಾಕುವವಳಲ್ಲ.

"ಯೆಸ್" ತಲೆ ತಗ್ಗಿಸಿಯೇ ಗೋದಾಮಣಿ ಹೇಳಿದರು. ಈಕೆ ಕಿವಿ ಎಷ್ಟು ಚುರುಕು ಅಂದುಕೊಂಡಳು.

"ಎಕ್ಸ್‌ಕ್ಯೂಸ್ ಮಿ ಮೇಡಂ ತಡವಾಗಿ ಬಂದಿದ್ದು ತಪ್ಪು." ಅದನ್ನು ಅರಿತೇ ಹೇಳಿದಳು.

"ಬೇರೆ ಯಾರೋ ಮಾಡೋ ತಪ್ಪನ್ನ ನೀವು ಮಾಡೋಕೆ ಶುರು ಮಾಡಿಬಿಟ್ರಿ!" ತಲೆ ಮೇಲೆ ಎತ್ತದೇ ಗೋದಾಮಣಿ ಮುಖ ಬಿಗಿದುಕೊಂಡು ಹೇಳಿದರು.

ಭಾವನಾಳ ಬಾಯಲ್ಲಿಯ ತೇವ ಆರಿಹೋಯಿತು. ಆಕೆಯ ಸ್ವಭಾವ ಅವಳಿಗೆ ಗೊತ್ತು. ಸದಾ ಕಿಡಿಗಳನ್ನು ಉಗುಳುವುದೇ.

ಭಾವನಾ ಏನೋ ಹೇಳಲು ಮುಂದಾದಳು. ಅಷ್ಟರಲ್ಲಿ "ಡೋಂಟ್ ಬಿ ಆರ್ಗುಮೆಂಟೇಟಿವ್. ಗೋ ಬ್ಯಾಕ್" ಅನುಮಾನದಿಂದ ಕುಸಿಯುವಂತಾಯಿತು. ಅಲ್ಲಿದ್ದ ಫೈಲುಗಳನ್ನೆಲ್ಲ ಎತ್ತಿ ಅವಳ ತಲೆಯ ಮೇಲೆ ಬಡಿಯಲೇ ಅನ್ನಿಸಿತು. ತಟ್ಟನೇ ತಿರುಗಿ ಹೊರಟಳು.

"ಭಾವನಾ.... ಡೋಂಟ್ ಬಿ ಇನ್ಸಿನ್ಸಿಯರ್?" ಕಿವಿಗೆ ಬಂದು ಅಪ್ಪಳಿಸಿತು. ಹಾಗೆ ಬಂದು ತನ್ನ ಸೀಟಿನ ಮೇಲೆ ಕುಳಿತಳು.

ಮಹೇಶ್ ಬಂದಿಲ್ಲದ ಸುದ್ದಿ ಅವಳಿಗೆ ಆಮೇಲೆ ತಿಳಿಯಿತು. ವಿರಾಮದಲ್ಲಿ ತಿಂಡಿ ಕೂಡ ತಿನ್ನಲಿಲ್ಲ. ಯಾರ ಹತ್ತಿರಾನೂ ಮಾತು ಬೇಕಿರಲಿಲ್ಲ. ಗೋದಾಮಣಿಯ ಭಯಕ್ಕೆ ಯಾರೂ ಹೆಚ್ಚು ಮಾತಾಡಲಿಲ್ಲ.

ಸಂಜೆ ಆಫೀಸಿನಿಂದ ಹೊರಬಿದ್ದಾಗ ಬ್ಯಾಗ್ ಭಾರವಾಗಿತ್ತು. ತಿಂಡಿ ತಿಂದಿಲ್ಲದ ಸಂಗತಿಯನ್ನು ನೆನಪಿಸಿಕೊಂಡಳು. ಆಗ ಕಾಣಿಸಿಕೊಂಡಿತು. ಹೊಟ್ಟೆ ಹಸಿವು.

"ಭಾವನಾ..." ನಿಂತು ಹಿಂದಿರುಗಿದಳು. ಮಹೇಶ್ ಬರುತ್ತಿದ್ದ. ಹಸನ್ಮುಖಿ. ಜೀವನದಲ್ಲಿ ಎಲ್ಲಾ ಪಡೆದುಕೊಂಡಿರಬೇಕು. ಅದೃಷ್ಟವಂತ. ನೊಂದುಕೊಂಡಳು.

"ಆಯ್ತು ಆಫೀಸ್?" ತಾನು ಅವಳ ಮೇಲಧಿಕಾರಿಯೆಂಬ ಗರ್ವ ಕಿಂಚಿತ್ತೂ ಇಲ್ಲ.

"ಆಯ್ತು ಸಾರ್, ನೀವು ಇವತ್ತು ಬಂದಿರಲಿಲ್ಲ?!" ಹುಬ್ಬೇರಿಸಿದಳು.

"ನನ್ನ ಮಗನಿಗೆ ಹುಷಾರಿರಲಿಲ್ಲ. ದಯವಿಟ್ಟು ನಂಗೆ ಸ್ವಲ್ಪ ಹೆಲ್ಪ್ ಮಾಡ್ತೀರಾ!" ಭಾವನಾಳಿಗೆ ಆಶ್ಚರ್ಯವಾಯಿತು.

"ನಮ್ಮ ಪರಮ್‌ಗೆ ಒಂದೆರಡು ಸೆಟ್ ಬಟ್ಟೆ ಆಯ್ಕೆ ಮಾಡಿಕೊಡ್ಬೇಕು." ಅವಳ ತುಟಿಗಳ ಮೇಲೆ ನಗು ಅರಳಿತು. ಅವರ ಮನೆಯಲ್ಲಿ ಅವಳೇ ಚಿಕ್ಕವಳು. ಮಕ್ಕಳ ಬಗ್ಗೆ ಅವಳಿಗೆ ಯಾವ ಅನುಭವವೂ ಇಲ್ಲ.

ಸತೀಶನ ಮೊದಲ ರಾತ್ರಿಯ ಸಂಕೋಚವಿಲ್ಲದ ಮಾತುಗಳು ನೆನಪಿನಾಳದಿಂದ ನುಗ್ಗಿಬಂದವು. ಇಲ್ಲದಿದ್ದರೆ.... ತಮ್ಮದೇ ಒಂದು ಮಗುವಿದ್ದಿದ್ದರೆ ಈ ಪರಿಸ್ಥಿತಿಯೇ ಎದುರಾಗುತ್ತಿರಲಿಲ್ಲವೇನೋ!?

"ಬೇಡಿ, ನಂಗೆ ಮಕ್ಕಳ ಬಟ್ಟೆಯ ಆಯ್ಕೆಯ ವಿಷಯದಲ್ಲಿ ಏನೇನೂ ಅನುಭವವಿಲ್ಲ. ಇನ್ನು ಶರತ್‌ಗೆ ನಾನೇ ಮಗು." ಮಹೇಶನ ತುಟಿಗಳ ಮೇಲೂ ನಗು ಅರಳಿತು.

"ಪರ್ವಾಗಿಲ್ಲ ಬನ್ನಿ. ಒಬ್ಬರಿಗಿಂತಾ ಇಬ್ಬರು ಮೇಲಲ್ಲವಾ!"

'ಸಾಧ್ಯವಿಲ್ಲ' ಎನ್ನುವುದಕ್ಕೆ ಕಾರಣವಿಲ್ಲ. ಮಹೇಶ ಉತ್ತಮ ವ್ಯಕ್ತಿತ್ವವುಳ್ಳ ಮನುಷ್ಯ. ಕಾರಿನವರೆಗೂ ಹೆಜ್ಜೆ ಹಾಕಿದಳು.

ದೊಡ್ಡ ಫ್ಯಾನ್ಸಿ ಕ್ಲಾತ್ ಸೆಂಟರ್ ಮುಂದೆ ಕಾರು ನಿಂತಿತು. ಮಹೇಶನ ಜೊತೆ ಇಳಿದು ಒಳಗೆ ಹೋದಳು. ಮಕ್ಕಳ ಬಟ್ಟೆಯ ವಿಭಾಗಕ್ಕೆ ಹೋದರು. ಭಾವನಾ ಆಯ್ಕೆ ಮಾಡಿದ ಬಟ್ಟೆಗಳನ್ನು ಪ್ಯಾಕ್ ಮಾಡಿಸಿದ. ಬಿಲ್ಲು ಕೌಂಟರ್ ಮುಂದೆ ಜನ ಸಾಲಾಗಿ ನಿಂತಿದ್ದರು. ಭಾವನಾ ಸುತ್ತಮುತ್ತಲೂ ಗಮನವರಿಸಿದಳು. ತಟ್ಟನೇ ಒಂದೆಡೆ ಅವಳ ನೋಟ ನಿಂತಿತು. ಕೂತಿದ್ದ ಸತೀಶನ ಮುಂದೆ ವಿವಿಧ ಮಾದರಿಯ ಬನೀನುಗಳನ್ನು ಬಿಚ್ಚಿ ಹರಡಿದ್ದರು. ಅವಳೆದೆಯ ಬಡಿತ ಒಂದೇ ಸಮನೆ ಏರಿತು.

"ಭಾವನಾ... ಬನ್ನಿ" ಎಂದಾಗ ಎಚ್ಚೆತ್ತು ಸಾವರಿಸಿಕೊಂಡು ಹೊರಗೆ ಬಂದಳು.

ಕಾರಿನವರೆಗೂ ಬಂದ ಭಾವನಾ "ನಾನಿನ್ನು ಬರ್ತೀನಿ" ಮಹೇಶ್ ಬಟ್ಟೆಯ ಪ್ಯಾಕೆಟನ್ನು ಕಾರಿನೊಳಕ್ಕೆ ಎಸೆದು "ಛೇ! ಛೇ!... ನನ್ನ ಏನೂಂತ ತಿಳಿದುಕೊಂಡು ಬಿಟ್ಟಿರಿ! ಮನುಷ್ಯನಿಗೆ ಸ್ವಲ್ಪವಾದರೂ ಕೃತಜ್ಞತೆ ಬೇಡವಾ! ಹತ್ತಿ, ಮನೆ ತಲುಪಿಸಿ ಹೋಗ್ತೀನಿ."

ಭಾವನಾ ಅವನ ಸರಳವಾದ ಆತ್ಮೀಯತೆಗೆ ಬೆರಗಾದಳು. ಮೌನವಾಗಿ ಹತ್ತಿ ಕೂತಳು.

"ನಿಮಗೆ ತೊಂದರೆ ಕೊಟ್ಟುಬಿಟ್ಟೆ!" ಕಾರನ್ನು ರಸ್ತೆಯೊಳಗೆ ನುಗ್ಗಿಸುತ್ತ ಹೇಳಿದ.

"ಏನಿಲ್ಲ..." ಮಾತುಗಳಿಗಾಗಿ ತಡವರಿಸಿದಳು.

ಕಾರು ಹೋಗಿ ಹೋಟಲಿನ ಮುಂದೆ ನಿಂತಿತು. ಮಹೇಶ "ಸ್ವಲ್ಪ ಕಾಫಿ ತಗೋಬಹುದಲ್ಲ. ನಾನು ಕರ್ಕೊಂಡ್ಬರದಿದ್ರೆ ನೀವು ಇದುವರೆಗೆ ಮನೆ ಸೇರಿ ಕಾಫಿ ತಿಂಡಿ ಮುಗಿಸಿಬಿಡುತ್ತಿದ್ದಿರಿ!" ಸದ್ದಾಗುವಂತೆ ನಕ್ಕ.

ಬರೀ ಕಾಫಿ ಮಾತ್ರವಲ್ಲ, ದೋಸೆ ಜೊತೆ ಜಾಮೂನೂ ತಿಂದರು.

ಇವಳು ಕಾರಿನಿಂದ ಇಳಿದಾಗ ಹತ್ತಿ ಬಿಡಿಸುತ್ತಿದ್ದ ತುಳಸಮ್ಮ ಬಗ್ಗಿ ನೋಡಿದರು. ಮಹೇಶ್ ಇಳಿಯಲಿಲ್ಲ. ಭಾವನಾ ಮಾತ್ರ ಒಳಗೆ ಬಂದಳು.

"ನಿಮ್ಮಪ್ಪ ಬಸ್‌ಸ್ಟಾಪ್‌ವರೆಗೂ ಹೋದರು." ತುಳಸಮ್ಮ ಕುಳಿತಲ್ಲಿಂದಲೇ ಹೇಳಿದರು. ಮಗಳು ಬರೋದು ತಡವಾದರೆ ಅವಳು ಇಳಿಯುವ ಬಸ್‌ಸ್ಟಾಪ್‌ನಲ್ಲಿ ಹೋಗಿ ನಿಲ್ಲುತ್ತಿದ್ದರು.

"ಅವರ ಮಗುಗೆ ಸ್ವಲ್ಪ ಬಟ್ಟೆ ಬೇಕಾಗಿತ್ತಂತೆ. ಸ್ವಲ್ಪ ನೋಡಿ ಕೊಡಿಸಿ ಅಂದ್ರು, ನಂಗೂ ಗೊತ್ತಾಗಲಿಲ್ಲ. ಸಿಕ್ಕಿದ್ದು ಆರಿಸಿಕೊಟ್ಟೆ."

"ಶ್ರೀರಾಮಚಂದ್ರ" ಎನ್ನುತ್ತ ಹಿಡಿದ ಮಂಡಿಗಳನ್ನು ಸವರಿಕೊಳ್ಳುತ್ತ ಮೇಲಕ್ಕೆದ್ದರು. ಅವರ ತೊಡೆಯ ಮೇಲಿದ್ದ ಫೋಟೋ ಕೆಳಗೆ

"ಯಾರದಮ್ಮ ಫೋಟೋ?" ಭಾವನಾ ಬಗ್ಗಿ ಕೈಗೆತ್ತಿಕೊಂಡಳು.

"ಜೋಯಿಸರು ತಂದುಕೊಟ್ಟು ಹೋದರು. ಮದ್ವೆ ವಿಷಯ ಎತ್ತಿದರೆ ಅವನು ಸಿಡಿದುಬೀಳ್ತಾನೆ. ಅವರುಗಳಿಗೆ ಹೇಳಿದರೆ ಅರ್ಥವಾಗೋಲ್ಲ"

ಭಾವನಾ ಫೋಟೋ ನೋಡಿ ರೇಡಿಯೋ ಬಳಿ ಇರಿಸಿದಳು. ಇತ್ತೀಚೆಗೆ ಶರತ್ ಮದುವೆಯ ಬಗ್ಗೆ ನಡೆಸುತ್ತಿದ್ದ ಮಾತುಕತೆಗಳು ಪೂರ್ಣವಾಗಿಯಲ್ಲದಿದ್ದರೂ ಅಷ್ಟಿಷ್ಟಾದರೂ ಅವಳ ಕಿವಿಗೆ ಬೀಳುತ್ತಿತ್ತು.

ಕೈಯಲ್ಲಿದ್ದ ಬ್ಯಾಗನ್ನು ಅಲ್ಲೇ ಎಸೆದು ಕುಕ್ಕುರುಗಾಲಿನಲ್ಲಿ ಬೆತ್ತದ ಛೇರ್ ಮೇಲೆ ಕೂತಳು.

ಕಾಫಿಗಿಟ್ಟು ಹೊರಬಂದ ತುಳಸಮ್ಮ "ಯಾಕೆ ಕೂತೆ? ಮುಖ ತೊಳಕೊಂಡು ಸೀರೆ ಬದಲಾಯಿಸು, ತಿಂಡಿ ಕೊಡ್ತೀನಿ."

"ಬೇಡಮ್ಮ. ಅವರು ಬೇಡ ಅಂದ್ರೂ ಕೇಳದೇ ತಿಂಡಿ ಕೊಡಿಸಿದ್ರು" ಸುಳ್ಳು ಹೇಳಬೇಕೆನಿಸಲಿಲ್ಲ. ತುಳಸಮ್ಮ ಕೂಡ ಮಗಳ ಬಗ್ಗೆ ತಪ್ಪು ತಿಳಿಯಲಾರರು. ಅವಳು ಗೆರೆಯನ್ನು ಮೀರಿ ನಡೆಯಲಾರಳು.

"ಹೋಗ್ಲಿ ಕಾಫಿನಾದ್ರೂ ಕುಡಿ" ಅವಳ ಮುಂದೆ ಕಾಫಿಯ ಲೋಟ ತಂದಿಟ್ಟರು.

ಕಾಫಿ ಕುಡಿದು ಲೋಟ ಕೆಳಗಿಟ್ಟ ಭಾವನಾ "ಅಪ್ಪ ಬರಲೇ ಇಲ್ಲ. ನಾನಾದ್ರೂ ಅಲ್ಲೀವರೆಗೂ ಹೋಗಿ ಬರ್ತೀನಿ" ಚಪ್ಪಲಿ ಮೆಟ್ಟಿ ಹೊರಟೇಬಿಟ್ಟಳು.

ತುಳಸಮ್ಮ ಮಗಳನ್ನು ತಡೆಯಲು ಹೋಗಲಿಲ್ಲ. ವಿಷಯ ತಿಳಿಯದಿದ್ದರೆ ವಾಸುದೇವಮೂರ್ತಿಗಳು ಮಗಳಿಗಾಗಿ ಕಾಯುತ್ತ ಅಲ್ಲೇ ನಿಂತು ಬಿಡುವವರೇ.

ದಾಪುಗಾಲು ಹಾಕುತ್ತ ನಡೆದಳು. ಬಸ್‌ಸ್ಟಾಪ್ ಮನೆಯಿಂದ ಬಹಳ ದೂರವೇನು ಅಲ್ಲ.

"ಅಪ್ಪ" ಬಸ್ ಬರುವ ಹಾದಿಯ ಕಡೆ ನೋಡುತ್ತಿದ್ದ ಅವರು ಬೆಚ್ಚಿಬಿದ್ದವರಂತೆ ತಟ್ಟನೇ ತಿರುಗಿದರು.

"ಯಾವ ಬಸ್‌ನಲ್ಲಿ ಬಂದೆ?" ಈ ಸ್ಟಾಪ್‌ನಲ್ಲಿ ಇಳಿದ ಪ್ರಯಾಣಿಕರಲ್ಲಿ ಮಗಳನ್ನು ಅರಸಿದ್ದರು.

"ನಾನು ಆಗ್ಲೇ ಬಂದೆ. ಅಮ್ಮ ಕಾಯ್ತಾ ಇದ್ದಾರೆ, ಹೋಗೋಣ."

"ಶರತ್ ಬಂದನೇನು!" ಅವನು ಆಗಾಗ ತಂಗಿಯನ್ನು ಜೊತೆಯಲ್ಲಿ ಕರೆದುಕೊಂಡು ಬರುತ್ತಿದ್ದ.

"ಇಲ್ಲಪ್ಪ, ನಮ್ಮ ಬಾಸ್ ಕಾರಿನಲ್ಲಿ ಬಂದೆ, ಅವರ ಮಗನಿಗೆ ಬಟ್ಟೆ ಬೇಕಾಗಿತ್ತಂತೆ, ನನ್ನ ಆರಿಸಿಕೊಡೂಂದ್ರು," ನಕ್ಕುಬಿಟ್ಟಳು. ಅವರ ಮುಖದ ಮೇಲೂ ನಗು ಸುಳಿಯಿತು.

"ಕಣ್ಣಿಗೆ ಚೆನ್ನಾಗಿ ಕಂಡಿದ್ದು ಆರಿಸಿಕೊಟ್ಟೆ. ಅವರೇ ಮನೆವರೆಗೂ ಡ್ರಾಪ್ ಕೊಟ್ಟು ಹೋದರು."

ದಾರಿಯಲ್ಲಿ ಕೊತ್ತಂಬರಿ ಸೊಪ್ಪು, ಹೂ ಕೊಂಡು ಮನೆಗೆ ಬಂದರು. ಶರತ್ ಸೋಫಾಗೆ ಒರಗಿ ಕುಳಿತಿದ್ದ. ಮುಖದ ಬಣ್ಣವೇ ಬದಲಾಯಿತು. ತೀರಾ ಸೋತವನಂತೆ ಕಂಡ.

"ಯಾಕಯ್ಯಾ?" ಮೂರ್ತಿಗಳು ಗಾಬರಿಯಾದರು.

"ಏನಿಲ್ಲಪ್ಪ, ಸ್ವಲ್ಪ ತಲೆ ನೋವು ಮಾತ್ರ" ಅಂಗೈನಿಂದ ಹಣೆಯನ್ನು ಒತ್ತಿಕೊಂಡ.

ಭಾವನಾ ಆತಂಕದಿಂದ ಅವನ ಹಣೆ, ಮೈ ಮುಟ್ಟಿ ನೋಡಿದಳು. ಬರೀ ತಲೆನೋವು ಮಾತ್ರವಲ್ಲ, ಜ್ವರಾನೂ ಬಂದಿತ್ತು.

"ಜ್ವರ ಬಂದಿದೆ. ಮಲಗು ನಡೀ." ರಟ್ಟೆ ಹಿಡಿದು ಎಬ್ಬಿಸಿಕೊಂಡು ಹೋಗಿ ಹಾಸಿಗೆ ಮೇಲೆ ಮಲಗಿಸಿದಳು. ತಾಯಿ ತಂದು ಕೊಟ್ಟ ಕಾಫಿ ಕುಡಿಸಿದಳು.

"ಏ.... ಭಾವನಾ.... ಯಾಕಿಷ್ಟು ಗಾಬರಿ!" ತಂಗಿಯ ಕೆನ್ನೆಯನ್ನು ಮೃದುವಾಗಿ ತಟ್ಟಿದ.

"ಮೇಲಕ್ಕೆದ್ದ ಭಾವನಾ "ಡಾಕ್ಟರನ್ನು ಕರ್ಕೊಂಡುಬರ್ಲಾ?" ತಂಗಿಯ ಕೈ ಹಿಡಿದು ಕೂಡಿಸಿದ. ಕಣ್ಣಲ್ಲಿ ಕಣ್ಣಿಟ್ಟು ನೋಡಿದ. ಎಂಥ ಉಜ್ವಲ ಬೆಳಕು!.... ಸತೀಶನ ಕಣ್ಣುಗಳಿಗೇಕೆ ಗೋಚರವಾಗಲಿಲ್ಲ?

"ಡಾಕ್ಟ್ರುಗಳ ಸಹವಾಸ ಬೇಡ, ನೀನು ಏನಾದ್ರೂ ಹಾಡು. ನಾನು ಸ್ವಲ್ಪ ಹೊತ್ತು ಮಲಗಿ ನಿದ್ದೆ ಮಾಡ್ತೀನಿ. ಏಳೋ ವೇಳೆಗೆ ಎಲ್ಲ ಮಾಯ!" ಶರತ್ ನಕ್ಕ. ಅವನ ನಗುವಿಗೆ ಭಾವನಾಳ ಗಂಭೀರ ನಗು ಸೇರಿತ್ತು.

"ಶರತ್..." ಅಳಗೇಶಿ ಕೋಣೆಯೊಳಗೆ ನುಗ್ಗಿದ.

"ಬಾರೋ.... ಯಾವಾಗ್ಬಂದೆ?" ಎದ್ದು ಅರೆ ಮಲಗಿದ.

"ಏನಮ್ಮ ಭಾವನಾ... ಹೇಗಿದೆ ಕೆಲಸ?" ಅಳಗೇಶಿ ಭಾವನಾ ಕಡೆ ನೋಡಿ ಪ್ರಶ್ನಿಸಿದ.

"ಏನೂ ತೊಂದರೆ ಇಲ್ಲ" ಹೊರಗೆ ಹೋದಳು. ಅವಳು ಹೋದ ಕಡೆನೇ ನೋಡಿದ.

ಅಳಗೇಶಿಗೆ ಭಾವನಾ ಹೊಸಬಳಲ್ಲ. ಅವಳು ಲಂಗ ಹಾಕುತ್ತಿದ್ದ ದಿನಗಳಿಂದ ನೋಡಿದ್ದ. ಅಣ್ಣ-ತಂಗಿಯ ಜಗಳಗಳನ್ನು ನೋಡಿದ್ದ. ಅದರಲ್ಲಿ ಮಧುರ ಬಾಂಧವ್ಯದ ಬಿಗಿತವಿತ್ತು.

"ಬಂದ ತಕ್ಷಣ ಸುಂದರು ಹೇಳಿದ. ಒಂದೇ ಉಸಿರಿಗೆ ಓಡಿ ಬಂದೆ. ಹೇಗಿದ್ದೀಯಾ? ಷಾಪ್‌ಗೆ ಹೋಗಿದ್ಯಾ?" ಅವನ ಪಕ್ಕ ಮಂಚದ ಮೇಲೆ ಕೂತ.

"ಏನಿಲ್ಲವೋ! ಸ್ವಲ್ಪ ತಲೆನೋವು ಅಷ್ಟೆ."

ಆಮೇಲೆ ಇಂಡಸ್ಟ್ರಿಗೆ ಸಂಬಂಧಪಟ್ಟ ಎಲ್ಲಾ ವಿಷಯಗಳನ್ನು ಮಾತಾಡಿದರು. ಹೊಸದಾಗಿ ಬುಕ್ ಆದ ಆರ್ಡರ್‌ಗಳ ಮಾಹಿತಿ ತಿಳಿಸಿದ. ಅವರ ನಿರೀಕ್ಷೆಗೆ ಮೀರಿದ ಸಫಲತೆಯನ್ನು ಸಾಧಿಸಿದ್ದರು. ಆಫೀಸ್‌ಗಳಿಗೆ ಬೇಕಾದ ಕುರ್ಚಿ, ಮೇಜು, ಬೀರು ಮುಂತಾದುವುಗಳನ್ನು ತಯಾರಿಸುತ್ತಿದ್ದರು.

ಹೊರಟು ನಿಂತ ಅಳಗೇಶಿ "ನಾಳೆ ಪೂರ್ತಿ ರೆಸ್ಟ್ ತಗೋ. ಸಂಜೆ ನಾವು ಬಂದು ನೋಡ್ಕೊಂಡು ಹೋಗ್ತೀವಿ. ಧಾವಂತಪಟ್ಟುಕೊಂಡು ಬರಬೇಡ" ಹೇಳಿಹೋದ.

ಒಂದು ದಿನವೇನು ನಾಲ್ಕು ದಿನ ಜ್ವರದಿಂದ ಮಲಗಿದ. ಭಾವನಾ ರಜ ಹಾಕಿ ಮನೆಯಲ್ಲಿದ್ದುಬಿಟ್ಟಳು. ಅಳಗೇಶಿ ಅವನ ಗೆಳೆಯರು ದಿನಾ ಡಾಕ್ಟರನ್ನು ಕರೆದುಕೊಂಡು ಬರುತ್ತಿದ್ದರು. ಸ್ವಂತ ಅಣ್ಣ ತಮ್ಮಂದಿರಿಗಿಂತ ಹೆಚ್ಚಾಗಿ ನೋಡಿಕೊಂಡರು.

"ಶರತ್...." ನೆರಳು-ಬೆಳಕುಗಳ ಆಟದಂತೆ ಅವಳ ಮನ ತೂಗುಯ್ಯಾಲೆಯಾಡಿತು. ತಲೆ ದಿಮ್ಮೆಂದಿತು. ಬಹಳ ಪ್ರಯಾಸದಿಂದ ಮುಖವನ್ನು ಮೇಲಕ್ಕೆ ಎತ್ತಿದಳು. ಎದುರಿಗೆ ನಿಂತಿದ್ದಿದ್ದು ಸತೀಶ್, ಫುಲ್ ಸೂಟಿನಿಂದ ಅಲಂಕೃತನಾಗಿದ್ದ. ಕಾಲಿನಲ್ಲಿದ್ದ ಷೂಗಳು ಮಿರಮಿರನೆ ಮಿಂಚುತ್ತಿದ್ದವು. ಎಂಜಲನ್ನು ನುಂಗಿ ಎದ್ದು ನಿಂತು "ಬನ್ನಿ" ಎಂದಳು.

ಮನೆಗೆ ಬಂದ ವ್ಯಕ್ತಿಯನ್ನು ಅವಮಾನಗೊಳಿಸುವುದು ಅವಳಿಂದಾಗದ ಕೆಲಸ. ಅದರಲ್ಲಿ ಸತೀಶನನ್ನು.... ಸಾಧ್ಯವೇ ಇಲ್ಲ.

"ರೂಮಿನಲ್ಲಿದ್ದಾನೆ" ಶರತ್‌ಗೆ ಕೇಳಿಸಿರಬೇಕು. ಅವನೇ ಹೊರಗೆ ಬಂದ. ಕಣ್ಣುಗಳಲ್ಲಿ ಮಿಂಚೊಡೆಯಿತು. ಕೈ ಮುಂದಕ್ಕೆ ಚಾಚಿ "ಬನ್ನಿ ಸತೀಶ್" ಎಂದ.

"ಹೇಗಿದ್ದೀರಿ?" ಸತೀಶ್ ಕೂತು ಕೇಳಿದ.

"ಈಗೇನಿಲ್ಲ. ನಮ್ಮ ಭಾವನಾ ಗಲಾಟೆಯಿಂದ ಮನೆಯಲ್ಲಿರಬೇಕಾಗಿದೆ" ಸೋತ ಮುಖದಲ್ಲಿ ನಗು ಕಾಣಿಸಿಕೊಂಡಿತು.

ಶರತ್ ಗಡ್ಡ ತುರಿಸಿಕೊಂಡ. ತನಗೆ ಮೈಯಲ್ಲಿ ಹುಷಾರಿಲ್ಲದ ಸಂಗತಿ ಯಾರೊ ತಿಳಿಸಿರಬೇಕು? ಸತೀಶ್ ಬಗ್ಗೆ ಅಭಿಮಾನಗೊಂಡ.

ಸೇಬಿನ ಹೋಳು, ಬಿಸ್ಕತ್ ತಂದಿರಿಸಿದಳು. ಅಷ್ಟೇ ಅಲ್ಲದೇ ಫೋರ್ಕ್, ಸ್ಪೂನ್ ಕೂಡ ತಂದಿಟ್ಟಳು. ಅಂದಿನ ದಿನಗಳಲ್ಲಿ ನಡೆದ ಪ್ರತಿಯೊಂದು ಘಟನೆಯನ್ನು ನೆನೆಸಿಕೊಂಡಳು.

"ತಗೊಳ್ಳಿ" ಶರತ್‌ನ ಒಣಗಿದ ತುಟಿಗಳ ಮೇಲೆ ನಗು ಕಾಣಿಸಿಕೊಂಡಿತು. ಫೋರ್ಕ್, ಸ್ಪೂನ್ ಕಡೆ ನೋಡಿದಾಗ ಸತೀಶ್‌ನ ಗಂಭೀರಮುಖದಲ್ಲಿ ಅಪರೂಪದ ತಿಳಿನಗೆ ಹಾದುಹೋಯಿತು. ಮೊದಲು ಒಂದಷ್ಟು ದಿನ ಸ್ಪೂನ್, ಫೋರ್ಕ್, ಚಾಕುಗಳ ಕೂಡ ಹೆಣಗಾಡಿದ ಭಾವನಾ ಆಮೇಲೆ ಕೈಯಿಂದಲೇ ತಿನ್ನುತ್ತಿದ್ದಳು. ಆಗಿನ ಸಂದರ್ಭಗಳನ್ನು ನೆನೆನಸಿಕೊಂಡ.

"ತಗೊಳ್ಳಿ. ಅಪರೂಪಕ್ಕೆ ಬಂದಿದ್ದೀರಾ."

"ಈಗೇನು ಬೇಡ. ಯಾವ ಡಾಕ್ಟ್ರು ಟ್ರೀಟ್‌ಮೆಂಟ್ ಕೊಡ್ತಾ ಇದ್ದಾರೆ?"

ಒಳಗಿದ್ದ ಭಾವನಾಳಿಗೆ ರೇಗಿಹೋಯಿತು. ಹೊರಗೆ ಬಂದು ಕೂಗಾಡಿ ಬಿಡಬೇಕೆನಿಸಿತು. ಮನೆಗೆ ಬಂದ ಅತಿಥಿ–ಅಸಭ್ಯತೆಯಿಂದ ವರ್ತಿಸುವುದು ಸಲ್ಲದು.

"ಪರ್ವಾಗಿಲ್ಲ ತಗೊಳ್ಳಿ. ನಿಮಗಾಗಿ ಕುದಿದ ಬಿಸಿನೀರಿನಲ್ಲಿ ತಟ್ಟೆ ಲೋಟ, ಸ್ಪೂನ್, ಫೋರ್ಕು ಎಲ್ಲಾವನ್ನು ತೊಳೆದಿದ್ದೀನಿ" ಭಾವನಾಳ ತುಟಿ ಮೀರಿ ಮಾತುಗಳು

ಹೊರಗೆಬಂದವು. ಶರತ್‌ಗೆ ನಗು ತಡೆಯದಾಯಿತು, ಕೆಮ್ಮಿ ಗಂಟಲು ಸರಿಪಡಿಸಿಕೊಂಡ.

"ತಗೊಳ್ಳಿ" ಪುನಃ ಹೇಳಿದ.

ಸತೀಶ್ ಉಸಿರೆತ್ತದೇ ತಿಂದು ಮುಗಿಸಿದ. ಆಮೇಲೆ ಹತ್ತು ನಿಮಿಷ ಕೂತು ಶರತ್‌ನೊಂದಿಗೆ ಮಾತಾಡಿದ. ಮಾತಿನಲ್ಲಿ ಧಾರಾಳತನ ತೋರಿಸಿದ.

ಅವನನ್ನು ಬೀಳ್ಕೊಡಲು ಶರತ್ ಗೇಟಿನವರೆಗೂ ಬಂದ. ಎಲ್ಲಾದರೂ ಹೋಗಿ ಒಂದು ನಿಮಿಷ ಅಡ್ಡಾಡಿ ಬರಬೇಕೆನಿಸಿತು.

"ಜಸ್ಟ್ ಎ ಮಿನಿಟ್" ಒಳಗೆ ಓಡಿದ.

ಭಾವನಾನ ಒಪ್ಪಿಸಿ ಹೊರಗೆ ಬರುವ ವೇಳೆಗೆ ಸುಸ್ತಾದ. ತುಂಬುತೋಳಿನ ಸ್ವೆಟರ್ ತೊಟ್ಟಿದ್ದ. ತಲೆಗೆ ಉಣ್ಣೆ ಟೋಪಿ ಧರಿಸಿದ್ದ.

"ಶರತ್, ಆರ್ ಯೂ ಗೋಯಿಂಗ್ ಎನಿವೇರ್? ಕಮಾನ್..."ಕಾರು ನಿಮಿಷದಲ್ಲಿ ಮರೆಯಾಯಿತು.

ಮನೆಯಲ್ಲಿ ಯಾರೂ ಇರಲಿಲ್ಲ. ಅವಳಿಗೆ ಒಂದು ರೀತಿಯ ಕಸಿವಿಸಿಯಾಯಿತು. ಶರತ್ ಸ್ನೇಹಮಯಿ. ಅವನು ಸತೀಶನೊಂದಿಗೆ ಸ್ನೇಹದಿಂದ ಇದ್ದರೆ ಖಂಡಿತ ತಪ್ಪು ಭಾವಿಸಲಾರಳು. ಸತೀಶನ ಬಗ್ಗೆ ಅವಳಿಗೇನು ದ್ವೇಷವಿಲ್ಲ. ಒಲ್ಲದ ಜೀವನ ಯಾಕಾಗಿ? ಯಾರಿಗಾಗಿ? ಇಬ್ಬರಿಗೂ ಸುಖವಿಲ್ಲ. ಅವನು ಪ್ರೀತಿಸುವ ವಸ್ತುಗಳನ್ನು ಇವಳು ಪ್ರೀತಿಸಲಾರಳು. ಅವನ ವ್ಯವಹಾರಿಕ ಸಂಬಂಧ ಹೇಸಿಗೆ ತರಿಸಿತ್ತು.

ತಂದಿದ್ದ ಕುಂಕುಮವನ್ನು ಮಗಳ ಹಣೆಗಿಟ್ಟ ತುಳಸಮ್ಮ ಒಂದು ಚೂರು ಹೂವನ್ನು ಅವಳ ಮುಡಿಗೇರಿಸಿದಳು. ಮಗಳ ಮುಖದ ಮೇಲೆ ದಟ್ಟವಾಗಿ ಹಬ್ಬಿದ ಕಾರ್ಮೋಡಗಳನ್ನು ನೋಡಿ ಅವರಿಗೆ ದಿಗಿಲಾಯಿತು.

"ಭಾವನಾ...." ಭುಜ ಹಿಡಿದು ಅಲ್ಲಾಡಿಸಿದರು.

"ಯಾಕಮ್ಮ?" ಮುಖ ಮೇಲೆ ಎತ್ತದೇ ಕೇಳಿದಳು.

"ಹುಷಾರಾಗಿದ್ದೀಯ ತಾನೇ!"

ಭಾವನಾ ನಗುತ್ತಾ ಮೇಲೆದ್ದಳು. ತಾಯಿ ಪ್ರತಿಯೊಂದಕ್ಕೂ ಗಾಬರಿಪಡುತ್ತಿದ್ದುದನ್ನು ಬಲ್ಲಳು. ಅವಳು ಹೆಚ್ಚು ಹೊತ್ತು ನಿಂತರೆ ಗಾಬರಿ. ತಿಂದರೆ ಆತಂಕ. ಮೌನವಾಗಿದ್ದರೆ ಕಷ್ಟ. ಮಗಳ ಮನಃಸ್ಥಿತಿ ಪುನಃ ಎಲ್ಲಿ ಕೆಟ್ಟು ಹೋಗುವುದೋ ಅನ್ನುವ ಭಯ!

* * * *

ಇವಳು ಆಫೀಸ್‌ಗೆ ಬಂದಾಗ ಎಲ್ಲಾ ಸೀಟುಗಳು ಖಾಲಿ ಇದ್ದವು. ವಾಚ್ ಕಡೆಗೆ ನೋಡಿದಳು. ಇನ್ನೂ ಐದು ನಿಮಿಷವಿತ್ತು. ಇವತ್ತು ಏನಾದರೂ ಸ್ಟ್ರೈಕ್? ತಲೆ

ಕೆರೆದುಕೊಂಡಳು. ಮಹೇಶ್ ಛೇಂಬರ್‌ನಿಂದ ಗಲಾಟೆ ಕೇಳಿಬರುತ್ತಿತ್ತು. 'ಏನಪ್ಪ ಗ್ರಹಚಾರ!' ಎಂದುಕೊಂಡೇ ತನ್ನ ಸೀಟಿನ ಮೇಲೆ ಕೂತಳು.

"ಬರಬೇಕಂತೆ" ಜವಾನ ಬಂದು ಹೇಳಿದ.

ತುಟಿ ಕಚ್ಚಿ ಯೋಚಿಸಿದಳು. ಏನೋ ದೊಡ್ಡ ಗಲಾಟೆಯಾಗಿರಬಹುದು. ಇವರುಗಳೆಲ್ಲ ಮಹೇಶ್, ಗೋದಾಮಣಿಯರನ್ನು ಘೇರಾವೋ ಮಾಡಿರಬೇಕು. ತಾನೀಗ ಯಾರ ಪಕ್ಷ ವಹಿಸುವುದು? ಕಾರಣ ತಿಳಿಯದೇ ಇವರಿಗೆ ಸಹಕಾರ ಕೊಡಲೋ, ಇಲ್ಲ ಅಸಹಕಾರ ತೋರಿ ಅವರಿಂದ ಛೀಮಾರಿ ಮಾಡಿಸಿಕೊಳ್ಳಲೋ!? ಅವಳಿಗೊಂದೂ ತೋಚದಾಯಿತು.

ಮಹೇಶ್ ತಿರುಗು ಕುರ್ಚಿಯಲ್ಲಿ ಕೂತು ಹಿಂದಕ್ಕೂ ಮುಂದಕ್ಕೂ ಕಾಲಾಡಿಸುತ್ತಿದ್ದ. ಗೋದಾಮಣಿಯೊಬ್ಬರು ಮಾತ್ರ ಕೂತಿದ್ದರು. ಇವರುಗಳೆಲ್ಲ ಸುತ್ತಲೂ ನಿಂತಿದ್ದರು. ಯಾವ ತಂಟೆಗೂ ಹೋಗದ ಕಮಲ ಕೂಡ ಇದ್ದಳು.

ವಿಷ್ ಮಾಡಿ ಒಳಗೆ ಅಡಿಯಿಟ್ಟಳು. ಪ್ರತಿವಂದಿಸಿ ತುಟಿಗಳ ಮೇಲೆ ನಗು ತುಳುಕಿಸಿದ ಮಹೇಶ್. ಯಾವ ಸಮಯದಲ್ಲೂ ಕೂಡ ಆ ತುಟಿಗಳ ಮೇಲಿನ ನಗು ಮಾಸದೇನೋ!

"ಬನ್ನಿ ಬನ್ನಿ..." ಆಹ್ವಾನಿಸಿದ.

"ನೋಡಿ ಮೇಡಮ್...." ರಮೇಶ ಹೇಳಲು ಮುಂದಾದ. ಶೀಲಾ ಮಧ್ಯೆ ಬಂದಳು. ಹೇಳಲು ಶುರು ಮಾಡಿದರು. ಅವಳಿಗೊಂದೂ ಅರ್ಥವಾಗಲಿಲ್ಲ.

"ಬಾಸ್ ಛೇಂಬರ್.... ಬಿ ಕರ್ಟಿಯಸ್" ಗೋದಾಮಣಿಯ ಧ್ವನಿ ಕತ್ತಿಯ ಅಲುಗಿನಂತೆ ಎಲ್ಲರನ್ನು ತಿವಿಯಿತು. ಎಲ್ಲರೂ ಗಂಭೀರರಾದರು. ಯಾರೂ ಮಾತಾಡಲಿಲ್ಲ.

ಮಹೇಶನ ಮುಖದ ಮೇಲೆ ಬೇಸರ ಕಾಣಿಸಿಕೊಂಡಿತು. ಅಸಹನೆಯಿಂದ ಗೋದಾಮಣಿ ಕಡೆಗೆ ನೋಡಿದ.

"ಬರ್ತೀವಿ ಸಾರ್" ಎಲ್ಲರೂ ಒಬ್ಬರಾದ ಮೇಲೆ ಒಬ್ಬರಂತೆ ಹೊರಗೆ ಬಂದರು.

ಮಹೇಶ್, ಗೋದಾಮಣಿಯ ಕಡೆ ವಾಚ್ ಹಿಡಿದ. ಆಫೀಸಿನ ವೇಳೆಗೆ ಇನ್ನು ಮೂರು ನಿಮಿಷವಿತ್ತು.

"ನಮ್ಮ ಕೈಕೆಳಗೆ ಕೆಲಸ ಮಾಡುವವರೊಂದಿಗೆ ಆತ್ಮೀಯತೆಯಿಂದ ಇದ್ದರೆ ತಪ್ಪು? ಯಾವಾಗಲೂ ಸ್ಥಾನಮಾನಗಳ ಬಗ್ಗೆ ಯೋಚಿಸಬಾರದು. ಅವರು ಯಂತ್ರಗಳಲ್ಲ, ನಾವು ಕೂಡ ಯಂತ್ರಗಳಲ್ಲ" ಸ್ವಲ್ಪ ಖಾರವಾಗಿಯೇ ನುಡಿದ.

ಗೋದಾಮಣಿಯ ಮುಖ ಚಿಕ್ಕದಾಯಿತು. ತಲೆ ಮೇಲಕ್ಕೆ ಎತ್ತಲಿಲ್ಲ.

ಗೋದಾಮಣಿ ವಿದ್ಯಾವಂತ ಕುಟುಂಬದಿಂದ ಬಂದವಳು. ಪ್ರತಿಭಾಶಾಲಿ. ಕೆಲಸದಲ್ಲಿ ಅಚ್ಚುಕಟ್ಟು. ತಾನಿಲ್ಲದೇ ಈ ಆಫೀಸ್ ನಡೆಯದು ಎನ್ನುವಷ್ಟರಮಟ್ಟಿಗೆ ಅಹಂಕಾರ. ಮಹೇಶ್ ಈ ಬ್ರಾಂಚ್‌ಗೆ ಬರುವ ಮುನ್ನ ಇನ್ನೊಬ್ಬ ಅಧಿಕಾರಿ ಇದ್ದ.

ತೀರಾ ಸೋಮಾರಿ. ಯಾವುದಕ್ಕೂ ತಲೆ ಕೆಡಿಸಿಕೊಳ್ಳುತ್ತಿರಲಿಲ್ಲ. ಎಲ್ಲಾ ಗೋದಾಮಣಿಗೆ ಒಪ್ಪಿಸಿಬಿಟ್ಟಿದ್ದ. ಆಕೆಯ ಕಾರುಬಾರಿನಲ್ಲಿ ಎಲ್ಲಾ ತಳಮಳಿಸಿದ್ದರು. ನೌಕರರು ಅಸಹಕಾರ ತೋರಿದ್ದರು. ಆ ಪುಣ್ಯಾತ್ಮನಿಗೆ ಎತ್ತಂಗಡಿಯಾಗಿತ್ತು; ಗೋದಾಮಣಿ ಮಾತ್ರ ಉಳಿದುಕೊಂಡಿದ್ದಳು. ಆಕೆಯ ತಂದೆ ಮಾನ್ಯ ಮಂತ್ರಿಗಳಿಗೆ ಸಲಹೆಗಾರರಾಗಿದ್ದರು.

ಮಹೇಶ್ ಬುದ್ಧಿವಂತ. ಎಲ್ಲಾ ಬದಲಾಯಿಸಿದ.

ನೌಕರರಿಗೆಲ್ಲ ಬೋನಸ್ ಬಂದಿತ್ತು. ಒಂದು ಭಾನುವಾರ ನಂದಿಬೆಟ್ಟಕ್ಕೆ ಆಫೀಸ್ ಕೆಲಸಗಾರರೆಲ್ಲ ಪಿಕ್‌ನಿಕ್‌ಗೆ ಹೋಗಿ ಬರಲು ನಿರ್ಧರಿಸಿದರು. ಮಹೇಶ್ ಅಸ್ತು ಅಂದಿದ್ದ. ಅಲ್ಲದೆ ಗೋದಾಮಣಿಯನ್ನೂ ಹೊರಡಿಸಿದ್ದ.

ಹೆಡ್ ಕ್ಲಾರ್ಕ್ ಮೂರ್ತಿರಾಯರು ವಯಸ್ಸಾದರೂ ಯುವಕರಂತೆ ಕುಣಿಯುತ್ತ ಹೊರಟಿದ್ದರು. ಭಾವನಾ ಹೊರಡದೇ ಇರುವುದಕ್ಕೆ ಯಾವ ಕಾರಣವೂ ಇರಲಿಲ್ಲ.

ಫೈಲ್ ತಗೊಂಡು ಅವನ ಛೇಂಬರ್‌ಗೆ ಹೋದ ಭಾವನಾ "ಸಾರ್, ಇದು ಅರ್ಥವಾಗಲಿಲ್ಲ." ತಗ್ಗಿದ ಧ್ವನಿಯಲ್ಲಿ ಹೇಳಿದಳು.

"ಅಲ್ಲಿಟ್ಟು ಹೋಗಿ" ಮಹೇಶ್ ಬದಲು ಗೋದಾಮಣಿ ಹೇಳಿದಾಗ ಅವಳಿಗೆ ಅವಮಾನದಿಂದ ಸಾಯುವಂತಾಯಿತು. ಈಕೆ ಕೈ ಕೆಳಗೆ ಕೆಲಸ ಮಾಡೋಕ್ಕಿಂತ ಅಮ್ಮನಿಗೆ ಸಹಾಯ ಮಾಡಿಕೊಂಡು ಮನೇಲಿರೋದು ವಾಸಿಯೆಂದುಕೊಂಡಳು.

"ಏನಂದ್ರೂ?" ಬರೆಯುತ್ತಿದ್ದ ಮೂರ್ತಿರಾಯರು ತಲೆ ಎತ್ತಿ ಕೇಳಿದರು. ಸಿಟ್ಟಿನಿಂದ ಭಾವನಾಳ ಮುಖ ಕೆಂಪಾಯಿತು. ಅವರು ಗೋದಾಮಣಿನ ಎದುರಿಸೋಕೆ ಭಯಪಡುತ್ತಿದ್ದರು. ಏನಾದರೂ ಕೇಳಿದಾಗ ಗೊತ್ತಿಲ್ಲವೆಂದು ಜಾರಿಕೊಂಡುಬಿಡುತ್ತಿದ್ದರು.

ಮಾತಾಡದೇ ಬಂದು ಸೀಟಿನಲ್ಲಿ ಕೂತಳು.

"ನೀನು ಯಾಕೆ ಆ ಫೈಲು ತಗೊಂಡು ಹೋದೆ?" ಶೀಲಾ ಬೇಸರದಿಂದ ಕೇಳಿದಳು. ಮತ್ತೆ ಬಗ್ಗಿ "ಜವಾನನ ಕೈಯಲ್ಲಿ ವಾಪಸ್ಸು ಕಳ್ಸಬೇಕಾಗಿತ್ತು. ಅದೊಂದು ದುರಹಂಕಾರದ ಹೆಣ್ಣು!" ಮೂತಿ ಸೊಟ್ಟ ಮಾಡಿ ಅಂದಳು.

ಯಾರೋ ಬಂದಿದ್ದರಿಂದ ಅವರ ಜೊತೆ ಮಹೇಶ ಹೊರಟ. ಇವಳಿಗೆ ಗೋದಾಮಣಿಯಿಂದ ಕರೆಬಂತು.

"ಕೆಲಸ ಬರದಿದ್ದವರು ಕೆಲಸಕ್ಕೆ ಯಾಕೆ ಬರಬೇಕು?" ವ್ಯಂಗ್ಯವಾಗಿ ಅನ್ನುತ್ತ ತೀಕ್ಷ್ಣವಾಗಿ ನೋಡಿದಳು.

"ಮೇಡಮ್.... ಏನೇನೋ ಹೇಳಬೇಡಿ" ತುಟಿ ಕಚ್ಚಿ ಹೇಳಿದಳು.

"ಯೋಗ್ಯತೆ ಇರದಿದ್ದರೂ ಹಣದ ಆಸೆಗಾಗಿ ಬರ್ತಾರೆ. ಇಂಥವರಿಂದ ಏನನ್ನು ನಿರೀಕ್ಷಿಸೋಕೆ ಸಾಧ್ಯ?" ಫೈಲ್‌ನಲ್ಲಿದ್ದ ಹಾಳೆಗಳನ್ನು ಸರಸರನೆ ತಿರುಗಿಸಿದಳು.

"ಡೋಂಟ್ ಬಿ ಆನ್ ಈಗೋಯಿಸ್ಟ್. ನಿಮ್ಮ ಕೆಲಸ ಯಾರಿಗೆ ಬೇಕಾಗಿದೆ?" ಸರ್ರನೆ ಬಾಗಿಲು ತಳ್ಳಿಕೊಂಡು ಹೊರಗೆ ಬಂದಳು. ತನ್ನ ಸೀಟಿಗೆ ಬಂದವಳೇ ರಾಜೀನಾಮೆ ಪತ್ರ ಗೀಚಿ ತಗೊಂಡು ಹೋಗಿ ಅವಳ ಟೇಬಲ್ಲಿನ ಮೇಲಿಟ್ಟು, "ತಗೊಳ್ಳಿ ನನ್ನ ರಾಜೀನಾಮೆ ಪತ್ರ" ಎಂದವಳೇ ಹೊರಗೆ ಬಂದುಬಿಟ್ಟಳು.

ಅವಳು ಬಂದ ರಭಸ ನೋಡಿಯೇ ಏನೋ ನಡೆದಿದೆಯೆಂದುಕೊಂಡರು ಎಲ್ಲರು. ರಮೇಶ್ ಕುತೂಹಲ ತಾಳಲಾರದೇ ಎದ್ದುಬಂದು, "ಭಾವನಾ, ಏನು ನಡೀತು? ಆಕೆ ಸೊಕ್ಕು ಇಳಿಸದಿದ್ರೆ ಬದುಕೋಕೆ ಆಗೋಲ್ಲ!" ಅವಳ ಮುಖ ಮತ್ತಷ್ಟು ಕೆಂಪಗಾಯಿತು.

"ಏನಿಲ್ಲ, ರಾಜೀನಾಮೆ ಬರೆದುಕೊಟ್ಟೆ."

ಹಾಗೆಂದ ಕೂಡಲೇ ಬೇರೆ ಸೀಟುಗಳಲ್ಲಿದ್ದವರೆಲ್ಲ ಎದ್ದು ಬಂದರು. ಇವಳು ಯಾರಿಗೂ ವಿಷಯ ವಿವರಿಸಿ ಹೇಳದೇ ಹೋದರೂ ಎಲ್ಲರೂ ಅರ್ಥ ಮಾಡಿಕೊಂಡರು.

"ನಾನಿನ್ನು ಬರ್ತೀನಿ" ಎದ್ದು ನಿಂತು ಎಲ್ಲರಿಗೂ ಕೈಮುಗಿದಳು.

ಅವರುಗಳು ಬಾಸ್ ಬರುವವರೆಗೂ ಇದ್ದು ಹೋಗುವಂತೆ ಬಲವಂತಪಡಿಸಿದರೂ ಅವಳು ನಿಲ್ಲಲಿಲ್ಲ. ಇನ್ನೊಂದು ಕ್ಷಣ ನಿಂತರೂ ಅವಳ ತಲೆ ಕೆಟ್ಟುಹೋಗುತ್ತಿತ್ತು.

ಆಟೋ ಮಾಡಿಕೊಂಡು ನೇರವಾಗಿ ಮನೆಗೆ ಬಂದಳು. ತಾಯಿ ಕೇಳಿದ್ದಕ್ಕೆ ಒಂದು ನೆಪ ಹೇಳಿದಳು ಅಷ್ಟೆ. ಸುಮ್ಮನೆ ಹೊದ್ದು ಮಲಗಿದಳು.

ಯೋಚಿಸಲು ತೊಡಗಿದಾಗ ಮಹೇಶನ ಬಗ್ಗೆ ಬೇಸರವಾಯಿತು. ಅವಳಿಗೆ ಅಷ್ಟೊಂದು ಅಧಿಕಾರ ಕೊಟ್ಟಿದ್ದೇ ತಪ್ಪು. ತಟ್ಟನೇ ಅವಳಿಗೆ ಸತೀಶನ ಜ್ಞಾಪಕ ಬಂತು. ಗಂಭೀರ ವ್ಯಕ್ತಿತ್ವ ಕಣ್ಣ ಮುಂದೆ ತೇಲಿಬಂತು. ಬೇಸರ ತರಿಸುವಷ್ಟು ಶಿಸ್ತಾದರೂ ಒಬ್ಬರಿಗೂ ಅನ್ಯಾಯವಾಗದಂತೆ ನೋಡುವ ಗತ್ತು ವಿಶಿಷ್ಟ ವ್ಯಕ್ತಿಯಾಗಿ ಕಂಡುಬಂದ.

ರಾತ್ರಿ ಶರತ್ ಬಂದಿದ್ದು ಎಂಟರ ಮೇಲೆಯೇ. ಹೊಸದಾಗಿ ಪ್ರಾರಂಭಿಸಿದ ಇಂಡಸ್ಟ್ರಿ. ಕೈ ತುಂಬ ಕೆಲಸ. ತಲೆ ತುಂಬ ಯೋಚನೆ.

ಅವನಿಗಾಗಿ ಕಾದು ಕುಳಿತಿರುತ್ತಿದ್ದ ತಂಗಿ ಕಾಣದಿದ್ದಾಗ ಆತಂಕಗೊಂಡ. ಟುಟಿ ಕಚ್ಚಿ ಗಡ್ಡ ತುರಿಸಿದ.

"ಭಾವನಾ ಎಲ್ಲಮ್ಮ?"

ತುಳಸಮ್ಮ ಮಗನ ಕಡೆ ನೋಡಿದರು. ತಂಗಿಯ ಮೇಲೆ ವಿಪರೀತ ಪ್ರೀತಿ ಅನಿಸಿತು. ಹೆಮ್ಮೆಯಿಂದ ಬೀಗಿದರು.

"ಏನೋ ಓದಿಕೊಂಡು ಕೂತಿರಬೋದು."

ಶರತ್ ಕೋಣೆಯೊಳಗೆ ನುಗ್ಗಿದ. ಮಂಡಿಯ ಮೇಲೆ ಗದ್ದ ಊರಿ ಕೂತಿದ್ದಳು. ನಿರ್ಲಿಪ್ತಳಂತೆ ಕಂಡಳು. ತಟ್ಟನೇ ಮಹೇಶನ ಜ್ಞಾಪಕ ಬಂತು.

"ಏಯ್... ಕನಸು ಕಾಣ್ತಾ ಇದ್ದೀಯಾ!" ತಲೆಯ ಮೇಲೆ ಮೊಟಕಿದ.

"ಎಂಥದ್ದೂ ಇಲ್ಲ. ಕನಸು ಕಾಣೋ ಕಾಲ ಮುಗಿದುಹೋಯ್ತು. ವಾಸ್ತವ ಪ್ರಪಂಚ ನೋಡಿ ಬದುಕೋ ರೀತೀನ ಕಲೀಬೇಕು!" ತುಟಿಗಳ ಮೇಲೆ ಉದಾಸ ನಗೆ ತೇಲಿತು.

"ಭಾವನಾ, ಯಾಕೆ ಒಂದು ತರಹ ಮಾತಾಡ್ತೀಯಾ?" ಮುಖದ ಮೇಲೆ ವೇದನೆಯ ಗೆರೆಗಳು ಆವರಿಸಿದವು.

"ಎಂಥದ್ದೂ ಇಲ್ಲ," ಅಣ್ಣನ ಧ್ವನಿಯಲ್ಲಿದ್ದ ನೋವನ್ನು ಗಮನಿಸಿ ಬೆದರಿದಳು. ಶರತ್ ಸುಖವಾಗಿರಬೇಕೆಂಬುದೇ ಅವಳ ಆಸೆ. ತಾನು ಅಡ್ಡಿಯೇನೋ ಎಂದು ಆಗಾಗ ಭಯಪಡುತ್ತಿದ್ದಳು.

"ಮೊದ್ಲು ಊಟ ಮಾಡೋಣ, ಬಟ್ಟೆ ಬದಲಾಯಿಸು." ಮೆಲ್ಲಗೆ ತಪ್ಪಿಸಿಕೊಂಡು ಹೊರಗೆ ಹೋದಳು.

ಗಾಬರಿಗೊಂಡ ಶರತ್ ಮನ ಸಮಾಧಾನಗೊಳ್ಳಲಿಲ್ಲ. ಭಾವನಾಳನ್ನು ಪ್ರಶ್ನಿಸಿ, ವಿಷಯ ತಿಳಿಯಲು ಅನುಕೂಲವಾಗಲಿಲ್ಲ. ಯೋಚಿಸುತ್ತಲೇ ಮಲಗಿದ.

ಸಂಬಂಧಿಗಳ ಮದುವೆಯೆಂದು ತುಳಸಮ್ಮ, ವಾಸುದೇವಮೂರ್ತಿ ಬೆಳಿಗ್ಗೆಯೇ ಹೊರಟರು. ಮನೆಯಲ್ಲಿ ಉಳಿದಿದ್ದು ಭಾವನಾ, ಶರತ್ ಮಾತ್ರ.

ದೊಡ್ಡ ಧ್ವನಿಯಲ್ಲಿ ಚಿತ್ರಗೀತೆ ಹಾಡುತ್ತಿದ್ದ ಶರತ್ "ಭಾವನಾ ಬೇಗ ತಿಂಡಿ ತಗೊಂಡು ಬಾ." ನಾಲ್ಕು ಮನೆಗೆ ಕೇಳಿಸೋ ಹಾಗೆ ಕೂಗಿಕೊಂಡ. ಅವನ ಸ್ವಭಾವವೇ ಹಾಗೆ.

ತಿಂಡಿ ಹಿಡಿದು ಬಂದ ಭಾವನಾ "ಸ್ವಲ್ಪ ಮೆತ್ತಗೆ ಕೂಗೋದನ್ನ ಅಭ್ಯಾಸ ಮಾಡ್ಕೊ. ಇಲ್ಲದಿದ್ರೆ ಮುಂದೆ ತೊಂದರೆಯಾಗುತ್ತೆ" ನಗುತ್ತಲೇ ಹೇಳಿದಳು.

ಅವಳ ಕೈಯಿನ ತಟ್ಟೆನ ಕಿತ್ತುಕೊಂಡು "ಇದೇನು ಇನ್ನೂ ಹೀಗೇ ಇದ್ದೀಯಾ? ಬೇಗ ರೆಡಿಯಾಗು." ಅವಳ ಮುಖದ ಮೇಲೆ ಗಂಭೀರ ಆವರಿಸಿತು. ಹೇಗೆ ಇವನಿಗೆ ವಿಷಯ ತಿಳಿಸುವುದು? ಯೋಚಿಸಿದಳು.

"ನಾನು ಕೆಲಸಕ್ಕೆ ರಾಜೀನಾಮೆ ಕೊಟ್ಟುಬಿಟ್ಟೆ." ಶರತ್ ಕೈಯಲ್ಲಿದ್ದ ಚಪಾತಿಯ ಚೂರು ಕೆಳಗೆ ಬಿತ್ತು.

"ನನಗೆ ಕೆಲಸ ಏನೇನೂ ಬರದು."

ಶರತ್ ಆ ಮಾತನ್ನು ನಂಬಲು ಸಿದ್ಧವಿಲ್ಲ. ಮಹೇಶ್ ಭಾವನಾಳ ಕೆಲಸದ ಬಗ್ಗೆ ತೃಪ್ತಿಕರವಾಗಿ ಮಾತಾಡಿದ್ದ, ಹೊಗಳಿದ್ದ. ಬೇರೇನೋ ಕಾರಣವಿರಬೇಕೆಂದುಕೊಂಡ.

"ತಮಾಷೆ ಮಾಡ್ತಾ ಇದ್ದೀಯಾ?" ನಗುತ್ತಾ ಪ್ರಶ್ನಿಸಿದ. ಭಾವನಾ ವಿಚಲಿತಳಾಗಲಿಲ್ಲ. ತಾನು ದುಡುಕಿಬಿಟ್ಟೆನೇನೋ! ಗೋದಾಮಣಿ ಸ್ವಭಾವ ತಿಳಿದೂ ಸಹ ಆತುರಪಟ್ಟಿದ್ದು ಯಾಕೆ?

"ನಿಜ, ಯಾಕೆ ತಮಾಷೆ ಮಾಡಲಿ?" ಶರತ್ ಬೇಸರಿಸಿಕೊಂಡು,

"ಅಷ್ಟೇ ತಾನೇ! ಹೋಗ್ಲಿ ಬಿಡು" ಎಂದು ತಿಂಡಿಯ ತಟ್ಟೆಗೆ ಕೈಹಾಕಿದ. ತಂಗಿಯ ಮೇಲೆ ಅವನಿಗೆ ಅತಿಯಾದ ನಂಬಿಕೆ. ಅವಳೆಂದೂ ಎಡವ್ಹೋಲ್ಲ. ತಪ್ಪು ಮಾಡೋಲ್ಲ. ಕೆಲವೊಮ್ಮೆ ಬೇರೆ ತರಹ ಯೋಚಿಸಿದರೂ ಮೊದಲ ನಿರ್ಧಾರಕ್ಕೇ ಬಂದುಬಿಡುತ್ತಿದ್ದ.

ಮನೆಬಿಟ್ಟು ಹೊರಟ ಶರತ್ ಇಂಡಸ್ಟ್ರಿ ತಲುಪುವ ವೇಳೆಗೆ ಭಾವನಾಳ ಬಗ್ಗೆ ಯೋಚನೆ ಅಂಟಿಸಿಕೊಂಡ, ಕೆಲಸ ಮಾಡುವುದು ಅವನಿಂದಾಗಲಿಲ್ಲ. ನೇರವಾಗಿ ಮನೆಗೆ ಬಂದ.

ಭಾವನಾ ಪುಸ್ತಕಗಳನ್ನೆಲ್ಲ ಹರಡಿಕೊಂಡು ಕೂತಿದ್ದಳು.

"ಅರೆರೆರೆ.... ಇದೇನು ಇಷ್ಟು ಬೇಗ ಬಂದ್ಬಿಟ್ಟೆ!" ಶರತ್ ಮೌನವಾಗಿ ನಕ್ಕು, ಷೂ ಕಳಚಿ ಹಿಂದಕ್ಕೆ ತಳ್ಳಿ, ಬಟ್ಟೆ ಬದಲಾಯಿಸಿ ಅವಳ ಮುಂದೆ ಕೂತ.

"ಬೇಜಾರಾಯಿತು. ಬಂದ್ಬಿಟ್ಟೆ." ಅವಳು ಮತ್ತೆ ಕೇಳುವ ಮುನ್ನ ಸಮಾಧಾನ ನೀಡಿದ.

"ನಂಗೆ ಗೊತ್ತು. ವಿಷಯ ಪೂರ್ತಿಯಾಗಿ ತಿಳಿಯೋವರ್ಗೂ ನಿನ್ಗೆ ಸಮಾಧಾನ ಇಲ್ಲ."

"ಮಹೇಶ್ ಏನಾದ್ರೂ ಅಂದ್ರಾ?" ಭಾವನಾ ಹಗುರವಾಗಿ ನಕ್ಕುಬಿಟ್ಟಳು. ಆ ಮನುಷ್ಯನಿಗೆ ಅದೆಲ್ಲ ಗೊತ್ತೇ ಇಲ್ಲವೇನೋ ಎಂದುಕೊಂಡಳು. ಮುಖ ಬಿಗಿದುಕೊಂಡು ಮಾತಾಡಿದ್ದನ್ನೇ ನೋಡಿರಲಿಲ್ಲ.

"ಇಲ್ಲಪ್ಪ. ಅವನ ಅಸಿಸ್ಟೆಂಟ್ ಗೋದಾಮಣಿ ಒಂದು ತರಹ. ಆ ಮಹರಾಯಿತಿ ಹತ್ತಿರ ಕೆಲಸ ಮಾಡೋದೇ ಕಷ್ಟ. ಪ್ರತಿಯೊಂದರಲ್ಲೂ ತಪ್ಪು ಕಂಡುಹಿಡೀತಾಳೆ. ಸ್ವಲ್ಪ ಕೂಡಾ ಸಹನೆ ಇಲ್ಲ. ತಾನು ಬಹಳ ದೊಡ್ಡ ಪ್ರಭಾವೀ ವ್ಯಕ್ತಿಯ ಮಗಳೆಂಬ ಜಂಬ. ಬೇಜಾರಾಯ್ತು. ರಾಜೀನಾಮೆ ಬರೆದುಕೊಟ್ಟುಬಿಟ್ಟೆ."

ಗೋದಾಮಣಿಯ ಬಗ್ಗೆ ಒಂದೆರಡು ಸಲ ಅಳಗೇಶಿ ಹೇಳಿದ್ದ. ಪ್ರತಿಯೊಂದೂ ತನ್ನ ಮೂಲಕವೇ ನಡೆಯಬೇಕೆಂಬ ಸ್ವಾರ್ಥದ ಜೊತೆ ಅಹಂಕಾರ ಸೇರಿಕೊಂಡಿತ್ತು. ಆ ಕಂಪನಿ ಡೈರೆಕ್ಟರ್‌ಗಳಿಗೆಲ್ಲ ಅವಳ ತಂದೆ ಬೇಕಾದ ವ್ಯಕ್ತಿ. ಅದರಿಂದಲೇ ಇದುವರೆಗೂ ಕೆಲಸ ಉಳಿಸಿಕೊಂಡಿದ್ದಳು.

"ಅದಕ್ಕೇನು ತಲೆ ಕೆಡಿಸ್ಕೋಬೇಡ. ಇಂಥವರು ಇದ್ದೇ ಇರ್ತಾರೆ" ಹಗುರವಾಗಿ ಅಂದುಬಿಟ್ಟ.

"ಈಗ ಬೇರೇನು ಮಾಡೋದು?" ಭಾವನಾ ಗಲ್ಲಕ್ಕೆ ಕೈ ಕೊಟ್ಟು ಕೂತಳು.

"ಸದ್ಯಕ್ಕೆ ಏನೂ ಬೇಡ. ಅಮ್ಮ ಮಾಡಿಹಾಕಿದ್ದು ತಿನ್ನು. ನಾನು ತರೋ ಪುಸ್ತಕಗಳನ್ನು ಓದು. ಬಿಡುವಾದಾಗ ವಿಮರ್ಶಿಸಿ ಚರ್ಚೆ ಮಾಡ್ಹೋಣ. ಆದರೆ ನೀನೇ ಗೆಲ್ಲಬೇಕೆಂಬ ಹಟ ಬೇಡ."

ಭಾವನಾ ಜೋರಾಗಿ ನಕ್ಕುಬಿಟ್ಟಳು. ಇಂದಿಗೂ ಅವಳ ಆ ಸ್ವಭಾವ ಬದಲಾಯಿಸಿರಲಿಲ್ಲ. ಅಂತರ್ಮುಖಿಯಾಗಿ ಯೋಚಿಸುತ್ತಿದ್ದಳು. ದೀರ್ಘವಾಗಿ ಚಿಂತಿಸುತ್ತಿದ್ದಳು. ಸ್ಪಷ್ಟವಾದ ತನ್ನ ಅಭಿಪ್ರಾಯಗಳನ್ನು ಮೂಡಿಸುತ್ತಿದ್ದಳು.

"ಆದರೂ ಕಾಲ ದೂಡೋದು ಕಷ್ಟ. ನೀನು ಬೆಳಿಗ್ಗೆ ಹೋದರೆ ರಾತ್ರಿ ಬರೋದು. ಅಮ್ಮನ ದಾಸರ ಕೀರ್ತನೆ ಕೇಳಬಹುದು. ಅಪ್ಪನ 'ಭಜ ಗೋವಿಂದಂ....' ಕೇಳಬಹುದು."

"ನೀನೂ ಹಾಡಬಹುದಲ್ಲ....!"

ಮುಖವೆತ್ತಿ ನೇರವಾಗಿ ಅಣ್ಣನ ಮುಖ ನೋಡಿದಳು. ಅವನು ಬಲಿಪಶುವಾಗಿದ್ದ. ಸಹಾನುಭೂತಿಯಿಂದ ನೋಡಿದಳು. ಕಣ್ಣಾಲಿಗಳು ತುಂಬಿಕೊಂಡವು, ತಟ್ಟನೇ ತಲೆ ಬಗ್ಗಿಸಿದಳು. ಕಣ್ಣಂಚಿನ ನೀರು ಕೆನ್ನೆಯ ಮೇಲೆ ಉರುಳಿತು.

"ಭಾವನಾ..." ಉದ್ವೇಗಗೊಂಡ. ತಂಗಿಯ ಕಣ್ಣಂಚಿನ ನೀರನ್ನು ಅವನು ನೋಡಲಾರ.

ಅವಳ ಮುಖವನ್ನು ಬೊಗಸೆಯಲ್ಲಿಡಿದು "ಬೇಡ ಭಾವನಾ ನಿನ್ನ ಕಣ್ಣಲ್ಲಿ ನೀರು ನೋಡಿದರೆ ನನ್ನೆದೆ ಒಡೆದುಹೋಗುತ್ತೆ. ಅಳೋಕೆ.... ಏನಾಗಿದೆ?"

ಅವನ ತೋಳಿಗೊರಗಿ ಬಿಕ್ಕಿದಳು. ಮನದ ಉಮ್ಮಳ ಕಡಿಮೆಯಾಗುವವರೆಗೂ ಅತ್ತಳು.

ಮಹೇಶ್ ಬಂದಾಗ ಮನೆ ನಿಶ್ಶಬ್ದವಾಗಿತ್ತು. ಭಾವನಾಳ ಬಗ್ಗೆ ಅವನಿಗೆ ಅಪಾರ ಸಹಾನುಭೂತಿ. ಆಫೀಸ್‌ನಿಂದ ನೇರವಾಗಿ ಇಲ್ಲಿಗೆ ಬಂದಿದ್ದ. ಕಾಲಿಂಗ್ ಬೆಲ್ ಮೇಲೆ ಕೈಯಿರಿಸಿದವನು ತೆಗೆದ.

"ಭಾವನಾ..." ಶರತ್ ಷರಟಿಗೆ ಗುಂಡಿ ಹಾಕುತ್ತಿದ್ದ ಭಾವನಾ ತಲೆ ಎತ್ತಿದಳು. ಅಚ್ಚರಿಯಿಂದ ಅವಳ ಕಣ್ಣುಗಳು ಅರಳಿದವು. ತಟ್ಟನೇ ಎದ್ದು "ಬನ್ನಿ ಸಾರ್" ಸ್ವಾಗತಿಸಿದಳು. ತಪ್ಪು ಮಾಡಿದ ಭಾವನೆ ಅವಳಲ್ಲಿ ಮೂಡಿತ್ತು. ಉದಾಸೀನವಾಗಿ ರಾಜೀನಾಮೆ ಬರೆದುಕೊಟ್ಟು ಬಂದಿದ್ದಳು.

"ಶರತ್ ಇಲ್ವಾ?" ಒಳಗೆ ಬರುತ್ತಲೇ ಪ್ರಶ್ನಿಸಿದ.

"ಇನ್ನೂ ಬಂದಿಲ್ಲ." ಕೂತು ತಲೆಯೆತ್ತಿ ಅವಳೆಡೆ ನೋಡಿದ. ಹಿಮದಲ್ಲಿ ಮಿಂದ ಹೊಸ ಪುಷ್ಪದಂತೆ ಕಂಡಳು.

"ನೀವು ಕೂತ್ಕೋಬಹುದಲ್ಲ!" ಭಾವನಾ ನಕ್ಕು ಕೂತಳು.

"ಇವತ್ತು ಆಫೀಸ್‌ಗೆ ಯಾಕೆ ಬರಲಿಲ್ಲ?"

ಅವಳಿಗೆ ಕಸಿವಿಸಿಯಾಯಿತು. ತನ್ನ ರಾಜೀನಾಮೆ ವಿಷಯ ಗೋದಾಮಣಿ ಇವರಿಗೆ ತಿಳಿಸಿಲ್ಲವೇ? ಇಲ್ಲ, ತಿಳಿದೂ ಬೇಕೆಂದೇ ಪ್ರಶ್ನಿಸುತ್ತಿದ್ದಾರೋ?! ಬಲವಂತವಾಗಿ ಉಗುಳು ನುಂಗಿದಳು.

"ಬಂದೆ," ಅವಳು ಮೆಲ್ಲಗೆ ಎದ್ದಳು. ಯೋಚಿಸಲು ಒಂದೆರಡು ನಿಮಿಷಗಳು ಅಗತ್ಯವೆನಿಸಿತು.

"ನನ್ನ ಪ್ರಶ್ನೆಗೆ ಉತ್ತರಿಸಿ ಹೋಗಿ."

ನಿಂತ ಭಾವನಾ, "ನಾನು ಕೆಲಸಕ್ಕೆ ರಾಜೀನಾಮೆ ಬರೆದು ಕೊಟ್ಟೇ ಬಂದಿದ್ದು."

"ದುಡುಕಿದ್ದೀನೀಂತ ಅನ್ನಿಸಲಿಲ್ವಾ?" ಹುಬ್ಬೇರಿಸಿ ಕೇಳಿದ.

"ಖಂಡಿತ ಇಲ್ಲ. ಕೆಲಸ ಬರದ ನಮ್ಮಂತಹವರು ಸಂಬಳ ಪಡೆದುಕೊಳ್ಳಲು ಅರ್ಹ ವ್ಯಕ್ತಿಗಳಲ್ಲ. ಅಂಥ ಅಗತ್ಯವೂ ನನಗಿಲ್ಲ" ಮಾತಿನಲ್ಲಿ ತೀಕ್ಷ್ಣತೆ ಇತ್ತು.

ಮಹೇಶನ ಮುಖದ ಮೇಲೆ ತೆಳುವಾದ ನಗು ಹರಡಿತು. ಅವಳ ಮುಖದಲ್ಲಿ ಮೂಡಿದ ತುಂಬು ಅಭಿಮಾನವನ್ನು ಕಣ್ಣರಳಿಸಿ ನೋಡಿದ.

"ಭೇಷ್... ಕೂತ್ಕೊಳ್ಳಿ."

"ಎಕ್ಸ್‌ಕ್ಯೂಸ್ ಮಿ... ಭಾವನಾ."

ಭಾವನಾ ಬೆಚ್ಚಿಬಿದ್ದಳು. ಒಬ್ಬ ಆಫೀಸರ್ ತನ್ನ ಕೈಕೆಳಗೆ ಕೆಲಸ ಮಾಡೋ ಹೆಣ್ಣನ್ನು ಕ್ಷಮಾಪಣೆ ಕೇಳುವುದು! ತನ್ನ ಕಿವಿಗಳನ್ನೇ ನಂಬದಾದಳು. ತಕ್ಷಣ ಏನು ಹೇಳಬೇಕೋ ಅವಳಿಗೆ ತಿಳಿಯಲಿಲ್ಲ.

ಎದ್ದು ನಿಂತ ಮಹೇಶ್ "ನಿಮ್ಮ ರಾಜೀನಾಮೆನ ನಾನು ಅಂಗೀಕರಿಸಿಲ್ಲ. ದಯವಿಟ್ಟು ನಾಳೆಯಿಂದ ಯಥಾಪ್ರಕಾರ ಕೆಲಸಕ್ಕೆ ಹಾಜರಾಗತಕ್ಕದ್ದು."

ಅವಳು ಏನಾದರೂ ಹೇಳುವ ಮುನ್ನ ಮಹೇಶ್ ಹೊರಟುಬಿಟ್ಟ. ಅವಳು ಎಷ್ಟೋ ಹೊತ್ತು ಹಾಗೆಯೇ ನಿಂತುಬಿಟ್ಟಳು.

ಮಧ್ಯಾಹ್ನದ ಮೇಲೆ ಹೋಗಿದ್ದ ಶರತ್ ಸ್ವಲ್ಪ ಬೇಗನೇ ಬಂದ. ತಲೆಯ ತುಂಬೆಲ್ಲ ಅವನು ಭಾವನಾಳ ವಿಷಯವನ್ನೇ ತುಂಬಿಕೊಂಡಿದ್ದ. ಬಲವಂತಕ್ಕೆ ಹೋದರೂ ಅವನಿಂದ ಏನು ಮಾಡುವುದೂ ಆಗಿರಲಿಲ್ಲ.

"ಭಾವನಾ, ಹೊರಗಡೆ ಹೋಗಿ ಬರೋಣ ಬಾ" ಒಳಗೆ ಬಂದವನೇ ಹೇಳಿದ. ಅವಳ ನಿರಾಸಕ್ತಿ ಅಳಿಸಿಹಾಕಿ ಅವಳಲ್ಲಿ ಗೆಲುವು ತುಂಬಬೇಕೆಂಬುದೇ ಅವನ ಆಶಯ. ಅವಳು ಮತ್ತೆಂದೂ ಹುಚ್ಚಿಯಾಗಬಾರದು. ಅದನ್ನು ಅವನು ಸಹಿಸಲಾರನು.

"ಈಗ ತಾನೇ ಬಂದಿದ್ದೀಯಾ..." ಅವಳಿಗೆ ಈಗ ಹೊರಗೆ ಹೋಗಲು ಇಷ್ಟವಿಲ್ಲ. ಹಾಗೆಂದು ಬಾಯಿಬಿಟ್ಟು ಹೇಳಲಾರಳು. ಇವಳನ್ನು ನೆಮ್ಮದಿಯಾಗಿಡಲು ಶರತ್ ಬಹಳ ಪ್ರಯಾಸಪಡುತ್ತಿದ್ದ. ಆ ಆತ್ಮೀಯ ಹೃದಯಕ್ಕೆ ನೋವು ನೋಡಲು ಅವಳಿಗಿಷ್ಟವಿಲ್ಲ.

"ಏನೂ ಪರ್ವಾಗಿಲ್ಲ. ಮುಖ ತೊಳೆಯೋದು. ಬಟ್ಟೆ ಬದಲಾಯಿಸೋದು ಒಂದೂ ಬೇಡ. ಹಾಗೇ ಸುತ್ತಾಡಿಕೊಂಡು ಬರೋಣ."

ಬಾಗಿಲಿಗೆ ಬೀಗ ತಗುಲಿಸಿ ಇಬ್ಬರು ಹೊರಟರು. ಸ್ವಲ್ಪ ದೂರ ಹೋಗುವಷ್ಟರಲ್ಲಿ ಶರತ್‌ನ ಗೆಳೆಯ ದಢೂತಿ ಶೆಟ್ಟಿ ಎದುರಾದ.

"ನಾನೇ ಬರಬೇಕೂಂತಿದ್ದೆ. ಬಳೆ ಮಾಡಿಸಿದ ಹಣ ಕೊಡಲೇ ಇಲ್ಲ. ನಮ್ಮ ಮಾವನದು ವಿಪರೀತ ಗಲಾಟೆ" ಯಾವ ಪೀಠಿಕೆಯೂ ಇಲ್ಲದೆ ನೇರವಾಗಿಯೇ ಶುರು ಮಾಡಿದ.

"ಆಯ್ತು, ನಾಳೆ ಬಂದು ನೋಡ್ತೀನಿ."

ಶರತ್ ಪ್ರಯಾಸದಿಂದ ಅವನನ್ನು ಸಾಗಾಕಿದ. ತಂಗಿ ಮದುವೆ ಮಾಡುವಾಗ ಸಾಲ ಹೇಳಿ ಬಳೆ ಮಾಡಿಸಿ ತಂದಿದ್ದ. ದುಡಿದು ತೀರಿಸಬಲ್ಲೆನೆಂಬ ಛಲವಿತ್ತು. ತೀರಿಸುತ್ತಲೂ ಇದ್ದ. ತಂಗಿಗಾಗಿ ಕೆಲಸ ಬಿಟ್ಟು ಇಲ್ಲೇ ಉಳಿದ. ಆಮೇಲೆ ಯಾವುದೂ ಆಗಲಿಲ್ಲ. ಈಗ ಇಂಡಸ್ಟ್ರಿಯಿಂದ ಹೆಚ್ಚಿಗೆ ನಿರೀಕ್ಷಿಸುವಂತಿರಲಿಲ್ಲ.

"ಸಾಕಪ್ಪ, ಹಿಂದಿರುಗೋಣ. ನಾಳೆ ಬೆಳಿಗ್ಗೆ ಆಫೀಸ್‌ಗೆ ಹೋಗ್ಬೇಕು" ಶರತ್ ಹುಬ್ಬುಗಳು ಸಂಕುಚಿತಗೊಂಡವು.

"ಮಹೇಶ್ ಬಂದಿದ್ರು. ನಿನ್ನ ರಾಜೀನಾಮೆಯನ್ನು ಅಂಗೀಕರಿಸಿಲ್ಲ. ನಾಳೆಯಿಂದ ಕೆಲಸಕ್ಕೆ ಬರಬಹುದೂಂತ ಹೇಳಿಹೋದರು. ಅದಕ್ಕೆ ಹೋಗೋಣಾಂತ."

ಶೆಟ್ಟಿ ಶರತ್‌ನ ಮೂಡು ಕೆಡಿಸಿಬಿಟ್ಟಿದ್ದ. ಅವನೀಗ ಏನೂ ಹೇಳುವ ಸ್ಥಿತಿಯಲ್ಲಿರಲಿಲ್ಲ. ಇಬ್ಬರೂ ಮೌನವಾಗಿ ಮನೆಗೆ ಬಂದರು.

ಬೆಳಿಗ್ಗೆ ಎಂಟಕ್ಕೇನೇ ಭಾವನಾ ಮನೆಬಿಟ್ಟಳು. ಶೀಲಾ ಮನೆಗೆ ಹೋಗಿ ಅಲ್ಲಿಂದ ಹೋಗುವುದಾಗಿ ತಿಳಿಸಿದ್ದಳು. ಶರತ್‌ಗಂತೂ ಆತಂಕವೇ.

ಆಟೋ ಮಾಡಿಕೊಂಡು ನೇರವಾಗಿ ಸತೀಶನ ಬಂಗ್ಲೆಗೆ ಬಂದಳು. ಅಲ್ಲಿ ಇಳಿದಾಗ ತಲೆ ದಿಮ್ಮೆಂದಿತು. ಉದ್ವೇಗದಿಂದ ಉಸಿರಾಡುವುದೇ ಕಷ್ಟವಾಯಿತು. ಭಯಂಕರ ಸ್ವಪ್ನ ಸೌಧದಂತೆ ಕಂಡಿತು.

ವಾಚ್‌ಮನ್ ನಗುಮುಖ ಮಾಡಿಕೊಂಡು ಸೆಲ್ಯೂಟ್ ಹೊಡೆದು ಗೇಟು ತೆರೆದ. ಬಹಳ ಪ್ರಯಾಸದಿಂದ ಹೆಜ್ಜೆಗಳನ್ನು ಎಳೆದು ಹಾಕಿದಳು. ನವವಧುವಾಗಿ ನೂರಾರು ಕನಸುಗಳನ್ನು ಹೊತ್ತು ಅಲ್ಲಿಗೆ ಬಂದಿದ್ದಳು. ದಿನ ಕಳೆದಂತೆ ಎಲ್ಲಾ ಹುಡಿಯಾಗಿತ್ತು. ದುಃಖ ನುಗ್ಗಿಬಂದಿತು.

ಶರತ್‌ನ ಸಮಾಧಾನದ ಭರವಸೆಯ ನುಡಿಗಳು ಕುಗ್ಗಿದ ಚೇತನವನ್ನು ಬಡಿದೆಬ್ಬಿಸುತ್ತಿತ್ತು. ಆದರೇನು... ಪ್ರಯೋಜನ... ಹೃದಯಕಿತ್ತು ಬಾಯಿಗೆ ಬಂದಂತಾಯಿತು.

ರಾಮು ಮೇಮ್ ಸಾಹೇಬರನ್ನು ನೋಡಿದವನೆ ಬೆರಗಾದ. ಅವನಿಗಾದ ಸಂತೋಷ ಕಣ್ಣೀರಿನ ರೂಪದಲ್ಲಿ ಹೊರಬಿತ್ತು. ಷರಟಿನ ತೋಳಿನಿಂದಲೇ ಒರೆಸಿಕೊಂಡ.

"ಸಾಹೇಬರು... ಇದ್ದಾರಾ?" ಬಹಳ ಪ್ರಯಾಸದಿಂದ ಕೇಳಿದಳು.

"ಇದ್ದಾರೆ, ಮೇಮ್ ಸಾಹೇಬ್." ನೋವಿನ ನಗೆ ತುಟಿಗಳ ಮೇಲೆ ಮಿನುಗಿತು.

ಒಳಗೆ ಬಂದು ಸುತ್ತಮುತ್ತ ನೋಡಿದಳು. ಯಾವ ಹಡಾಹುಡೀನೂ ಇಲ್ಲ. ಎಲ್ಲ ಅಚ್ಚುಕಟ್ಟಾಗಿಯೇ ಇತ್ತು. ಗೃಹಿಣಿ ಇಲ್ಲದ ಮನೆಯೆಂದು ಯಾರೂ ಹೇಳಲು ಸಾಧ್ಯವಿಲ್ಲ. ಇಂತಹ ಮನೆಗಳಿಗೆ ಹೆಣ್ಣಿನ ಅಗತ್ಯವಿಲ್ಲವೆನಿಸಿತು.

ಮೆಟ್ಟಿಲು ಹತ್ತಿ ಮೇಲೆ ನಡೆದಳು. ಅವಳೆದೆ ಢವಗುಟ್ಟಿತು. ಹಿಂದಿರುಗಿ ನೋಡಿದಳು. ರಾಮ ಬಂದಿರಲಿಲ್ಲ. ಮುಚ್ಚಿದ ಬಾಗಿಲನ್ನು ಮೆಲುವಾಗಿ ಸರಿಸಿದಳು.

"ಯೆಸ್..." ಬಾಗಿಲಿಗೆ ಬೆನ್ನು ಮಾಡಿ ಕೂತಿದ್ದ ಸತೀಶ ಕೇಳಿದ. ಅವನಿನ್ನೂ ರಾತ್ರಿಯ ಉಡುಪಿನಲ್ಲೇ ಇದ್ದ. ಅವಳಿಗೆ ಆಶ್ಚರ್ಯವಾಯಿತು.

"ಗುಡ್ ಮಾರ್ನಿಂಗ್" ನಾಲಿಗೆಯಿಂದ ಒಣಗಿದ ತುಟಿಗಳನ್ನು ಸವರಿಕೊಂಡಳು.

ತಟ್ಟನೇ ತಿರುಗಿದ ಸತೀಶನ ಕಣ್ಣುಗಳಲ್ಲಿ ಅಚ್ಚರಿ ಮಿನುಗಿತು. ತನ್ನ ಕಣ್ಣುಗಳನ್ನೇ ನಂಬದಾದ. ಬಾಯಿಂದ ಮಾತುಗಳು ಹೊರಡಲಿಲ್ಲ.

"ನನ್ನ ಕೆಲವು ಸಾಮಾನುಗಳು ಇಲ್ಲೇ ಇವೆ. ತಗೊಂಡು ಹೋಗಬಹುದೇ?" ತಟ್ಟನೇ ಅವನ ಕಣ್ಣುಗಳಲ್ಲಿ ನಿರಾಸೆ ಸುಳಿಯಿತು. ಚಲಿಸದ ಗೊಂಬೆಯಂತಿದ್ದ.

"ಖಂಡಿತ ತಗೊಂಡು ಹೋಗಬಹುದು."

ಡ್ರಾಯರ್ ಎಳೆದು ಬೀಗದ ಕೈಗೊಂಚಲನ್ನು ಟೀಪಾಯಿ ಮೇಲೆ ಹಾಕಿದ ಭಾವನಾ ಅನುಮಾನಿಸುತ್ತ ನಿಂತಳು. ಕೆಟ್ಟ ಧೈರ್ಯ ಮಾಡಿ ಇಲ್ಲಿವರೆಗೂ ಬಂದಿದ್ದಳು.

"ತಗೋ ಭಾವನಾ, ಈ ಮನೆಯಲ್ಲಿನ ಪ್ರತಿಯೊಂದರ ಮೇಲೂ ನಿನ್ನ ಒಡೆತನವಿದೆ. ಏನು ಬೇಕಾದರೂ ಒಯ್ಯಬಹುದು."

ಅವಳ ಮುಖದ ಮೇಲೆ ನಗು ಚಿಮ್ಮಿತು. 'ಆದರೆ... ನನ್ನ ಒತ್ತಾಯವೇನು ಇಲ್ಲ. ಇದನ್ನು ಯಾಕೆ ಸೇರಿಸಲಿಲ್ಲ?' ಎಂದು ಯೋಚಿಸಿದಳು.

ಟೀಪಾಯಿ ಮೇಲಿದ್ದ ಬೀಗದ ಕೈ ಗೊಂಚಲನ್ನು ತೆಗೆದುಕೊಂಡಳು.

ಬೀರು ಬಾಗಿಲು ತೆರೆದು ಒಡವೆ ಬಾಕ್ಸ್ ತೆಗೆದಳು ಎಲ್ಲಾ ಯಥಾಸ್ಥಿತಿಯಲ್ಲಿತ್ತು. ಕೈಯಲ್ಲಿದ್ದ ಸತೀಶ ಮಾಡಿಸಿಕೊಟ್ಟ ಬಳೆಗಳನ್ನು ತೆಗೆದು ಅದರೊಳಗೆ ಹಾಕಿ, ಶರತ್ ಪ್ರೀತಿಯಿಂದ ಮಾಡಿಸಿಕೊಟ್ಟ ಬಳೆಗಳನ್ನು ಹೊರಗೆ ತೆಗೆದಳು. ಅಮ್ಮ ಪ್ರೀತಿಯಿಂದ ಹಾಕಿದ ಹಳೆ ಚೈನನ್ನು ತೆಗೆದುಕೊಂಡು ಮಿಕ್ಕಿದ್ದನ್ನು ಅಲ್ಲೇ ಇಟ್ಟು ಬೀರು ಬೀಗ ಹಾಕಿ ಅವನೆಡೆ ತಿರುಗಿದಳು. ಸತೀಶ ಅಲ್ಲಿರಲಿಲ್ಲ. ಕೆಲವು ವಿಷಯಗಳಲ್ಲಿ ಅವನದು ಬಹಳ ದೊಡ್ಡ ವ್ಯಕ್ತಿತ್ವ. ಅದನ್ನು ಯಾರೂ ಅಲ್ಲಗಳೆಯಲಾರರು. ಅಭಿಮಾನದಿಂದ ಅವಳ ಮನ ತುಂಬಿ ತುಳುಕಿತು.

ತಿಳಿಸದೇ ಹೋಗುವುದು ಸೌಜನ್ಯವೆನಿಸಲಿಲ್ಲ. ಕಾದು ಕೂತಳು. ಹತ್ತು ನಿಮಿಷಗಳ ನಂತರ ಸತೀಶ್ ಟವಲು ಸುತ್ತಿಕೊಂಡು ಅಟ್ಯಾಚ್ಡ್ ಬಾತ್ ರೂಮಿನಿಂದ ಹೊರಗೆ ಬಂದ. ಎತ್ತರ, ದೃಢವಾದ ನಿಲುವು, ಮುಖದಲ್ಲಿ ಗಾಂಭೀರ್ಯ-ಪುರುಷ ಸಿಂಹನಂತೆ ಕಂಡ. ತಟ್ಟನೇ ಎದ್ದು ನಿಂತು ಬೇರೆಡೆ ಮುಖ ತಿರುಗಿಸಿದಳು.

ಬಟ್ಟೆ ಧರಿಸಿ, ಬಂದ ಸತೀಶ್ ಬೆಲ್ ಒತ್ತಿದ, ಕಾದು ನಿಂತಂತೆ ತಿಂಡಿ ಬಂತು. ಯಾವುದರಲ್ಲೂ ವ್ಯತ್ಯಾಸವಿಲ್ಲ.

"ಕೂತ್ಕೋ ಭಾವನಾ" ಮನದ ಉಮ್ಮಳ ತಡೆದುಕೊಳ್ಳಲಾರದೇ ಚಡಪಡಿಸಿದಳು.

"ನಂಗೇನೂ ಬೇಡ. ಬರ್ತೀನಿ..." ಅಂಗೈನಲ್ಲಿದ್ದ ಸರ, ಬಳೆಗಳನ್ನು ಅವನ ಮುಂದೆ ಹಿಡಿದಳು. ಸತೀಶ ಮುಖ ಕಿವುಚಿದ. ಅವಳು ಸ್ವಾಭಿಮಾನಿ. ಅವಳು ಆಸೆಪಟ್ಟಿದ್ದು ಪ್ರೀತಿಪ್ರೇಮಕ್ಕಾಗಿ, ಒಡವೆ ಸೀರೆಗಳನ್ನಲ್ಲ.

"ನೀನು ಪೂರ್ಣವಾಗಿ ಸ್ವತಂತ್ರಳು..." ಒಡವೆ ಹಿಡಿದ ಕೈಯನ್ನು ಆಸೆಯ ಕಣ್ಣುಗಳಿಂದ ನೋಡಿದ.

"ತಿಂಡಿ ತಗೋಬಹ್ದು" ಕುಸಿದವಳಂತೆ ಕೂತಳು.

"ಕೈಯಲ್ಲೇ ತಿನ್ನಬಹ್ದು". ಕಣ್ಣರಳಿಸಿ ಸತೀಶನ ಕಡೆ ನೋಡಿದಳು. ನಾಲ್ಕು ಕಣ್ಣುಗಳ ನೋಟ ಬೆರೆತಾಗ ವಿಚಿತ್ರ ಅನುಭವವಾಯಿತು. ಅವನ ಕಣ್ಣುಗಳಲ್ಲಿ ಏನನ್ನೋ ಕಂಡವಳಂತೆ ಮೈಮರೆತಳು.

ಬಲವಂತದಿಂದ ತಿಂಡಿ ತಿನ್ನುವ ಪ್ರಯತ್ನ ಮಾಡಿದಳು. ಮದುವೆಯಲ್ಲಿ ಒಂದಾದ ಗಂಡು, ಹೆಣ್ಣುಗಳು. ಸತೀಶ ಅವಳ ಉದ್ಯೋಗದ ಬಗ್ಗೆ ವಿಚಾರಿಸಿದ. ಆಕ್ಷೇಪಣೆ ಮಾಡಲಿಲ್ಲ. ದೊಡ್ಡ ವ್ಯಕ್ತಿಯಂತೆ ನಡೆದುಕೊಂಡ.

"ಬರ್ತೀನಿ" ಮೇಲೆದ್ದವಳೇ ಬಿರುಗಾಳಿಯಂತೆ ಹೊರಟಳು, ಸತೀಶನ ಕೂಗನ್ನು ಸಹ ಕೇಳದವಳಂತೆ.

ಅವಳು ಆಫೀಸ್ ತಲುಪೋವರೆಗೂ ಬಳೆ, ಸರ ಅವಳ ಕೈಯಲ್ಲೇ ಇತ್ತು. ಅದರ ಪ್ರಜ್ಞೆಯೇ ಅವಳಿಗಿರಲಿಲ್ಲ.

"ಇದೇನ್ರಿ" ಎಂದಾಗಲೇ ಕೈಯಲ್ಲಿದ್ದುದು ನೋಡಿಕೊಂಡದ್ದು.

"ಮರ್ತೇಬಿಟ್ಟಿದ್ದೆ!" ಹ್ಯಾಂಡ್ ಬ್ಯಾಗಿನೊಳಕ್ಕೆ ತುರುಕಿದಳು.

"ನೀವು ಹೋದ್ಮೇಲೆ ನಾವೆಲ್ಲ ಬಾಸ್ ಹತ್ತಿರ ತುಂಬ ಗಲಾಟೆ ಮಾಡಿದ್ವಿ!" ಶೀಲಾ ಪಿಸುಗುಟ್ಟಿದಳು. ನಸುನಕ್ಕು ಸೀಟಿಗೊರಗಿದಳು.

ಶೆಟ್ಟಿ ಸಿಕ್ಕಿದ ಮೇಲೆ ಭಾವನಾ ತನ್ನ ನಿರ್ಣಯವನ್ನು ಬದಲಾಯಿಸಿಕೊಂಡಿದ್ದಳು. ಸಾಲದ ಹೊರೆಯಿಂದ ಪೂರ್ಣವಾಗಿ ಕಳಚಿಕೊಂಡಿರಲಿಲ್ಲ. ಅವನ ಹೊರೆಯಲ್ಲಿ ಪಾಲುಗಾರ್ತಿಯಾಗಬೇಕೇ ವಿನಃ ಹೊರೆಯಾಗಬಾರದು.

ಮತ್ತೆಂದೂ ಗೋದಾಮಣಿಯ ಮುಂದೆ ಪೆಚ್ಚು ಮುಖ ಹಾಕಿಕೊಂಡು ನಿಲ್ಲಬಾರದೆಂದು ನಿರ್ಧರಿಸಿಕೊಂಡಿದ್ದಳು. ಇಂದು ಆಕೆಯ ಮುಖ ಮತ್ತಷ್ಟು ಕಠಿಣತೆಯನ್ನು ತುಂಬಿಕೊಂಡಿತ್ತು. ಕನ್ನಡಕದೊಳಗಿನ ಕಣ್ಣುಗಳ ತೀಕ್ಷ್ಣತೆ ಹೆಚ್ಚಿತ್ತು.

ಸಂಜೆ ಆಫೀಸ್‌ನಿಂದ ಹೊರಬಿದ್ದಾಗ ಮನಸ್ಸು ಹಗುರವಾಗಿತ್ತು. ಜೊತೆಯಲ್ಲಿ ಬಂದ ಶೀಲಾಳ ನೋಟ ಸುತ್ತಲೂ ಹರಿದಾಡಿತು. ಮದುವೆಯಾದ ಹೆಣ್ಣು. ಕಣ್ಣುಗಳಲ್ಲಿ ಮಿಂಚು ಒಡೆಯಿತು.

"ಬರ್ತೀನಿ ಭಾವನಾ" ನೆಗೆಯುತ್ತಲೇ ಅತ್ತ ನಡೆದಳು.

ಸತೀಶನ ತುಂಬು ವಿಗ್ರಹ ಅವಳ ಕಣ್ಮುಂದೆ ಬಂದು ನಿಂತಿತು. ಮೊದಲ ನೋಟದಲ್ಲಿಯೇ ಅವಳನ್ನು ಆವರಿಸಿದ್ದ. ಚೆಲುವು, ಅಧಿಕಾರದ ದರ್ಪ, ಗಂಭೀರತೆಯನ್ನು ಮುಚ್ಚಿಹಾಕಿತ್ತು. ಕಂಡ ಕನಸುಗಳೆಷ್ಟು. ಒಂದೂ ನಿಜವಾಗಿರಲಿಲ್ಲ.

ಬೇಗ ಬೇಗ ಹೆಜ್ಜೆ ಹಾಕುತ್ತ ಬಸ್ ಸ್ಟಾಪ್‌ನಲ್ಲಿ ಬಂದು ನಿಂತಳು. ಕ್ಯೂ ಸುಮಾರಾಗಿತ್ತು. ಮೊದಲು ಬಂದ ಬಸ್ಸಿನಲ್ಲೇ ಅವಳಿಗೆ ಸ್ಥಳ ಸಿಕ್ಕಿತು. ದಿನದಂತೆ ನಿಂತು ಜೋತಾಡುವುದು, ಕುಹಕಿಗಳ ವ್ಯಂಗ್ಯ ಮಾತುಗಳು, ಕಣ್ಣುಗಳಲ್ಲಿ ಮಿಂಚೋ ಕುಡಿಮಿಂಚುಗಳು, ಮೈಕೈ ಒತ್ತಿಸಿಕೊಂಡು ಓಡಾಡುವ ಕೆಲವು ಯುವಕರು, ಇದೆಲ್ಲ ನಿತ್ಯದ ಪರದಾಟವೇ– ಅಭ್ಯಾಸವಾಗಿಹೋಗಿತ್ತು. ಕೈಯಲ್ಲಿದ್ದ ಹ್ಯಾಂಡ್ ಬ್ಯಾಗನ್ನು ಭದ್ರವಾಗಿಸಿದಳು. ಒಮ್ಮೆ ಶೀಲಾಳ ಹ್ಯಾಂಡ್ ಬ್ಯಾಗನ್ನು ಬಸ್ಸಿನಲ್ಲಿ ಯಾರೋ ಎಗರಿಸಿದ್ದರು. ಅವಳೆದೆ ಏರಿಳಿಯಿತು.

ಬಸ್‌ನಿಂದ ಇಳಿದಾಗಲೇ ಅವಳು ಸಮಾಧಾನದ ಉಸಿರುಬಿಟ್ಟಿದ್ದು. ಅವಸರವಸರವಾಗಿ ತೆಗೆದು ನೋಡಿದಳು. ಸರ, ಬಳೆ ಇತ್ತು. ಎದೆಯ ಮೇಲೆ ಕೈಯನ್ನು ಇಟ್ಟುಕೊಂಡು ನಿಡಿದಾದ ಉಸಿರನ್ನು ಬಿಟ್ಟಳು.

ಮನೆಗೆ ಬಂದಾಗ ಬೀಗ ಹಾಕಿತ್ತು. ಇನ್ನೂ ಅಮ್ಮ ಅಪ್ಪ ಹಿಂದಿರುಗಿಲ್ಲವೆಂದುಕೊಂಡು ಪಕ್ಕದಮನೆ ಕಡೆಗೆ ನಡೆದಳು. ಆಕೆ ಒಳ್ಳೆಯವಳು. ಸಾಲಾಗಿ ನಾಲ್ಕು ಹೆಣ್ಣು ಮಕ್ಕಳನ್ನು ಹೆತ್ತಿದ್ದಳು. ಭಾವನಾಳ ಬಗ್ಗೆ ಸಹಾನುಭೂತಿಯಿತ್ತು.

"ನಮ್ಮಣ್ಣ ಬೀಗದ ಕೈ ಕೊಟ್ಟಿದ್ದಾನಾ?" ತೆರೆದ ಬಾಗಿಲಿನಲ್ಲಿ ನಿಂತು ಕೇಳಿದಳು.

"ಕೊಟ್ಟಿದ್ದಾನೆ, ಒಳಗೆ ಬಾ," ಹೂ ಕಟ್ಟುತ್ತಿದ್ದವರು ಎದ್ದು ಬೀಗದ ಕೈಯನ್ನು ಅವಳ ಕೈಗೆ ಕೊಟ್ಟರು. ಭಾವನಾ ತಟ್ಟನೇ ಹೊರಟಳು. ಅವಳ ಹಿಂದೆನೇ ತೂರಿಬಂದವು "ಈ ಹುಡುಗಿ ಬಂಗಾರದಂಥವಳು. ನೋಡೋಕೆ ವಿದ್ಯಾವಂತೆ. ಹಗಲು ರಾತ್ರಿ ಬಡಿದು ಕೋಣೆಯಲ್ಲಿ ಕೂಡಿಹಾಕಿ ಹುಚ್ಚು ಹಿಡಿಸಿಬಿಟ್ಟ..." ಕಾಲುಗಳು ಮುಷ್ಕರ ಹೂಡಿದವು. ಬಾಯಿಯ ಮೇಲೆ ಕೈಯಿಟ್ಟುಕೊಂಡಳು. ಸಹಿಸಲಾರದೇ ಕಣ್ಣುಗಳಲ್ಲಿ ನೀರು ತುಂಬಿಕೊಂಡಿತು. ಹೆಜ್ಜೆಗಳನ್ನು ಮುಂದಕ್ಕೆ ಎತ್ತಿಡುವುದೇ ಪ್ರಯಾಸವಾಯಿತು.

'ಅಯ್ಯೋ! ಸತೀಶನ ಬಗ್ಗೆ ಜನರಿಗೆ ಎಂಥ ತಪ್ಪು ಕಲ್ಪನೆ!" ಬೀಗ ತೆಗೆದುಕೊಂಡು ಒಳಗೆ ಬಂದವಳೇ ಕುಸಿದು ಕೂತಳು. ಅರ್ಥವಾಗದ ವೇದನೆ ಮನವನ್ನು ದಹಿಸುತ್ತಿತ್ತು.

ಬೆಳಗಿನ ಘಟನೆಗಳನ್ನೆಲ್ಲ ಜ್ಞಾಪಿಸಿಕೊಂಡಳು. ಎಂಥಾ ಸಂಯಮಿ! ದುರ್ಬಲ ವ್ಯಕ್ತಿಯಾಗಿ ಕಾಣಲಿಲ್ಲ. ತುಂಬು ಮರ್ಯಾದೆಯಿಂದಲೇ ನಡೆಸಿಕೊಂಡಿದ್ದ.

'ಭಾವನಾ, ಈ ಮನೆಯಲ್ಲಿರೋ ಪ್ರತಿಯೊಂದರ ಮೇಲೂ ಒಡೆತನವಿದೆ. ನೀನು ಪೂರ್ಣ ಸ್ವತಂತ್ರೆ. ಏನೂ ಬೇಕಾದರೆ ಕೊಂಡೊಯ್ಯಬಹುದು!' ಆ ಮಾತುಗಳಲ್ಲಿ ವ್ಯಂಗ್ಯ, ಮೊನಚು ಇರಲಿಲ್ಲ. ನೇರವಾಗಿ ಹೇಳಿದ್ದ.

"ಲೈಟು ಹಾಕಬಾರದಿತ್ತಾ?" ದೀಪ ಬೆಳಗಿದಾಗಲೇ ಅವಳಿಗೆ ಸಮಯ ಅರಿವಾದುದು. ದಢಾರನೇ ಎದ್ದು ಬೆರಳುಗಳಿಂದಲೇ ಕೂದಲನ್ನು ಸರಿ ಮಾಡಿಕೊಂಡಳು.

ಶರತ್ ಎರಡು ಕೈಗಳನ್ನು ಸೊಂಟದ ಮೇಲೆ ಇಟ್ಟುಕೊಂಡು ನಿಂತು "ನಾನು ಮಧ್ಯಾಹ್ನ ನಿಮ್ಮ ಆಫೀಸಿಗೆ ಬಂದಿದ್ದೆ. ಎಂಥ ಸಿನ್ಸಿಯರ್...!" ಹುಬ್ಬು ಕುಣಿಸಿ ತುಟಿ ಕೊಂಕಿಸಿ ನಕ್ಕ.

"ನನ್ನ ಹತ್ತಿರ ಬುರುಡೆ ಬಿಡಬೇಡ. ಬಟ್ಟೆ ಬದಲಾಯಿಸಿ ಮುಖ ತೊಳ್ಕೊ." ಎದ್ದು ಒಳಗೆ ಹೋದಳು.

ಜೋರಾಗಿ ಹಾಡುತ್ತ ಶರತ್ ಬಟ್ಟೆ ಬದಲಿಸಿ ಮುಖ ತೊಳೆದು ಅಡಿಗೆಯ ಮನೆಗೆ ಬಂದ. ಅದು ಯಥಾಸ್ಥಿತಿಯಲ್ಲಿತ್ತು. ಸ್ಟೌವ್ ಮೇಲೆ ಕಾಫಿಗಾಗಿ ನೀರು ಮರಳುತ್ತಿತ್ತು. ಭಾವನಾ ಕೈಯಲ್ಲಿ ಇಕ್ಕಳ ಹಿಡಿದು ನಿಂತಿದ್ದಳು. ಯಾವುದೋ ಗುಂಗಿನಲ್ಲಿದ್ದಂತೆ ಕಂಡಳು.

ಅವನ ಮನಸ್ಸಿಗೆ ಸಮಾಧಾನವೇ ಇರಲಿಲ್ಲ. ಅಳಗೇಶಿಯ ಜೊತೆಯಲ್ಲಿ ಆಫೀಸ್‌ಗೆ ಹೋಗಿ ಮಹೇಶನನ್ನು ಭೇಟಿಯಾಗಿದ್ದ. ಮಹೇಶ ಭಾವನಾಳ ಬಗ್ಗೆ ಮೆಚ್ಚಿಗೆ ನುಡಿಗಳನ್ನಾಡಿದ್ದ. ಆಗ ಅವನ ಕಣ್ಣುಗಳಲ್ಲಿ ವಿಚಿತ್ರ ಮಿಂಚು ಕಾಣಿಸಿಕೊಂಡಿತ್ತು.

"ಮಹರಾಯಿತಿ, ನೀರು ಮರಳಿಹೋಯ್ತು!" ಮೃದುವಾಗಿ ಕಿವಿಹಿಂಡಿದ. ನೋವಾಗುವಂತೆ ಹಿಂಡಲಾರ. ಅವಳ ಮೈಮನಕ್ಕೆ ಸ್ವಲ್ಪ ನೋವಾದರೂ ಅವನೆದೆ ಒಡೆದುಹೋಗುತ್ತಿತ್ತು.

"ನಾನು ಕಾಫಿ ತರೋವರೆಗೂ ಹೊರಗಡೆ ನಡೀ" ಮರಳುತ್ತಿದ್ದ ನೀರನ್ನು ಫುಡಿಗೆ ಬಗ್ಗಿಸಿದಳು.

"ತಮ್ಮ ಆಜ್ಞೆ" ನಕ್ಕು ವಿಧೇಯನಂತೆ ಹೊರಗೆ ಬಂದ.

ಅವಳು ಕಾಫಿ ತರೋವರೆಗೂ ಮೇಜು ಬಾರಿಸುತ್ತ ಕೂತ, ಅವನು ಒಂದು ಗಳಿಗೆ ಸುಮ್ಮನೇ ಇರಲಾರ. ಅದು ಅವನ ಮನೋಭಾವಕ್ಕೆ ವಿರುದ್ಧ. ಈ ಆಘಾತದಿಂದ ಕುಸಿದಿದ್ದ. ಸ್ವಲ್ಪ ಚೇತರಿಸಿಕೊಂಡಿದ್ದರೂ ಮೊದಲಿನ ಗೆಲುವು ಅವನಲ್ಲಿ ತುಂಬಿಕೊಂಡಿರಲಿಲ್ಲ.

"ಇವತ್ತು ನಿಮ್ಮ ಗೋದಾಮಣಿನ ನೋಡಿದೆ. ಅಬ್ಬ.... ಭಯವಾಗುತ್ತೆ. ಆ ಕಣ್ಣುಗಳಲ್ಲಿ ಏನು ತೀಕ್ಷ್ಣತೆ!" ಭಯ ನಟಿಸುತ್ತ ಹೇಳಿದ. ಭಾವನಾ ಕಿಲಕಿಲನೆ ನಕ್ಕಳು. ಆ ನಗು ಅವನ ಪಾಲಿಗೆ ಮಂಜುಳ ನಾದದಂತಿತ್ತು.

"ನೀನ್ಯಾಕೆ ಬಂದಿದ್ದೆ?" ಭಾವನಾಳ ಹುಬ್ಬುಗಳು ಸಂಕುಚಿಸಿದವು. ಕಣ್ಣುಗಳಲ್ಲಿ ಅರಿವಿಗೆ ಬರದಂಥ ವಿಸ್ಮಯ ಕಾಣಿಸಿಕೊಂಡಿತು.

"ಸ್ವಂತದ್ದು ಏನೂ ಇಲ್ಲ. ಆರ್ಡರ್ಸ್ ಬುಕ್ ಮಾಡಬೇಕಲ್ಲ..." ಮೊದಮೊದಲು ಸಂಕೋಚ, ಸ್ವಾಭಿಮಾನ ಬದಿಗೊತ್ತಿ ಅಲೆದಾಡಬೇಕು. ನನ್ನ ಆ ಕೆಲಸಕ್ಕೆ ಅಳಗೇಶಿ ಬಿಡೋಲ್ಲ. ಅವರುಗಳೇ ಅದನ್ನೆಲ್ಲ ನೋಡ್ತಾರೆ. ಸುಮ್ನೇ ಬಂದಿದ್ದೆ. ಮಹೇಶ್ ನಿಗರ್ವಿ, ಬಹಳ ಒಳ್ಳೆಯ ಮನುಷ್ಯ. ತುಂಬು ವಿಶ್ವಾಸಿ" ಅವನ ಸರಳ ನಡತೆ, ಆತ್ಮೀಯ ಮಾತುಗಳನ್ನು ನೆನಪಿಸಿಕೊಂಡು ಹೇಳಿದ.

"ಹೌದು, ತುಂಬ ಸಹನೆ ಜಾಸ್ತಿ; ಇಲ್ಲದಿದ್ರೆ ಆ ಗೋದಾಮಣಿನ ಅನುಸರಿಸಿಕೊಂಡು ಕೆಲಸ ಮಾಡೋದು ಕಷ್ಟ. ಹಿಂದಿದ್ದ ಆಫೀಸರ್ ಗೋದಾಮಣಿಯ ಎದುರು ಜೋರಾಗಿ ಮಾತಾಡೋಕೆ ಹೆದರ್ತಾ ಇದ್ದರಂತೆ!"

ಗೋದಾಮಣಿಯನ್ನು ನೆನಪಿಸಿಕೊಂಡು ಇಬ್ಬರೂ ನಕ್ಕರು. ಪ್ರಭಾವಿ ವ್ಯಕ್ತಿಗಳ ಪ್ರಭಾವಲಯ ಎಲ್ಲಿಯವರೆಗೂ ಹರಡುತ್ತದೆಯೆನ್ನುವುದಕ್ಕೆ ಇದೊಂದು ಸ್ಪಷ್ಟ ನಿದರ್ಶನ. ಆಕೆಯ ಬಗ್ಗೆ ಆಫೀಸಿನ ಎಲ್ಲಾ ಕೆಲಸಗಾರರಿಗೂ ಅಸಹನೆಯಿದ್ದರೂ, ಮ್ಯಾನೇಜ್‌ಮೆಂಟಿನವರು ಆಕೆಯನ್ನು ಬಿಟ್ಟುಕೊಡಲು ಸಿದ್ಧರಿಲ್ಲ.

"ಬಂದೆ" ಬರಿದಾದ ಕಾಫಿಯ ಲೋಟ ಅಲ್ಲಿಟ್ಟ ಭಾವನಾ ಕೋಣೆಯೊಳಕ್ಕೆ ಹೋಗಿ ತನ್ನ ಹ್ಯಾಂಡ್ ಬ್ಯಾಗನ್ನು ತಂದಳು.

"ಏನಾದ್ರೂ ಸ್ವೀಟ್ಸ್ ತಂದಿದ್ದೀಯಾ?" ಹುಬ್ಬುಗಳನ್ನು ಎತ್ತಿ ಶರತ್ ಕಡೆ ನೋಡಿ ನಸುನಕ್ಕಳು. ಆ ನಗುವಿನ ಹಿಂದೆ ಇದ್ದ ನೋವು ಸ್ಪಷ್ಟವಾಗಿ ಗೋಚರಿಸಿತು.

ಮದುವೆ ನಿಶ್ಚಯವಾದ ಮೇಲೆ ಬಹಳ ಅಕ್ಕರೆಯಿಂದ ಮಾಡಿಸಿತಂದು ತಾನೇ ತೊಡಿಸಿ ಕೈಗಳನ್ನು ಪ್ರೀತಿಯಿಂದ ಚುಂಬಿಸಿದ್ದ. ಆ ಕ್ಷಣಗಳು ನೆನಪಾದ ಕೂಡಲೇ ಅವಳ ಹೃದಯ ಭಾರವಾಯಿತು.

ಸರ, ಬಳೆ ತೆಗೆದು ಅವನ ಹಿಂದೆ ಹಿಡಿದಳು. ಶರತ್ ಬೆಚ್ಚಿಬಿದ್ದ.

"ಭಾವನಾ, ಇದೇನಿದು!" ಮುಖ ಕಿವುಚಿದ.

"ನಮ್ದೇ.... ಅಲ್ಲಿತ್ತು, ಹೋಗಿ ತಂದೆ." ಅವನ ಹುಬ್ಬುಗಳು ಮೇಲೇರಿದವು.

"ನೀನೇ ಹೋಗಿದ್ಯಾ?"

"ಹೌದು ತಪ್ಪೇನಿದೆ? ನಾನೇ ಬೆಳಿಗ್ಗೆ ಹೋಗಿ ತಂದೆ. ಇದೇನು ಅವರದಲ್ಲ. ನಾವ್ಯಾಕೆ ಧಾರಾಳತನ ತೋರಿಸಬೇಕು? ಶೆಟ್ಟಿಗೆ ಈ ಬಳೆ ವಾಪಸ್ಸು ಕೊಟ್ಟುಬಿಡು. ಸರಾನ ಅಮ್ಮ ಹಾಕ್ಕೊಳ್ಳಿ ಸದ್ಯಕ್ಕೆ."

ಆಪ್ಯಾಯಮಾನದಿಂದ ಬಳೆಗಳ ಕಡೆ ನೋಡಿದಳು. ಮೆರುಗು ಕೂಡ ಮಾಸಿರಲಿಲ್ಲ. ಬಹಳ ಜೋಪಾನವಾಗಿಟ್ಟುಕೊಂಡಿದ್ದಳು. ಎಂದಾದರೂ ತೆಗೆದು ಕೈಗೆ ಹಾಕಿಕೊಂಡರೂ, ಮತ್ತೆ ಜೋಪಾನವಾಗಿ ಬಾಕ್ಸ್‌ನಲ್ಲಿರಿಸುತ್ತಿದ್ದಳು. ಅವಳ ಪಾಲಿಗೆ ಅವು ಅಮೂಲ್ಯ, ಬೆಲೆ ಕಟ್ಟಲಾರದಂಥದ್ದು.

"ನಮಗೆ ಯಾಕೆ ಬೇಕಾಗಿತ್ತು?" ಶರತ್ ಮುಖದ ತುಂಬ ನೋವು ಕಾಣಿಸಿಕೊಂಡಿತು.

ಎದ್ದು ಭಾವನಾಳ ಬಳಿಗೆ ಹೋದ. ಅವಳ ತುಂಬು ಮುಖವನ್ನು ಬೊಗಸೆಯಲ್ಲಿ ಹಿಡಿದು ನೋಡಿದ. ಮಗುವಿನಂಥ ಮುಖ. ಸ್ವಾರ್ಥ, ವಂಚನೆಗಳ ಸೋಂಕೇ ಇಲ್ಲ.

"ಯಾಕಣ್ಣ ಹಾಗೆ ನೋಡ್ತಿ?" ಗಂಟಲು ಗದ್ಗದಿತವಾಯಿತು.

"ಎಷ್ಟು ನೋಡಿದರೂ ನೋಡಬೇಕೆನ್ನಿಸೋ ಮುಖ. ನಾನು ದೊಡ್ಡ ತಪ್ಪು ಮಾಡಿಬಿಟ್ಟನೇನೋ? ನನ್ನದು ಅತಿಯಾಸೆಯಾಯಿತೇನೋ?"

ಶರತ್ ಕೈಗಳನ್ನು ಹಿಡಿದುಕೊಂಡ. ಅವಳು "ಯಾಕಣ್ಣ ಹೀಗೆಲ್ಲ ಮಾತಾಡುತ್ತೀಯಾ?"

"ಹೌದು ಭಾವನಾ... ಹೆಚ್ಚಿನ ವಿದ್ಯಾರ್ಹತೆ, ಅಧಿಕಾರದ ಹಂಬಲಕ್ಕೆ ಬೀಳದೇ, ಒಬ್ಬ ಮಧ್ಯಮ ದರ್ಜೆಯ ಯುವಕನಿಗೆ ಕೊಟ್ಟು ಮದ್ವೆ ಮಾಡಿದ್ದರೆ ನಿನ್ನನ್ನು ಅರಿತು ಸುಖವಾಗಿಟ್ಟುಕೊಳ್ಳುತ್ತಿದ್ದ" ತಟ್ಟನೇ ಚೇತರಿಸಿಕೊಂಡ "ಪುನಃ ಇಂಥ ತಪ್ಪು ಮಾಡೋಲ್ಲ ಬಿಡು" ಎಂದ.

"ಇವನ್ನು ಶೆಟ್ಟಿಗೆ ಕೊಟ್ಟುಬಿಡು."

ಶರತ್ ಬಳೆಗಳ ಕಡೆ ನೋಡಿ ತಂಗಿಯ ಕಡೆ ನೋಡಿದ. ಅವಳು ನಿರಾಭರಣ ಸುಂದರಿಯಾಗಿದ್ದಳು. ಎರಡೆಳೆ ಕರೀಮಣಿ ಸರ ಮಾತ್ರ ಅವಳ ಕತ್ತಿನಲ್ಲಿತ್ತು.

"ಬೇಡ, ನಿನ್ನ ಕೈಯಲ್ಲೇ ಇರಲಿ."

ತಂಗಿಯ ಕೈಗಳಲ್ಲಿದ್ದ ಗಾಜಿನ ಬಳೆಗಳತ್ತ ನೋಡಿದ. ಅವನು ಎಂದೋ ತಂದಿದ್ದ ಬಳೆಗಳು. ಅಕ್ಕರೆ, ಜೋಪಾನದಿಂದ ಅವುಗಳನ್ನು ಕಾಪಾಡಿಕೊಂಡು ಬಂದಿದ್ದಳು.

ಸತೀಶ ಬೆಲೆಬಾಳುವ ವಿವಿಧ ನಮೂನೆಯ ಚಿನ್ನಾಭರಣಗಳನ್ನು ಮಡದಿಗಾಗಿ ತಂದಿದ್ದ. ಅವಳಿಗೆ ಅವೆಲ್ಲ ಬೇಕೇ ಇಲ್ಲ.

"ಬೇಡಣ್ಣ, ನಂಗೇನು ಅದರ ಮೇಲೆಲ್ಲ ಆಸೆ ಇಲ್ಲ. ಸ್ವಲ್ಪ ಸುಧಾರಿಸಿಕೊಂಡ ಮೇಲೆ ಮಾಡಿಸಿಕೊಂಡರಾಯಿತು. ಸಾಲ ಪೂರ್ತಿಯಾಗಿ ತೀರಿಹೋಗಲಿ."

ಅಷ್ಟು ಹೇಳಿ ಭಾವನಾ ಅಡಿಗೆಯ ಮನೆಯೊಳಕ್ಕೆ ಹೋಗಿಬಿಟ್ಟಳು. ಶರತ್ ತಲೆಯಮೇಲೆ ಕೈಹೊತ್ತು ಕೂತಿದ್ದ.

ಮದುವೆಯ ದಿನ ರಾತ್ರಿ ಡಿನ್ನರ್‌ಗೆ ಬಂದಿದ್ದವರು ಎರಡು ಸಾವಿರ ಜನ. ಮೊದಲೇ ಸತೀಶ್ ಸೂಚನೆ ಕೊಟ್ಟಿದ್ದರೂ ಅವನ ಜಂಘಾಬಲವೇ ಉಡುಗಿಹೋಗಿತ್ತು. ಎಲ್ಲಾ ದೊಡ್ಡ ದೊಡ್ಡ ಅಧಿಕಾರಿಗಳು, ಪ್ರಭಾವಶಾಲಿಗಳು.

ಅವನು ಪೂರ್ತಿಯಾಗಿ ಸೋತುಹೋಗಿದ್ದ. ಆದರೂ ತಂಗಿ ಸುಖವಾಗಿರಬಲ್ಲಳೆಂಬ ನೆಮ್ಮದಿ ಇತ್ತು. ಎದೆಗುಂದಿರಲಿಲ್ಲ. ಕೈಯಲ್ಲಿ ಬಳೆಗಳನ್ನು ಹಿಡಿದು ನಿಟ್ಟುಸಿರುಬಿಟ್ಟ.

"ಭಾವನಾ..... ಇಲ್ಬಾ" ಕೈಯಲ್ಲಿ ಬಳೆಗಳಿಡಿದು ಕೂಗಿದ.

ಬಟ್ಟೆಗೆ ಕೈಯುಜ್ಜುತ್ತಲೇ ಹೊರಗೆ ಬಂದಳು. ನಿರ್ಲಿಪ್ತಳಂತೆ ಕಂಡಳು.

"ಸತೀಶ್ ಏನು ಹೇಳಿದ್ರು?"

ಅವಳ ಮುಖದ ಮೇಲೆ ನೋವಿನ ನಗು ಹಾದುಹೋಯಿತು. ಸತೀಶನಲ್ಲಿ ಯಾವ ಬದಲಾವಣೆ ನಿರೀಕ್ಷಿಸುವುದು ತಪ್ಪು. ಪಂಜರದಲ್ಲಿ ಬಾಳುವುದು ಮತ್ತಷ್ಟು ಘೋರ.

"ಏನೂ ಹೇಳಲಿಲ್ಲ. ಬೀಗದ ಕೈ ಕೊಟ್ಟು ಏನು ಬೇಕಾದರೂ ತೊಗೊಂಡುಹೋಗೂಂದ್ರು." ಅರೆ ನಕ್ಕಳು. ಕಣ್ಣುಗುಡ್ಡೆಗಳು ನೀರಿನಲ್ಲಿ ಈಜಾಡಿದವು.

ಗೋಡೆಗೆ ಒರಗಿ ನಿಂತಳು. ಸತೀಶನ ವ್ಯಕ್ತಿತ್ವದ ಎಳೆಎಳೆಯನ್ನು ಬಿಡಿಸಿ ನೋಡುವ ಪ್ರಯತ್ನ ಮಾಡಿದಳು. ಕೆಲವು ಸನ್ನಿವೇಶಗಳನ್ನು ನೆನೆಸಿಕೊಂಡಾಗ ಅವಳಿಗೆ ನಗು ಬಂತು.

ಇನ್ನು ಅಲ್ಲಿರಲಾರೆವೆಂದು ಕೆನ್ನೆಯ ಮೇಲೆ ಜಾರಿತು. ಮುಖವನ್ನು ಪಕ್ಕಕ್ಕೆ ತಿರುಗಿಸಿಕೊಂಡಳು.

ಶರತ್ ಮುಖದ ಮೇಲೆ ಜಿಗುಪ್ಸೆ ಕಾಣಿಸಿಕೊಂಡಿತು. ಅಸಹ್ಯವಾಗಿ ಬಳೆಗಳ ಕಡೆ ನೋಡಿದ.

ಬರೀ ಚಿನ್ನ, ಬಂಗ್ಲೆ, ಅಧಿಕಾರದಿಂದ ಮಡದಿಯ ಪ್ರೀತಿಯನ್ನು ಕೊಂಡುಕೊಳ್ಳುವ ಪ್ರಯತ್ನ ಮಾಡಿದ್ದಾನೆ. ಕಟಕಟನೇ ಹಲ್ಲುಗಳನ್ನು ಕಡಿದ. ಮುಷ್ಟಿ ಬಿಗಿಯಾಯಿತು. ಮುಖದಲ್ಲಿ ಕ್ರೋಧ ಮೂಡಿತು. ಅಸಹಾಯಕತೆ ತುಂಬಿ ಬಂದಾಗ ಸೋತವನಂತೆ ಕೂತ.

* * * *

ಅಂದು ಭಾನುವಾರ, ಬೆಳಗಿನಿಂದ ಮನೆಯಲ್ಲಿ ಇದ್ದೂ ಇದ್ದು ಶರತ್‌ಗೆ ಬೇಸರವಾಗಿತ್ತು. ವಾಸುದೇವಮೂರ್ತಿಗಳು ಯಾವ ಮಾತಿಗೂ ಬರುತ್ತಿರಲಿಲ್ಲ. ತುಳಸಮ್ಮ ಮಾತ್ರ ಮಗನ ಮದುವೆಯ ಬಗ್ಗೆ ಕಿರಿಕಿರಿ ಮಾಡುತ್ತಲೇ ಇದ್ದರು. ಆದರಿಂದ ಶರತ್‌ಗೆ ಮನೆಯಲ್ಲಿರಬೇಕೆಂದರೆ ಬೇಸರ.

ಯಾರು ಎಷ್ಟೇ ಬಲವಂತ ಮಾಡಿದರೂ ಅವನು ಮಾತ್ರ ಮದುವೆಯ ಕಡೆ ಮನಸ್ಸು ಕೊಡಲಾರ. ಅದರ ಬಗ್ಗೆ ಪೂರ್ಣವಾಗಿ ಆಸಕ್ತಿಯನ್ನೇ ಕಳೆದುಕೊಂಡಿದ್ದ.

"ಭಾವನಾ, ಎಲ್ಲಾದರೂ ಹೋಗಿ ಬರೋಣ." ಮಲಗಿದ್ದವನು ಎದ್ದು ಮೈಮುರಿದು ಹೇಳಿದ.

"ಎಲ್ಲಿಗೆ ಹೋಗೋದು?" ಹೊರಗೆ ಹೋಗಲು ಕೂಡ ಭಾವನಾಳಿಗೆ ಬೇಸರ. ಅಣ್ಣನನ್ನು ಬೇಸರಗೊಳಿಸುವ ಇಚ್ಛೆ ಮಾತ್ರ ಇಲ್ಲ.

"ಮೊದಲು ರೆಡಿಯಾಗು. ಆಮೇಲೆ ಯೋಚಿಸೋಣ."

ಮುಖ ತೊಳೆದು ಶಿಳ್ಳೆ ಹಾಕುತ್ತಲೇ ಹೊರಗೆ ಬಂದ. ತಾಯಿಯನ್ನು ನೋಡಿ ಕೂಡ ನೋಡದವನಂತೆ ಕೋಣೆಯೊಳಕ್ಕೆ ನಡೆದ. ಈ ನಡುವೆ ಅವರ ಕೋಪ ಮುಗಿಲು ಮುಟ್ಟಿತ್ತು. ಮಗನ ಕೂಡ ಮಾತಾಡುವುದನ್ನು ಕಮ್ಮಿ ಮಾಡಿದ್ದರೂ ಕಿರಿಕಿರಿ ಮಾಡುವುದು ತಪ್ಪಿರಲಿಲ್ಲ.

"ಬೇಗ ನಡೀ." ತಂಗಿಯನ್ನು ಕೋಣೆಯಿಂದ ದಬ್ಬಿಕೊಂಡೇ ಹೊರಗೆ ಬಂದ. ಚಿಕ್ಕ ಹುಡುಗನ ಉತ್ಸಾಹ. ಈಗಲೂ ಕೂಡ ಒಮ್ಮೊಮ್ಮೆ ಅವಳ ಹತ್ತಿರ ಜಗಳವಾಡಿ ಕಾಡಿಸಿ, ಅಳಿಸಿ ಸಮಾಧಾನ ಮಾಡುತ್ತಿದ್ದ.

"ಅಮ್ಮ ಸುತ್ತಾಡಿಕೊಂಡು ಬರ್ತೀವಿ" ತಾಯಿಯ ಕಡೆ ತಿರುಗಿದ. ಅವರು ದುರದುರನೆ ನೋಡಿದಾಗ, ಮುಖವನ್ನು ಬೇರೆ ಕಡೆ ತಿರುಗಿಸಿದ.

"ಭಾವನಾ ಹೂ ಮುಡುಕೊಂಡು ಹೋಗು."

ತುಳಸಮ್ಮ ಎದ್ದು ಹೋಗಿ ಹೂ ತಂದು ಮಗಳ ಮುಡಿಗೆ ಮುಡಿಸಿದರು. ಆ ಕ್ಷಣದಲ್ಲಿ ಮಗ ಮೇರುಪರ್ವತದಂಥ ವ್ಯಕ್ತಿಯಾಗಿ ಕಂಡ. ತಂಗಿಯ ಬಗ್ಗೆ ಎಂತಹ ಉಜ್ವಲ ಪ್ರೀತಿ! ತನ್ನ ಸುಖ, ಸಂತೋಷ, ಮದುವೆಯ ಬಗ್ಗೆ ಕೂಡ ಯೋಚಿಸಲಾರ.

"ಬೇಗ ಬಂದುಬಿಡಿ."

ಬಾಗಿಲಿನಲ್ಲಿ ನಿಂತವರು ಕೂಗಿ ಹೇಳಿದರು. ಇಬ್ಬರೂ ನಿಂತು ಹಿಂದಿರುಗಿ 'ಆಗಲಿ' ಎನ್ನುವಂತೆ ತಲೆಯಾಡಿಸಿದರು. ಆಕೆಯ ಮ್ಲಾನಮುಖ ಕಂಡು ಇಬ್ಬರೂ ಗಂಭೀರರಾದರು.

ಮೊದಲು ಶರತ್ ಚೇತರಿಸಿಕೊಂಡ. ಸತೀಶನ ನೆರಳಿನಲ್ಲಿ ಮಾನಸಿಕವಾಗಿ ಚಿತ್ರಹಿಂಸೆ ಅನುಭವಿಸಿದ್ದಳು. ಮನೋವಿಕಲ್ಪಗೊಂಡಿದ್ದಳು. ಪುನಃ ಆ ಸ್ಥಿತಿಗೆ ಬರುವುದು ಬೇಡ.

"ಈಗ ಎಲ್ಲಿಗೆ ಹೋಗೋದು?"

ಶರತ್ ರೋಡಿನ ಕಡೆ ಕೈತೋರಿದ.

ಸ್ವಲ್ಪ ದೂರ ನಡೆದ ಮೇಲೆ ಶರತ್ ಸೋತು ತಂಗಿಯ ಕಡೆ ನೋಡಿದ. ಅವಳು ಮೌನವಾಗಿ ನಡೆಯುತ್ತಿದ್ದಳು. ಅವಳ ತಲೆಯ ಮೇಲೊಂದು ಮೊಟಕಿ "ಅಬ್ಬಬ್ಬ.... ಎಲ್ಲಿಗೆ ಹೋಗೋಣ?" ಭಾವನಾ ನೇರವಾದ ಹಾದಿಯ ಕಡೆ ಕೈ ಮಾಡಿ ತೋರಿಸಿ ನಕ್ಕಳು. ಅವನೂ ನಕ್ಕುಬಿಟ್ಟ.

ಬಟ್ಟೆಯಂಗಡಿಯಿಂದ ಹೊರಗೆ ಬರುತ್ತಿದ್ದ ಮಹೇಶ್ ಕಣ್ಣು ಅರಳಿಸಿ "ಹಲೋ ಶರತ್..." ಎಂದು ಕೈಬೀಸಿ ಕಣ್ಣುಗಳಲ್ಲಿ ಆತ್ಮೀಯತೆ ತುಳುಕಿಸಿದ.

ಶರತ್ ಮುಂದಕ್ಕೆ ಹೋಗಿ ಕೈ ಕುಲುಕಿದ. ಅವನ ಕೈಯಲ್ಲಿ ಸಣ್ಣ ಪ್ಯಾಕೆಟ್ ಇತ್ತು.

"ಎಲ್ಲಿಗೆ ಹೊರಟಿರೋದು?" ಮಹೇಶ್ ಇಬ್ಬರ ಮುಖವನ್ನೂ ನೋಡಿದ.

"ಹೀಗೇ...." ದೂರದ ಹಾದಿಯ ಕಡೆ ಬೆರಳು ಮಾಡಿ ತೋರಿಸಿ ನಕ್ಕ ಭಾವನಾ ಬಾಯಿಗೆ ಕೈ ಅಡ್ಡ ಹಿಡಿದು ನಕ್ಕಳು.

"ಅರ್ಥವಾಗಲಿಲ್ಲ!" ನಕ್ಕ ಇಬ್ಬರ ಮುಖಗಳನ್ನು ಬದಲಿಸಿ ಬದಲಿಸಿ ನೋಡಿದ.

"ಏನಿಲ್ಲ, ಸಂಡೇ ಬೋರ್, ಸುತ್ತಾಡಿ ಬರೋಣಾಂತ."

"ನಾನು ಕಂಪನಿ ಕೊಟ್ಟರೇ ಅಭ್ಯಂತರವಿಲ್ಲವಲ್ಲ?"

"ಅದಕ್ಕೇನು!"

ಮಹೇಶನ ಬಲವಂತಕ್ಕೆ ಇಬ್ಬರೂ ಕಾರು ಹತ್ತಿದರು. ಅವನ ತುಟಿಗಳ ಮೇಲೆ ನಗು ಅಚ್ಚಳಿಯದೇ ಉರುಳಿದ್ದರೂ ಮಹೇಶ್ ದೀರ್ಘವಾದ ಆಲೋಚನೆಯಲ್ಲಿ ಬಿದ್ದಂತೆ ಕಾಣಿಸುತ್ತಿದ್ದ.

"ಏನೋ ಒಂದು ತರಹ ಇದ್ದೀರಿ...!" ಶರತ್ ಅವನ ಕೈ ಹಿಡಿಯಲಿದ್ದ ವೀಲ್ ನೋಡುತ್ತಾ ಕೇಳಿದ.

"ಏನಿಲ್ಲ. ಸ್ವಲ್ಪ ಲಾಯರ್‌ನ ನೋಡೋ ಸಲುವಾಗಿ ಹೊರಟಿದ್ದೆ. ಅವರು ಸಿಗಲಿಲ್ಲ. ಕೆಲವು ವೇಳೆ ಹೃದಯ, ಮನಸ್ಸಿಗೆ ಸಂಬಂಧಪಟ್ಟ ಸಮಸ್ಯೆಗಳನ್ನು ಪರಿಹರಿಸಿಕೊಳ್ಳಲು ಲಾಯರ್‌ಗಳ ಅವಶ್ಯಕತೆ ಇದೆ."

ಇವರಿಗೆ ಏನೂ ಅರ್ಥವಾಗಲಿಲ್ಲ. ಮುಚ್ಚಿಟ್ಟು ಅರ್ಥವಾಗದಂತೆ ಮಾತಾಡುವುದು ಅವನ ಸ್ವಭಾವವಲ್ಲ. ಯಾವುದನ್ನಾದರೂ ನೇರವಾಗಿ ಬಿಚ್ಚಿಡುತ್ತಿದ್ದ. ಇಂದು.... ಹೀಗೇಕೆ?!

"ನನ್ನ ಶ್ರೀಮತಿಯವರು ನಂಗೆ ನೋಟೀಸು ಕೊಟ್ಟಿದ್ದಾರೆ" ಯಾವುದೇ ಭಾವೋದ್ವೇಗಕ್ಕೆ ಒಳಗಾಗದೇ ಹೇಳಿದ. ಶರತ್‌ಗೆ ಕಸಿವಿಸಿಯಾಯಿತು. ಗಡ್ಡ ತುರಿಸಿಕೊಂಡ.

"ಇಷ್ಟು ದಿನ ಯಾರಿಗೂ ಹೇಳಲಿಲ್ಲ. ಭರವಸೆ ಇತ್ತು..." ಕಾರಿನ ವೇಗದ ಗತಿ ನಿಧಾನವಾಯಿತು.

"ನಮ್ಮನೆಗೆ ಬರಬಹುದಲ್ಲ...!" ಕಾರಿನ ವೇಗ ಪೂರ್ಣವಾಗಿ ತಗ್ಗಿಸಿ ಹೇಳಿದ.

"ನಿಮ್ಮ ಮನಸ್ಸಿನ ಸ್ಥಿತಿ ಸರಿಯಿಲ್ಲ. ಎಂದಾದರೂ ಬರ್ತೀವಿ!" ತಟ್ಟನೆ ಶರತ್ ಹೇಳಿದ. ಮಹೇಶ್‌ನ ಹಸನ್ಮುಖ ಕಂಡಾಗಲೆಲ್ಲ ಶರತ್ ಮೆಚ್ಚಿಕೊಳ್ಳುತ್ತಿದ್ದ. ಜೀವನದಲ್ಲಿ ಪರಿಪೂರ್ಣ ತೃಪ್ತಿ ಪಡೆದ ಮನುಷ್ಯನೆಂದುಕೊಳ್ಳುತ್ತಿದ್ದ. ಅವರ ಮನೆಗೆ ಹೋದಮೇಲೆ ಅನುಮಾನದ ನೆರಳಾಡಿತ್ತು. ತಟ್ಟನೇ ಸರಿಸಿಬಿಟ್ಟಿದ್ದ.

"ಏನಿಲ್ಲ. ನಮ್ಮನೆಯಲ್ಲಿ ಇವತ್ತು ಯಾರೂ ಇಲ್ಲ. ಪಟ್ಟಣವಾಸದಲ್ಲಿ ನಿಶ್ಶಬ್ದ ವಾತಾವರಣದಲ್ಲಿ ನಾಲ್ಕು ಗಳಿಗೆ ಕೂಡಬೇಕೂಂದ್ರೂ ಸಾಧ್ಯವಿಲ್ಲ. ನಮ್ಮನೆಯಲ್ಲಿ ಸ್ವಲ್ಪ ಹೊತ್ತು ಮಾತಾಡುತ್ತ ಕೂಡಬಹುದಲ್ಲ!"

ಇವರ ಮೌನವನ್ನು ಮಹೇಶ್ ಸಮ್ಮತಿಯೆಂದು ಭಾವಿಸಿರಬಹುದು. ಕಾರಿನ ವೇಗ ಹೆಚ್ಚಿತು. ಕಾರು ಹತ್ತೇ ನಿಮಿಷದಲ್ಲಿ ಹೋಗಿ ಒಂದು ಬಂಗ್ಲೆಯ ಕಾಂಪೌಂಡ್ ಒಳಕ್ಕೆ ಹೋಯಿತು.

ಭಾವನಾ ಅರೆಮನಸ್ಸಿನಲ್ಲೇ ಇಳಿದಳು. ಇಲ್ಲೂ ಮನೆ ನಿಶ್ಶಬ್ದವಾಗಿತ್ತು. ಕಾಣದ ಭಯ ಆವರಿಸಿ ಮುಖ ಕಪ್ಪಿಟ್ಟಿತು.

"ಬನ್ನಿ...." ಒಳಗೆ ಕರೆದೊಯ್ದ.

ಅಲ್ಲಿನ ಶಿಸ್ತು ಇಲ್ಲಿಲ್ಲ. ಆಟದ ಸಾಮಾನುಗಳು ಅಲ್ಲಲ್ಲಿ ಹರಡಿತ್ತು. ಮಹೇಶ್ ಬಗ್ಗಿ ಆಯ್ದು ಓರಣವಾಗಿರಿಸಿದ.

"ನಮ್ಮ ಪರಮ್ ಬಹಳ ತುಂಟ." ಮಗನ ಬಗ್ಗೆ ಮೆಚ್ಚಿ ಅಭಿಮಾನದಿಂದ ನುಡಿದಂತಿತ್ತು.

"ಇವತ್ತು ಇವರೆಲ್ಲ ಎಲ್ಲೋ ಹೋಗಿದ್ದಾರೆ."

ಎರಡು ದೊಡ್ಡ ಆಲ್ಬಮ್ ತಂದು ಮುಂದಿಟ್ಟರು. ಅದರಲ್ಲಿ ಅವರ ತಾಯಿ, ತಂದೆ, ತಂಗಿ ಮುಂತಾದವರ ಚಿತ್ರಗಳಿದ್ದವು. ಕಾಲೇಜು ಜೀವನ ಆಟಪಾಟಗಳಲ್ಲಿನ ಆಸಕ್ತಿಯನ್ನು ಎತ್ತಿ ತೋರಿಸುವಂಥ ಭಾವಚಿತ್ರಗಳಿದ್ದವು. ಅವರ ಮಡದಿ, ಮಗುವಿನ ಒಂದು ಭಾವಚಿತ್ರವೂ ಇರಲಿಲ್ಲ. ಎದ್ದುಹೋಗಿ ಇನ್ನೊಂದು ಆಲ್ಬಮ್‌ನ ತಂದರು. ಮದುವೆ, ಹನಿಮೂನ್, ಮಗುವಿನ ಚಿತ್ರಗಳು ಮಾತ್ರವಿದ್ದವು. ಅವರ ಮಡದಿಯ ಹತ್ತಾರು ಭಂಗಿಯ ಫೋಟೋಗಳಿದ್ದವು. ಆ ಮುಖಗಳಲ್ಲಿನ ತೃಪ್ತಭಾವ ನೋಡಿದರೆ ಅನುಕೂಲ ದಾಂಪತ್ಯವೆಂದೇ ಹೇಳಬಹುದಾಗಿತ್ತು.

"ತುಂಬಾ ಚೆನ್ನಾಗಿ ಬಂದಿವೆ" ಆಲ್ಬಮ್‌ನ ಹಿಂದಿರುಗಿಸುತ್ತ ಶರತ್ ನುಡಿದ.

"ನನ್ನ ರೂಪಾದು ಫೋಟೋ ಫೇಸ್, ತುಂಬಾ ಮುದ್ದಾಗಿದ್ದಾಳೆ. ಈಗ ಇನ್ನೂ ಚೆನ್ನಾಗಿದ್ದಾಳಂತೆ.

ಮಾತುಕತೆ, ತಿಂಡಿ, ಕಾಫಿ ಎಲ್ಲಾ ಮುಗಿಯಿತು.

"ನಿಮ್ಮ ಶ್ರೀಮತಿಯವರು ಇಲ್ಲಿ ಇಲ್ಲವಾ?" ಮಹೇಶ್ ಹಗುರವಾಗಿ ನಕ್ಕರೂ ಗಂಭೀರನಾದ.

"ಅವಳೀಗ ಬೇರೆಯವರನ್ನು ಮದುವೆಯಾಗಲು ನಿಶ್ಚಯಿಸಿದ್ದಾಳೆ."

ಭಾವನಾ, ಶರತ್ ಒಟ್ಟಿಗೆ ಬೆಚ್ಚಿಬಿದ್ದರು. ಸಹಜವೆನ್ನುವಂತೆ ಮಹೇಶ್ ಹೇಳಿದ್ದ.

"ಅವರಿಬ್ರೂ ಕಾಲೇಜು ಪ್ರೇಮಿಗಳು, ಕೆಲವು ಜಟಿಲವಾದ ಸಮಸ್ಯೆಗಳು ಎದುರು ಬಿದ್ದಿದ್ದರಿಂದ ಅಗಲಿದ್ದರು. ಅವರ ಪ್ರೀತಿ ಜೀವಂತವಾಗಿತ್ತು. ಈಗ ಇಬ್ಬರೂ ಒಂದಾಗುವ ನಿಶ್ಚಯ ಮಾಡಿದ್ದಾರೆ. ಹೆತ್ತ ತಾಯಿ ಮಗೂನ ಯಾವ ಕಾರಣಕ್ಕೂ ಬಿಟ್ಟುಕೊಡೋಕೆ ರೆಡಿಯಾಗಿರೋಲ್ಲ. ರೂಪ ನಮ್ಮ ಪರಮ್‌ನ ಮರ್ತೇಬಿಟ್ಟಿದ್ದಾಳೆ."

ಆಮೇಲೆ ಮಹೇಶ್ ಬೇರೆ ವಿಷಯಗಳನ್ನು ಮಾತಾಡಿದರು. ಅವರುಗಳು ಸಹಾನುಭೂತಿಯಿಂದ ನೋಡಿದರು.

ಇವರುಗಳು ಅವರದೇ ಸಮಸ್ಯೆಗಳನ್ನು ತಲೆಯಲ್ಲಿ ತುಂಬಿಕೊಂಡು ಮನೆಗೆ ಬಂದರು. ಭಾವನಾ ಸಹಜವಾಗಿ ಮರೆಯುವ ಪ್ರಯತ್ನ ಮಾಡಿದಳು, ಮರೆತುಬಿಟ್ಟಳು. ಆದರೆ ಶರತ್‌ನ ತಲೆಯೊಳಗೆ ಗುಂಗಿ ಹುಳುವಿನಂತೆ ಅದು ಕೊರೆಯತೊಡಗಿತು.

ತಟ್ಟೆ ಹಾಕಿಬಡಿಸಲು ನಿಂತ ತುಳಸಮ್ಮ "ಬೀಗರು ಬಂದಿದ್ದಾರೆ" ಎಂದರು.

ಕೈಯೊರೆಸುತ್ತ ಬಂದ ಶರತ್ "ಯಾರಮ್ಮ?" ಅವನ ಕಣ್ಣುಗಳು ಕಿರಿದಾದವು.

"ಗುಂಡಣ್ಣನೋರು" ಸಂಭ್ರಮದಿಂದ ಹೇಳಿದರು.

ಶರತ್ ಉದಾಸೀನವಾಗಿ ತಟ್ಟೆಯ ಮುಂದೆ ಕೂಡುತ್ತ "ಏನಂತೆ?" ಎಂದ.

ಅವರುಗಳು ಪದೇ ಪದೇ ಈ ಮನೆಗೆ ಬರುವುದು ಅವನಿಗೆ ಬೇಡವಾಗಿತ್ತು, ವಿಜಯದ ಸ್ಪಷ್ಟೀಕರಣ ಅವರಿಗೆ ಆಗಿರುವುದಕ್ಕೆ ಸಾಧ್ಯವಿಲ್ಲ. ಸತೀಶ ಬಾಯಿ ಬಿಟ್ಟು ಏನೂ ಹೇಳಿಕೊಳ್ಳುವವನಲ್ಲ. ಊಹಾಪೋಹಗಳಿಂದ ವಿಷಯ ಅವರ ಕಿವಿಗಳು ಮುಟ್ಟಿರುವ ಸಾಧ್ಯತೆ ಇದೆ. ಸ್ಪಷ್ಟೀಕರಣ ಪಡೆಯಲು ಬಂದಿರಬಹುದೇ? ಏನೆಂದು ವಿವರಿಸುವುದು?

"ಅವರೊಬ್ಬರೇನ ಬಂದಿರೋದು?" ಅವನ ನೋಟ ತಟ್ಟೆಯ ಕಡೆಗಿತ್ತು.

ಅನ್ನವನ್ನು ಬಡಿಸುತ್ತ ತುಳಸಮ್ಮ ಮಗನ ಮುಖ ನೋಡಿದರು. ಹಣೆಯಲ್ಲಿ ಆಳವಾದ ಗೆರೆಗಳು ಮೂಡಿದ್ದವು. ಭಾರವಾದ ನಿಟ್ಟುಸಿರು ಚೆಲ್ಲಿದರು.

ಹುಳಿ ಹಿಡಿದು ಬಂದಾಗ, ಭಾವನಾ ತಟ್ಟೆಯ ಮುಂದೆ ಕೂತಿದ್ದಳು. ಇಲ್ಲದಿದ್ದರೆ ಅವನು ಊಟ ಮಾಡಲಾರ.

"ನಂಗೆ ಹಸಿವೇ ಇಲ್ಲ" ಭಾವನಾ ತಲೆ ಕೆರೆದುಕೊಂಡಳು.

"ಪರ್ವಾಗಿಲ್ಲ, ನಾಲ್ಕು ತುತ್ತು ತಿಂದರೆ ಏನೂ ಆಗೋಲ್ಲ."

ಅನ್ನ ಕಲೆಸುತ್ತ ಶರತ್ ಯೋಚಿಸಿದ. ಸತೀಶನ ಮೇಲೆ ಇಲ್ಲದ ದೋಷಾರೋಪಣ ಮಾಡಿ ನಿಂದಿಸಲು ಅವನು ಸಿದ್ಧನಿಲ್ಲ. ಅವರಿಗೆ ಅರ್ಥವಾಗುವ ಹಾಗೆ ತೊಡಕನ್ನು ವಿವರಿಸಬೇಕು.

"ಈಗೇನು ಹೇಳೋದು?"

ಭಾವನಾ ತಲೆ ಎತ್ತಿ ತಾಯಿಯ ಕಡೆ ನೋಡಿದಳು. ಅವಳಿಗೇನೂ ಅರ್ಥವಾಗಲಿಲ್ಲ. ಅಣ್ಣನ ಕಡೆ ನೋಡಿದಳು. ಅವನು ತಲೆ ಬಗ್ಗಿಸಿಕೊಂಡು ಊಟ ಮಾಡುತ್ತಿದ್ದ.

"ಯಾರಿಗಮ್ಮ?" ಸಾರನ್ನದಲ್ಲಿ ಕೈಯಾಡಿಸುತ್ತ ಕೇಳಿದಳು.

"ನಿಮ್ಮ ಮಾವನವರು ಬಂದಿದ್ದಾರೆ." ಅವಳ ಕೈಯಲ್ಲಿದ್ದ ತುತ್ತು ಕೆಳಗೆ ಬಿತ್ತು. ಇದು ತಟ್ಟನೇ ಕಿತ್ತೊಗೆಯುವ ಸಂಬಂಧವಲ್ಲ!

ಶರತ್ ಕೋಪದಿಂದ ತಾಯಿಯ ಕಡೆ ನೋಡಿದ. ಒಮ್ಮೊಮ್ಮೆ ಅವರ ಮೇಲೆ ಅವನಿಗೆ ಬಹಳ ಕೋಪ ಬರುವುದುಂಟು. ಆಲೋಚನಾಶಕ್ತಿಯೇ ಕಮ್ಮಿ ಎಂದುಕೊಳ್ಳುತ್ತಿದ್ದ.

"ಬಂದರೆ ಬರಲಿ.... ನೀನು ಊಟ ಮಾಡು" ತಂಗಿಗೆ ಹೇಳಿದ.

ಇವರುಗಳು ಊಟ ಮಾಡಿ ಹೊರಗೆ ಬರುವ ವೇಳೆಗೆ ಗುಂಡಣ್ಣನವರು, ವಾಸುದೇವ ಮೂರ್ತಿಗಳೊಂದಿಗೆ ಬಂದರು. ಅವರ ದೊಡ್ಡ ಧ್ವನಿಯ ನಗು ಮನೆಯಲ್ಲೆಲ್ಲ ಪ್ರಸರಿಸಿತು. ನಕ್ಕರೇ ನನ್ನ ಪ್ರತಿಷ್ಠೆ ಎಲ್ಲಿ ಕುಗ್ಗುತ್ತೋ ಎಂದು ಗಂಭೀರವಾಗಿರುತ್ತಿದ್ದ ಸತೀಶನ ಅಪ್ಪನೆ ಇವರು–ಎಂದು ವಿಸ್ಮಿತನಾಗಿ ನೋಡಿದ.

"ಏನಯ್ಯಾ ಶರತ್‌ಕುಮಾರ್, ಚೆನ್ನಾಗಿದ್ದೀಯಾ?" ಕೂದಲಿಲ್ಲದ ತಲೆಯನ್ನು ಸವರಿಕೊಂಡರು.

"ಚೆನ್ನಾಗಿದ್ದೀನಿ. ತಾವು ಹೇಗಿದ್ದೀರಿ?"

"ಗುಂಡುಕಲ್ಲು ಇದ್ದಂಗಿದ್ದೀನಿ ಸದ್ಯಕ್ಕೆ ಏನೂ ಭಯವಿಲ್ಲ" ಜೋರಾಗಿ ನಕ್ಕರು. ಶರತ್ ಕೂಡ ನಕ್ಕುಬಿಟ್ಟ.

"ಸೊಸೆ ಕಾಣೋದಿಲ್ಲವಲ್ಲ!"

"ಇದ್ದಾಳೆ." ಕೋಣೆಯೊಳಕ್ಕೆ ನಡೆದುಬಿಟ್ಟ.

ಶತಪಥ ಕೋಣೆಯಲ್ಲಿ ಸುತ್ತಿದ. ಕೈ ಕೈ ಹಿಸುಕಿಕೊಂಡ. ಇವರನ್ನು ಹೇಗೆ ದೂರ ಸರಿಸುವುದೋ, ಅವನಿಗೆ ಗೊತ್ತಾಗಲಿಲ್ಲ.

ಕೋಣೆಯೊಳಗೆ ಬಂದ ಭಾವನಾಳಿಗೆ ಅಣ್ಣನ ಪರಿಸ್ಥಿತಿಯ ಅರಿವಾಯಿತು. ಗೋಡೆಗೊರಗಿ ನಿಂತಳು. ತಟ್ಟನೇ ತಿರುಗಿದ ಶರತ್ "ಭಾವನಾ ನೀನೇನೂ ತಲೆ ಕೆಡಿಸಿಕೊಳ್ಳೋಕೆ ಹೋಗಬೇಡ."

ಅವರುಗಳ ಊಟ ನಿಧಾನವಾಗಿ ಮುಗಿದಿರಬೇಕು. ಶರತ್ ಹೊರಗೆ ಬಂದ. ವೀಳೆದೆಲೆ ಮೆಲ್ಲುತ್ತ ಕೂತಿದ್ದ ಗುಂಡಣ್ಣನವರ ಬಳಿಗೆ ಬಂದು ಕೂತ.

ಇಂದಿಗೂ ಸತೀಶ್ ಅವನನ್ನು ಗೌರವದಿಂದಲೇ ನೋಡುತ್ತಿದ್ದ. ಒಮ್ಮೆ ಕೂಡ ಕೋಪವಾಗಲಿ, ಉದಾಸೀನವಾಗಲಿ ಪ್ರದರ್ಶಿಸಿದವನಲ್ಲ. ಅಂತಹವನ ತಂದೆಯನ್ನು ಮರ್ಯಾದೆಯಾಗಿ ಕಾಣಬೇಕಾದ್ದು ಅವನ ಕರ್ತವ್ಯವಾಗಿತ್ತು.

"ಮದ್ವೆ ಯೋಚನೆಯೇನು ಇಲ್ಲವಾ?" ವೀಳೆದೆಲೆಗೆ ಸುಣ್ಣ ಸವರುತ್ತ ಕೇಳಿದರು.

"ಸದ್ಯಕ್ಕೆ ಇಲ್ಲ"

ಅಂದು ಮಗನ ಮೇಲೆ ರೇಗಾಡಿಕೊಂಡು ಬಂದ ಗುಂಡಣ್ಣನವರು ಮತ್ತೆ ಅಲ್ಲಿಗೆ ಹೋಗಿರಲಿಲ್ಲ. ಆದರೆ ಸೊಸೆ ಇಲ್ಲೇ ಉಳಿದಿರುವ ಬಗ್ಗೆ ತಿಳಿದಿತ್ತು. ಯೋಚಿಸಿ ಯೋಚಿಸಿ ತಲೆ ಕೆಡಿಸಿಕೊಂಡಿದ್ದರು. ತಮ್ಮ ಹಾಗೆ ಸತೀಶನ ಸ್ವಭಾವಕ್ಕೆ ಭಾವನಾ ರೋಸಿಹೋಗಿರಬೇಕೆಂದುಕೊಂಡರು. ಆದರೂ ಚೆನ್ನೆನಿಸಲಿಲ್ಲ. ಅವನ ಯಾಂತ್ರಿಕವಾದ ಬದುಕಿನಿಂದ ಪ್ರಯೋಜನವಿಲ್ಲವೆನಿಸಿತು.

"ಸತೀಶ ಬಂದಿದ್ನಾ?" ಒಳಸಾಗಿ ಹೋಗದೇ ನೇರವಾಗಿಯೇ ಕೇಳಿದರು.

"ಅವರಿಗೆ ನೂರೆಂಟು ಕೆಲಸ." ಅಡ್ಡಗೋಡೆಯ ಮೇಲೆ ದೀಪವಿಟ್ಟ ಹಾಗೆ ಹೇಳಿದ.

ಯಾವ ನಿರ್ಧಾರಕ್ಕೆ ಬಂದರೋ ಗುಂಡಣ್ಣನವರು ಮತ್ತೆ ಸತೀಶನ ಪ್ರಸ್ತಾಪಕ್ಕೆ ಬರಲಿಲ್ಲ. ರಾತ್ರಿಯೆಲ್ಲ ನಿದ್ದೆ ಇಲ್ಲದೇ ಹೊರಳಾಡಿದರು. ಬೆಳಿಗ್ಗೆ ಎದ್ದವರೇ ಸ್ನಾನ ಕೂಡ ಮಾಡದೆ ಹೊರಟರು.

"ಸ್ನಾನ, ಸಂಧ್ಯಾವಂದನೆ, ಪೂಜೆ ಮುಗಿಸಿಕೊಂಡು ಹೋಗಬಹುದು"

ವಾಸುದೇವಮೂರ್ತಿಗಳು. ತುಳಸಮ್ಮ ಎಷ್ಟೇ ಹೇಳಿದರೂ, ಅವರು ನಿಲ್ಲಲಿಲ್ಲ. ಸತೀಶನನ್ನು ನೋಡೋವರೆಗೂ ಅವರಿಗೆ ಸಮಾಧಾನವಿಲ್ಲ.

"ಆಯ್ತು, ಇನ್ನೊಮ್ಮೆ ಬರ್ತೀನಿ. ನೇರವಾಗಿ ಇಲ್ಲಿಗೆ ಬಂದಿದ್ದೆ. ಸತೀಶನನ್ನು ನೋಡೋವರ್ಗೂ ಸಮಾಧಾನವಿಲ್ಲ. ಸ್ನಾನ, ಪೂಜೆ ಎಲ್ಲಾ ಅಲ್ಲೆ ನಡೆಯುತ್ತೆ" ಹೊರಟುಬಿಟ್ಟರು...

"ಹೊರಟೇಬಿಟ್ಟರು" ತುಳಸಮ್ಮ ಪೇಚಾಡಿಕೊಂಡರು. ಅವರು ಬಂದಾಗಿನಿಂದ ಮನದಲ್ಲಿ ಆಶಾಕಿರಣ ಗೋಚರಿಸಿತ್ತು. ಅವರ ಪ್ರಯತ್ನದಿಂದ ಮಗಳು ಗಂಡನ ಮನೆ ಸೇರುವಂತಾಗಲಿ ಎಂದು ದೇವರಲ್ಲಿ ತುಪ್ಪದ ದೀಪ ಹಚ್ಚಿ ಪ್ರಾರ್ಥಿಸಿದ್ದರು.

* * * *

ಗುಂಡಣ್ಣನವರು ಬಂದಾಗ ಸತೀಶ ಪೇಪರು ನೋಡುತ್ತ ಕೂತಿದ್ದ. ಶಬ್ದಕ್ಕೆ ಎಚ್ಚೆತ್ತು ತಲೆ ಎತ್ತಿದ. ಎದುರಿಗೆ ತಂದೆಯನ್ನು ಕಂಡಾಗ ಆತ್ಮೀಯ ತಂತು ಮಿಡಿಯಿತು.

"ಯಾವಾಗ ಬಂದದ್ದು?" ಮಗನ ಕಡೆ ದುರದುರನೆ ನೋಡಿ ಕೂತರು.

"ನೆನ್ನೆ ಬಂದೆ; ಬೀಗರ ಮನೆಯಲ್ಲಿದ್ದೆ."

ಸತೀಶನ ನೋಟ ಅತ್ತಿತ್ತ ಹರಿದಾಡಿತು. ಗುಂಡಣ್ಣನವರ ಮಾತು ಜೋರು. ಆಳುಗಳ ಮುಂದೆ ಒದರಾಡಿದರೂ ಹೆಚ್ಚಲ್ಲ.

"ಮೊದ್ಲು ಸ್ನಾನ ಮುಗಿಸಿ, ಆಮೇಲೆ ಮಾತಾಡೋಣ." ಸತೀಶ್ ಎದ್ದು ಹೋದ.

ತನ್ನ ಕೋಣೆಗೆ ಹೋದ ಸತೀಶ ಕಿಟಕಿ ಬಳಿ ನಿಂತು ಹೊರಗೆ ನೋಡಿದ. ಕೆಲವು ದಿನಗಳಿಂದ ಅವನ ಮನಸ್ಥಿತಿಯೇ ಕೆಟ್ಟುಹೋಗಿತ್ತು. ಮನೆಗೆ ಬಂದರೆ ತಲೆ ಸಿಡಿಯುತ್ತಿತ್ತು. ರಾತ್ರಿಯೆಲ್ಲಾ ಹೊರಳಾಡಿ ಕಳೆಯುತ್ತಿದ್ದ. ಹತ್ತಿರದಲ್ಲಿದ್ದಾಗ ಮಡದಿಯ ಬಗ್ಗೆ ಯೋಚಿಸಿದವನು ಈಗ ಹಗಲಿರುಳು ಅವಳನ್ನೇ ತಲೆಯಲ್ಲಿ ತುಂಬಿಕೊಂಡು ಕಂಗೆಡುತ್ತಿದ್ದ.

ಗುಂಡಣ್ಣನವರು ಸ್ನಾನ, ಸಂಧ್ಯಾವಂದನೆ ಮುಗಿಸಿ ಅವನ ಕೋಣೆಗೆ ಬಂದಾಗ ಅವನಿನ್ನೂ ಕಿಟಕಿಯ ಬಳಿಯಲ್ಲೇ ನಿಂತಿದ್ದ.

"ನಿನ್ದು ಇನ್ನು ಸ್ನಾನ ಆಗಿಲ್ಲವೇನೋ!" ಗುಂಡಣ್ಣನವರು ತಲೆ ಸವರಿಕೊಳ್ಳುತ್ತ ಸೋಫಾ ಮೇಲೆ ಪದ್ಮಾಸನ ಹಾಕಿಕೊಂಡು ಕೂತರು. ಹಾಗೆ ಕೂಡುವುದು ಪ್ರಯಾಸವೇ. ಆದರೆ ಕಾಲುಗಳನ್ನು ಇಳಿಬಿಟ್ಟುಕೊಂಡು ಕೂರುವುದು ಅವರಿಗೆ ಸೇರದು. ಮಗನ ಆಕ್ಷೇಪಣೆಗಳನ್ನೆಲ್ಲ ಬದಿಗೊತ್ತಿಬಿಟ್ಟಿದ್ದರು.

"ಇಲ್ಲ", ತಂದೆಯ ಎದುರಿನಲ್ಲಿ ಬಂದು ಕೂತ.

ಗುಂಡಣ್ಣನವರ ಕಣ್ಣಿಗೆ ಮಗ ಇಳಿದುಹೋದಂತೆ ಕಂಡ. ಆತಂಕಗೊಂಡರು. ಕಸಿವಿಸಿಯಾಯಿತು. ಗಡ್ಡ ಕೆರೆದುಕೊಂಡರು.

"ತುಂಬ ಇಳಿದುಹೋಗಿದ್ದೀಯಲ್ಲ! ಮೈಯಲ್ಲಿ ಆರಾಮಿಲ್ಲವಾ?" ಸತೀಶನಿಗೆ ಗಾಬರಿಯಾಯಿತು.

"ಅಂಥದ್ದು ಏನೂ ಇಲ್ಲ."

ಗುಂಡಣ್ಣನವರು ಮಗನನ್ನೇ ನೋಡುತ್ತಾ ಕೂತರು. ಸಂಕಟವಾಯಿತು. ಎಲ್ಲಾ ಮಕ್ಕಳಿಗಿಂತ ಅವನನ್ನು ಅತಿಶಯವಾಗಿ ಬೆಳೆಸಿದ್ದರು; ಹೆಚ್ಚು ಬುದ್ಧಿವಂತ, ನಮ್ಮ ಮನೆತನಕ್ಕೆ ಕೀರ್ತಿಪ್ರಾಯನಾಗುತ್ತಾನೆಂದು. ಅದೇನು ಸುಳ್ಳಾಗಲಿಲ್ಲ.

"ಊರಿನ ಕಡೆ ತಲೆ ಹಾಕೋಲ್ಲ. ನಿಮ್ಮಮ್ಮ ಹಗಲು ರಾತ್ರಿ ಗೋಳಾಡುತ್ತಾಳೆ. ನಿಂಗೆ ದೊಡ್ಡ ಅಧಿಕಾರ ಇರಬಹುದು. ಆದರೆ ಅನುಬಂಧ ತೊಡೆದುಹೋಗುತ್ತಾ?! ಅವರ ಗಂಟಲು ಭಾರವಾಯಿತು.

ಎದೆಯವರೆಗೂ ಕೈಕಟ್ಟಿ ಕೂತ ಸತೀಶ ಪೂರ್ಣವಾಗಿ ಸೋಫಾ ಬೆನ್ನಿಗೆ ಒರಗಿದ. ತಂದೆ ನೋಟುಗಳನ್ನು ಅವನ ಮುಖದ ಮೇಲೆ ಎಸೆದುಹೋಗಿದ್ದರು. ಭಾವನಾಳಿಗೆ ಮತಿವಿಕಲ್ಪವಾದಾಗ ಬೆಲೆಬಾಳುವ ಸೀರೆಗಳನ್ನೆಲ್ಲ ಸರಿಸಿ ಅವರಣ್ಣ ಮಾಡಿಸಿಕೊಟ್ಟ ಬಳೆಗಳನ್ನು ತೆಗೆದುಕೊಂಡು ಹೋಗಿದ್ದಳು. ಆದರೆ... ಅವನ ತಲೆ ಸಿಡಿಯತೊಡಗಿತು.

"ಸೊಸೇನ ಯಾಕೆ ಕರ್ಕೊಂಡ್ಬಂದಿಲ್ಲ?" ಮುಖದ ಮೇಲೆ ಕಠಿಣತೆ ಆವರಿಸಿತು.

ತಟ್ಟನೆ ಏನೂ ಹೇಳುವುದು ಅವನಿಂದಾಗಲಿಲ್ಲ. ಭಾವನಾಳ ಮೇಲೆ ಸಲ್ಲದ ಆಪಾದನೆಗಳನ್ನು ಹೊರಿಸಲು ಅವನು ಸಿದ್ಧನಿಲ್ಲ. ದೀರ್ಘವಾಗಿ ಉಸಿರೆಳೆದುಕೊಂಡ.

"ಇನ್ನೂ ಬಂದಿಲ್ಲ."

ಗುಂಡಣ್ಣನವರ ಕಣ್ಣುಗಳು ಕೆಂಪಗಾದವು.

"ನಾಚ್ಕೆ ಆಗಬೇಕೂ... ಯಾಕೆ ಬಂದಿಲ್ಲ? ನೀನ್ಹೋಗಿ ಕರ್ಕೊಂಡ್ಬರಬೇಕಿತ್ತು. ಕಡೆಗೆ ಬರದಿದ್ರೆ ಜುಟ್ಟುಹಿಡಿದು ಎಳೆದುಕೊಂಡು ಬರಬೇಕಿತ್ತು." ತಂದೆಯ ಮಾತು ಕೇಳಿ ನಗುಬಂತು, ಒಂದು ವಿಧವಾದ ಜಿಗುಪ್ಸೆಯೂ ಆಯಿತು.

ಎದ್ದು ತಂದೆಗೆ ಬೆನ್ನು ಮಾಡಿ ನಿಂತ.

"ಅದೆಲ್ಲ ಅನಾಗರಿಕ ವರ್ತನೆ. ತಾಳಿ ಕಟ್ಟಿದ ಮಾತ್ರಕ್ಕೆ ಸಲ್ಲದ ಒತ್ತಡ ಹೇರುವುದು ಒಂದು ಕೆಟ್ಟ ಪದ್ಧತಿ. ಈ ವಿಷಯದ ಬಗ್ಗೆ ತಲೆ ಕೆಡಿಸ್ಕೋಬೇಡಿ. ಅವಳ ಆರೋಗ್ಯ

ಸರಿಯಿಲ್ಲ. ಸ್ವಲ್ಪ ಸುಧಾರಣೆಯಾದ ಮೇಲೆ ಬರಬಹುದು. ಇಲ್ಲ, ಬರದೆ ಅಲ್ಲೇ ಇರಬಹುದು" ಸಮಾಧಾನದಿಂದ ಹೇಳಿದ.

ಗುಂಡಣ್ಣನವರ ಕಣ್ಣುಗಳು ಕೆಂಪಾದವು. ಮಗನಿಗೆ ನಾಲ್ಕು ತಟ್ಟಿಬಿಡುವ ಮನಸ್ಸಾಯಿತು. ಕೂಗಾಡಿಯಾದರೂ ತಮ್ಮ ಕೋಪ ಪ್ರದರ್ಶಿಸಬೇಕೆಂದುಕೊಂಡರು. ಅದರಿಂದ ಯಾವ ಪ್ರಯೋಜನವೂ ಆಗುತ್ತಿರಲಿಲ್ಲ. ಅವನು ಮೌನವಾಗಿದ್ದುಬಿಡುತ್ತಿದ್ದ. ಈ ತರಹ ಸ್ವಭಾವಕ್ಕೆ ತಲೆ ಚಚ್ಚಿಕೊಳ್ಳಬೇಕಷ್ಟೆ.

"ಇಲ್ಲೇ ಬಂದು ಸುಧಾರಿಸಿಕೊಳ್ಳಿ. ಮೊದಲು ಹೋಗಿ ಕರ್ಕೊಂಡ್ಬಾ" ಖಡಾಖಂಡಿತವಾಗಿ ಹೇಳಿದರು.

"ನಿನ್ನ ತಂಗಿ ಮದ್ವೆ ವಿಷಯ ಏನಾದ್ರೂ ಯೋಚಿಸಿದ್ಯಾ?" ಮೌನವಾಗಿ ನಿಂತ. ಅದನ್ನೆಲ್ಲ ಯೋಚಿಸಿ ತಲೆ ಕೆಡಿಸಿಕೊಳ್ಳಲು ಪುರುಸೊತ್ತಾದರೂ ಎಲ್ಲಿದೆ?

"ನೀವು ನಿಧಾನವಾಗಿ ತಿಂಡಿ ತೊಗೊಳ್ಳಿ. ನಾನು ಸ್ನಾನ ಮುಗಿಸಿ ಬರ್ತೀನಿ"

ಅವರನ್ನು ಬಿಟ್ಟು ಸತೀಶ ಬಾತ್‌ರೂಂ ಹೊಕ್ಕ. ಮದುವೆಯ ಮೊದಲ ದಿನಗಳನ್ನು ಜ್ಞಾಪಿಸಿಕೊಳ್ಳುವ ಪ್ರಯತ್ನ ಮಾಡಿದ. ಆಗ ಭಾವನಾಳ ಕಣ್ಣುಗಳಲ್ಲಿ ಮಿನುಗುತ್ತಿದ್ದ ಕಾಂತಿಗೆ ವಿಶೇಷ ಅರ್ಥ ಕಂಡಿರಲಿಲ್ಲ. ಇಂದು ಮನಸ್ಸು ಪ್ರಫುಲ್ಲಗೊಂಡಿತು. ಹೊಸ ಉಲ್ಲಾಸದಿಂದ ಸ್ನಾನ ಮುಗಿಸಿ ಹೊರಗೆ ಬಂದ.

"ಸ್ವಲ್ಪ ಅರ್ಜೆಂಟ್ ಕೆಲಸವಿದೆ." ಕಾರು ತಗೊಂಡು ಹೊರಟೇಬಿಟ್ಟ.

ಭಾವನಾ ಬಸ್‌ಗಾಗಿ ಕಾಯುತ್ತಿದ್ದ ಸ್ಟಾಪ್ ಕಡೆ ಬಂದಾಗ ಅವನೆದೆ ಹೊನಲಾಯಿತು. ದೂರದವರೆಗೂ ದೃಷ್ಟಿ ಹೊರಳಿಸಿದ. ನೇರವಾಗಿ ಆಫೀಸ್‌ಗೆ ಬಂದ. ಪ್ರತಿಯೊಂದು ಫೈಲ್, ಪೇಪರ್‌ನಲ್ಲೂ ಭಾವನಾಳ ಮುಖವೇ ಕಾಣುತ್ತಿತ್ತು. ಅವಳೆದೆಯ ಆಸೆ, ಆಕಾಂಕ್ಷೆಗಳನ್ನು ಮಿನುಗಿಸುತ್ತಿದ್ದ ಕಣ್ಣುಗಳಿಗೆ ಮುತ್ತಿಡಬೇಕೆನಿಸಿತು. ಬೇಸರದಿಂದ ಫೈಲ್‌ಗಳನ್ನೆಲ್ಲ ಪಕ್ಕಕ್ಕೆ ತಳ್ಳಿದ. ಸೀಟಿಗೊರಗಿದ.

ಮಗನಿಗೆ ಮನೆಯಿಂದ ಗುಂಡಣ್ಣನವರು ಎರಡು ಸಲ ಫೋನ್ ಮಾಡಿದರು. ಬೇಸರಪಡಿಸಿ ಕಳುಹಿಸಲು ಅವನ ಮನ ಒಪ್ಪಲಿಲ್ಲ. ತನ್ನ ಶಿಸ್ತನ್ನು ಬದಿಗೊತ್ತಿ ವೇಳೆಗೆ ಮುನ್ನ ಮನೆಗೆ ಬಂದ.

ಅವರು ಹಾಲಿನಲ್ಲಿ ಸೋಫಾ ಮೇಲೆ ಮಲಗಿ ಗೊರಕೆ ಹೊಡೆಯುತ್ತಿದ್ದರು. ಹುಬ್ಬುಗಳು ಮೇಲೇರಿದವು. ಕಣ್ಣುಗಳು ಕೆಂಡಗಳನ್ನು ಉಗುಳಿದವು. ಮನಸ್ಸಿನ ಸಮಾಧಾನ ಕಳೆದುಕೊಂಡ.

ನಿಂತಲ್ಲೇ ರಾಮ.... ಎಂದು ಅಬ್ಬರಿಸಿದ. ಅವನು ಹೆದರುತ್ತಲೇ ಬಂದು ನಿಂತ.

"ಯಜಮಾನರಿಗೆ ಕೋಣೆಯಲ್ಲಿ ಹಾಕಿಕೊಡೋಕೆ ಏನಾಗಿತ್ತು?"

ಮಗನ ಧ್ವನಿಗೆ ಎಚ್ಚೆತ್ತ ಗುಂಡಣ್ಣನವರು ಎದ್ದು ಕೂತರು. ಅವರಿಗೆ ತಮ್ಮ ತಪ್ಪಿನ ಅರಿವಾಯಿತು. ಮನೆಯಲ್ಲಿ ನಿದ್ದೆ ಬಂದಾಗ ಉಯ್ಯಾಲೆಮಣೆ ಮೇಲೋ, ಇಲ್ಲ

ಕಂಬದ ಮರೆಯಲ್ಲೋ ಮಲಗಿಬಿಡುವ ಸ್ವಭಾವ. ತಲೆ ತುರಿಸಿಕೊಂಡು ಸರಿಯಾಗಿ ಕೂತು, ಕೆಳಗೆ ಬಿದ್ದ ಚೌಕವನ್ನು ಎತ್ತಿ ಭುಜದ ಮೇಲೆ ಹಾಕಿಕೊಂಡರು.

ರಾಮ ಹೇಳುವ ಮುನ್ನ ಕಾಲು ಅಪ್ಪಳಿಸುತ್ತ ಮೇಲೆ ನಡೆದುಬಿಟ್ಟ.

ಟೈ ಗಂಟಿಗೆ ಕೈಹಾಕಿದ. ಭಾವನಾಳ ಜ್ಞಾಪಕ ಬಂತು. ಅಂದು ಭಾವನಾ.... ಅವನ ಟೈ ಗಂಟಿಗೆ ಕೈಹಾಕಿದಳು. ಆ ಮಾರ್ದವತೆ ತುಂಬಿದ ಮುಖದ ನೆನಪಾಯಿತು. ಅಂದು ಕೊಸರಿಕೊಂಡಿದ್ದ, ಇಂದು ಆ ಕ್ಷಣಕ್ಕಾಗಿ ಹಂಬಲಿಸಿದ.

ಬಟ್ಟೆ ಬದಲಾಯಿಸಿ ನಿಧಾನವಾಗಿ ಇಳಿದುಬಂದ. ಊಟಕ್ಕೆ ರೆಡಿಯಾಗಿತ್ತು. ಮೇಜಿನ ಮುಂದೆ ಬಂದು ಕೂತ. ತಂದೆಗಾಗಿ ಕಾದ. ಅವರು ಬರದಿದ್ದಾಗ ಕೋಣೆಯ ಬಳಿ ಬಂದು ಇಣುಕಿದ. ಅವರು ಗುಂಡುಕಲ್ಲಿನಂತೆ ಕೂತಿದ್ದರು.

"ಡ್ಯಾಡಿ, ಊಟಕ್ಕೆ ಬನ್ನಿ."

ಮಗನ ಕಡೆ ನೋಡಿದ ಗುಂಡಣ್ಣನವರು ಮುಖ ಸಿಂಡರಿಸಿಕೊಂಡರು. ಈ ಶಬ್ದಗಳು ಅವರಿಗೆ ಸರಿಬೀಳದು.

"ಥೂ.... ಹಾಗಂತ ಕೂಗಬೇಡ. ಈ ಓದಿದೋರಿಗೆ ಇದೊಂದು ತರಹ ರೋಗ!"

"ಊಟಕ್ಕೆ ಬನ್ನಿ" ಹಿಂದಿರುಗಿ ಬಂದು ಟೇಬಲ್ಲು ಮುಂದೆ ಕೂತ.

"ಕೃಷ್ಣ ವಾಸುದೇವ" ಎನ್ನುತ್ತ ಬಂದ ಗುಂಡಣ್ಣನವರು ಎಲೆಯ ಮುಂದೆ ಕೂತರು. ಆ ವಯಸ್ಸಿನಲ್ಲೂ ಅವರು ಭರ್ಜರಿಯಾಗಿಯೇ ಊಟ ಮಾಡುತ್ತಿದ್ದರು. ಚಪಾತಿ ಅವನ್ನೆಲ್ಲ ಪಕ್ಕಕ್ಕೆ ಸರಿಸಿ ಅನ್ನ ಹುಳಿ, ಸಾರು, ಮೊಸರಿನೊಂದಿಗೆ ತಮ್ಮ ಊಟ ಮುಗಿಸಿದರು.

"ನಾನು ಊರಿಗೆ ಹೋಗಬೇಕು. ಮನೆ ಕಡೆ ಏನು ಮಾಡಿಕೊಂಡಿದ್ದಾರೋ!" ಕೈವಸ್ತ್ರದಿಂದ ಮೂಗು ಬಾಯಿಯೊರೆಸುತ್ತ ಹೇಳಿದರು. ಇಷ್ಟು ವಯಸ್ಸಾದರೂ ಜವಾಬ್ದಾರಿಯಿಂದ ತಪ್ಪಿಸಿಕೊಳ್ಳಲು ಅವರು ಸಿದ್ಧರಿಲ್ಲ.

"ಒಂದೆರಡು ದಿನ ಇರಿ" ಅಪರೂಪಕ್ಕೆ ಹೇಳಿದ.

"ಆಗೋಲ್ಲಪ್ಪ. ಕತ್ತು ಹಿಡಿದು ಹೊರಗೆ ತಳ್ಳಿದ ಹಾಗಾಗುತ್ತೆ. ಎಲ್ಲಿ ನೋಡಿದರೂ ಡೆಟಾಲ್ ವಾಸನೆ. ಅಬ್ಬಬ್ಬ...." ಮೂಗು ಸಿಂಡರಿಸಿದರು. ಫಳಫಳನೆ ಹೊಳೆಯುವ ನೆಲ ನೋಡಿದರು. ಹುಡುಕಿ ನೋಡಿದರೂ, ಒಂದು ಚೂರು ಧೂಳು ಕಾಣಸಿಗದು.

"ನಾನು ಕಂಡಹಾಗೇ ನಿನ್ಹೆಂಡ್ತಿ ಆರೋಗ್ಯವಾಗೇ ಇದ್ದಾಳೆ. ಬೇರೆ ಏನಾದರೂ.... ಕಾರಣಾನ?" ತುಸು ಧ್ವನಿ ತಗ್ಗಿಸಿ ಕೇಳಿದರು.

ಸತೀಶನಿಗೆ ಏನು ಹೇಳಬೇಕೆಂಬುದೇ ತಿಳಿಯಲಿಲ್ಲ. ಭಾವನಾ ಮತಿವಿಕಲ್ಪಗೊಂಡಾಗ ಇವರಿಗೆ ತಿಳಿಸಿರಲಿಲ್ಲ. ಈಗ ಚೆನ್ನಾಗಿದ್ದಾಳೆ. ಏನೆಂದು ತಿಳಿಸುವುದು? ನಿಜಸಂಗತಿ ತಿಳಿಸಿದರೆ ಬೊಬ್ಬೆ ಹಾಕಬಹುದು. ಅಲ್ಲಿ ಹೋಗಿ ಜಗಳ ಕಾಯಬಹುದು. ತನ್ನ ಮೇಲೆ ರೇಗಾಡಬಹುದು. ಭಾವನಾನ ನಿಂದಿಸಬಹುದು.

"ಏನಿಲ್ಲ" ಅಷ್ಟೇ ಹೇಳಿದ. ಅವರಿಗೆ ಮತ್ತೆ ಕೇಳುವುದಕ್ಕೆ ಅವಕಾಶ ಕೊಡದೇ ಅಲ್ಲಿಂದ ಸರಿದ.

ಮೂರು ದಿನ ಪಟ್ಟಾಗಿ ಗುಂಡಣ್ಣನವರು ಮಗನ ಮನೆಯಲ್ಲಿ ಉಳಿದರು. ಅವನನ್ನು ಜೊತೆಯಲ್ಲಿ ಹೆಂಡತಿಯ ಸಮೇತ ಊರಿಗೆ ಕರೆದೊಯ್ಯಲೇಬೇಕೆಂಬ ಹಟ ತೊಟ್ಟಿದ್ದರು.

ಮಗ ಬಂದ ಕೂಡಲೇ "ನಾಳೆ ಬೆಳಿಗ್ಗೆ ಹೊರಡೋಣವಾ? ಬೀಗರ ಮನೆಗೆ ಹೋಗಿದ್ಯಾ?" ಸತೀಶನ ಮುಖ ಗಂಟಾಯಿತು.

ಅವನಲ್ಲಿನ ಆಶಾಕಿರಣ ಬತ್ತಿಹೋಗಿತ್ತು. ಭಾವನಾ ಅವನಿಂದ ಪೂರ್ತಿ ಬೇರೆಯಾಗಿದ್ದಳು. ತನ್ನ ಜೀವನವನ್ನು ರೂಪಿಸಿಕೊಳ್ಳುವ ಎಲ್ಲ ಪ್ರಯತ್ನಗಳನ್ನು ಮಾಡುತ್ತಿದ್ದ ಹಾಗೆ ಕಂಡಿತು. ಅಂದು ಮಹೇಶನೊಂದಿಗೆ ಬಟ್ಟೆ ಅಂಗಡಿಯಲ್ಲಿ ಕಂಡಿದ್ದ. ಕೆಟ್ಟ ಭಾವನೆಗಳು ಅವನ ಮನದಲ್ಲಿ ಸುಳಿಯವು. ಅವರಿಬ್ಬರೂ ಮದುವೆಯಾದರೂ ಅವನೇನು ತಿಳಿಯಲಾರ.

"ನೀವು ನಡೆಯಿರಿ, ನಂಗೆ ಅರ್ಜೆಂಟಾಗಿ ಮುಂಬಯಿಗೆ ಹೋಗಬೇಕಿದೆ. ಆಮೇಲೆ ಬರ್ತೀವಿ."

ಅವರ ಮುಖದಲ್ಲಿ ವಿಲಕ್ಷಣ ಮೌನ ನೆಲೆಸಿತು. ಗಾಬರಿಯ ಜೊತೆಗೆ ಅನುಮಾನವೂ ಆಯಿತು. ನೇರವಾಗಿ ಮಗನ ಮುಖ ನೋಡಿದರು. ಆ ಮುಖದಲ್ಲಿ ಗಾಂಭೀರ್ಯ ಬಿಟ್ಟು ಮತ್ತೇನೂ ಇರಲಿಲ್ಲ.

ಅಲ್ಲಿ ಕೂಡ ಹೋಗಿ ಹೆಚ್ಚಿಗೆ ಮಾತಾಡಲಾರರು. ಇವರ ದೊಡ್ಡಸ್ತಿಕೆಗೆ ಅವಕಾಶ ಕೊಟ್ಟಿರಲಿಲ್ಲ. ಹುಡುಗಿಯನ್ನು ನೋಡಿದ ಕೂಡಲೇ ಅವನೇ ಒಪ್ಪಿಗೆ ಸೂಚಿಸಿದ. ಕೊಡುಬಿಡುವ ಬಗ್ಗೆಯೂ ಮಾತಾಡಲು ಅವಕಾಶ ಕೊಟ್ಟಿರಲಿಲ್ಲ. ಮದುವೆಯ ಸಮಾರಂಭದ ಬಗ್ಗೆ ಕೆಲವು ನಿಯಮಗಳನ್ನು ಹಾಕಿದ್ದನೇ ವಿನಃ ಮತ್ತೇನೂ ಕೇಳಿರಲಿಲ್ಲ.

ಹತ್ತಾರು ಹೆಣ್ಣುಗಳನ್ನು ತೋರಿಸಿದ್ದರು. ಮುಖ ತಿರುವಿದ್ದ. ಅವರುಗಳ ಶ್ರೀಮಂತಿಕೆ, ದೊಡ್ಡಸ್ತಿಕೆ ಕೂಡ ಇವನನ್ನು ಬಲೆಯೊಳಗೆ ಬೀಳಿಸಿಕೊಂಡಿರಲಿಲ್ಲ. ಭಾವನಾನ ತಟ್ಟನೇ ಒಪ್ಪಿದ. ಎಲ್ಲರಿಗೂ ಆಶ್ಚರ್ಯವೇ. ಭಾವನಾ ರೂಪಸಿ, ಮುದ್ದಾದ ಹುಡುಗಿ, ಯಾರೂ ಅಲ್ಲಗಳೆಯಲಾರರು. ಆದರೂ....

"ಆಯ್ತು, ಮರೀಬೇಡ" ಎಂದರು.

ಸತೀಶ ತಂದೆಯನ್ನು ತಾನೇ ಕರೆದೊಯ್ದು ಬಸ್ಸು ಹತ್ತಿಸಿ ಬಂದ. ಅವನಲ್ಲಿ ದೊಡ್ಡ ಹೋರಾಟವೇ ನಡೆಯುತ್ತಿತ್ತು.

* * * *

ರಮೇಶನ ಗಲಾಟೆಗೆ ಎಲ್ಲರೂ ಒಪ್ಪಿಕೊಂಡರು. ಎಲ್ಲರೂ ಸರ್ವಾನುಮತದಿಂದ ನಂದಿಬೆಟ್ಟಕ್ಕೆ ಹೋಗಿಬರುವ ನಿರ್ಧಾರ ಮಾಡಿದರು. ಆಫೀಸ್ ಸ್ಟಾಫ್ ಮೂವತ್ತು

ಜನ, ಒಂದು ದೊಡ್ಡ ವ್ಯಾನ್ ಮಾಡುವ ಬಗ್ಗೆ ಯೋಚಿಸಿದರು. ಆ ಸಲಹೆಯನ್ನು ಮಹೇಶನ ಮುಂದಿಟ್ಟರು.

"ಬೇರೆ ಯಾಕೆ? ನಮ್ಮದ್ರೇ ಇದೆಯಲ್ಲ!" ರಮೇಶ ತಲೆ ಕೆರೆದುಕೊಂಡ. ಮೂವತ್ತು ಜನ ಹಿಡಿಸುವಂಥದ್ದಲ್ಲ.

"ತುಂಬ ಚಿಕ್ಕದಾಗುತ್ತೆ" ಮಹೇಶನ ಕುರ್ಚಿ ಹಿಂದಕ್ಕೂ ಮುಂದಕ್ಕೂ ಆಡಿತು.

"ನಾವೆಲ್ಲ ಕಾರಿನಲ್ಲಿ ಹೋಗಬಹುದು" ಗೋದಾಮಣಿ ತನ್ನ ಸಲಹೆಯನ್ನು ಅವನ ಮುಂದಿಟ್ಟಳು.

"ಅದಾಗದು, ಈಗ ಹೋಗ್ತಾ ಇರೋದು ಒಟ್ಟಾಗಿ ಪಿಕ್‌ನಿಕ್, ಬೇರೆ ಬೇರೆ ಹೋದರೆ ಅದರ ಸ್ವಾರಸ್ಯವೇ ಕೆಟ್ಟುಹೋಗುತ್ತೆ."

ಗೋದಾಮಣಿಯ ಕನ್ನಡಕದಲ್ಲಿನ ಕಣ್ಣುಗಳು ರಮೇಶನನ್ನು ದುರುಗುಟ್ಟಿ ನೋಡಿದವು.

ಈ ನಡುವೆ ಆಫೀಸ್‌ನವರಿಗೆಲ್ಲ ಅನುಮಾನ ಬಂದಿತ್ತು. ಗೋದಾಮಣಿ ಮಹೇಶನನ್ನು ಪ್ರೀತಿಸುತ್ತಿರಬಹುದು. ಅದಕ್ಕೆ ಹಲವಾರು ಕಾರಣ, ಹಿಂದಿನ ಕೂಗಾಟ, ಆರ್ಭಟ ಈಗ ಕಮ್ಮಿಯಾಗಿತ್ತು. ಮೇಲಿನವರ ಮಾರ್ಗದರ್ಶನವೂ ಕಮ್ಮಿಯಾಗಿತ್ತು.

"ನೋಡೀಪ್ಪ. ಅದೆಲ್ಲ ನಿಮಗೆ ಸೇರಿದ್ದು, ನೀವೊಂದು ಎತ್ತಿನಗಾಡಿ ತಂದರೂ ನಾನು ಬರೋಕೆ ಸಿದ್ಧ. ಏನಂತೀರಿ–ಗೋದಾಮಣಿ?" ಅವಳ ಕಡೆ ತಿರುಗಿದ. ಅವಳು ನಕ್ಕಳು. ಆ ನಗುವಿನಲ್ಲಿ ಯಾವ ಆಕರ್ಷಣೆಯೂ ಉಳಿದಿರಲಿಲ್ಲ. ನಕ್ಕರೂ ಆ ಗಂಟುಮುಖ ಸಡಿಲಗೊಳ್ಳುತ್ತಲೇ ಇರಲಿಲ್ಲ.

"ಹಾಗಾದ್ರೆ ಸರಿ." ರಮೇಶ ಉತ್ಸಾಹದಿಂದ ಹೊರಟ.

"ಒಂದ್ಮಾತು... ನಾನು ಹೊಟ್ಟೆಬಾಕ, ನಾಲಿಗೆ ರುಚಿ ಜಾಸ್ತಿ" ರಮೇಶ ಜೋರಾಗಿ ನಕ್ಕುಬಿಟ್ಟ.

ರಮೇಶನ ಯಜಮಾನಿಕೆಯಲ್ಲಿ ಎಲ್ಲಾ ಸಿದ್ಧವಾಯಿತು. ಎಲ್ಲರೂ ಉತ್ಸಾಹದಿಂದಲೇ ಇದ್ದರು.

ಮಹೇಶ್ ಬಂದಾಗ ಗೋದಾಮಣಿ, ಭಾವನಾಳನ್ನು ಬಿಟ್ಟು ಎಲ್ಲರೂ ಬಂದಿದ್ದರು. ವ್ಯಾನ್ ರೆಡಿಯಾಗಿ ನಿಂತಿತ್ತು.

"ಸ್ವಲ್ಪ ಹೋಗಿ ಅಮ್ಮಾವ್ರನ್ನು ಕರ್ಕೊಂಡ್ಬಂದ್ಬಿಡ್ತೀನಿ" ರಮೇಶ ಹೇಳಿದಾಗ ಎಲ್ಲರೂ ನಕ್ಕುಬಿಟ್ಟರು.

ಅದರ ಅವಶ್ಯಕತೆ ಬೀಳಲಿಲ್ಲ. ಗೋದಾಮಣಿಯ ಕಾರು ಬಂತು. ಬಹಳ ಬಿಗುಮಾನದಿಂದ ಇಳಿದಳು. ಎಲ್ಲರೂ ನಿಶ್ಶಬ್ದವಾಗಿ ಸ್ವಾಗತಿಸಿದರು.

"ಭಾವನಾ ಯಾಕೆ ಬರಲಿಲ್ಲ?" ಮಹೇಶ ಪ್ರಶ್ನಿಸಿದ.

ಎಲ್ಲರೂ ಮುಖ ಮುಖ ನೋಡಿಕೊಂಡರು. ಬೆಳಗಿನ ಚುಮುಚುಮು ಚಳಿ... ಬೇಗ ಹೊರಟರೇ ಸಾಕಾಗಿತ್ತು. ಸಾಲಾಗಿ ಎಲ್ಲರೂ ಹತ್ತಿ ಕೂತರು. ಶೀಲಾಳ ಗಂಡ ಹೆಂಡತಿಯನ್ನು ಬೀಳ್ಕೊಡಲು ಬಂದಿದ್ದ. ಅವನು ಬರಲು ಒಪ್ಪಲಿಲ್ಲ.

"ನೀವು ಕೂತ್ಕೊಳ್ಳಿ" ಮಹೇಶ್ ಗೋದಾಮಣಿಗೆ ಹೇಳಿದ, ಚಳಿಯಲ್ಲಿ ನಡುಗುತ್ತ ಹೊರಗೆ ನಿಲ್ಲುವುದು ಅವನಿಗೆ ಬೇಕಿರಲಿಲ್ಲ. ಕೆಲವು ವಿಷಯಗಳನ್ನು ಬಿಟ್ಟರೆ ಗೋದಾಮಣಿ ಒಳ್ಳೆಯ ಹೆಣ್ಣೆಂಬುದೇ ಅವನ ಅಭಿಪ್ರಾಯ.

ಮಹೇಶ್, ರಮೇಶ್ ಮಾತ್ರ ಹೊರಗೆ ನಿಂತರು. ಡಿಸೆಂಬರ್ ಚಳಿ ಗದಗುಟ್ಟಿಸುತ್ತಿತ್ತು.

"ಒಳ್ಳೆ ಸೀಸನ್‌ನಲ್ಲಿ ನಂದಿಗೆ ಪಿಕ್‌ನಿಕ್ ಹಾಕಿದ್ದೀಯಾ!" ರಮೇಶ ತಲೆ ತುರಿಸಿಕೊಂಡ.

ಮಹೇಶ ಎರಡು ಕೈಗಳನ್ನು ಪ್ಯಾಂಟಿನ ಜೇಬಿನೊಳಕ್ಕೆ ತುರುಕಿ ಬೆಚ್ಚಗಿರಿಸಿದ.

"ಬಂದರು" ರಮೇಶ ಸ್ವಲ್ಪ ಜೋರಾಗಿಯೇ ಹೇಳಿದ.

ಗೋದಾಮಣಿ ವ್ಯಾನಿಂದ ಮುಖ ಹೊರಗೆ ಹಾಕಿ ಒಳಗೆ ಎಳೆದುಕೊಂಡಳು. ಅವಳ ಮುಖದಲ್ಲಿ ಅಸಹನೆ ಕುದಿಯುತ್ತಿತ್ತು. ಭಾವನಾಳಿಗಾಗಿ ಕಾದಿದ್ದು ದೊಡ್ಡ ತಪ್ಪಾಗಿತ್ತು.

"ಎಕ್ಸ್‌ಕ್ಯೂಜ್ ಮೀ." ಮೊದಲು ಶರತ್ ಆಟೋದಿಂದ ಇಳಿದ. ಅವನ ಹಿಂದೇನೆ ಭಾವನಾ ಇಳಿದಳು. ಕಡುನೀಲಿ ಬಣ್ಣದ ಅಂಚು ಒಡಲು ಇರುವ ಬಿಳಿಯ ಸೀರೆಯುಟ್ಟು ಮೇಲೆ ಬಿಳಿಯ ಬಣ್ಣದ ಶಾಲು ಹೊದ್ದಿದ್ದಳು. ಅವಳೇ ಎಂಬ್ರಾಯಿಡರಿ ಮಾಡಿದ್ದಳು.

"ಎಕ್ಸ್‌ಕ್ಯೂಜ್ ಮೀ."

"ಪರ್ವಾಗಿಲ್ಲ, ಅದರಲ್ಲೇನು? ರಮೇಶ್ ಕಾಟಕ್ಕೆ ಬೇಗ ಬಂದೆ. ಇಲ್ಲದಿದ್ರೆ ನಿಮಗಿಂತ ಲೇಟಾಗೇ ನಾನು ಬರ್ತಾ ಇದ್ದಿದ್ದು. ಶರತ್, ನೀವೂ ಬನ್ನಿ" ಅವನತ್ತ ತಿರುಗಿದ.

"ನಂಗೆ ಈ ದಿನ ಬೇರೆ ಕೆಲ್ಸವಿದೆ. ನೀವು ಹೋಗ್ಬನ್ನಿ."

ಮಹೇಶ್ ರಮೇಶನ ಕಡೆ ತಿರುಗಿ ನಗುತ್ತಾ "ನಾನು ಈಗ ಎಲ್ಲಿ ಕೂತುಕೊಳ್ಳಿ?" ಅವನ ಮುಖದ ತುಂಬೆಲ್ಲ ನಗು ಪಸರಿಸಿತು. ಕತ್ತು ಕೊಂಕಿಸಿ "ಮುಂದುಗಡೆ."

"ಆಲ್ ರೈಟ್." ಮಹೇಶ್ ಹತ್ತಿದ.

ಶರತ್ ಕೈಬೀಸಿದ. ವ್ಯಾನ್ ಮರೆಯಾಗುವವರೆಗೂ ಅಲ್ಲೇ ನಿಂತಿದ್ದ. ಮನದಲ್ಲಿ ವಿಚಿತ್ರವಾದ ಸಂಕಟ. ಎಷ್ಟೇ ಪ್ರಯತ್ನಪಟ್ಟರೂ ಮೊದಲ ಭಾವನಾ ಆಗಲಿಲ್ಲ.

ವ್ಯಾನ್ ತುಂಬ ಗದ್ದಲವೋ ಗದ್ದಲ. ಮಾತು, ನಗು, ಹರಟೆ ಆವರಿಸಿಕೊಂಡಿತ್ತು.

ರಮೇಶ ಬಹಳ ಉತ್ಸಾಹದಿಂದ ಖವಾಲಿ ಹಾಡುತ್ತಿದ್ದ. ಮಿಕ್ಕ ನಾಲ್ವರೂ ಕೋರಸ್, ಮಿಕ್ಕವರೆಲ್ಲ ಕೈಕಾಲುಗಳನ್ನು ಆಡಿಸುತ್ತಾ ಚಪ್ಪಾಳೆ ತಟ್ಟುತ್ತಿದ್ದರು.

ಬೆಳಗಿನ ಮಂಜು ಕರಗಿತು. ಸೂರ್ಯನ ರಶ್ಮಿ ಎಲ್ಲೆಡೆ ಪ್ರಸರಿಸಿತು. ಆಹ್ಲಾದಕರವಾದ ವಾತಾವರಣ. ವ್ಯಾನ್ ನಿಧಾನವಾಗಿ ಸಾಗುತ್ತಿತ್ತು.

"ರೀ ರಮೇಶ್, ಬಹಳ ಅನ್ಯಾಯ; ನಾವು ಅಲ್ಲೇ ಬರ್ತೀವಿ" ಮುಂದಿನ ಮೌನ ಬೇಸರ ತರಿಸಿತ್ತು. ಎಲ್ಲರೊಂದಿಗೂ ಕುಣಿದು ಕುಪ್ಪಳಿಸುವ ಆಸೆ.

"ಬೇಡ ಸಾರ್" ನಾಲ್ಕಾರು ಕಂಠಗಳು ಒಟ್ಟಿಗೇ ಕೂಗಿದವು.

ಭಾವನಾ ಹೆಗಲ ಮೇಲೆ ಕೈಹಾಕಿದ ಶೀಲಾ "ಆ ಮಹಾರಾಣಿ ಇಲ್ಲಿ ಬಂದರೇ..." ಕತ್ತು ಕೊಂಕಿಸಿ. "ನಮ್ಮ ಉತ್ಸಾಹವೆಲ್ಲ ಹೊರಟು ಹೋಗುತ್ತೆ. ಅಲ್ಲೇ ಇರಲಿ" ಪಿಸುಗುಟ್ಟಿದಳು.

ವ್ಯಾನ್ ನಿಂತ ಕೂಡಲೇ ಎಲ್ಲರೂ ದಢದಢನೇ ಧುಮುಕಿದರು. ವಯಸ್ಸಾದ ಮೂರ್ತಿರಾಯರೂ ಕೂಡ ಚಿಕ್ಕ ಹುಡುಗನಂತೆ ಹಾರಿದರು. ಆ ವಾತಾವರಣ ಎಲ್ಲರಿಗೂ ಅಂತಹ ಉತ್ಸಾಹ ತುಂಬಿಕೊಟ್ಟಿತು.

ಇಳಿದು ಬಂದ ಮಹೇಶನ ಸುತ್ತ ಎಲ್ಲರೂ ಸೇರಿದರು. ಚಳಿ ಇನ್ನೂ ಕಮ್ಮಿಯಾಗಿರಲಿಲ್ಲ. ಯಥಾಪ್ರಕಾರ ಮಹೇಶ ಎರಡು ಕೈಗಳನ್ನೂ ಪ್ಯಾಂಟಿನೊಳಕ್ಕೆ ತುರುಕಿದ.

"ಈಗೇನು ಪ್ರೋಗ್ರಾಂ?" ರಮೇಶ್ ಕಡೆ ನೋಡಿದ.

"ಮೊದಲು ಹೊಟ್ಟೆಗೆ," ಹಿಂದೆ ಇದ್ದವರು ಕೂಗಿದರು.

"ಮೊದ್ಲು ಪೂಜೆ ಮಾಡಿಸೋಣ." ಕಮಲ ತನ್ನ ಅಮೂಲ್ಯ ಸಲಹೆಯನ್ನಿತ್ತಳು.

"ನಮ್ಮ ಕೈಯಲ್ಲಿ ಆಗೋಲ್ಲ" ಕೆಲವರು ಕೂತೇಬಿಟ್ಟರು.

"ರಮೇಶ್ ಮೊದಲು ಉಪಾಹಾರದ ಏರ್ಪಾಟು ಮಾಡು. ಆಮೇಲೆ ಮಿಕ್ಕದ್ದು ಯೋಚಿಸೋಣ."

ಮೊದಲೇ ಫೋನ್ ಮಾಡಿ ತಿಳಿಸಿದ್ದರಿಂದ ಉಪಾಹಾರ ರೆಡಿಯಾಗಿತ್ತು. ಎಲ್ಲರೂ ಪಟ್ಟಾಗಿ ಹೊಡೆದರು.

"ಭಾವನಾ, ಮೊದಲು ದೇವಸ್ಥಾನಕ್ಕೆ ಹೋಗಿ ಬರೋಣ." ಕಮಲ ಮೊಣಕೈಯಲ್ಲಿ ತಿವಿದಳು.

"ನಡೀರಿ."

ಕೆಲವರು ಅತ್ತಿತ್ತ ಹೊರಟುಬಿಟ್ಟಿದ್ದರು. ಇನ್ನು ಕೆಲವರು ಗುಂಪು ಕಟ್ಟಿಕೊಂಡು ಪ್ರಕೃತಿಯ ಸೊಬಗನ್ನು ನೋಡಿ ಸವಿಯುತ್ತಿದ್ದರು.

ಇವರಿಬ್ಬರ ಜೊತೆ ಗೋದಾಮಣಿ, ಮಹೇಶ್ ಇಬ್ಬರೂ ದೇವಸ್ಥಾನಕ್ಕೆ ಬಂದರು. ಬೆಳಗಿನ ಅಭಿಷೇಕ ಪ್ರಾರಂಭವಾಗಿತ್ತು. ಸುಂದರ ನೆಲೆ ಎಂತಹವರ ಹೃದಯಗಳಲ್ಲಿಯಾದರೂ ಭಕ್ತಿಯ ಕಾರಂಜಿಯನ್ನು ಚಿಮ್ಮಿಸುತ್ತಿತ್ತು.

ದೇವಸ್ಥಾನದಿಂದ ಹೊರಗೆ ಬಂದರು. ಹಸಿರೆಲೆಗಳ ಮೇಲೆ ಬಿದ್ದ ಮಂಜು ಸೂರ್ಯನ ರಶ್ಮಿಗೆ ಕರಗುತ್ತಿತ್ತು. ಮುತ್ತಿನ ಬಿಂದುಗಳಂತೆ ನಿಂತ ಮಂಜಿನ ಹನಿಗಳು ಬಹಳಷ್ಟು ಸುಂದರವಾಗಿದ್ದವು.

ಹೊರಗೆ ಬಂದಾಗ ಒಬ್ಬರೂ ಕಾಣಲಿಲ್ಲ. ಎಲ್ಲರೂ ಹರಿದು ಹಂಚಿಹೋಗಿದ್ದರು. ವ್ಯಾನ್ ಡ್ರೈವರ್ ಮಾತ್ರ ವ್ಯಾನಿಗೆ ಒರಗಿ ಸಿಗರೇಟು ಸೇದುತ್ತಿದ್ದ.

"ಬನ್ನಿ" ಮಹೇಶ್ ಮುಂದಕ್ಕೆ ನಡೆದ.

"ನನ್ನ ಕೈಯಲ್ಲಾಗೋಲ್ಲ ಸಾರ್. ಎಲ್ಲರೂ ಬರೋವರ್ಗೂ ಈ ನೆರಳಿನಲ್ಲಿ ಕೂತಿರ್ತೀನಿ."

ಮಹೇಶ್ ಕಮಲಳ ಕಡೆ ದೃಷ್ಟಿ ಹೊರಳಿಸಿದ. ಹಂಚಿ ಕಡ್ಡಿಯಂತೆ ಇದ್ದಳು. ನೆಮ್ಮದಿಯೆಂಬುದೇ ಅವಳಿಗಿರಲಿಲ್ಲ. ದುಡಿದು ಕುಟುಂಬದ ಪೋಷಣೆ ಮಾಡುತ್ತಿದ್ದಳು. ಮರೆಯಲ್ಲಿ ಕೂತು ಕಾಡೋ ಗಂಡನನ್ನು ಸಂತೃಪ್ತಿಗೊಳಿಸುವಲ್ಲಿ ಅವಳಿಗೆ ಸಾಕು ಬೇಕಾಗುತ್ತಿತ್ತು.

"ನಿಧಾನವಾಗಿ ಹೋಗೋಣ. ಈಗಿನ ಬದುಕು ತೀರಾ ಯಾಂತ್ರಿಕವಾಗಿದೆ. ಉತ್ಸಾಹವೇ ಇಲ್ಲವಾಗಿದೆ." ಪ್ಯಾಂಟ್ ಜೇಬಿನಲ್ಲಿದ್ದ ಕರ್ಚೀಫ್ ತಗೊಂಡು ಮುಖವನ್ನೊರೆಸಿದ.

"ಒಂದ್ನಿಮಿಷ" ವ್ಯಾನ್‌ನಲ್ಲಿದ್ದ ಕ್ಯಾಮರ ಹಿಡಿದುಬಂದ. ಮುಂಗುರುಳುಗಳು ಅವನ ಹಣೆಯ ಮೇಲೆ ಹರಡಿಕೊಂಡು ಚೆಲ್ಲಾಟವಾಡುತ್ತಿತ್ತು. ಸಂತೃಪ್ತಿಯ ಹುಮ್ಮಸ್ಸು ಅವನ ಮುಖದ ಮೇಲಿತ್ತು, ಕಣ್ಣುಗಳು ಕಾಂತಿಯಿಂದ ಮಿಂಚುತ್ತಿತ್ತು.

ಭಾವನಾ ವಿಸ್ಮಿತಳಾದಳು.

ಎಲ್ಲರೂ ಉತ್ಸಾಹದಿಂದ ಹೊರಟರು. ಗೋದಾಮಣಿಗೆ ಯಾವ ಆಸಕ್ತಿಯೂ ಇರಲಿಲ್ಲ. ಮಹೇಶನ ಬಲವಂತಕ್ಕೆ ಬಂದಿದ್ದಳು. ಅಷ್ಟು ದೂರ ನಡೆದವಳೇ ಕೂತುಬಿಟ್ಟಳು. ಕಮಲಳಿಗೂ ಸಾಕಾಗಿತ್ತು. ಆದರೆ ಗೋದಾಮಣಿ ಜೊತೆ ಕೂಡಲು ಇಷ್ಟವಿಲ್ಲ. ಇನ್ನಷ್ಟು ದೂರ ಇವರೊಂದಿಗೆ ಹೆಜ್ಜೆ ಸವೆಸಿದಳು. ತಂಪಾದ ಮರದ ನೆರಳು ಕಂಡಕೂಡಲೆ "ನಾನು ಇಲ್ಲೇ ಇರ್ತೀನಿ ನೀವುಗಳು ಹೋಗ್ಬನ್ನಿ ಸಾರ್" ದಣಿವನ್ನು ಎತ್ತಿ ತೋರಿಸಿತು.

"ಒಬ್ಬರೇ.... ಆಗ್ತೀರಲ್ಲ!" ಮಹೇಶ ನಿಂತು ಅನುಮಾನಿಸಿ ಸುತ್ತಲೂ ನೋಡಿದ. ಇತ್ತಲಿಂದ ಒಂದು ತಂಡ ವಾಪಸ್ಸಾಗುತ್ತಿತ್ತು. ಬೇಸರ ಮುಖದಲ್ಲಿ ಮನೆ ಮಾಡಿತು. ಎಲ್ಲರೂ ಒಟ್ಟಿಗೆ ಹೋಗಬಹುದಿತ್ತು.

"ಅವರೆಲ್ಲ ವಾಪಸ್ಸು ಬರ್ತಾ ಇದ್ದಾರೆ" ನಾಲ್ಕು ಹೆಜ್ಜೆ ಮುಂದಕ್ಕೆ ಹೋಗಿ "ಬನ್ನಿ ಭಾವನಾ" ಎಂದ.

ಇಬ್ಬರೂ ಜೊತೆಯಾಗಿ ಹೆಜ್ಜೆ ಹಾಕಿದರು. ಮಾತಾಡುತ್ತಲೇ ನಡಿಗೆಯನ್ನು ಚುರುಕುಗೊಳಿಸಿದರು. ಸಾಹಿತ್ಯದ ಬಗ್ಗೆ ಮಹೇಶ್ ನಿರರ್ಗಳವಾಗಿ ಮಾತಾಡುತ್ತಿದ್ದ. ಸಮಾನ ಅಭಿರುಚಿಗಳು ಅವರಲ್ಲಿತ್ತು. ಜಾನಪದ ಗೀತೆಯನ್ನು ಹಾಡಿದ.

"ಸಾಕಾಯ್ತು?"

ಅವಳ ನಡಿಗೆಯು ಕಮ್ಮಿಯಾದ್ದದ್ದನ್ನು ಗಮನಿಸಿ ನಿಂತು ಕೇಳಿದ.

"ಏನಿಲ್ಲ" ಮುಖದ ಮೇಲೆ ಮೂಡಿದ್ದ ಬೆವರನ್ನು ಕರ್ಚೀಫ್ ನಿಂದೊರೆಸಿಕೊಂಡಳು. ಬಿಳುಪಾದ ಮುಖ ಕೆಂಪೇರಿತ್ತು. ಸ್ವಚ್ಛ ಮುಖ ಭಾವುಕತೆ ತುಂಬಿ ಹರಿಯುತ್ತಿತ್ತು.

"ಇಲ್ಲೆಲ್ಲಾದರೂ ಕೂತುಕೊಳ್ಳೋಣವಾ?" ಬಿಸಿಲು ಏರಿತ್ತು. ಸೂರ್ಯಕಿರಣಗಳ ಪ್ರಖರತೆ ಹೆಚ್ಚಾಗಿತ್ತು.

ದೃಷ್ಟಿಹಾಯಿಸಿ ನೋಡಿದಳು.

"ಅಲ್ಲಿ ಕೂಡೋಣ" ದೂರಕ್ಕೆ ಕೈತೋರಿ ಹೇಳಿದ. ಮತ್ತೆ ಇಬ್ಬರು ಹೆಜ್ಜೆಗಳನ್ನು ಚುರುಕುಗೊಳಿಸಿದರು.

ಆ ಮರದ ನೆರಳಿಗೆ ಬರುವ ವೇಳೆಗೆ ಸಾಕಾಯಿತು. ಶೀಲಾ ರಮೇಶ್ ಮಿಕ್ಕ ನಾಲ್ವರೂ ಹೊಂಗೆಯ ಮರದ ನೆರಳಿನಲ್ಲಿ ಮಲಗಿಬಿಟ್ಟಿದ್ದರು. ಚುರುಕು ಬಿಸಿಲಿನ ನಡುವೆಯೂ ತಂಪಾದ ಗಾಳಿ–ನಿದ್ದೆಯ ಜೊಂಪು ಹತ್ತಿರಬೇಕು.

"ಅಲ್ಲಿಯವರೆಗೂ ಹೋಗಿ ವಾಪಸ್ಸು ಬಂದ್ಬಿಡೋಣ" ಹಚ್ಚಹಸುರಿನ ಕಡೆ ಬೆಟ್ಟು ಮಾಡಿ ತೋರಿಸಿದ.

ಹಸಿರು ದಟ್ಟವಾಗಿ ಕಂಬಳಿ ಹಾಸಿದಂತಿತ್ತು. ಭಾವನಾಳ ಉತ್ಸಾಹ ಕೂಡ ಬತ್ತಿರಲಿಲ್ಲ. ತಲೆಯಾಡಿಸಿದಳು. ಈಗ ಸ್ವಲ್ಪ ಹೆಚ್ಚುಕಡಿಮೆ ಓಡಿಯೇ ತಲುಪಿದರು.

ಭಾವನಾ ಮರಕ್ಕೆ ಒರಗಿ ನಿಂತುಬಿಟ್ಟಳು.

"ಭಾವನಾ... ಈ ಕಡೆ ನೋಡಿ" ಕ್ಯಾಮರ ಕ್ಲಿಕ್ ಅನಿಸಿದ.

"ಜೀವನದಲ್ಲಿ ಇವೆಲ್ಲ ಸುಂದರ ನೆನಪುಗಳು. ಬಾಳಿನುದ್ದಕ್ಕೂ ಮೆಲುಕು ಹಾಕೋ ಅಂಥವು. ಮನುಷ್ಯನ ಜೀವನದಲ್ಲಿ ಎಷ್ಟೋ ಕಹಿ ಘಟನೆಗಳು ನಡೆದುಹೋಗುತ್ತೆ. ಹಾಗಂತ ನಮ್ಮ ಉತ್ಸಾಹ ಕಳೆದುಕೊಳ್ಳಬಾರದು. ನಗುನಗುತ್ತಾ ಜೀವನಾನ ಬರಮಾಡಿಕೊಳ್ಳಬೇಕು. ಅದೇ ನನ್ನ ಪಾಲಿಸಿ." ಕೆಳಕ್ಕೆ ಚಾಚಿದ್ದ ಹುಣಸೇಮರದ ಕೊಂಬೆಯನ್ನು ಜಗ್ಗಾಡುತ್ತ ಹೇಳಿದ.

"ತಗೊಳ್ಳಿ" ಜೇಬಿನಿಂದ ತೆಗೆದ ಹಿಡಿ ಚಾಕಲೇಟುಗಳನ್ನು ಅವಳ ಮುಂದೆ ಚಾಚಿದ.

"ಇಷ್ಟೊಂದು ಬೇಡ. ಒಂದು ಸಾಕು" ಒಂದನ್ನು ತಗೊಂಡಳು. ಅವಳ ಮುಖದ ಮೇಲೆ ನಗುವಿನ ತೆರೆಗಳು ನೆಲೆಸಿತು. ಯಾವುದೋ ನೆನಪಿನಿಂದ ಮುಖ ಕೆಂಪಾಯಿತು.

ಚೆಲುವಾದ ಮುಖವನ್ನು ದಿಟ್ಟಿಸಿದ. ಅವಳ ಮುಖದ ಮೇಲಾಡಿದ ತುಂಟತನದ ನೆರಳನ್ನು ನೋಡಿ ಅವಕ್ಕಾದ. ಬರುವ ನಗುವನ್ನು ತಡೆಯುವ ಪ್ರಯತ್ನ ಅವಳದಾಗಿತ್ತು.

"ಒಬ್ಬರೇ.... ನಗ್ತೀರಲ್ಲ!" ಭಾವನಾ ನಕ್ಕೇಬಿಟ್ಟಳು. ಆಮೇಲೆ ಸಂಕೋಚವೆನಿಸಿತು.

"ಏನೂ ಇಲ್ಲ, ನಮ್ಮಣ್ಣ ಶರತ್‌ಗೆ ಚಾಕಲೇಟ್ ಅಂದರೆ ಪ್ರಾಣ. ಅಯ್ಯೋ.... ಇದೊಂದೇ ಅಲ್ಲ. ಶುಂಟಿ ಪೆಪ್ಪರ್‌ಮೆಂಟ್ ಕೂಡ ಅವನಿಗೆ ಇಷ್ಟವೇ. ಎಲ್ಲಕ್ಕಿಂತ ಜಗಳ ಇಷ್ಟ. ಚಾಕಲೇಟ್ ಜಗಳ ನೆನಪಿಗೆ ಬಂತು."

ಮಹೇಶ್ ಮ್ಲಾನವದನನಾದ. ತಂಗಿಯನ್ನು ನೆನಪಿಸಿಕೊಂಡ. ಸಣ್ಣ ದೇವಸ್ಥಾನದಲ್ಲಿ ಧಾರೆಯೆರೆದು ಕೊಟ್ಟು ಬಂದಿದ್ದ. ಅವಳ ವಯಸ್ಸಿಗೆ ಮದುವೆ ಹೆಚ್ಚಿನ ಹೊರೆಯೇ. ಅವಳು ಕಾಡಿಬೇಡಿ ತಂದುಕೊಂಡಿದ್ದು.

"ನೀವು ನನ್ತಂಗೀನ ನೋಡಿದ್ದೀರಾ?"

"ಇಲ್ಲವಲ್ಲ?" ಮಹೇಶನ ಕಣ್ಣುಗಳು ಕಿರಿದಾದವು.

"ಹದಿನೈದು ವರ್ಷ ಅಷ್ಟೆ. ಮೊನ್ನೆ ಮದುವೆ ಮಾಡಿಬಿಟ್ಟೆ" ಭಾವನಾ ಬೆಚ್ಚಿಬಿದ್ದಳು.

ವಿದ್ಯಾವಂತ ಮನುಷ್ಯ ಹದಿನೈದು ವರ್ಷದ ಹುಡುಗಿಗೆ ಮದುವೆ ಮಾಡೋದೇ! ತಲೆ ಕೆಟ್ಟಿಲ್ಲವೇ?

ಹಸುರಿನ ಮೇಲೆ ಕಾಲು ಚಾಚಿ ಕೂತ. ತಲೆ ಮೇಲಕ್ಕೆತ್ತಿ ರೆಂಬೆಗಳನ್ನು ನೋಡುತ್ತ,

"ವಿತ್ ಯುವರ್ ಪರ್ಮಿಷನ್" ಸಿಗರೇಟು ಹಚ್ಚಿದ. ತುಟಿಯ ನಡುವೆಯಿಟ್ಟು ಹೊಗೆಯುಗುಳಿ ದೂರಕ್ಕೆ ಎಸೆದ.

"ಇದು ನನ್ನ ಜೀವನ ಸಂಗಾತಿಯ ನೆನಪಿಗಾಗಿ" ನಕ್ಕ. ಆ ನಗುವಿನಲ್ಲಿ ನೋವು ಇಣುಕಿತು.

"ಕೂತ್ಕೋ ಭಾವನಾ ತುಂಬ ಮಾತಾಡಬೇಕೆನಿಸಿದೆ."

ಭಾವನಾ ಅಷ್ಟು ದೂರದಲ್ಲಿ ಕೂತಳು. ಮಹೇಶನ ಸರಳತೆ, ಸುಸ್ವಭಾವ ಕೆಲವರಾದರೂ ಮೆಚ್ಚಿಕೊಳ್ಳಬೇಕು. ಅವನ ಮುಖದ ಮೇಲೆ ಎಂದೂ ನಗು ಮಾಸುತ್ತಿರಲಿಲ್ಲ.

"ನಾನು ಇಲ್ಲಿಗೆ ಬರ್ತಾ ಇರೋದು ಮೊದಲ ಸಲವಲ್ಲ, ಹಿಂದೆ ನನ್ನ ಮಡದಿಯೊಂದಿಗೆ ಬಂದಿದ್ದೆ. ಇದೇ ಮರದ ನೆರಳಿನಲ್ಲಿ ಅವಳ ತೊಡೆಯ ಮೇಲೆ ಮಲಗಿದ್ದೆ. ಅದೊಂದು ದಿನ ಜೀವನದಲ್ಲಿ ಮರೆಯಲಾರದಂಥದ್ದು. ಪುನಃ ಎಂದೂ ಬರೋಕೆ ಸಾಧ್ಯವಿಲ್ಲ" ನೋವುಂಡ ಮನ ಚೀತ್ಕರಿಸಿದಂತೆ ಕಂಡಿತು.

"ಒಂದು ವಿಧದಲ್ಲಿ ನನ್ಮೇಲೆ ಸೇಡು ತೀರಿಸಿಕೊಂಡಳು. ಹೃದಯಾನ ಗಾಯಗೊಳಿಸಿದಳು. ಬಹಳ ಚೆನ್ನಾಗಿ ನಟನೆ ಮಾಡಿ ನಂಬಿಸಿದ್ದಳು."

ಅವಳಿಗೆ ಇವನ ಮಾತುಗಳ ಅರ್ಥವೇ ಆಗಲಿಲ್ಲ.

"ಅವಳು ಕಾಲೇಜು ದಿನಗಳಲ್ಲೇ ಒಬ್ಬನನ್ನು ಪ್ರೇಮಿಸಿದ್ದಳು. ಮದುವೆಯಾಗಲಿಲ್ಲ. ಸುಳಿವು, ಸೂಕ್ಷ್ಮ ಕೊಡದಂತೆ ನಟನೆ ಮಾಡಿದಳು. ನಿಜವಾದ ಪ್ರೇಮಿ ಎದುರಾದಾಗ ಜಾರಿಕೊಂಡಳು. ಅವಳ ನೆನಪಾಗಿ ಮಗುವನ್ನು ನನಗೆ ಉಳಿಸಿಹೋದಳು. ಅವರುಗಳ ತಪ್ಪಿಗೆ ನಾನು ಬಲಿ."

ಸಹಾನುಭೂತಿಯಿಂದ ಅವನೆಡೆ ನೋಡಿದಳು. ತಟ್ಟನೆ ಸತೀಶನ ಜ್ಞಾಪಕ ಬಂತು. ವ್ಯವಹಾರಿಕವಾಗಿ ವರ್ತಿಸುತ್ತಿದ್ದ. ಪ್ರೀತಿಯ ಕಲ್ಪನೆಯನ್ನು ನೀಡಿರಲಿಲ್ಲ. ಅವನ ಹೃದಯ ಬರಡೆ? ಮಹೇಶನ ಹೆಂಡತಿಯ ಪ್ರೀತಿಯ ಪ್ರಲಾಪದ ಅರ್ಥವೇನು?

"ಓಹ್... ನಿಮಗೆ ಬೇಜಾರು ಮಾಡಿಬಿಟ್ಟೆ. ಅದೆಲ್ಲ ಮುಗಿದ ಕತೆ. ಡೈವೋರ್ಸ್ ಕೊಟ್ಟುಬಿಟ್ಟೆ."

ಕೈ ಕೊಡವಿಕೊಂಡು ಎದ್ದು ನಿಂತ.

ಭಾವನಾ ನಿಂತು ದೂರಕ್ಕೆ ನೋಡಿದಳು, ಹೊಂಗೆ ಮರದ ನೆರಳಿನಲ್ಲಿ ಮಲಗಿದ್ದವರು ಎದ್ದು ಕುಳಿತಿದ್ದರು. ಅವರುಗಳು ಹೋಗುವ ತರಾತುರಿಯಲ್ಲಿದ್ದಂತೆ ಕಂಡಿತು. ವಾಚ್ ಕಡೆ ನೋಡಿದ,

"ಹೋಗೋಣ" ಅಂದಳು.

"ನಡೀ ಭಾವನಾ" ಷರಟಿನ ಕಾಲರ್ ಸರಿಮಾಡಿಕೊಂಡು ಉತ್ಸಾಹದಿಂದ ಹೆಜ್ಜೆ ಹಾಕಿದ.

ಇವರುಗಳು ಬಂದಾಗ ಎಲ್ಲರೂ ಒಂದೆಡೆ ಸೇರಿದ್ದರು. ರಮೇಶ ಮುಂದೆ ಬಂದು "ಸಾರ್, ಅಲ್ಲಿ ಊಟ ಮಾಡೋಕೆ ಒಂದು ಪ್ರಶಸ್ತವಾದ ಸ್ಥಳ ನೋಡ್ಕೊಂಡು ಬಂದಿದ್ದೀನಿ. ಅಲ್ಲಿಗೆ ಹೋಗೋಣ."

"ರೈಟೋ... ಬಾಯ್, ನಾನು ಎಲ್ಲದಕ್ಕೂ ರೆಡಿ."

ಅಡಿಗೇನೂ ವ್ಯಾನ್‌ನಲ್ಲಿ ತುಂಬಿಸಿಕೊಂಡು ಎಲ್ಲರೂ ಹತ್ತಿದರು. ವ್ಯಾನ್ ಗೋಣಿ ಮರದ ತೋಪಿನಲ್ಲಿ ನಿಂತಿತು. ರಮೇಶನ ಆಯ್ಕೆ ಪ್ರಶಸ್ತವಾಗಿತ್ತು. ಅಷ್ಟು ದೂರದಲ್ಲಿ ಒಂದು ಬಾವಿ ಇತ್ತು.

ತಿರುಗಾಡಿ ಎಲ್ಲರೂ ಹಸಿದಿದ್ದರು. ನಾನು ಮುಂದು, ತಾನು ಮುಂದು ಎಂದು ಎಲ್ಲರೂ ಬಂದು ಕೂತರು. ಸುತ್ತಲೂ ಕೂತಿದ್ದರು. ಸ್ಥಳವೇನೋ ವಿಶಾಲವಾಗಿತ್ತು. ಭಾವನಾ ನಿಂತು ಸುತ್ತಲೂ ದೃಷ್ಟಿ ಹರಿಸಿದಳು.

"ಭಾವನಾ, ಇಲ್ಲಿ ಬನ್ನಿ", ಸ್ವಲ್ಪ ಜರುಗಿ ಮಹೇಶ್ ಸ್ಥಳ ಮಾಡಿಕೊಟ್ಟ. ಅಲ್ಲಿ ಸಂಕೋಚಕ್ಕೆ ಸ್ಥಳವಿರಲಿಲ್ಲ. ಹ್ಯಾಂಡ್‌ಬ್ಯಾಗನ್ನು ತೊಡೆಯ ಮೇಲೆ ಹಾಕಿಕೊಂಡು ಕೂತಳು. ಗೋದಾಮಣಿಯ ಕನ್ನಡಕದೊಳಗಿನ ಕಣ್ಣುಗಳು ಅವಳನ್ನೇ ದಿಟ್ಟಿಸಿದವು.

"ಸ್ವೀಟ್ ನಾನು ಬಡಿಸ್ತೀನಿ" ಮಹೇಶ್ ಎದ್ದುಬಿಟ್ಟ.

ಲುಂಗಿ ಸುತ್ತಿಕೊಂಡು ಎರಡು ನಿಮಿಷದಲ್ಲಿ ರೆಡಿಯಾಗಿ ಬಂದ. ರಮೇಶ ತಲೆ ಕೆರೆದುಕೊಳ್ಳುತ್ತ "ನೀವು ಕೂತ್ಕೊಳ್ಳಿ ಸಾರ್" ಎಂದ.

"ಇಲ್ಲಿ ನಿಮ್ಗೆ ನಾನು ಬಾಸ್ ಅಲ್ಲ."

ಸ್ವೀಟ್ ಬಕೆಟ್ ಕೈಯಲ್ಲಿ ಹಿಡಿದ ಮಹೇಶ್ ಕೆಳಗಿಟ್ಟು ಲುಂಗಿಯನ್ನು ಮೇಲಕ್ಕೆತ್ತಿ ಕಟ್ಟಿ ಬಡಿಸಲು ಮುಂದಾದ. ಏನೋ ಹುರುಪು. ಒಂದಿಬ್ಬರು ಎದ್ದು ಬಡಿಸಲು ಮುಂದಾದರು. ಅಡಿಗೆಯವರು ತಮಾಷೆ ನೋಡುತ್ತಾ ನಿಂತರು.

ಪ್ರತಿಯೊಬ್ಬರನ್ನು ನಗಿಸುತ್ತಾ, ಛೇಡಿಸುತ್ತ ಸ್ವೀಟ್ ಬಡಿಸಿದ. ನಿಲ್ಲಲಿಲ್ಲ. ಎಲ್ಲದರಲ್ಲೂ ಮುಂದಾದ.

ಕೋಸಂಬರಿ ಪಾತ್ರೆ ಹಿಡಿದುಬಂದ ಮಹೇಶ್ "ಗೋದಾಮಣಿ ಇದ್ನ ಸ್ವಲ್ಪ ಹಾಕಿಸಿಕೊಂಡು ನೋಡಿ, ನಿಮ್ಮ ಗಂಭೀರವೆಲ್ಲ ಕರಗಿಹೋಗುತ್ತೆ." ಎಲ್ಲರೂ 'ಹೋ ಹೋ ಹೋ' ಎಂದು ನಗಲು ಶುರುಮಾಡಿದರು. ಆಗ ಗೋದಾಮಣಿಯ ಮುಖವು ಅಪರೂಪಕ್ಕೆ ಕೆಂಪಾಯಿತು.

ಕಮಲಳ ಎಲೆ ಮುಂದೆ ಬಂದಕೂಡಲೇ "ನಂಗೇನು ಬೇಡ ಸಾರ್" ಕೈ ಅಡ್ಡ ಹಿಡಿದಳು.

"ಇದು ಮಾಮೂಲಿ ಜಹಾಂಗೀರ್ ಅಲ್ಲ. ವಿಶೇಷವಾಗಿ ತಯಾರಿಸಿದ್ದು ಎರಡು ತಿಂದ್ರೆ ನಿಮ್ಮೆಜಮಾನ್ರು ನಾಲ್ಕರಷ್ಟು ಪ್ರೀತಿಸ್ತಾರೆ". ಅವಳ ಎಲೆಗೆ ಎರಡು ಜಹಂಗೀರು ಬಿದ್ದೇಬಿತ್ತು.

"ಶೀಲಾ ನಿನ್ನ ಮರ್ತೇಬಿಟ್ಟೆ. ಎಕ್ಸ್‌ಕ್ಯೂಸ್ ಮೀ" ಅವಳೆಡೆಗೆ ಧಾವಿಸಿದ.

ಅವಳಿಗೆ ಸಿಹಿಯೆಂದರೆ ಆಗೋಲ್ಲ. ಹಾಕಿದ್ದನ್ನು ತಿನ್ನಲಾರದೇ ಕಹಿಮುಖ ಮಾಡಿಕೊಂಡು ಕೂತಿದ್ದಳು.

ಎಲೆಮೇಲೆ ಪೂರ್ತಿಯಾಗಿ ಬಗ್ಗಿ "ಖಂಡಿತ ನಂಗೆ ಬೇಡ ಸಾರ್ ಸಿಹಿ ಸೇರೋಲ್ಲ."

"ದೇವರೇ.... ಗತಿ. ಹಾಗಾದ್ರೆ ನಿಮ್ಮ ಹಸ್ಬೆಂಡ್ ಗತಿಯೇನು?" ದೊಡ್ಡ ನಗುವಿನ ಹುಯಿಲೆಬ್ಬಿಸಿದರು. ಶೀಲಾ ಮುಖ ಕೆಳಗೆ ಹಾಕಿದವಳು ಮೇಲಕ್ಕೆತ್ತಲಿಲ್ಲ.

"ಇನ್ನು ಸಾಕು. ನೀವು ಕೂತ್ಕೊಂಬಿಡಿ ಸಾರ್." ರಮೇಶ್ ಕೈ ಹಿಡಿದು ಎಳೆದೊಯ್ದು ಎಲೆಯ ಮುಂದೆ ಕೂಡಿಸಿದ. ಅವನ ತಮಾಷೆ ಮಾತುಗಳಿಗೆ ನಕ್ಕು ನಕ್ಕು ಎಲ್ಲರ ಹೊಟ್ಟೆ ಹುಣ್ಣಾಗಿತ್ತು.

ಭಾವನಾಳ ಊಟ ನಿಧಾನವಾಗಿ ಸಾಗಿತ್ತು.

"ನಿನ್ನ ಗಮನಿಸಲೇ ಇಲ್ಲ" ಪೇಚಾಟ ನಟಿಸಿದ. ಅವಳ ಮನಕ್ಕೆ ಎಲ್ಲಿ ನೋವಾಗುವುದೋ ಎನ್ನುವ ಭಯ.

ತನ್ನ ಎಲೆಯಲ್ಲಿದ್ದ ಮೈಸೂರುಪಾಕು ಮುರಿದು ಅವಳ ಎಲೆಗೆ ಹಾಕಿ "ಪಂಕ್ತಿಭೇದ ಮಾಡಬಾರ್ದು" ಎಂದ ನಗುತ್ತಾ.

ಮಾತಿನ ಮಧ್ಯೆ ಊಟ ಒಂದು ಗಂಟೆಯವರೆಗೂ ಸಾಗಿತು. ಮಾತು ಹರಟೆ, ನಗು ಎಲ್ಲಾ ಪದಾರ್ಥಗಳ ರುಚಿಯನ್ನು ಹೆಚ್ಚಿಸಿತ್ತು.

ಕೈತೊಳೆದು ಬಂದ ಒಂದಿಬ್ಬರು "ಸಾರ್, ನಿಮ್ಮನ್ನ ಸತಾಯಿಸದೇ ಬಿಡೋಲ್ಲ" ಎಂದು ಬಂದರು.

ಜಹಂಗೀರು ಕಚ್ಚುತ್ತಿದ್ದ ಮಹೇಶ ಹಗುರವಾಗಿ "ಬೈ ಆಲ್ ಮೀನ್ಸ್. ಖಂಡಿತ ಎಲ್ಲರೂ ಬಡಿಸಿ. ನಾನಂತೂ ಎಲ್ಲಾ ಮುಗಿಯೋವರೆಗೂ ಎಲೆಬಿಟ್ಟು ಏಳೋಲ್ಲ."

"ಸುಮ್ಮನಿರ್ರೋ" ಊಟ ಮಾಡುತ್ತಿದ್ದವರು ಹಿಂದಿನಿಂದ ಕೂಗಿಕೊಂಡರು. ಹಿಂದೆಗೆದರು.

ಎಲ್ಲರೂ ಪಾನ್ ಜಗಿಯುತ್ತ ಕೂತರು. ಕೆಲವರು ಚಾಕಲೇಟ್, ಅಡಿಕೆಪುಡಿ ಬಾಯಲ್ಲಿ ಹಾಕ್ಕೊಂಡು ಕೂತರು.

ಮಹೇಶ್ ಸುತ್ತಲೂ ನೋಡುತ್ತ "ತುಂಬ ಪ್ರಶಸ್ತವಾದ ಜಾಗಾನ ಆರಿಸಿದ್ದೀರಿ ರಮೇಶ್, ಒಂದು ತಿಂಗ್ಳು ರಜ ಹಾಕಿ ಇಲ್ಲೇ ಇದ್ದುಬಿಡೋಣ ಅನ್ನಿಸುತ್ತೆ."

"ನಾವುಗಳು ಇಲ್ಲೇ ಇರುತ್ತೀವಿ. ಇಲ್ಲೇ ಆಫೀಸ್ ಪ್ರಾರಂಭಿಸಿಬಿಡಿ" ಎಲ್ಲರೂ ಘೊಳ್ಳನೆ ನಕ್ಕರು.

"ಯಾರಾದ್ರೂ ಹಾಡಿ" ಮಹೇಶ್ ನಿಡಿದಾಗಿ ಕಾಲು ಚಾಚಿ ಮರಕ್ಕೆ ಒರಗಿ ಹೇಳಿದ.

ಮೊದಲು ರಮೇಶನೇ ಹಾಡಿದ. ಅವನ ಹಾಡಿಗೆ ಹತ್ತಾರು ಕಂಠಗಳು ಜೊತೆಗೂಡಿದವು. ರಸವತ್ತಾಗಿತ್ತು.

ಶೀಲಾ ಹಾಡಲು ಶುರು ಮಾಡಿದಾಗ ಕೆಲವರು ಎದ್ದು ಕುಣಿಯಲೇ ಶುರು ಮಾಡಿದರು. ಮೂರ್ತಿರಾಯರು ಹಿಂದೆ ಬೀಳಲಿಲ್ಲ, ಮಹೇಶನನ್ನು ಮಧ್ಯಕ್ಕೆ ಎಳೆದೊಯ್ದರು.

"ಈಗ ಭಾವನಾ ಹಾಡ್ತಾರೆ" ಮಹೇಶ ಅವಳ ಬಳಿ ಬಂದ.

"ನಂಗೆ ಹಾಡೋ ಮೂಡೇ ಇಲ್ಲ." ತಲೆ ಕೆರೆದುಕೊಂಡಳು.

"ಸುಳ್ಳು... ಸುಳ್ಳು... ಸುಳ್ಳು" ಒಟ್ಟಿಗೆ ನಾಲ್ಕಾರು ಕಂಠಗಳು ಅರಚಿದವು. ಅವನು ಕೈಯೆತ್ತಿ ಸುಮ್ಮನಾಗಿಸಿದ.

"ಈ ಸ್ನೇಹಮಯ ಸಂತೋಷದ ವಾತಾವರಣದಲ್ಲಿ ಹಾಡೋ ಮೂಡಿಲ್ಲ ಅಂದ್ರೆ ನಾನು ಕೂಡ ನಂಬೋಲ್ಲ. ಜೀವನದಲ್ಲಿ ಬರೋ ಅಪರೂಪದ ಸಂದರ್ಭಗಳು- ಅವನ್ನು ಕಳ್ಕೋಬಾರ್ದು" ಕಣ್ಣುಗಳು ಮಿಂಚಿದವು.

'ಮಡಿಕೇರಿ.... ಗುಡ್ಡದ.... ಮೇಲೆ.... ನಿಂತು... ನೋಡಿದಾಗ....' ಎಲ್ಲರೂ ಜೋರಾಗಿ ಚಪ್ಪಾಳೆ ತಟ್ಟಿ ಗೀತೆಯನ್ನು ಸ್ವಾಗತಿಸಿದರು. ಮಧ್ಯೆ ಮಹೇಶ್ ಕೂಡ ತನ್ನ ಕಂಠ ಕೂಡಿಸಿದ. ವಾತಾವರಣ ರಂಗಾಯಿತು.

ಸಂಜೆಯವರೆಗೂ ವೇಳೆ ಕಳೆದಿದ್ದೇ ಯಾರಿಗೂ ಅರಿವಾಗಲಿಲ್ಲ. ಹೊರಟಾಗ ಎಲ್ಲರ ಮುಖವು ಮಂಕಾಯಿತು. ಸುಂದರ ಕ್ಷಣಗಳು ಎಷ್ಟು ಬೇಗ ಕಳೆದುಹೋಯಿತು! ನಾಳೆಯಿಂದ ಬರೀ ಯಾಂತ್ರಿಕ ಬದುಕು!

ಎಲ್ಲಕ್ಕಿಂತ ಹೆಚ್ಚಿನ ವಿಶೇಷ ಗೋದಾಮಣಿ ಕೂಡ ಹಾಡಿನ ಕಾರ್ಯಕ್ರಮದಲ್ಲಿ ಸಕ್ರಿಯವಾಗಿ ಪಾಲ್ಗೊಂಡು ತಮ್ಮ ಗಂಭೀರತೆಗೆ ಕಡಿವಾಣ ಹಾಕಿದ್ದರು.

"ಬೇಗ ಹತ್ತಿ."

ಮಹೇಶ್ ಅವಸರಿಸಿ ಎಲ್ಲರನ್ನೂ ಹತ್ತಿಸಿದ. ತಾನು ನಿಂತು ಸುತ್ತಲೂ ನೋಡಿದ. ವಾತಾವರಣ ಪ್ರಫುಲ್ಲವಾಗಿತ್ತು. ಬೆಟ್ಟದ ಕಡೆಯಿಂದ ಕುಳಿರ್ಗಾಳಿ ಬೀಸಿ ಬರುತ್ತಿತ್ತು. ಅವನ ಹೃದಯ ನೆನಪುಗಳಿಂದ ಭಾರವಾಯಿತು.

ಕಿಟಕಿಯಲ್ಲಿ ಮುಖ ಹಾಕಿದ ರಮೇಶ್ "ಹತ್ತಿ ಸಾರ್" ಎಂದ.

"ರಾಯರೇ, ಮುಂದೆ ಕೂಡಿ ಬನ್ನಿ" ಪ್ಯಾಂಟಿನ ಜೇಬಿನಲ್ಲಿ ಕೈ ಇಳೇಬಿಟ್ಟು ಹೇಳಿದ.

ಕೋಟು ಹಾಕ್ಕೊಂಡು, ಮಫ್ಲರ್ ಸುತ್ತಿಕೊಂಡ ಮೂರ್ತಿರಾಯರು ನಡುಗುತ್ತಲೇ ಇಳಿದರು.

"ಇಂಜಿನ್ ಹತ್ತಿರ ಸ್ವಲ್ಪ ಬೆಚ್ಚಗಿರುತ್ತೆ" ತಾನೇ ಡೋರ್ ತೆಗೆದು ಅವರನ್ನು ಹತ್ತಿಸಿದ.

"ರೈಟೋ ಬಾಯ್" ತಾನು ಹತ್ತಿ ಕೂತು ಡೋರನ್ನು ಬಲವಾಗಿ ಮುಚ್ಚಿಕೊಂಡ.

ಪ್ರತಿಯೊಬ್ಬರ ಮನೆಯ ಮುಂದೂ ವ್ಯಾನ್ ನಿಂತು ಅವರನ್ನು ಇಳಿಸಿ ಮುಂದಕ್ಕೆ ಹೋಗುತ್ತಿತ್ತು.

ಬಂಗ್ಲೆಯ ಮುಂದೆ ವ್ಯಾನ್ ನಿಂತಾಗ ಯಾವುದೋ ಗುಂಗಿನಲ್ಲಿದ್ದ ಮಹೇಶ್ ಎಚ್ಚರಗೊಂಡ. ಕನಸಿನ ಪ್ರಪಂಚದಿಂದ ವಾಸ್ತವ ಪ್ರಪಂಚಕ್ಕೆ ಬಂದ ಹಾಗಿತ್ತು.

ಹಿಂದೆಯೇ ಗೋದಾಮಣಿ, ಮೂರ್ತಿರಾಯರು ಇಳಿದುಹೋಗಿದ್ದರು. ವ್ಯಾನ್‌ನಲ್ಲಿ ರಮೇಶ್, ಶೀಲಾ, ಭಾವನಾ ಮಾತ್ರ ಇದ್ದರು. ಇಳಿದವನು ಅನುಮಾನಿಸಿ ಹತ್ತಿ ಕೂತ.

"ನೀವು ಇಳಿಯಿರಿ ಸಾರ್. ಅವರುಗಳನ್ನು ಮನೆಗೆ ತಲುಪಿಸಿ ನಾನು ಇಳೀತೀನಿ" ಎದ್ದು ನಿಂತ ರಮೇಶ್ ಹೇಳಿದ.

"ಪರ್ವಾಗಿಲ್ಲ, ನಾವು ಕಡೆಯಲ್ಲಿ ಇಳಿಯೋಣ."

ಶೀಲಾಳ ಮನೆಯ ಮುಂದೆ ಬಂದು ವ್ಯಾನ್ ನಿಂತಾಗ, ಹೊರಗೆ ನಿಂತಿದ್ದ ಅವಳ ಗಂಡ ಬಲವಂತವಾಗಿ ಕರೆದೊಯ್ದು ಕಾಫಿ ಸತ್ಕಾರ ಮಾಡಿದ. ಮಹೇಶನ ದೊಡ್ಡತನವನ್ನು ಮಡದಿಯ ಬಾಯಿಂದ ಕೇಳಿದ.

"ಅಡಿಗೆ ರೆಡಿಯಾಗಿದೆ. ಊಟ ಮಾಡಿಕೊಂಡೇ ಹೋಗಬಹುದು" ಎದೆಯವರೆಗೂ ಕೈ ಕಟ್ಟಿ ವಿನಯದಿಂದ ನುಡಿದ.

"ಇವತ್ತು ಬೇಡ. ಭಾವನಾ ಇಲ್ಲದಿದ್ರೆ ನಾವಿಬ್ಬರೂ ಊಟ ಮಾಡಿಕೊಂಡೇ ಹೋಗಬಹುದಿತ್ತು. ತಂಗಿಗಾಗಿ ಶರತ್ ಕಾಯ್ತಾ ಇರ್ತಾರೆ." ಮಹೇಶ್ ವ್ಯಾನ್ ಹತ್ತಿದ.

ವಾಚ್ ಕಡೆ ನೋಡಿದಾಗ ಅವನೆದೆ ಧಸಕ್ಕೆಂದಿತು. ಹತ್ತಕ್ಕೆ ಹತ್ತು ನಿಮಿಷಗಳಿತ್ತು. ಬೆಂಗಳೂರು ಎಂಟಕ್ಕೆ ತಲುಪಿದರೂ ಸುತ್ತಾಟದಲ್ಲಿ ಎರಡು ಗಂಟೆಗಳು ಕಳೆದು ಹೋಗಿದ್ದವು.

"ಬರ್ತೀನಿ" ಬಗ್ಗಿ ಕೈಯಾಡಿಸಿದ.

ಡ್ರೈವರ್‌ನೊಡನೆ ಮಾತಾಡಲು ತೊಡಗಿದ.

"ಇಲ್ಲೇ... ಇಲ್ಲೇ" ರಮೇಶ್ ಕೂಗಿ ಹೇಳಿದ.

ಹೊರಗಿನ ಲೈಟು ಉರಿಯುತ್ತಿತ್ತು. ಶರತ್ ಗೇಟಿನ ಬಳಿಯೇ ನಿಂತಿದ್ದ. ರಮೇಶ್ ಹಿಂಬದಿಯ ಡೋರ್ ತೆಗೆದುಕೊಂಡೇ ಇಳಿದ. ಹಿಂದೇನೇ ಭಾವನಾ ಇಳಿದಳು.

ಡೋರ್ ಹಿಡಿಯನ್ನು ಕೈಯಲ್ಲಿ ಹಿಡಿದ ಶರತ್ "ಮೆತ್ತಗೆ ಇಳಿ, ಧುಮುಕಬೇಡ."

"ನಾನು ಧುಮುಕೀ ಇಳಿಯೋದು!" ಅವಳು ಹಾರಿಯೇ ಇಳಿದಳು.

"ಬರೀ ಹಟಮಾರಿ!" ತಂಗಿಯ ತಲೆಯ ಮೇಲೆ ಮೊಟಕಿದ. ಮಹೇಶನ ಮನಕ್ಕೆ ಅಪ್ಯಾಯಮಾನವಾಗಿತ್ತು ಆ ದೃಶ್ಯ.

"ಬನ್ನಿ.... ಹೇಗಿತ್ತು ಪಿಕ್‌ನಿಕ್?" ಶರತ್ ಮಹೇಶನ ಕಡೆ ತಿರುಗಿದ.

"ವಂಡರ್‌ಫುಲ್.... ನೀವೂ ಬರಬಹುದಿತ್ತು!" ಅವನು ಸುಮ್ಮನೆ ನಕ್ಕುಬಿಟ್ಟ. ಅವನು ಹೋಗುವ ಯೋಜನೆ ಹಾಕಿಕೊಂಡಿದ್ದ. ಕೊನೆಯ ಗಳಿಗೆಯಲ್ಲಿ ಸರಿಯಲ್ಲವೆಂದು ನಿಲ್ಲಿಸಿಬಿಟ್ಟಿದ್ದ.

"ನಾವು ಬರ್ತೀವಿ" ರಮೇಶ್, ಮಹೇಶ್ ಹೊರಡಲು ಮುಂದಾದರು.

"ಬಿಸಿ ಅಡಿಗೆ ರೆಡಿಯಾಗಿದೆ, ಊಟ ಮುಗಿಸಿಕೊಂಡು ಹೋಗಬಹುದು."

ಹಾಗೆಂದಾಗ ರಮೇಶನ ಬಾಯಲ್ಲಿ ನೀರೂರಿತು. ಹಠಾತ್ತನೆ ಹಸಿವು ಕಾಣಿಸಿಕೊಂಡಿತು. ಅವನು ಬ್ರಹ್ಮಚಾರಿ, ಒಂಟಿ. ಕೋಣೆಗೆ ಹೋದರೆ ಉಪವಾಸವೇ ಮಲಗಬೇಕು.

"ಊಟ ಮಾಡ್ಕೊಂಡೇ ಹೋಗೋಣ" ಮೆಲ್ಲಗೆ ರಾಗ ಎಳೆದಾಗ ಅವನು ನಕ್ಕು "ಸರಿ ನಡಿ" ಎಂದ.

ಅನ್ನ, ಹುಳಿ, ಸಾರು, ಉಪ್ಪಿನಕಾಯಿ ಇದಿಷ್ಟೇ ಅಡಿಗೆ. ರುಚಿಕಟ್ಟಾಗಿತ್ತು. ಮಾತಿಲ್ಲದೇ ಹೊಡೆದರು. ಡ್ರೈವರ್ ಕೂಡ ಇಲ್ಲೇ ಊಟ ಮುಗಿಸಿದ್ದರಿಂದ ಆತುರವೂ ಇರಲಿಲ್ಲ. ಒಂದು ಗಂಟೆ ಮಾತಾಡಿ ಹೊರಟಿದ್ದು.

ವ್ಯಾನ್‌ವರೆಗೂ ಬಂದ ಶರತ್‌ಗೆ "ನಿಮ್ಮ ತಂಗೀನ ಜೋಪಾನವಾಗಿ ತಲುಪಿಸಿದ್ದೀನಿ" ಬಗ್ಗಿ ಹೇಳಿದ. ಅವನ ಕಣ್ಣುಗಳಲ್ಲಿ ಕೃತಜ್ಞತೆ ಮಿಂಚಿತು. ಇತ್ತೀಚೆಗೆ ಭಾವನಾಳಲ್ಲಿ ಎಷ್ಟೋ ಚೇತರಿಕೆಯುಂಟಾಗಿತ್ತು.

ಇವನು ಒಳಗೆ ಬಂದಾಗ ಭಾವನಾ ಕತ್ತಿನವರೆಗೂ ರಗ್ಗು ಹೊದ್ದು ಮಲಗಿಬಿಟ್ಟಿದ್ದಳು. ಮುಖದಲ್ಲಿ ಹೊಸ ಸೊಬಗಿತ್ತು. ಮನುಷ್ಯ ಎಲ್ಲಕ್ಕಿಂತ ಹೆಚ್ಚಾಗಿ ಬಯಸುವುದು ನೆಮ್ಮದಿ, ಶಾಂತಿಯನ್ನು, ಅದಿಲ್ಲದೇ ಬದುಕು ಭಯಂಕರ. ಮುಖದ ಸೊಬಗನ್ನು ಕೂಡ ಅಳಿಸಿ ಮಂಕುತನವನ್ನು ತುಂಬುತ್ತೆ.

ನೆಮ್ಮದಿ, ಶಾಂತಿಯಿಂದ ಮುಖ ಪ್ರಸನ್ನತೆ, ಪ್ರಫುಲ್ಲತೆಯಿಂದ ಕಂಗೊಳಿಸುತ್ತೆ. ಬದುಕಿನಲ್ಲಿ ಉತ್ಸಾಹವುಂಟಾಗುತ್ತದೆ.

"ಆಗಲೇ ಮಲಗಿಬಿಟ್ಟಿದ್ದೀಯಾ?" ಹಾಸಿದ್ದ ಹಾಸಿಗೆಯ ಮೇಲೆ ಬಂದು ಕೂತ.

"ನೀನೂ ಬರಬೇಕಾಗಿತ್ತು. ತುಂಬ ಜಾಲಿಯಾಗಿತ್ತು. ಮಹೇಶ್ ತಾವು ಆಫೀಸರ್ ಅನ್ನೋದು ಮರೆತು ನಮಗೆಲ್ಲ ಬಡಿಸಿದ್ರು" ಶೀಲಾಗೆ ಬಡಿಸಿದ ಸಂದರ್ಭವನ್ನು ನೆನೆಸಿಕೊಂಡು ನಕ್ಕಳು.

ಅಲ್ಲಿನ ಪ್ರತಿಯೊಂದು ಚಿತ್ರವನ್ನು ಅಣ್ಣನ ಮುಂದೆ ಬಿಡಿಸಿಟ್ಟಳು. ಮಹೇಶ ತನ್ನ ಎಲೆಗೆ ಹಾಕಿದ ಮೈಸೂರುಪಾಕಿನ ವಿಷಯವನ್ನು ಸಹ ಮುಚ್ಚಿಡದೇ ಹೇಳಿದಳು. ಸ್ನೇಹಮಯ ವಾತಾವರಣದಲ್ಲಿ ಸಂದೇಹಕ್ಕೆ ಎಡೆಯೆಲ್ಲಿ? ನಿರ್ಮಲ ಮನಸ್ಸಿನಲ್ಲಿ ಅಂಥ ಸಂದೇಹಗಳು ಸುಳಿಯಲಾರವು.

ಅಣ್ಣ, ತಂಗಿಯ ಮಾತುಗಳು ಬಹಳ ಹೊತ್ತಿನವರೆಗೂ ನಡೆಯುತ್ತಿತ್ತು. ಹಾಲ್‌ನಲ್ಲಿ ಮಲಗಿದ್ದ ತುಳಸಮ್ಮನವರು ಗದರಿಕೊಂಡಾಗಲೇ ಇಬ್ಬರೂ ಸುಮ್ಮನಾಗಿದ್ದು.

* * * *

ಹತ್ತು ದಿನ ಬಾಂಬೆಗೆ ಹೋಗಿದ್ದ ಸತೀಶ ಒಂದು ವಾರ ಜ್ವರದಿಂದ ಮಲಗಿದ. ಮನೆಯಲ್ಲಿ ಆಳುಕಾಳುಗಳು ಉಪಚರಿಸುತ್ತಿದ್ದರು. ಡಾಕ್ಟರ್ ದಿನಕ್ಕೆ ಎರಡು ಬಾರಿ ಬಂದು ಹೋಗುತ್ತಿದ್ದರು. ಆದರೂ ಅವನ ಮನದ ಅತೃಪ್ತಿಯ ನೆರಳು ಅಳಿಸಿಹೋಗಲಿಲ್ಲ. ಬೇಸರ... ಬೇಸರ; ಯಾವುದನ್ನು ಹೊರಗೆಡಹಲಾರ. ಬದುಕು ತೀರಾ ನಿಸ್ಸಾರವೆನಿಸಿತು.

"ರಾಮು..." ಅರ್ಧ ಕೂತು ಕೂಗಿದ. ಇವನ ಕೂಗಿಗೇ ಕಾದಿದ್ದವನಂತೆ ಅವನು ಓಡಿ ಬಂದು ನಿಂತ.

ದರ್ಪದ ದನಿ ಸೋತಿತ್ತು. ವಾರದ ಜ್ವರ ಅವನನ್ನು ಹಣ್ಣು ಮಾಡಿತ್ತು.

"ಆಫೀಸಿನ ಜನ ಬಂದಿದ್ದಾರೆ." ತಗ್ಗಿದ ಧ್ವನಿಯಲ್ಲಿ ಉಸುರಿದ.

ಅವನಿಗೆ ಈಗ ಯಾರನ್ನೂ ನೋಡುವ ಮನಸ್ಸು ಇಲ್ಲ. ಈ ಸ್ಥಿತಿಯಲ್ಲೂ ಅವನನ್ನು ವಿರಾಮದಿಂದಿರಲು ಬಿಡರು.

"ಒಳಕ್ಕೆ ಕಳಿಸು" ಒಣಗಿದ ತುಟಿಯನ್ನು ಸವರಿಕೊಂಡ.

ಫೈಲನ್ನು ಕಂಕುಳಲ್ಲಿ ಇರಿಸಿಕೊಂಡೇ ಹೆಡ್ ಕ್ಲಾರ್ಕ್ ಬಂದಿದ್ದರು. ಅವನ ತಲೆ ಸಿಡಿಯಿತು. ಅದಕ್ಕಾಗಿ ತನ್ನ ಬದುಕನ್ನೇ ತೆತ್ತುಕೊಂಡಿದ್ದ.

"ಏನ್ರೀ.... ಅದು!" ಧ್ವನಿ ಸೋತಿದ್ದರೂ ಗತ್ತು ಕಡಿಮೆಯಾಗಿರಲಿಲ್ಲ.

"ನಮಸ್ಕಾರ.... ಈ ಪೇಪರ್‌ಗಳಿಗೆ ನಿಮ್ಮ ಸೈನ್ ಆಗಬೇಕಿತ್ತು."

ಬಾವಿಯ ಆಳದಿಂದ ಬಂದಂತಿತ್ತು ಧ್ವನಿ.

ಮಾಲಿಕರು ಮಾತ್ರವಲ್ಲದೆ ಕಂಪನಿಯ ಡೈರೆಕ್ಟರ್ಸ್ ಇವನ ಪ್ರಾಮಾಣಿಕತೆ, ಬುದ್ಧಿವಂತಿಕೆಯನ್ನು ಮೆಚ್ಚಿದ್ದರು. ಅವನ ಸಲಹೆ, ಸೂಚನೆ, ಸಹಿ ಇಲ್ಲದೇ ಯಾವ ಪೇಪರ್ಸೂ ಹೊರಗೆ ಹೋಗುವಂತಿರಲಿಲ್ಲ.

"ಮೊದಲು ಇಲ್ಲಿ ಕೊಡಿ" ಎಂದ. ತಲೆ ಧಿಮ್ಮೆನಿಸಿತು. ಮತ್ತೆ ದಿಂಬಿಗೆ ಒರಗಿ "ಅಲ್ಲಿಟ್ಟು ಹೋಗಿ, ಸಂಜೆ ಬನ್ನಿ" ಕಣ್ಣು ಮುಚ್ಚಿದ. ಚಿತ್ರಗಳಂತೆ ಪ್ರತಿಯೊಂದು ವೈವಾಹಿಕ ಜೀವನದ ಘಟನೆಗಳು ಅವನ ಕಣ್ಮುಂದೆ ಹಾದುಹೋದವು.

"ಹಾಲು ತಂದಿದ್ದೀನಿ" ರಾಮನತ್ತ ತಿರುಗಿದ. ಅವನ ನೋಟ ನೆಲ ನೋಡಿತು.

"ಇಲ್ಲಿ ಕೊಡು" ಕೈಚಾಚಿ ತಗೊಂಡ. ಎರಡು ಗುಟುಕು ಕುಡಿದ. ಕಹಿಯೆನಿಸಿತು.

"ನೀನು ಮನೆಗೆ ಹೋಗು" ಲೋಟ ನೀಡಿದ. ಲೋಟ ತುಂಬ ಹಾಲು ಹಾಗೇ ಇತ್ತು. ಅವನಿಂದ ಕುಡಿಯಲು ಆಗಿರಲಿಲ್ಲ. ರಾಮನ ಮುಖ ಸಪ್ಪಗಾಯಿತು.

ಎಷ್ಟೇ ಶಿಸ್ತಿನಿಂದ ನಡೆದುಕೊಂಡರೂ ಸತೀಶನ ಮೇಲೆ ಗೌರವವೇ. ಕೂಗಾಡಿದರೂ ಎಂದೂ ತೊಂದರೆ ಮಾಡಿರಲಿಲ್ಲ. ಅಳುಕಿನಿಂದ ಕಷ್ಟತೋಡಿಕೊಂಡಾಗ ಬಾಯಿತುಂಬ ಸಹಾನುಭೂತಿಯ ಮಾತುಗಳನ್ನು ಆಡದಿದ್ದರೂ ಕೈನೀಡಿ ಧಾರಾಳವಾಗಿ ಕೊಟ್ಟಿದ್ದ. ಮತ್ತೆಂದೂ ಅದರ ಬಗ್ಗೆ ಮಾತಾಡುತ್ತಿರಲಿಲ್ಲ.

"ಹೋಗು" ಎಂದಾಗ ಸಪ್ಪಗಾದ ಮುಖ ಹೊತ್ತು ಕೆಳಗಿಳಿದು ಬಂದ.

"ಬರ್ತೀನಿ," ಅಡಿಗೆಯವರಿಗೆ ಹೇಳಿ ಹೊರಟ.

ಅವನು ಆಗಾಗ ಮನೆಗೆ ಹೋಗುತ್ತಿದ್ದ. ಸತೀಶ ಅದಕ್ಕೆಲ್ಲ ಆಕ್ಷೇಪಿಸುತ್ತಿರಲಿಲ್ಲ. ತಾನೇ ಒಮ್ಮೊಮ್ಮೆ 'ಹೋಗು' ಎನ್ನುತ್ತಿದ್ದ.

ರಾಮ ಹತ್ತಿರದಲ್ಲಿದ್ದ ಬಸ್ ಸ್ಟಾಂಡಿನಿಂದ ಬಸ್ಸು ಹತ್ತಿದವನು ಭಾವನಾಳ ಆಫೀಸ್ ಹತ್ತಿರವಿದ್ದ ಸ್ಟಾಪ್‌ನಲ್ಲಿ ಇಳಿದುಬಿಟ್ಟ. ಅಲ್ಲೇ ನಿಂತು ಸುತ್ತಲೂ ಅರಸತೊಡಗಿದ. ಯಜಮಾನರ ಜ್ವರದ ವಿಷಯ ಭಾವನಾಳ ಕಿವಿಗೆ ಹಾಕುವವರೆಗೂ ನೆಮ್ಮದಿ ಇರಲಿಲ್ಲ.

"ಮೇಮ್ ಸಾಬ್..." ಎಂದು ಕೂಗಿದವನೇ ಹಲ್ಲು ಕಚ್ಚಿಕೊಂಡ. ಆ ತರಹ ಸಂಬೋಧನೆಯನ್ನು ಅವಳು ಇಷ್ಟಪಡುತ್ತಿರಲಿಲ್ಲ. ಮತಿವಿಕಲ್ಪವಾದಾಗ ಆ ಸಂಬೋಧನೆಯಿಂದ ಹಾಲನ್ನು ತಲೆಯ ಮೇಲೆ ಹುಯ್ಯಿಸಿಕೊಂಡಿದ್ದ.

ಬಸ್ ಇಳಿದು ಬೇಗ ಬೇಗ ಹೋಗುತ್ತಿದ್ದ ಭಾವನಾ ನಿಂತು ಹಿಂದಿರುಗಿದಳು. ರಾಮ ಬರುತ್ತಿದ್ದ.

ಪಕ್ಕಕ್ಕೆ ನಿಂತು "ಚೆನ್ನಾಗಿದ್ದೀಯಾ?" ನೇರವಾಗಿ ಬಿಸಿಲು ಮುಖಕ್ಕೆ ಬೀಳುತ್ತಿದ್ದರಿಂದ ಅವಳ ಕಣ್ಣುಗಳು ಕಿರಿದಾದವು. ರಾಮ ಎವೆಯಿಕ್ಕದೇ ನೋಡಿದ. ಈಗ ಕಳೆಕಳೆಯಾಗಿದ್ದಂತೆ ಕಂಡಳು.

"ಚೆನ್ನಾಗಿದ್ದೀನಿ!" ತಟ್ಟನೇ ಅವನ ಮುಖ ಸಪ್ಪಾಗಾಯಿತು.

"ಏನಾದರೂ ದುಡ್ಡು ಬೇಕಾಗಿತ್ತಾ?" ಬ್ಯಾಗ್‌ನೊಳಕ್ಕೆ ಕೈ ಹಾಕಿದಳು.

"ಬೇಡ... ಬೇಡ.... ಸಾಹೇಬರಿಗೆ ಹುಷಾರಿಲ್ಲ." ನಿಂತಲ್ಲೆ ಶಿಲೆಯಾದಳು.

"ಜ್ವರ.... ತುಂಬ ಜ್ವರನೇ?"

"ಅವರಪ್ಪ.... ಅಮ್ಮ.... ಯಾರೂ ಬಂದಿಲ್ವಾ?"

ಇಲ್ಲವೆನ್ನುವಂತೆ ತಲೆಯಾಡಿಸಿ ಮಂಕಾಗಿ ನಿಂತ. ಈಗ ಅವನಿಗೆ ಭಯವಾಯಿತು. ಈ ಸುದ್ದಿ ಯಜಮಾನರಿಗೆ ತಿಳಿದರೆ... ಅವನ ಮೈ ಸಣ್ಣಗೇ ನಡುಗಿತು. ಮುಖ ಬಿಳಚಿಕೊಂಡಿತು.

ಐದು ರೂಪಾಯಿ ನೋಟು ತೆಗೆದು ಅವನ ಕೈಯಲ್ಲಿಟ್ಟು ಸೋತ ಕಾಲುಗಳನ್ನು ಎಳೆದುಕೊಂಡು ಆಫೀಸ್‌ನತ್ತ ನಡೆದಳು. ಸಹಿಸಲಾರದ ವೇದನೆ, ತಳಮಳ.

"ಹುಷಾರಿಲ್ವಾ ಭಾವನಾ?" ಪಕ್ಕದ ಸೀಟಿನಲ್ಲಿ ಕೂತಿದ್ದ ಶೀಲಾ ಪ್ರಶ್ನಿಸಿದಾಗ, ಎಡಗೈಯಿಂದ ಹಣೆಯನ್ನು ಹಿಂಡಿಕೊಳ್ಳುತ್ತ "ವಿಪರೀತ ತಲೆನೋವು" ಮುಖ ಕಿವುಚಿದಳು.

"ನನ್ನ ಬ್ಯಾಗ್‌ನಲ್ಲಿ ಮಾತ್ರೆ ಇರಬೇಕು" ಮಾಡೋ ಕೆಲಸ ಬಿಟ್ಟು ಶೀಲಾ ಮಾತ್ರೆ ಹುಡುಕತೊಡಗಿದಳು.

ಬಾಸ್ ಛೇಂಬರ್‌ನಿಂದ ಹೊರಗೆ ಬಂದ ರಮೇಶ್ "ಕರೀತಾರೆ" ಎಂದು ಉಸುರಿ ತನ್ನ ಸೀಟಿನ ಕಡೆ ನಡೆದ.

ಒಣಗಿದ ತುಟಿಗಳನ್ನು ನಾಲಿಗೆಯಿಂದ ಸವರಿಕೊಳ್ಳುತ್ತ ಅರೆಮನಸ್ಸಿನಿಂದ ಎದ್ದು ಹೋದಳು. ಯಾರ ಬಳಿಯೂ ಅವಳಿಗೆ ಮಾತು ಬೇಕಿರಲಿಲ್ಲ.

"ಕರೆದಿರಾ ಸರ್!" ಸ್ಪ್ರಿಂಗ್ ಡೋರ್ ತಳ್ಳಿಕೊಂಡು ಒಳಗೆ ಹೋದಳು.

"ಕಮಾನ್... ಹೇಗಿದೆ ತಲೆನೋವು?" ವಿಸ್ಮಿತಳಾದಳು.

ತನ್ನ ತಲೆನೋವಿನ ವಿಷಯ ಯಾರು ಹೇಳಿರಬೇಕು? ತನಗೆ ಖಂಡಿತ ತಲೆ ನೋವಿಲ್ಲ. ಆದರೆ... ಹೃದಯ ಬಡಿತ ಏರಿತು.

"ಪರ್ವಾಗಿಲ್ಲ ಸಾರ್" ಉಗುಳು ನುಂಗಿದಳು.

"ಕೂತ್ಕೊಳ್ಳಿ..."

ಮಹೇಶ್ ತಾನೇ ಎದ್ದು ಗಾಜಿನ ಹೂಜಿಯಲ್ಲಿದ್ದ ನೀರನ್ನು ಲೋಟಕ್ಕೆ ಬಗ್ಗಿಸಿ ಮಾತ್ರೆಯೊಂದಿಗೆ ಅವಳ ಮುಂದೆ ಹಿಡಿದ.

"ತಗೊಳ್ಳಿ, ಬೇಗ ಕಡಿಮೆಯಾಗುತ್ತೆ."

ಮಾತಾಡದೇ ಭಾವನಾ ಮಾತ್ರೆ ನುಂಗಿ ನೀರು ಕುಡಿದಳು. ಅಪರೂಪದ ಆಪ್ಯಾಯಮಾನದಿಂದ ಅವಳೆದೆ ತುಂಬಿತು.

"ಮನೆಗೆ ಹೋಗ್ತೀರಾ?" ಸಹಾನುಭೂತಿಯಿಂದ ಅವಳೆಡೆ ನೋಡಿದ.

"ಇಲ್ಲ..." ಎಂದಳು ಮೊದಲು, ಆಮೇಲೆ "ಹೋಗ್ತೀನಿ ಸಾರ್."

ಒಬ್ಬಳನ್ನೇ ಕಳುಹಿಸಲು ಮಹೇಶ್‌ಗೆ ಮನಸ್ಸಾಗಲಿಲ್ಲ. ಹಿಂದೆ ನಡೆದಿದ್ದ ಆಘಾತವನ್ನು ನೆನೆಸಿಕೊಂಡ.

ಅವನ ಮನವನ್ನು ಓದಿದವಳಂತೆ "ಈಗೇನು ಅಂಥ ತಲೆ ನೋವಿಲ್ಲ. ಬರ್ತೀನಿ..."

ಅವಳು ಹೋದ ಕಡೆಯೇ ನೋಡಿದ. ಸತೀಶನ ಬಗ್ಗೆ ಬೇಸರಗೊಂಡ. ಅವರುಗಳ ಮಧ್ಯೆ ಅಗಾಧವಾದ ಸಮಸ್ಯೆಗಳಿದ್ದ ಹಾಗೆ ಕಾಣಲಿಲ್ಲ. ಪ್ರೀತಿಯ ಸೆಲೆ ಚಿಮ್ಮಿದಾಗ ಇವೆಲ್ಲ ಹಾರಿ ಹೋಗಬೇಕು. ಸತೀಶ ವಿಚಿತ್ರದ ಮನುಷ್ಯನೇ ಇರಬೇಕೆಂದುಕೊಂಡ.

ಈಗ ನಿಜವಾಗಿ ತಲೆ ಕೂಡ ಸಿಡಿಯತೊಡಗಿತು. ಏರಿದ ಎದೆಯ ಬಡಿತ ಹಿಂದಿನ ಸ್ಥಿತಿಗೆ ಬರಲೇ ಇಲ್ಲ. ಕೂರಲಾರದೇ ಅರ್ಧ ದಿನಕ್ಕೆ ರಜಾ ಚೀಟಿ ಬರೆದು ಮೂರ್ತಿರಾಯರ ಕೈಯಲ್ಲಿಟ್ಟು ಹೊರಗೆ ಬಂದಳು.

ಅಷ್ಟು ದೂರ ಬಂದು ನಿಂತಳು. ಕಾಲುಗಳು ಸೋತ ಅನುಭವವಾಯಿತು. ಅತ್ತಿತ್ತ ಆಟೋಗಾಗಿ ಅರಸಿದಳು, ಅರ್ಧ ಗಂಟೆ ಕಾದ ಮೇಲೆಯೇ ಆಟೋ ಅವಳ ಕಣ್ಣಿಗೆ ಬಿದ್ದಿದ್ದು.

ಕೂಗಿ ನಿಲ್ಲಿಸಿ ಹತ್ತಿ ಕುಳಿತಳು.

"ಎಲ್ಲಿಗೆ?" ತನ್ನ ಧಾಟಿಯಲ್ಲೇ ಕೇಳಿದ.

"ಜಯನಗರ...."

ಆಟೋ ರಭಸದಿಂದ ಹೊರಟಿತು. ಡಾll ಚಂದ್ರಚೂಡ್ ಅವಳು ಗುಣಮುಖಳಾದ ಮೇಲೆ ಹೇಳಿದ್ದರು. 'ನೀವು ತುಂಬ ಲಕ್ಕಿ, ಸತೀಶ್ ತಮ್ಮ ದಿನದ ಬಹಳ ವೇಳೆಯನ್ನೆಲ್ಲ ಇಲ್ಲೇ ಕಳೆಯುತ್ತಿದ್ದರು. ಅವರನ್ನು ನೀವು ದ್ವೇಷಿಸುತ್ತೀರೆಂದು ತಿಳಿದ ಮೇಲೆ ಕೂಡ ಬದಲಾಗಲಿಲ್ಲ.' ಕಣ್ಣಲ್ಲಿ ನೀರು ತುಂಬಿಕೊಂಡಿತು. ಸ್ವಭಾವ ವಿಚಿತ್ರವಾದರೂ ಕರ್ತವ್ಯಪರನಾಗಿದ್ದ....

ಆಟೋ ನಿಂತಾಗ ನಿಧಾನವಾಗಿ ಇಳಿದು ಹಣ ಕೊಟ್ಟು ಬಂಗ್ಲೆಯ ಕಡೆ ನೋಡಿದಳು. ಉತ್ತಮ ಅಭಿರುಚಿ ಹೊಂದಿದ್ದ ಸುಂದರ ಬಂಗ್ಲೆಯ ಒಳಗೆ ಇರುವ ವಿಚಿತ್ರ ಗಾಂಭೀರ್ಯವನ್ನು ನೆನೆದಾಗ ಮಾತ್ರ ಅವಳ ಮೈನಡುಗಿತು.

ಎದುರಾದ ಅಡಿಗೆಯವನು ಹಲ್ಲು ಕಿರಿದು ಕೈಜೋಡಿಸಿದ. ಅವಳೀಗ ಏನನ್ನೂ ಯೋಚಿಸುವಂತಿರಲಿಲ್ಲ. ಸದ್ದಾಗದಂತೆ ಮೆಟ್ಟಿಲು ಹತ್ತಿ ಮೇಲೆ ಹೋದಳು.

ಮುಚ್ಚಿದ್ದ ಕೋಣೆಯ ಬಾಗಿಲನ್ನು ಮೃದುವಾಗಿ ಸದ್ದಾಗದಂತೆ ತಳ್ಳಿದಳು. ಅದು ಅರೆ ತೆರೆದುಕೊಂಡಿತು.

ಹೆಜ್ಜೆಯನ್ನು ಒಳಗಿಟ್ಟಾಗ ಇಡೀ ದೇಹ ಮೃದುವಾಗಿ ಕಂಪಿಸಿತು. ಕೋಣೆಯನ್ನೆಲ್ಲ ಅವಲೋಕಿಸಿದಳು. ಅದೇ ಅಚ್ಚುಕಟ್ಟು, ಯಾವ ವ್ಯತ್ಯಾಸವೂ ಇಲ್ಲ.

ದೊಡ್ಡ ಸೊಳ್ಳೆಪರದೆಯಿಂದ ಆವೃತವಾದ ಜೋಡಿ ಮಂಚದ ಮೇಲೆ ಸತೀಶ ಮಲಗಿದ್ದ. ಸದ್ದಾಗದಂತೆ ನಿಧಾನವಾಗಿ ಹತ್ತಿರಕ್ಕೆ ಹೋದಳು. ಎಂಟು ದಿನದ ಹುಲುಸಾದ ಗಡ್ಡವಿತ್ತು. ಮುಖ ಬಿಳಚಿಕೊಂಡಿತ್ತು. ಅದರ ಗಾಂಭೀರ್ಯವೇನು ತಗ್ಗಿರಲಿಲ್ಲ. ಕಣ್ಣಾಲಿಗಳಲ್ಲಿ ನೀರು ತುಂಬಿಕೊಂಡಿತು. ಬಿದ್ದುಬಿದ್ದು ಅಳಬೇಕೆನಿಸಿತು. ಬಾಯಿಗೆ ಕೈ ಅಡ್ಡ ಹಿಡಿದಳು. ಬಳೆ ಸದ್ದಿಗೆ ಸತೀಶ ಎಚ್ಚೆತ್ತ.

ತಟ್ಟನೇ ಎದ್ದು ಕೂತ. "ಓಹ್... ಭಾವನಾ!" ಕಣ್ಣುಗಳಲ್ಲಿ ಆಶ್ಚರ್ಯ ಮಿನುಗಿತು.

ಮಂಚದಿಂದ ಇಳಿದು "ಕೂತ್ಕೋಬಹುದಲ್ಲ" ಒಣಗಿದ ತುಟಿಗಳನ್ನು ನಾಲಿಗೆಯಿಂದ ಸವರಿಕೊಂಡ.

"ಜ್ವರ ಹೇಗಿದೆ?" ತಲೆ ತಗ್ಗಿಸಿಯೇ ಇದ್ದಳು.

"ಅಂಥದ್ದೇನೂ ಇಲ್ಲ."

ಸತೀಶ ಅವಳನ್ನು ಅಡಿಯಿಂದ ಮುಡಿಯವರೆಗೂ ನೋಡಿದ. ಈಗ ಸ್ವಲ್ಪ ಮೈ ಕೈ ತುಂಬಿಕೊಂಡಿದ್ದ ಹಾಗೆ ಕಂಡಳು. ಮುಖದ ಮೇಲೆ ಗೆಲುವು ಇತ್ತು.

"ಕೂತ್ಕೋ, ಏನಾದ್ರೂ ಬೇಕಾಗಿತ್ತಾ?" ತಟ್ಟನೇ ಮುಖ ಮೇಲೆತ್ತಿದಳು. ಆ ಕಣ್ಣುಗಳನ್ನು ಎದುರಿಸಲಾರದೇ ತಗ್ಗಿಸಿತು.

ಡ್ರಾಯರ್‌ನಲ್ಲಿದ್ದ ಬೀಗದ ಕೈ ಗೊಂಚಲನ್ನು ತೆಗೆದು ಅವಳ ಮುಂದೆ ಹಾಕಿದ.

ಅವಳ ಮುಖದಲ್ಲಿ ಕಹಿ ಕಾಣಿಸಿಕೊಂಡಿತು.

"ನಂಗೇನೂ ಬೇಕಾಗಿಲ್ಲ. ನಿಮ್ಮನ್ನ ನೋಡೋ ಸಲುವಾಗಿ ಬಂದೆ." ತುಟಿ ಕಚ್ಚಿಕೊಂಡಳು.

ಅವನ ಕಣ್ಣುಗಳು ಮಿಂಚಿದವು. ಭಾವನಾಳನ್ನು ನೋಡಿದ ಕೂಡಲೇ ಒಪ್ಪಿಕೊಂಡಿದ್ದ. ಯಾಕೆಂದು ಯೋಚಿಸುವ ತಾಳ್ಮೆಯಾಗಲಿ, ಪುರುಸೊತ್ತಾಗಲಿ ಅವನಿಗೆ ಇರಲಿಲ್ಲ. ಇಂದು ಆ ಸುಂದರ ಮುಖವನ್ನು ಕಂಡಾಗ ಬೊಗಸೆಯಲ್ಲಿ ಹಿಡಿದು ಚುಂಬಿಸಬೇಕೆನಿಸಿತು.

"ಥ್ಯಾಂಕ್ಸ್. ನಿಂತೇ ಇದ್ದೀಯಲ್ಲ, ಕೂತ್ಕೋ."

ಕೂತ ಭಾವನಾ ಚಡಪಡಿಸಿದಳು, "ನಮ್ಮಿಬ್ಬರ ನಡುವೆ ಯಾವ ಅನುಬಂಧವೂ ಬೆಳೆದಿರಲಿಲ್ಲವಾ" ಕೆದಕಿ ಕೆದಕಿ ಕೇಳಿದಳು. ಅವಳು ಮನಸಾರ ಸತೀಶನನ್ನು ಪ್ರೀತಿಸಿದ್ದಳು. ಇಂದಿಗೂ ಪ್ರೀತಿಸುತ್ತಿದ್ದಳು. ಅದು ಜೀವಂತ ಪ್ರೀತಿ,

ಕರಗಿಹೋಗುವಂಥದಲ್ಲ. ಅವನ ಸಂಬಂಧವನ್ನು ಪೂರ್ತಿಯಾಗಿ ಕಡಿದುಕೊಂಡರೂ ಪ್ರೀತಿಯ ಚಿಲುಮೆ ಬತ್ತದು.

ಫೋನ್ ಶಬ್ದ ಮಾಡಿತು. ಕೈಗೆತ್ತಿಕೊಂಡ. ಧ್ವನಿ ಗಡುಸಾಯಿತು. ಹತ್ತು ನಿಮಿಷ ಮಾತಾಡಿ ಫೋನನ್ನು ಕೆಳಗಿಟ್ಟ.

"ಊಟದ ವೇಳೆ, ಇಲ್ಲೇ ಊಟ ಮಾಡು. ಇದು ನಿನ್ನ ಮನೆ. ಸಮಸ್ತವೂ ನಿನ್ನ ಅಧೀನಕ್ಕೆ ಒಳಪಟ್ಟಿದೆ. ಕಾನೂನು ಪ್ರಕಾರವಾಗಿ ನಾವಿನ್ನೂ ಬೇರೆಯಾಗಿಲ್ಲ."

ಅವಳು ರೋಷದಿಂದ ಕುದಿದುಹೋದಳು. ಹೃದಯದ ಸಂಬಂಧವನ್ನು ಕಡಿದೊಗೆಯುವ ಶಕ್ತಿ ಕಾನೂನಿಗಿದೆಯೇ? ಬಿಕ್ಕಿ ಬಿಕ್ಕಿ ಅಳಬೇಕೆನಿಸಿತು.

"ಅದು ನಂಗೂ ಗೊತ್ತು."

ಕೈಯಲ್ಲಿದ್ದ ಬ್ಯಾಗನ್ನು ಎತ್ತಿ ಡ್ರಾಯರ್‌ನಲ್ಲಿಟ್ಟು ದಢದಢನೆ ಕೆಳಗಿಳಿದು ಹೋದಳು. ಸತೀಶನಿಗೆ ಹುಷಾರಾಗುವವರೆಗೂ ಅವಳು ಹೋಗಬಾರದೆಂಬ ನಿರ್ಧಾರಕ್ಕೆ ಬಂದಳು. "ವ್ಯಕ್ತಿಗಳಿಗೆ ಹಕ್ಕುಗಳಷ್ಟೆ ಕರ್ತವ್ಯವೂ ಪವಿತ್ರ."

"ಡಾಕ್ಟ್ರು ಎಷ್ಟು ಹೊತ್ತಿಗೆ ಬರ್ತಾರೆ?"

ಅಮ್ಮಾವ್ರನ್ನ ನೋಡಿ ಮೇಲಕ್ಕೆದ್ದ ಆಳನ್ನು ಕೇಳಿದಳು.

"ಸಂಜೆ ಬರ್ತಾರೆ" ಕತ್ತು ಕೆರೆದುಕೊಂಡ.

ಸೊಂಟಕ್ಕೆ ಸೆರಗು ಸಿಕ್ಕಿಸಿ ಅಡಿಗೆಯ ಮನೆ ಕಡೆ ನಡೆದಳು. ಎಲ್ಲಾ ಯಥಾಸ್ಥಿತಿಯಲ್ಲಿತ್ತು.

"ಸ್ವಲ್ಪ ಹಾಲು ಬಿಸಿಮಾಡಿ ಕೊಡಿ."

ಸಡಗರದಿಂದಲೇ ಹಾಲು ಬಿಸಿಮಾಡಿ ಸಂಕೋಚದಿಂದ "ಸಾಹೇಬ್ರಿಗೆ ಒಯ್ದು ಕೊಡಲಾ!" ಎಂದ.

"ಬೇಡ. ನಾನೇ ತಗೊಂಡ್ಹೋಗ್ತೀನಿ." ಅವಳಿಗೆ ಹುಚ್ಚು ಆವೇಶ ಬಂದಿತ್ತು.

ಅವಳು ಬಂದಾಗ ಸತೀಶ ಸೋಫಾಕ್ಕೆ ಒರಗಿ ಕಣ್ಣುಮುಚ್ಚಿದ್ದ. ಅವನ ಮುಖದಲ್ಲಿ ಅವ್ಯಕ್ತವಾದ ಶಾಂತಿ ನೆಲೆಸಿತ್ತು.

"ಹಾಲು ತೊಗೊಳ್ಳಿ" ಕಣ್ಣು ತೆರೆದು ನೋಡಿದ. ಬೇಡವೆನಿಸಲಿಲ್ಲ. ಏನಾದರೂ ಕುಡಿಯಬೇಕೆನಿಸಿತ್ತು. ಕೈ ಮುಂದೆ ಚಾಚಿದ.

'ನಾನೇ ಕುಡಿಸಲಾ!" ಎಂದು ಕೇಳಬೇಕೆನಿಸಿತು. ಅಂದು ಅವಳ ಕೈಯನ್ನು ಹಿಂದಕ್ಕೆ ದೂಡಿದ್ದ.

ಅವನು ಕುಡಿದಿಟ್ಟ ಲೋಟ ಕೈಗೆತ್ತಿಕೊಂಡಳು.

"ಭಾವನಾ.... ಬೇಡ. ಫ್ಲೂ ಕೆಟ್ಟದ್ದು." ಅತಿ ನಾಜೂಕು ಆರೋಗ್ಯ ರಕ್ಷಣೆಯ ಬಗ್ಗೆ ಮನ ಜಾಗೃತವಾಗಿರಬೇಕು.

ಸಿಂಕ್ ಬಳಿ ಲೋಟ ಒಯ್ದ ಭಾವನಾ "ಪರ್ವಾಗಿಲ್ಲ, ಹೀಗೆಲ್ಲ ಯೋಚಿಸಿದರೆ, ಆರೋಗ್ಯ ಕೆಟ್ಟವರು ಜಗತ್ತಿನಲ್ಲಿ ಬದುಕಲೇ ಸಾಧ್ಯವಾಗುತ್ತಿರಲಿಲ್ಲ."

ಪುನಃ ಫೋನ್ ಶಬ್ದ ಮಾಡಿತು. ಅಸಹನೆಯಿಂದ ಕುದಿದಳು. ಅಧಿಕಾರ, ಕೆಲಸಕ್ಕಾಗಿ ತನ್ನ ಆಸೆ, ಆಕಾಂಕ್ಷೆ, ಸುಖ ಎಲ್ಲವನ್ನೂ ಬದಿಗೊತ್ತಿ ಯಾಂತ್ರಿಕವಾಗಿ ಬದುಕುತ್ತಿದ್ದ. ಈಗಲೂ.... ವಿರಾಮ... ವಿಶ್ರಾಂತಿ ಇಲ್ಲ. ಸಿಟ್ಟು, ಆವೇಶ ನುಗ್ಗಿ ಬಂತು.

"ತಗೋಬೇಡಿ." ಸತೀಶ ಹುಬ್ಬೇರಿಸಿ ಅವಳ ಕಡೆ ನೋಡಿದ. ತೆಳುವಾದ ನಗು ಮುಖದ ಮೇಲೆ ಪ್ರಸರಿಸಿತು. ಅವನಿಗೆ ನೆನಪಿದ್ದ ಹಾಗೆ ಇಂತಹ ಶಾಂತತೆ ಎಂದೂ ನೆಲೆಸಿರಲಿಲ್ಲ.

ಡಾ।। ಚಂದ್ರಚೂಡ್ ಉಸುರಿದ ನುಡಿಗಳು ಕಿವಿಯಲ್ಲಿ ಮಾರ್ದನಿಸಿತು.

ಪೂರ್ತಿಯಾಗಿ ಸೋಫಾ ಕಚ್ಚಿದ.

"ನೀವು ಮಲಕ್ಕೊಳ್ಳಿ" ಆಜ್ಞಾಪಿಸುವಂತೆ ಹೇಳಿದಳು.

ಸತೀಶನ ಕಣ್ಣುಗಳಲ್ಲಿ ಹೊಸಬೆಳಕು ಮಿಂಚಿತು. ಅವಳ ಮಾತನ್ನು ಮೀರುವ ಶಕ್ತಿ ಕಳೆದುಕೊಂಡಿದ್ದ. ಹೋಗಿ ಮಲಗಿದ.

ಭಾವನಾ ತಾನೇ ಅವನಿಗೆ ಕತ್ತಿನವರೆಗೂ ಬ್ಲಾಂಕೆಟ್ ಹೊದಿಸಿದ್ದಳು. ಕಾರಿಡಾರ್‌ನಲ್ಲಿ ಬಂದು ನಿಂತಳು.

ನೂರಾರು ಕನಸುಗಳನ್ನು ಹೊತ್ತು ಈ ಬಂಗ್ಲೆಯೊಳಕ್ಕೆ ಕಾಲು ಇಟ್ಟಿದ್ದಳು. ಪಂಜರದಂತೆ ಅವಳ ಆಸೆ ಆಕಾಂಕ್ಷೆಗಳನ್ನು ಬಂಧಿಸಿತ್ತು. ಹೊರಗೆ ನೋಡುವವರ ಕಣ್ಣಿಗೆ ಸುಂದರ ಸೌಧ. ಒಳಗೆ ಹೆಣ್ಣು ಅನುಭವಿಸುತ್ತಿದ್ದ ತುಮುಲವನ್ನು ಯಾರು ಅರಿತಾರು!

ತಕ್ಷಣ ಅವಳಿಗೆ ಶರತ್ ಜ್ಞಾಪಕ ಬಂತು. ಸದ್ದಾಗದಂತೆ ಕೆಳಗಿಳಿದು ಹೋದಳು. ಡ್ರಾಯಿಂಗ್ ರೂಮಿನಲ್ಲಿದ್ದ ಫೋನನ್ನು ಕೈಗೆತ್ತಿಕೊಂಡು ಡಯಲ್ ತಿರುಗಿಸಿದಳು. ಗಂಟಲು ಒಣಗಿಹೋಯಿತು. ಅಳಗೇಶಿಯ ಧ್ವನಿ ಎಚ್ಚರಿಸಿತು.

"ಸ್ವಲ್ಪ ನಮ್ಮಣ್ಣ ಶರತ್‌ನ ಕರೀರಿ" ಉಗುಳು ನುಂಗಿದಳು.

"ಓಹೋ.... ನೀನಾ ಭಾವನಾ... ಎಲ್ಲಿಂದ ಮಾತಾಡ್ತಾ ಇರೋದು?" ನಿಜಸ್ಥಿತಿ ತಿಳಿಸಲು ಮನ ಒಪ್ಪಲಿಲ್ಲ. ಮತ್ತೆ "ಸ್ವಲ್ಪ ನಮ್ಮ ಶರತ್‌ನ ಕರೀರಿ" ನಾಲಿಗೆಯಿಂದ ಒಣಗಿದ ತುಟಿಗಳನ್ನು ಸವರಿಕೊಂಡರು.

"ನೋಡಯ್ಯ. ನಿನ್ನ ತಂಗಿ ಕರೀತಾಳೆ..." ಆಳದಿಂದ ಕೇಳಿಸಿತು.

"ಹಲೋ.... ಭಾವನಾ...." ಶರತ್‌ನ ಧ್ವನಿಯಲ್ಲಿ ಆತಂಕವಿತ್ತು.

"ನಾನು..." ಉಗುಳು ನುಂಗಿದಳು. ಅವನ ಹುಬ್ಬುಗಳು ಮೇಲೇರಿರಬಹುದು!

"ನೀನು.... ಎಲ್ಲಿಂದ ಮಾತಾಡ್ತಾ ಇರೋದು?"

"ಇಲ್ಲಿಂದಲೇ..... ಸತೀಶನ ಮನೆಯಿಂದ–ನಾನು ಇಲ್ಲೇ ಇರ್ತೀನಿ. ಸಂಜೆ ನೇರವಾಗಿ ಇಲ್ಲಿಗೆ ಬಾ..." ಫೋನ್ ಇಟ್ಟುಬಿಟ್ಟಳು.

ಶರತ್‌ಗೆ ಗಾಬರಿಯಾಯಿತು. ಮೈಯೆಲ್ಲಾ ಬೆವರೊಡೆಯಿತು. ಷರಟಿನ ಮೇಲಿನ ಗುಂಡಿ ಬಿಚ್ಚಿದ.

"ಏನು ಸಮಾಚಾರ?"

"ಏನಿಲ್ಲ, ಸ್ವಲ್ಪ ಬರ್ತೀನಿ" ನಡೆದೇಬಿಟ್ಟ. ಭಾವನಾಳ ಮುಖ ನೋಡುವವರೆಗೂ ಸಮಾಧಾನವಿಲ್ಲ.

ಭಾವನಾ, ಸತೀಶನೊಂದಿಗೆ ಸಂಸಾರ ಮಾಡುವ ವಿಷಯವನ್ನೇ ಕೈಬಿಟ್ಟಿದ್ದಳು. ಅಂಥದ್ದರಲ್ಲಿ–ಅವನ ಮೈಯೆಲ್ಲ ಬಿಸಿಯಾಯಿತು.

"ಅಳಗೇಶಿ... ಸ್ಕೂಟರು ತಗೊಂಡ್ಹೋಗ್ತೀನಿ" ಹೊರಗಿನಿಂದಲೇ ಕೂಗಿ ಹೇಳಿದ.

ಸ್ಕೂಟರ್ ವೇಗವಾಗಿ ಹೋಗುತ್ತಿತ್ತು. ಮನ ಹತ್ತಾರು ಬಗೆಯಲ್ಲಿ ಯೋಚಿಸುತ್ತಿತ್ತು. ಸತೀಶನೇನಾದರೂ ಅವಳನ್ನು ಬಲವಂತದಿಂದ ಎಳೆದೊಯ್ದಿರಬಹುದೇ? ಖಂಡಿತ ಸಾಧ್ಯವಿಲ್ಲ. ಅವನು ಅಂತಹ ಕೆಳಮಟ್ಟದ ಮನುಷ್ಯನಲ್ಲ. ಮೇಲುಮಟ್ಟದ ಮೌಲ್ಯಗಳಿಗೆ ಕಟ್ಟುಬಿದ್ದವನು. ಇವಳೇ ಸ್ವತಃ ಹೋದಳೆ? ಬರೀ ಪ್ರಶ್ನೆಗಳ ತಾಕಲಾಟವಷ್ಟೆ. ಯಾವ ನಿರ್ಧಾರಕ್ಕೂ ಬರಲು ಸಾಧ್ಯವಿಲ್ಲ.

ಗೇಟ್‌ನಲ್ಲಿದ್ದ ವಾಚ್‌ಮನ್ ಸೆಲ್ಯೂಟ್ ಹೊಡೆದು ಗೇಟಿನ ಬಾಗಿಲು ತೆರೆದ. ಸ್ಕೂಟರನ್ನು ಬಂಗ್ಲೆಯ ಬಳಿ ನಿಲ್ಲಿಸಿ, ಎರಡು ಎರಡು ಮೆಟ್ಟಿಲು ಹಾರುತ್ತ ಒಳಗೆ ಹೋದ. ಹಣೆಯ ಮೇಲೆ ಬೆವರಿನ ಹನಿಗಳು ಸಾಲುಗಟ್ಟಿ ನಿಂತಿದ್ದವು. ಪ್ಯಾಂಟಿನ ಜೇಬಿನಿಂದ ಕರ್ಚಿಫ್ ತೆಗೆದು ಉಜ್ಜಿದ.

ಭಾವನಾಗೆ ಗೊತ್ತು. ಡ್ರಾಯಿಂಗ್ ರೂಮಿನಿಂದ ಹೊರಗೆ ಬಂದಳು. ಅವಳ ಮುಖದ ಮೇಲೆ ಉದ್ವೇಗ, ಕಾತರ ಒಂದೂ ಇಲ್ಲ. ಎಂದಿನಂತೆ ಶಾಂತವಾಗಿದ್ದಳು.

"ಭಾವನಾ..." ಅವನ ಧ್ವನಿ ಕ್ಷೀಣಿಸಿತು. ಆ ಮನೆಯಲ್ಲಿ ಯಾರೂ ಜೋರಾಗಿ ಮಾತಾಡಬಾರದು. ಸತೀಶನ ನಿಯಮ.

"ಇಲ್ಲಿ ಬಾ, ಅಣ್ಣ."

ಅವಳು ಒಳಗಿನಿಂದ ಉಸಿರನ್ನು ಮೇಲಕ್ಕೆ ಎಳೆದುಕೊಂಡಳು. ಶರತ್ ಹೀಯಾಳಿಸಬಹುದೆಂಬ ಭಯವಿಲ್ಲ. ಅತಿಯಾದ ನಂಬಿಕೆ, ವಿಶ್ವಾಸಗಳು ಕಾರಣವೇನೋ!

"ನೀನ್ಯಾಕೆ ಇಲ್ಲಿಗೆ ಬಂದೆ?"

ಬಾಗಿದ ತಲೆಯನ್ನು ಮೇಲಕ್ಕೆತ್ತಿ ಅವನ ಮುಖ ನೋಡಿದಳು. ತನ್ನ ನಿರ್ಧಾರ ತಪ್ಪೇನಿರಲಿಲ್ಲ. ಅಣ್ಣನ ಮುಂದೆ ಬಾಯಿಬಿಟ್ಟಳು.

"ನಾನು ಮಾಡಿದ್ದು ತಪ್ಪಾ? ನಾನಿನ್ನೂ ಅವರ ಮಡದಿಯ ಸ್ಥಾನದಲ್ಲೇ ಇದ್ದೀನಿ."

ತಂಗಿಯ ಕಣ್ಣುಗಳನ್ನೇ ದಿಟ್ಟಿಸಿದ. ಅವು ಸ್ವಾಭಾವಿಕವಾಗಿ ಮಿಂಚುತ್ತಿದ್ದವು. ಯಾವ ವ್ಯತ್ಯಾಸವನ್ನೂ ಕಾಣಲಾಗಲಿಲ್ಲ.

"ಈಗ ಸತೀಶ್ ಹೇಗಿದ್ದಾರೆ?"

ತಟ್ಟನೇ ಏನು ಹೇಳುವುದೂ ಅವಳಿಂದಾಗಲಿಲ್ಲ. ಸತೀಶನ ಮುಖವಂತೂ ಬಾಡಿ ಬತ್ತಿ ಹೋಗಿತ್ತು.

"ಡಾಕ್ಟ್ರು ಬಂದ ಮೇಲೆ ಗೊತ್ತಾಗುತ್ತೆ" ಅವನ ತುಟಿಗಳ ಮೇಲೆ ಕಿರುನಗು ಕಾಣಿಸಿಕೊಂಡಿತು. ಸತೀಶನ ಗಂಭೀರ ಸ್ವಭಾವದಲ್ಲಿ ಯಾವ ಬದಲಾವಣೆಯೂ ಇಲ್ಲವೇನೋ?!

ಅಣ್ಣ, ತಂಗಿ ಇಬ್ಬರೂ ಮೆಟ್ಟಲೇರಿ ಮೇಲಕ್ಕೆ ಬಂದರು. ನಿಶ್ಶಬ್ದ ವಾತಾವರಣ ಒಂದು ತರಹ ಭಯವನ್ನು ಹುಟ್ಟಿಸುವಂತಿತ್ತು. ಬಾಗಿಲು ತಳ್ಳಿಕೊಂಡು ಕೋಣೆಯೊಳಕ್ಕೆ ನಡೆದರು.

ಸತೀಶ ಕಣ್ಣುಬಿಟ್ಟುಕೊಂಡೇ ಮಲಗಿದ್ದ. ನೋಟ ಮೇಲಿತ್ತು. ತಟ್ಟನೇ ಪಕ್ಕಕ್ಕೆ ತಿರುಗಿದ.

"ಹಲೋ.... ಶರತ್" ಅರ್ಧ ಮಲಗಿದಂತೆಯೇ ಕೂತ.

ಅವನದು ಸದಾ ಅಂತಃಕರಣ ಚಿಮ್ಮುವ ಹೃದಯ, ಜುಳುಜುಳು ಹರಿಯುವ ಆತ್ಮೀಯತೆ. ಎಲ್ಲವನ್ನೂ ಮರೆಸಿಬಿಡುತ್ತಿತ್ತು.

"ಹೇಗಿದ್ದೀರಿ ಸತೀಶ್?" ಮಂಚದ ಬಳಿ ಹೋಗಿ ತೀರಾ ಸನಿಹದಲ್ಲಿ ನಿಂತ.

ಕೈಬಾಯಿಗೆ ಅಡ್ಡ ಹಿಡಿದ ಸತೀಶ್ ಮೆಲುವಾಗಿ ಕೆಮ್ಮಿದ. ಅವನ ಬಿಳುಪಾದ ಮುಖ ಮತ್ತಷ್ಟು ಬಿಳುಪಾಗಿತ್ತು. ಕಣ್ಣಿನ ಹೊಳಪು ತಗ್ಗಿತು.

"ಫ್ಲೂ ಜ್ವರ ಕಮ್ಮಿ ಇದೆ. ಆದರೂ ನಾಲ್ಕಾರು ದಿನ ವಿಶ್ರಾಂತಿ ಬೇಕೆಂದಿದ್ದಾರೆ."

ಶರತ್ ಅವನ ಪಕ್ಕ ಮಂಚದ ಮೇಲೆ ಕೂತುಬಿಟ್ಟ. ಅನಾರೋಗ್ಯದ ಮನುಷ್ಯರು ಚೇತರಿಸಿಕೊಳ್ಳಲು ಚಿಕಿತ್ಸೆಯ ಜೊತೆ ಪ್ರೀತಿ, ವಿಶ್ವಾಸಗಳೂ ಅಗತ್ಯವೆಂದು ಅವನ ನಂಬಿಕೆ.

ಸತೀಶನಿಗೆ ಮುಜುಗರವೆನಿಸಿದರೂ ಮನದಲ್ಲಿ ಒಂದು ಅವ್ಯಕ್ತವಾದ ಆನಂದದ ಅನುಭವವಾಯಿತು. ಶರತ್ ಈಗ ಹತ್ತಿರದ ವ್ಯಕ್ತಿಯೆನಿಸಿದ.

"ಇದು..." ಬಾಯಿ ತೆರೆದ. ಮಧ್ಯದಲ್ಲಿಯೇ ಶರತ್ "ಪರ್ವಾಗಿಲ್ಲ. ನಿಮಗೆ ಅದರ ಯೋಚನೆ ಬೇಡ" ತುಟಿಗಳ ಮೇಲೆ ನಗು ಅರಳಿತು.

ಹಣೆ, ಮೈ ಕೈ ಮುಟ್ಟಿ ನೋಡಿದ. ಹಣೆಯ ಮೇಲೆ ಕೈಯಿಟ್ಟಾಗ ಸತೀಶನ ಮನಸ್ಸಿಗೆ ಹಾಯೆನಿಸಿತು. ಮನುಷ್ಯ ಯಾಂತ್ರಿಕ, ದರ್ಪದ ಬದುಕಿನಿಂದ ಏನನ್ನೂ ಪಡೆಯಲಾರನೆನಿಸಿತು.

ಹೊರಗೆ ಹೋಗಿ ಕಾಫಿ ಕುಡಿಯಲು ಒಪ್ಪಲಿಲ್ಲ. ಇಂಡಸ್ಟ್ರಿಯ ಬಗ್ಗೆ ಹೇಳಿಕೊಂಡ.

"ಸಂಜೆ ಡಾಕ್ಟ್ರು ಬರೋ ವೇಳೆಗೆ ಬರ್ತೀನಿ. ಮಲಗಿ ವಿಶ್ರಾಂತಿ ತಗೊಳ್ಳಿ" ಹೇಳಿ ಹೊರಟ.

ಕೋಣೆಯಲ್ಲಿ ಭಯಂಕರ ಮೌನ ನೆಲೆಸಿತು. ಇದನ್ನೇ ಅವನು ಬಯಸುತ್ತಿದ್ದುದು, ಇಂದು ಬೇಕೆನಿಸಲಿಲ್ಲ. ಜುಳುಜುಳು ಹರಿಯುವ ಶರತ್‌ನ ಮಾತುಗಳನ್ನು ಕೇಳಲು ಕಿವಿಗಳು ತವಕಿಸಿದವು.

ಭಾವನಾ ಮಧ್ಯಾಹ್ನದ ಊಟವನ್ನು ಮರೆತೇಬಿಟ್ಟಿದ್ದಳು. ಒಮ್ಮೆಲೇ ಹಸಿವು ಕಾಣಿಸಿಕೊಂಡಿತು. ತಕ್ಷಣ ತಾಯಿಯ ನೆನಪಾಯಿತು. ತನಗಿಂತ ಮಗಳ ಹೊಟ್ಟೆಯ ಅರಿವು ಅವರಿಗಿತ್ತು. ಕಾಲಕಾಲಕ್ಕೆ ಬಲವಂತವಾಗಿಯಾದರೂ ಹೊಟ್ಟೆ ತುಂಬಿಸುತ್ತಿದ್ದರು. ಓಡಿಬಿಡುವ ಮನಸ್ಸಾಯಿತು. ಇದು ತಾನು ಬಿಗಿದುಕೊಂಡ ಬಂಧನ! ಆದರೆ. ಬಂಧನವಲ್ಲ, ಕರ್ತವ್ಯ!

ಸಂಜೆ ಆರಕ್ಕೆ ಡಾಕ್ಟರ್ ಬಂದರು. ಭಾವನಾಳನ್ನು ನೋಡಿ ಕಣ್ಣು ಅರಳಿಸಿದರು. ತುಟಿಗಳ ಮೇಲೆ ನಗು ಅರಳಿತು. ಸರಸ, ವಿರಸಕ್ಕೆ ಇದು ಸರಿಯಾದ ಸಮಯವೇ! ಅವರ ಹುಬ್ಬುಗಳು ಮೇಲಕ್ಕೂ ಕೆಳಕ್ಕೂ ನಾಟ್ಯವಾಡಿದವು 'ಖೋ... ಖೋ' ನಕ್ಕು ಗಂಟಲು ಸರಿಪಡಿಸಿಕೊಂಡರು.

"ಹೇಗಿದ್ದಾರೆ?" ಟೈ ಸರಿ ಮಾಡಿಕೊಂಡರು.

ಅವರೇನು ಭಾವನಾಳಿಗೆ ಹೊಸಬರಲ್ಲ. ಅವರು ಹಿಂದೆ ಚಿಕಿತ್ಸೆ ನೀಡಿದ ವಿವರಗಳನ್ನೆಲ್ಲ ನೆನಪಿಸಿಕೊಂಡಾಗ ನಗು ಬಂತು. ಬಂದುದ್ದಕ್ಕೆ ಇಂಜೆಕ್ಷನ್ ಚುಚ್ಚಿ ಬಿಲ್ಲನ್ನು ಏರಿಸುತ್ತಿದ್ದ ಚಾಣಾಕ್ಷರು.

"ಪರ್ವಾಗಿಲ್ಲ. ಅವರಿಗೆ ಈಗ ಬೇಕಾಗಿರೋದು ಬರೀ ವಿಶ್ರಾಂತಿ" ಡಾಕ್ಟರ್ ಹುಬ್ಬು ಏರಿಸಿದರು. ಕಣ್ಣುರೆಪ್ಪೆಗಳನ್ನು ಪಟಪಟನೆ ಬಡಿದರು. ನೂರು ಪೆಟ್ಟು ತಿಂದ ಶಿಲೆ ಮೂರ್ತಿಯಾಗಿತ್ತು.

ಅವಳ ಮಾತಿನ ಅರ್ಥ ಅವರಿಗಾಗಿತ್ತು. ಹಿಂದೆ ಆರೋಗ್ಯವಾಗಿದ್ದ ಅವಳಿಗೆ ಇಂಜೆಕ್ಷನ್, ಟಾನಿಕ್ ಜೊತೆ ಮಾತ್ರೆ ನುಂಗುವ ಶಿಕ್ಷೆಯನ್ನು ವಿಧಿಸಿದ್ದರು.

"ಅರ್ಥವಾಯ್ತು ಮೇಡಂ" ಕೋಣೆಯೊಳಕ್ಕೆ ನಡೆದರು.

ಪರೀಕ್ಷಿಸಿದರು. ಹೃದಯದ ಬಡಿತ ನೋಡಿದರು. ಜಾಸ್ತಿಯಾಗಿತ್ತು. ಕನ್ನಡಕ ಸರಿಮಾಡಿಕೊಂಡು ಭಾವನಾಳ ಕಡೆ ನೋಡಿದರು. ಸುಂದರವಾದ ಮಡದಿ ಎದುರಿಗಿರುವಾಗ ಹೃದಯದ ಬಡಿತ ಏರುವುದು ಸಹಜವೇ.

"ಶ್ರೀಮತಿ ಸತೀಶ್ ಅವರು ನಿಮಗೆ ಯಾವ ತರಹ ಚಿಕಿತ್ಸೆನೂ ಬೇಡವೆಂದಿದ್ದಾರೆ" ಇಬ್ಬರ ಮುಖವನ್ನೂ ಬದಲಿಸಿ ನೋಡಿದರು. ಸ್ವಲ್ಪ ಸದ್ದಾಗುವಂತೆಯೇ ನಕ್ಕರು.

ಅವಳ ಹೃದಯದ ಬಡಿತ ಏರಿತು. ಆ ಮಾತಿನ ಮುಂದಿನ ಪರಿಣಾಮ ಏನಾಗುವುದೋ? ಹೆದರಬೇಕಾಗಿಲ್ಲವೆನಿಸಿತು. ವಾರೆ ಕಣ್ಣುಗಳಿಂದ ಸತೀಶನ ಕಡೆ ನೋಡಿದಳು. ಅವನ ಮುಖ ಗಂಭೀರವಾಗಿತ್ತು.

ಅವಳ ಕಡೆ ತಿರುಗಿದ ಡಾಕ್ಟರ್ ಔಷಧಿ, ಮಾತ್ರೆ ಕೊಡಬೇಕಾದ ಬಗ್ಗೆ ತಿಳಿಸಿ "ಅವರು ಏನು ಕೇಳಿದರೂ ಕೊಡಿ" ಅಂದರು. ಭಾವನಾ ಮೊದಲು ವಿಸ್ಮಿತಳಾದಳು. ಅವನ ಊಟದ ಬಗ್ಗೆ ಜ್ಞಾಪಿಸಿಕೊಂಡಾಗ ನಿರಾತಂಕವಾದಳು.

ಡಾಕ್ಟರ್ ಹೊರಟ ಕೂಡಲೇ ಆಫೀಸ್‌ನ ಪಿ.ಎ. ಮತ್ತು ಇನ್ನಿತರ ಮುಖ್ಯಾಧಿಕಾರಿಗಳು ಬಂದರು, ಭಾವನಾ ಎದುರಾದಾಗ ಅವರ ಮುಖಗಳ ಮೇಲೆ ಆಶ್ಚರ್ಯ ಕಾಣಿಸಿಕೊಂಡಿತು.

ಭಾವನಾಳ ಬಗ್ಗೆ ಸತೀಶನಿಗೆ ಗೊತ್ತಿರದಷ್ಟು ವಿಷಯಗಳನ್ನು ಅವರುಗಳು ಸಂಗ್ರಹಿಸಿಟ್ಟುಕೊಂಡಿದ್ದರು. ಅವರುಗಳು ಪ್ರಯತ್ನಪೂರ್ವಕವಾಗಿ ಮಾಡಿದ್ದಲ್ಲ. ಅದೇ ಆಫೀಸಿನಲ್ಲಿ ಕೆಲಸ ಮಾಡುವ ಮಹಿಳಾ ಉದ್ಯೋಗಿಗಳು ಕುತೂಹಲದಿಂದ ಸಂಗ್ರಹಿಸಿ ಅದಕ್ಕೆ ಮತ್ತಷ್ಟು ಸೇರಿಸಿ ಅವರುಗಳ ಕಿವಿಗಳ ಮೇಲೆ ಹಾಕಿದ್ದರು. ಈರ್ಷ್ಯೆಯಿಂದ ಸತೀಶನ ಕಡೆ ನೋಡುತ್ತಿದ್ದ ಅಧಿಕಾರಿಗಳು ಅದಕ್ಕೆ ರೆಕ್ಕೆಪುಕ್ಕ ಕಟ್ಟಿದರು. ಆದರೆ ಅವನ ಮುಂದೆ ಆಡಿಕೊಂಡು ನಗುವ ಸಾಮರ್ಥ್ಯ ಇವರಿಗಿರಲಿಲ್ಲ. ಎದುರು ನಿಂತರೆ ಸಂಪೂರ್ಣವಾಗಿ ನಾಲಿಗೆ, ಗಂಟಲು ಎದೆ ಒಣಗಿ ಹೋಗುತ್ತಿತ್ತು.

"ಸಾಹೇಬ್ರು ಹೇಗಿದ್ದಾರೆ?" ಹಿಂದೆ ನಿಂತವ ಅವಳ ಮುಖವನ್ನು ದಿಟ್ಟಿಸಿದ. ಹುಚ್ಚಿನ ಸೂಕ್ಷ್ಮಕಣಗಳೇನಾದರೂ ಅವಳಲ್ಲಿ ಉಳಿದಿದೆಯಾ?

ಪಿ.ಎ. ಇನ್ನೊಂದು ರೀತಿಯಲ್ಲಿ ಯೋಚಿಸುತ್ತಿದ್ದರು. ಈ ಮನುಷ್ಯನ ಸ್ವಭಾವಕ್ಕೆ ಬೇಸತ್ತ ಆ ಹುಡುಗಿ ಬೇರೆಯವರನ್ನು ಮದುವೆಯಾಗಲಿದ್ದಾಳೆಂಬ ಸುದ್ದಿಯನ್ನು ಕೇಳಿದ್ದೆನಲ್ಲ!

"ಪರ್ವಾಗಿಲ್ಲ, ಡಾಕ್ಟ್ರು ಅವರಿಗೆ ವಿಶ್ರಾಂತಿ ಬೇಕಿದೆಯೆಂದು ಹೇಳಿದ್ದಾರೆ. ಸದ್ಯಕ್ಕೆ ಯಾರನ್ನೂ ಭೇಟಿ ಮಾಡೋಹಾಗಿಲ್ಲವಲ್ಲ!" ಸ್ವರ ಮೃದುವಾಗಿತ್ತು.

"ಬಹಳ ಅರ್ಜೆಂಟ್ ಇತ್ತು."

ಮುಖಕ್ಕೆ ಅಪ್ಪಳಿಸುವ ಮನಸ್ಸಾಯಿತು. ಪ್ರತಿಷ್ಠೆ, ಅಧಿಕಾರದ ಜೊತೆ ಇವರೆಲ್ಲ ಸೇರಿ ಸ್ಪಂದಿಸಬೇಕಾದ ಹೃದಯವನ್ನು ಮರಗಟ್ಟುವಂತೆ ಮಾಡಿದ್ದರು. ಇವರುಗಳೆಲ್ಲ ಶತ್ರುಗಳು. ಅರಚಬೇಕೆನಿಸಿತು. ಭಾವೋದ್ವೇಗ ಒಳ್ಳೆಯದಲ್ಲವೆಂದು ಡಾ॥ ಚಂದ್ರಚೂಡ್ ಅಲ್ಲಿಂದ ಹೊರಟ ದಿನ ಹೇಳಿದ್ದರು.

ಬಂದ ರಾಮ ಸೋತ ಮುಖ ಮಾಡಿ ನಿಂತ. ಅವಳಿಗೆ ಗಾಬರಿಯಾಯಿತು. ದಡದಡನೇ ಮೆಟ್ಟಿಲುಹತ್ತಿ ಮೇಲೆ ಹೋದಳು. ಸತೀಶ ತುಂಬು ತೋಳಿನ ಸ್ವೆಟರ್ ತೊಟ್ಟು ಕಿಟಕಿಯ ಬಳಿ ನಿಂತಿದ್ದ. ಕೆಳಗಿನ ಮಾತುಗಳು ಅವನ ಚುರುಕು ಕಿವಿಗಳಿಗೆ ಬಿದ್ದಿರಬಹುದು.

"ಎಕ್ಸ್‌ಕ್ಯೂಸ್ ಮೀ.... ಭಾವನಾ. ಐದು ನಿಮಿಷ ಅವರೊಂದಿಗೆ ಮಾತಾಡುತ್ತೀನಿ."

ಅವಳ ಕಿವಿಗಳನ್ನೇ ನಂಬದಾದಳು. ನಿಂತಲ್ಲೇ ಶಿಲೆಯಾದಳು. ಆಮೇಲೆ ತಾನು ಕೇಳಿದ್ದು ನಿಜವಾ, ಭ್ರಾಂತಿಯಾ! ಎಂದು ಯೋಚಿಸಿದಳು.

ಹೊರಗೆಹೋದ ಸತೀಶ್ ಮಾತಾಡಿದ್ದು ಎರಡೇ ನಿಮಿಷ. ಬಂದವರ ಮುಖಕ್ಕೆಲ್ಲ ಮಂಗಳಾರತಿಯಾಗಿತ್ತು. ಅವನ ಬುದ್ಧಿವಂತಿಕೆ, ದಕ್ಷತೆ, ಪ್ರಾಮಾಣಿಕತೆಯನ್ನು ಯಾರೂ ಅಲುಗಾಡಿಸಲು ಸಾಧ್ಯವಿರಲಿಲ್ಲ.

ವಾಸುದೇವ ಮೂರ್ತಿಗಳು, ತುಳಸಮ್ಮ ಬಂದು ಅಳಿಯನನ್ನು ಮಾತಾಡಿಸಿಕೊಂಡು ಹೋದರು. ಮಗಳು ತಾನಾಗಿ ಗಂಡನ ಮನೆ ಸೇರಿದ್ದಳು. ಇದೇನು ಕಮ್ಮಿ ಸಂತೋಷದ ಸುದ್ದಿಯೇ!

ಸತೀಶ ಪೂರ್ಣವಾಗಿ ಚೇತರಿಸಿಕೊಳ್ಳದಿದ್ದರೂ ಜ್ವರ ಬಿಟ್ಟಿತ್ತು. ಅವನ ಸಮಸ್ತ ಕೆಲಸಗಳನ್ನು ಭಾವನಾ ಮಾಡುತ್ತಿದ್ದಳು. ಒಂದೆರಡು ದಿನ ಹೇಳಲು ಹೋಗಿ ಸುಮ್ಮನಾಗಿದ್ದ. ಅವಳ ಸಾಮೀಪ್ಯ ಅವನಿಗೆ ಬೇಕಾಗಿತ್ತು. ಕಲ್ಲು ಕಠಿಣತೆಯನ್ನು ಕಳೆದುಕೊಂಡು ಕಡೆಯಲು ಹದವಾಗಿತ್ತು.

"ತಿಂಡಿ ತಗೊಳ್ಳಿ" ಪೇಪರು ನೋಡುತ್ತಿದ್ದವನು ತಲೆ ಎತ್ತಿದ. ಭಾವನಾ ನಿರಾಭರಣ ಸುಂದರಿಯಾಗಿದ್ದಳು. ದೊಡ್ಡಸ್ತಿಕೆಯ ಗುರುತಿಗಾದರೂ ಒಂದು ಅಮೂಲ್ಯ ಆಭರಣವನ್ನೂ ಧರಿಸಿರಲಿಲ್ಲ.

"ನೀನೂ ಇಲ್ಲೇ ತಗೋ ಬಾ" ತಟ್ಟನೇ ಮುಖವೆತ್ತಿದಳು. ಎರಡು ಜೋಡಿ ಕಣ್ಣುಗಳ ನೋಟಗಳು ಸಂಧಿಸಿದವು. ಅಪರೂಪಕ್ಕೆಂಬಂತೆ ವೇದನೆ ನುಗ್ಗಿ ಬಂತು. ಸರಸರನೇ ಹೊರಗೆ ನಡೆದುಬಿಟ್ಟಳು.

ಇಲ್ಲಿಗೆ ಬಂದಾಗಿನಿಂದ ಸತೀಶನ ಯಾವ ವಸ್ತುಗಳಿಗೂ ಕೈಹಾಕಿರಲಿಲ್ಲ.

ಮೊದಲ ದಿನ ಸ್ನಾನಕ್ಕೆ ಹೊರಡುವ ಮುನ್ನ ವಾರ್ಡ್‌ರೋಬ್‌ನ ಮುಂದೆ ನಿಂತಳು. ಮುಖ ವಿವರ್ಣವಾಯಿತು. ಅವನ್ನೆಲ್ಲ ದ್ವೇಷಿಸುತ್ತಿದ್ದಳು. ಮುಚ್ಚಿ ಮುಖ ಮರೆಸಿಕೊಂಡಿದ್ದಳು. ಈ ಐಶ್ವರ್ಯ, ದೊಡ್ಡಸ್ತಿಕೆಯೇ ಅವಳಿಂದ ಎಲ್ಲಾ ಕಸಿದುಕೊಂಡಿತ್ತು.

ಹೊರಗೆ ಬಂದು ಕೆನ್ನೆಯ ಮೇಲೆ ಉರುಳಿದ ಕಂಬನಿಯ ಬಿಂದುಗಳನ್ನು ತೊಡೆದುಕೊಂಡಳು.

ಅವನ ಮುಂದಿನ ತಿಂಡಿ ಆರಿ ತಣ್ಣಗಾಗಿತ್ತು. ಗತವನ್ನು ಮೆಲುಕು ಹಾಕುತ್ತಿದ್ದ. ಆ ದಿನಗಳಲ್ಲಿ ಭಾವನಾಳ ಕಣ್ಣುಗಳಲ್ಲಿ ಪ್ರವಹಿಸುತ್ತಿದ್ದ ಪ್ರೀತಿಯ ಹುಚ್ಚುಹೊಳೆಯನ್ನು ಜ್ಞಾಪಿಸಿಕೊಂಡ. ಇವನ ಬಾಯಿ ಬಳಿ ತಂದ ಹಣ್ಣಿನ ಹೋಳು ಕೆಳಗೆ ಬಿದ್ದಾಗ ಕಣ್ಣುಗಳಲ್ಲಿ ಕಂಡ ನಿರಾಶೆ.... ಹಣೆ ವೇದನೆಯಿಂದ ಸುಕ್ಕುಗಟ್ಟಿತು. ಅವಳ ಉತ್ಸಾಹ

ಚೇತೋಹಾರಿಯಾಗಿತ್ತು. ಇಂದಿನ ಭಾವನಾ ನಿರ್ಲಿಪ್ತ ಮನೋಭಾವದವಳಾಗಿದ್ದಳು. ನಿಟ್ಟುಸಿರು ಹೊರಹೊಮ್ಮಿತ್ತು.

'ಅವಳಿಗೆ ತಾನೇನೂ ಕೊಡಲಿಲ್ಲ. ಮುಂದೆಯಾದರೂ ಅವಳ ಬಾಳಲ್ಲಿ ಸಂತೋಷದ ಹೊನಲು ಹರಿಯಬೇಕು.' ಕಣ್ಣುಗಳಲ್ಲಿ ನೋವು ಮಿನುಗಿ ಮರೆಯಾಯಿತು.

ಅವಳು ಒಳಗೆ ಬಂದಾಗ ಯೋಚಿಸುತ್ತ ಕೂತಿದ್ದ. ಕಸಿವಿಸಿಯಾಯಿತು.

"ತಿಂಡಿ ಆರಿಹೋಯ್ತು." ಇನ್ನು ಸತೀಶ ಆ ತಿಂಡಿ ತಿನ್ನುವುದು ಅವಳಿಗೆ ಬೇಡವಾಗಿತ್ತು. ಬೆಲ್ ಒತ್ತಿದಳು. ರಾಮ ಓಡಿಬಂದ.

"ತಿಂಡಿ ಆರೋಗಿದೆ. ತಗೊಂಡ್ಹೋಗಿ-ಬೇರೆ ತಗೊಂಡು ಬಾ"

ರಾಮ ತಿಂಡಿ ಹೊತ್ತು ಕೆಳಗೆ ಓಡಿದ.

ಮನೆಯಲ್ಲಿದ್ದು ಅವನಿಗೆ ಬೇಸರವಾಗಿ ಹೋಗಿತ್ತು. ಆಫೀಸ್‌ಗೆ ಹೋಗಿ ಬರುವುದು ಸರಿಯೆನಿಸಿತು. ಭಾವನಾ ಆಕಾಶದಷ್ಟು ಎತ್ತರಕ್ಕೆ ಬೆಳೆದು ನಿಂತವಳಂತೆ ಕಂಡಳು. ಕೂರುವುದು ಅವನಿಂದಾಗಲಿಲ್ಲ.

"ನಾನು ಆಫೀಸ್‌ಗೆ ಹೋಗಿ ಬರ್ತೀನಿ, ನೀನು ತಿಂಡಿ ತಗೋ."

ಉಡುಪು ಧರಿಸಿ ಹೊರಟುಬಿಟ್ಟ. ತಿಂಡಿಯ ತಟ್ಟೆಗಳನ್ನು ಹಿಡಿದು ಬಂದ ರಾಮನಿಗೆ ಎದುರಾದ. ಅವನು ಭಯದಿಂದ ಪಕ್ಕಕ್ಕೆ ಸರಿದ.

"ಮೇಮ್‌ಸಾಬ್‌ಗೆ ಕೊಡು."

ಕಾರು ಹೊರಟ ಶಬ್ದ ಕೇಳಿಸಿತು. ಭಾವನಾ ಗೋಡೆಗೆ ಒರಗಿದಳು. ಸತೀಶನ ಸ್ವಭಾವ ಒಂದು ರೀತಿಯಲ್ಲಿ ಶ್ಲಾಘನೀಯವಾದದ್ದು. ಮಡದಿಯ ಬಗ್ಗೆ ಒಂದು ಕಟುನುಡಿಯನ್ನೂ ಆಡಿರಲಿಲ್ಲ. ತುಟಿಗಳು ಎಂತಹ ಸಮಯದಲ್ಲೂ ಸಂಯಮ ಸಾಧಿಸಲು ಹೆಣಗಾಡುತ್ತಿದ್ದವು.

ಹಿಂದೇನೇ ಶರತ್ ಬಂದ. ಎರಡೆರಡು ಮೆಟ್ಟಿಲು ಹಾರುತ್ತಲೇ ಬಂದ.

ಭಾವನಾ ಬೆಚ್ಚಿಬಿದ್ದಳು.

"ಸತೀಶ್ ಎಲ್ಲಿ?" ಅತ್ತಿತ್ತ ನೋಡಿದ.

"ಆಫೀಸ್‌ಗೆ ಹೋದರು." ಎಂದಾಗ ದೊಡ್ಡ ನಗೆ ನಕ್ಕು "ಇಷ್ಟು ದಿನ ಮನೆಯಲ್ಲಿದ್ದುದೇ ಆಶ್ಚರ್ಯದ ಸಂಗತಿ."

ರಾಮ ತಂದಿಟ್ಟ ತಿಂಡಿ ವ್ಯರ್ಥವಾಗಲಿಲ್ಲ. ಇಬ್ಬರದನ್ನೂ ಶರತ್ ಸಂಕೋಚವಿಲ್ಲದೇ ಹೊಡೆದ.

"ಇವತ್ತಿಗೆ ನಿನ್ನ ಲೀವ್ ಮುಗಿದುಹೋಗುತ್ತೆ ಅಲ್ವಾ?" ತಂಗಿಯ ಮುಖ ನೋಡಿದ. ಭಾವನಾ, ಸತೀಶ್ ಒಂದಾಗುವ ಕಲ್ಪನೆ ಅವನಿಗಿರಲಿಲ್ಲ. ತನ್ನ ಉಡುಪುಗಳನ್ನು ಸಹ ಅಲ್ಲಿಂದಲೇ ತರಿಸಿಕೊಂಡಿದ್ದಳು. ಕರ್ತವ್ಯಕ್ಕೆ ಅಂಟಿಕೊಂಡಿದ್ದವಳಂತೆ ಕಂಡಿದ್ದಳು.

"ಸಾಯಂಕಾಲ ಇಲ್ಲಿಗೆ ಬಾ, ನಾನೂ ಬರ್ತೀನಿ" ಉದ್ವಿಗ್ನಳಾಗದೇ ಹೇಳಿದಳು.

"ಓ.ಕೆ. ಮೇಡಮ್" ತಲೆಯಾಡಿಸಿದ.

ಅವನು ಹೊರಟ ಎಷ್ಟೋ ಹೊತ್ತಿನವರೆಗೂ ಕೂತೇ ಇದ್ದಳು. ಮೌನ ಸಹಿಸದಾದಳು. ಎದ್ದು ರೇಡಿಯೋ ತಿರುಗಿಸಿದಳು.

ಕಾನಡರಾಗದ ಕೃತಿ ಕೋಮಲ ಶಾರೀರದಿಂದ ಹೊರಹೊಮ್ಮುತ್ತಿತ್ತು. ಅದೇನೂ ಅಪರೂಪವಾದ ರಾಗವಲ್ಲ. ಭಕ್ತಿರಸವೇ ಝುಳಝುಳನೆ ಹರಿದುಬರುವ ರಾಗ. ಭಕ್ತ ಶಿರೋಮಣಿಗಳು ಮನ ಕರಗುವಂತೆ ದೇವರನ್ನು ಒಲಿಸಿಕೊಂಡ ರಾಗ. ವರ್ಷ ಋತುವಿನಂತೆ ಗುಡುಗಿನಂತೆ, ದುಂದುಭಿಯ ನಿನಾದದಂತೆ ಧ್ವನಿ ತುಂಬಿ ಬರುತ್ತಿತ್ತು. ಮೇಜಿನ ಮೇಲೆ ತಲೆಯಿಟ್ಟು ತನ್ಮಯತೆಯಿಂದ ಆಲಿಸತೊಡಗಿದಳು.

ನಿಶ್ಶಬ್ದವಾದ ವಾತಾವರಣದಲ್ಲಿ ಹಾಡು ಹರಿದುಬರುತ್ತಿತ್ತು. ಒಳಗೆ ಬಂದ ಸತೀಶನ ಮುಖ ತಕ್ಷಣ ಗಂಟಾದರೂ ಆಮೇಲೆ ಸಡಿಲವಾಯಿತು. ದೃಷ್ಟಿ ಭಾವನಾಳ ಕಡೆ ಹರಿಯಿತು. ಮುಖದಲ್ಲಿ ಹಸನ್ಮುಖತೆ ಮಿಶ್ರವಾದ ತನ್ಮಯತೆ ಇತ್ತು. ಮುಖ ಮತ್ತಷ್ಟು ಚೆಲುವಾಗಿ ಕಂಡಿತು. ಅವಳ ಆನಂದಕ್ಕೆ ಭಂಗ ತರಲು ಇಷ್ಟಪಡಲಿಲ್ಲ.

ಬಟ್ಟೆ ಬದಲಾಯಿಸಿ ಕೂತ. ಅವನ ದೃಷ್ಟಿ ಮಡದಿಯ ಕಡೆಗೆ ಇತ್ತು. ಹಾಡು ಮುಗಿದ ಕೂಡಲೇ ಎಚ್ಚೆತ್ತವಳಂತೆ ಜೋರಾಗಿ ಚಪ್ಪಾಳೆ ತಟ್ಟಿ "ಅಣ್ಣಾ...." ಕೂಗೇಬಿಟ್ಟಳು. ಸತೀಶನನ್ನು ನೋಡಿದ ಕೂಡಲೇ ಅವಳ ಸ್ವರ ಉಡುಗಿಹೋಯಿತು. ಅವಳ ಸಂತೋಷವನ್ನು ಯಾರ ಬಳಿಯಾದರೂ ಹಂಚಿಕೊಳ್ಳಬೇಕಾಗಿತ್ತು. ತಲೆ ತಗ್ಗಿಸಿದಳು.

"ಓಹ್.... ನೀವು ಬಂದು ತುಂಬ ಹೊತ್ತಾಯ್ತಾ?" ಬೆಳಗಿನ ತಿಂಡಿ ತಿಂದು ಹೋಗದ್ದನ್ನು ಜ್ಞಾಪಿಸಿಕೊಂಡಳು.

ಮೆತ್ತಗೆ ಹೊರಗೆ ಸರಿದಳು. ಅವಳು ಪುನಃ ಒಳಗೆ ಬಂದಾಗ ಸತೀಶ ಯಥಾಸ್ಥಿತಿಯಲ್ಲಿ ಕೂತಿದ್ದ. ಬಳಲಿಕೆ ಅವನ ಮುಖದ ಮೇಲೆ ಸ್ಪಷ್ಟವಾಗಿ ಕಾಣುತ್ತಿತ್ತು.

"ಊಟ ಮಾಡಬಹುದಲ್ಲ!"

"ಹ್ಞೂ..." ಗಂಟಲು ಸರಿಪಡಿಸಿಕೊಂಡು ಮೇಲಕ್ಕೆದ್ದ.

ಬಹಳ ದಿನಗಳ ಮೇಲೆ ಅನ್ನದ ಮುಂದೆ ಕೂತಿದ್ದ. ಎರಡು ಸ್ಪೂನ್ ತಿನ್ನುವ ವೇಳೆಗೆ ಸಾಕಾಯಿತು. ರುಚಿಯಿಲ್ಲ. ಬಾಯಿಯೆಲ್ಲ ಕಹಿಯೆನಿಸಿತು. ಮುಖ ಸಿಂಡರಿಸಿದ.

ತಲೆ ಬಗ್ಗಿಸಿ ಅನ್ನ ಕಲೆಸುತ್ತಿದ್ದ ಭಾವನಾ ತಲೆ ಎತ್ತಿದಳು. ಚುರುಕ್ಕೆಂದಿತು. ಅನ್ನ ಕಲೆಸುತ್ತಲೇ ಕೂತಳು.

ಹಿಂದೆ ಜ್ವರ ಬಂದು ಎದ್ದ ದಿನಗಳನ್ನು ಜ್ಞಾಪಿಸಿಕೊಂಡಳು. ತಾಯಿ ರೇಗಾಡಿ, ಹಾರಾಡಿ, ಬೈಯ್ದು ತುತ್ತು ಕಲೆಸಿ ಹಾಕಿ ಅವಳ ಹೊಟ್ಟೆ ತುಂಬಿಸುತ್ತಿದ್ದರು. ಇಲ್ಲಿ

ಸತೀಶನಿಗೆ ಯಾರ ಒತ್ತಾಯವೂ ಇಲ್ಲ. ಅದರ ಅಗತ್ಯವೂ ಅವನಿಗೆ ಕಂಡಿಲ್ಲ. ಎಲ್ಲವನ್ನು ಕೊಡವಿಕೊಂಡಿದ್ದ. ವಿಚಿತ್ರ ಮನುಷ್ಯ!

"ಸ್ವಲ್ಪ ಬಲವಂತವಾಗಿಯಾದ್ರೂ ಊಟ ಮಾಡಿ. ಇಲ್ಲದಿದ್ರೆ ಬಳಲಿಕೆ ಕಮ್ಮಿ ಆಗೋಲ್ಲ" ನೋಟ ತಗ್ಗಿಸಿಯೇ ಹೇಳಿದಳು.

"ಆಗೋಲ್ಲ, ಡಿಯರ್" ಕೈ ತೊಳೆದ.

ಆಮೇಲೆ ಅವಳ ಊಟವೂ ಸಾಗಲಿಲ್ಲ. ಎದ್ದು ಹೋದ ಸತೀಶ ಮಲಗಿಬಿಟ್ಟ. ತಲೆ ಧಿಮ್ಮೆನಿಸಿತು.

"ಮಾತ್ರೆ ತಗೊಳ್ಳಿ."

ಎದ್ದು ಮಾತ್ರೆ ನುಂಗಿ ಮಲಗಿದ. ಜೊಂಪು ಹತ್ತಿದಂತಾಯಿತು. ಜೋರಾದ ನಿದ್ರೆಯೇ ಹತ್ತಿತ್ತು. ಅವನು ಎದ್ದಾಗ ಪೂರ್ಣ ನಿಶ್ಯಬ್ದತೆ ಆವರಿಸಿತ್ತು. ಬಳೆಗಳ ಕಿಣಿಕಿಣಿ ಸದ್ದನಾದರೂ ಕೇಳುವ ಬಯಕೆ.

ರಾಮ, ರಾಮ ಎಂದು ತನ್ನ ಕೆಲಸಗಳಿಗೆಲ್ಲ ಅವನನ್ನ ಕೂಗುತ್ತಿದ್ದ. ಸತೀಶ "ಪ್ರಥಮ ಬಾರಿಗೆ ಭಾವನಾ..." ಎಂದು ಕರೆದ. ಧ್ವನಿಯಲ್ಲಿ ಗಂಭೀರತೆ ಇತ್ತು. ಅದು ತನ್ನ ಮಟ್ಟವನ್ನು ಬಿಟ್ಟು ಮೇಲಕ್ಕೇರದು.

"ಬಂದೆ" ಪಕ್ಕದ ಕೋಣೆಯಲ್ಲಿದ್ದ ಭಾವನಾ ಓಡಿ ಬಂದಳು.

"ತುಂಬ ಹೊಟ್ಟೆ ಹಸಿವು."

ಅವನ ಜೀವಮಾನದಲ್ಲಿ ಬುದ್ಧಿ ಬಂದಾಗಿನಿಂದ ಮೊದಲ ಬಾರಿ ಬಾಯಿಬಿಟ್ಟು ತನ್ನ ಹೊಟ್ಟೆ ಹಸಿವನ್ನು ಹೊರಗೆಡವಿದ್ದ. ತಾಯಿ ತಂದೆಯರ ಬಳಿ ಇದ್ದ ದಿನಗಳಲ್ಲಿಯೂ ಕೂಡ ಅವರಾಗಿ ಊಟಕ್ಕೆ ಬಾ ಎನ್ನುವವರೆಗೂ ಹೋಗುತ್ತಿರಲಿಲ್ಲ. ಏನೋ ಒಂದು ರೀತಿ ಬಿಗುಮಾನ ಇಂದು ನೆನ್ನೆಯದಲ್ಲ.

ಅವಳು ದಡದಡನೇ ಕೆಳಕ್ಕೆ ಓಡಿದಳು. ಕಲೆಸಿ ತಂದದ್ದು ಅನ್ನವನ್ನು. ನಿಧಾನವಾಗಿಯಾದರೂ ತಿಂದ, ಕೆಟ್ಟ ನಾಲಿಗೆಗೂ ಅನ್ನದ ರುಚಿ ಹತ್ತಿರಬೇಕು.

"ಥ್ಯಾಂಕ್ಸ್ ಡಾರ್ಲಿಂಗ್." ತಲೆ ಎತ್ತಿ ನೋಡಿದಳು. ವಿಚಿತ್ರವಾದ ಸಂಕಟ. ತಲೆ ತಗ್ಗಿಸಿ ಹೊರನಡೆದಳು.

ಕಾರಿಡಾರ್‌ಗೆ ಬಂದು ಗೋಡೆಗೊರಗಿ ನಿಂತಳು. ಹಿಂದಿನವರಂತೆ ಮೂರ್ಖವಾಗಿ ಯೋಚಿಸಲಾರಳು. ಶತ್ರುಗಳಂತೆ ಗಂಡಹೆಂಡಿರು ಒಂದೇ ಮನೆಯಲ್ಲಿ ಬದುಕಬೇಕೆಂಬ ಸಂಪ್ರದಾಯಕ್ಕೆ ವಿರುದ್ಧ. ನೀರಸ ದಾಂಪತ್ಯಕ್ಕೆ ಯಾವ ಅರ್ಥವೂ ಇಲ್ಲ. ಸಹಾನುಭೂತಿ, ಕರ್ತವ್ಯಗಳು ಮನವನ್ನು ಬಿಗಿಯಲಾರವು.

ರಾಮ ಬಂದು ಎದುರು ನಿಂತ.

"ಯಾಕೆ?" ಮೃದುವಾಗಿ ಕಂಪಿಸಿತು ಧ್ವನಿ.

"ಸಾಹೇಬ್ರನ್ನ ನೋಡೋಕೆ ಯಾರೋ ಬಂದಿದ್ದಾರೆ. ಆಫೀಸಿನೋರಲ್ಲ" ಅವಳ ಹುಬ್ಬುಗಳು ಮೇಲೇರಿದವು. ಸತೀಶನಿಗೆ ಪರಿಚಯಸ್ಥರು ಇದ್ದರೇ ವಿನಃ ಆತ್ಮೀಯ

ಗೆಳೆಯರೆಂದು ತಿಳಿಯುವ ಹಾಗಿರಲಿಲ್ಲ. ಕೆಲವೊಮ್ಮೆ ಅವರುಗಳು ಸ್ನೇಹಿತರಂತೆ ಬಂದು ಹೋಗುತ್ತಿದ್ದರು.

ಮೇಲಕ್ಕೆ ಉಸಿರನ್ನು ಎಳೆದುಕೊಂಡಳು.

ಅವರು ಕೊಟ್ಟಿದ್ದ ವಿಸಿಟಿಂಗ್ ಕಾರ್ಡ್ ಅವಳ ಕೈಯಲ್ಲಿಟ್ಟ. ಹರೀಶ್.... ಅವಳ ತಲೆ ವೇಗವಾಗಿ ಕೆಲಸ ಮಾಡಿತು. ತಟ್ಟನೇ ಜಯಂತಿ ಹರೀಶ್ ಚಿತ್ರ ಅವಳ ಕಣ್ಮುಂದೆ ಬಂದು ನಿಂತಿತು. ಕಣ್ಣುಗಳು ಕಿರಿದಾದವು.

ಆ ಕಾರ್ಡನ್ನು ಅವನ ಕೈಯಲ್ಲಿ ಇಡುತ್ತ "ಸಾಹೇಬ್ರಿಗೆ ಕೊಡು" ಮೊದಲು ನಿಂತಂತೆಯೇ ನಿಂತಳು. ಜಯಂತಿ ಹರೀಶರ ಫ್ಯಾಷನಬಲ್ ನಡತೆ ಚಿತ್ರಗಳು ಕಣ್ಮುಂದೆ ತೇಲತೊಡಗಿದವು. ಮುಖದ ಮೇಲೆ ತೆಳುವಾದ ನಗೆ ಹರಡಿತು.

ರಾಮ ಕೆಳಗೆ ಇಳಿದುಹೋದ ಹತ್ತು ನಿಮಿಷಗಳ ನಂತರ ಸತೀಶ ಕೆಳಗೆ ಇಳಿದುಹೋದ. ಅನಾರೋಗ್ಯದ ಯಾವ ಚಿನ್ಹೆಯೂ ಕಾಣುವಂತಿರಲಿಲ್ಲ. ಶುಭ್ರವಾಗಿ ಮುಖ ತೊಳೆದು ಜೇನಿನ ಬಣ್ಣದ ಪ್ಯಾಂಟು, ಬಿಳಿಯ ಬಣ್ಣದ ತುಂಬು ತೋಳಿನ ಷರಟು ತೊಟ್ಟು ಸೊಂಟಕ್ಕೆ ಮೂರಂಚಿನ ಕರಿಯಬಣ್ಣದ ಬೆಲ್ಟು ಬಿಗಿದಿದ್ದ. ಕಾಲಿನಲ್ಲಿದ್ದ ಷೂಗಳು ಮಿರಮಿರನೇ ಮಿಂಚುತ್ತಿದ್ದವು. ಅಧಿಕಾರಯುತ ನಡವಳಿಕೆಯಲ್ಲೇ ಬಂದವರನ್ನು ಕಾಣಬೇಕು.

"ಸಾಹೇಬ್ರು ಬರಹೇಳಿದರು" ರಾಮ ತಿಳಿಸಿ ಕೆಳಗೆ ಓಡಿದ.

ಅವಳ ಸ್ವಭಾವ ಬದಲಾಗದು. ಆಡಂಬರದ ಬದುಕು ಅವಳಿಗೆ ಬೇಡ. ದೊಡ್ಡ ಅಧಿಕಾರಿಯ ಮಡದಿಯಂತೆ ಬಿಗುಮಾನವಾಗಿ ಅಲಂಕರಿಸಿಕೊಂಡು ಹೋಗಲು ಅವಳಿಗೆ ಇಷ್ಟವಿಲ್ಲ.

ಮುಖ ತೊಳೆದು ತೆಳುವಾಗಿ ಪೌಡರ್ ಹಚ್ಚಿ ಕುಂಕುಮದ ಬೊಟ್ಟು ಇಟ್ಟು 'ಸಾಕು' ಎಂದುಕೊಂಡು ಕೆಳಗಿಳಿದು ಬಂದಳು. ಬಂದ ಅತಿಥಿಗಳ ಉಪಚಾರ ಮುಗಿದಿರಬಹುದು. ರಾಮ ಟ್ರೇ, ಕಾಫಿ ಕಪ್, ಸಾಸರ್‌ಗಳನ್ನ ಹೊರಗೆ ತರುತ್ತಿದ್ದ.

ಹೆಣ್ಣಿನ ಧ್ವನಿ ಕೇಳಿಸಿತು. ಹೆಜ್ಜೆಗಳ ನಡಿಗೆ ನಿಧಾನವಾಯಿತು, ಈಗ ಸ್ಪಷ್ಟವಾಗಿ ಕೇಳಿಸಿತು-ಜಯಂತಿ ಹರೀಶರದು-ವಿಚಲಿತರಾಗಲಿಲ್ಲ.

"ನಿಮ್ಮ ತಂದೆಯವರು ಜಾತಕ ಕೊಟ್ಟಿದ್ರು. ಜಾತಕಾನುಕೂಲ ಸರಿಯಾಗಿದೆ. ನೀವು ಇಷ್ಟಪಟ್ಟರೇ ನಾಳೇನೇ ಕರ್ಕೊಂಬರ್ತೀನಿ!" ಗಂಡಸಿನ ಧ್ವನಿ ಉಲಿಯಿತು.

"ನೀವು ಹೇಳೋದು ನಂಗೇನು ಅರ್ಥವಾಗಲಿಲ್ಲ."

ಈಗ ಸತೀಶನ ನೆನಪಿನಲ್ಲಿ ಸುಳಿದಿದ್ದು ಮದುವೆಯಾಗಬೇಕಿದ್ದ ತಂಗಿ. ತಲೆ ಎತ್ತಿ ತೀಕ್ಷ್ಣವಾಗಿ ಅವರ ಕಡೆ ನೋಡಿದ.

"ಹಣೆಬರಹಕ್ಕೆ ಏನು ಮಾಡೋಕೆ ಆಗುತ್ತೆ. ಭಾವನಾದು ಒಂದು ತರಹ ಸ್ವಭಾವ. ಈಗಿನ ಸೊಸೈಟಿಯಲ್ಲಿ ಪಳಗಿಲ್ಲ, ಒಂದ್ಸಲ ಮತಿವಿಕಲ್ಪವಾದ ಮೇಲೆ ಅವರ ತಲೆ ನೆಟ್ಟಗಿರೋಲ್ಲ. ನನ್ತಂಗಿ ನನಗಿಂತ ಚುರುಕು, ವರದಕ್ಷಿಣೆ ವರೋಪಚಾರ ಯಾವ್ದೂ

ಕಮ್ಮಿ ಮಾಡೊಲ್ಲ. ಡೈವೋರ್ಸ್ ಪಡೆದ ಮೇಲೇನೆ ಮದ್ವೆ ಇಟ್ಟುಕೊಂಡರೇ ಆಗುತ್ತೆ, ಹುಡ್ಗೀನ ನೋಡಿದ್ರೆ ಮಾತುಕತೆ ಮುಗಿಸಿಬಿಡಬಹುದು.

ಜಯಂತಿ ಹರೀಶರ ಬಾಯಿಂದ ನಿರರ್ಗಳವಾಗಿ ಹರಿದು ಬರುತ್ತಿತ್ತು. ಅವನ ಹುಬ್ಬುಗಳು ಮೇಲೇರಿದವು. ಹಣೆಯ ಮೇಲಿನ ನರಗಳು ಬಿಗಿದುಕೊಂಡವು. ಅವುಡು ಕಚ್ಚಿದ. ಮುಷ್ಟಿ ಬಿಗಿಯಾಯಿತು. ಬಲವಂತದಿಂದ ಕೋಪದ ಕಹಿಯನ್ನು ನುಂಗಿದ.

"ಏನಿದು! ಅಸಂಬದ್ಧ ಮಾತುಗಳು. ಪ್ಲೀಸ್ ಗೋ ಔಟ್, ನಾನು ತಾಳ್ಮೆ ಕಳೆದುಕೊಳ್ಳಬಹುದು." ಧ್ವನಿಯಲ್ಲಿ ಗಡಸುತನ ಇಣುಕಿತು.

ಜಯಂತಿ ಹರೀಶ್ ಮತ್ತೇನೋ ಹೇಳಲು ಬಾಯಿ ತೆರೆದವರು, ಕೆಂಡದುಂಡೆಯನ್ನು ಉಗುಳುತ್ತಿದ್ದ ಸತೀಶನ ಕಣ್ಣುಗಳನ್ನು ನೋಡಿ ಸುಮ್ಮನಾಗಿದ್ದಳು.

ಭಾವನಾಳ ವಿಷಯ ಗುಟ್ಟಾಗಿ ಉಳಿದಿರಲಿಲ್ಲ. ಅವಳು ತವರುಮನೆಯಲ್ಲಿ ನಿಂತ ಮೇಲೆ ರೆಕ್ಕೆಪುಕ್ಕಗಳು ಹುಟ್ಟಿಕೊಂಡಿದ್ದವು. ಆಗ... ಸತೀಶನನ್ನು ನೋಡಿದ್ದ ಜಯಂತಿ ಹರೀಶ್‌ರ ಸುಪ್ತ ಮನಸ್ಸಿನಲ್ಲಿ ಆಸೆ ಹುಟ್ಟಿಕೊಂಡಿತು. ಆಡಂಬರ, ಅಧಿಕಾರ, ಐಶ್ವರ್ಯ ಅವಳ ಕಣ್ಣುಗಳ ಮುಂದೆ ನಿಂತಿತು. ತಟ್ಟನೇ ಅವಳಿಗೆ ಮದುವೆಗೆ ನಿಂತ ತಂಗಿಯ ಜ್ಞಾಪಕ ಬಂತು; ತಟ್ಟನೇ ಯೋಜಿತಳಾದಳು. ಗುಂಡಣ್ಣನವರ ಕೋಪ, ಬೇಸರ, ಯಾವುದಕ್ಕೂ ಜಗ್ಗದೆ ಕಲ್ಪಿತವಾದ ಮಾತುಗಳನ್ನು ಹೇಳಿ, ಒಪ್ಪಿಸಿ ಜಾತಕ ತಂದಿದ್ದಳು. ಆದರೆ...

ಭಾವನಾ ದಡದಡನೇ ಮೆಟ್ಟಿಲುಹತ್ತಿ ಮೇಲಕ್ಕೆ ಹಾರಿದಳು. ತುಟಿಗಳ ಮೇಲೆ ನೀರಸ ನಗು ಮೂಡಿತು. ನೆನಪನ್ನೆಲ್ಲ ಕೆದಕಿದಳು. ಕಣ್ಣಲ್ಲಿ ನೀರು ಇಣುಕಿತು.

ಶರತ್‌ನ ನಗು ಕೇಳಿಸಿದಾಗ ಕಣ್ಣೊರೆಸಿಕೊಂಡು ಹೊರಗೆ ಬಂದಳು. ಅವನ ಕಣ್ಣುಗಳು ಬಲು ಸೂಕ್ಷ್ಮ, ತಂಗಿಯ ಮುಖವನ್ನು ಸುಲಭವಾಗಿ ಓದಿಬಿಡಬಲ್ಲ.

ಅವರಿಬ್ಬರೂ ಮೇಲಕ್ಕೆ ಬಂದಿದ್ದರು.

"ರೆಡೀನಾ...!" ಶರತ್‌ನ ಧ್ವನಿ ತಗ್ಗಿತು.

"ಓ... ಈಗ ಬಂದೆ" ಕೋಣೆಯೊಳಕ್ಕೆ ಹೋದಳು.

ಸತೀಶ, ಶರತ್ ಇಬ್ಬರೂ ಬಂದು ಕಾರಿಡಾರ್‌ನಲ್ಲಿ ಹಾಕಿದ್ದ ಛೇರ್‌ಗಳ ಮೇಲೆ ಕೂತರು, ಶರತ್ ಮ್ಲಾನವದನನಾಗಿದ್ದ, ಸತೀಶನ ಮುಖದ ಮೇಲೆ ಎಂದಿನಂತೆ ಗಂಭೀರ.

"ಭಾವನಾ... ಬರ್ತೀನಿ ಅಂದಿದ್ಲು!" ಸತೀಶ್ ಹಿಂದಕ್ಕೆ ಒರಗಿದ್ದ.

"ಓ.ಕೆ... ನೇರವಾಗಿ ಇಲ್ಲಿಗೇ ಬಂದ್ರಾ?" ಧ್ವನಿ ಸ್ವಲ್ಪ ಎತ್ತರಿಸಿಯೇ ಕೇಳಿದ. ಹೃದಯದಲ್ಲಿ ದೊಡ್ಡ ಹೋರಾಟ ನಡೆಯುತ್ತಿತ್ತು. ತೋರ್ಪಡಿಸಿಕೊಳ್ಳುವಂಥ ದುರ್ಬಲ ವ್ಯಕ್ತಿತ್ವ ಅವನದಲ್ಲ.

ಹಣ್ಣಿನ ಹೋಳಿನ ಎರಡು ಪ್ಲೇಟುಗಳನ್ನು ಭಾವನಾ ತಂದಿರಿಸಿದಳು. ಅವನ ಮುಖ ಮತ್ತಷ್ಟು ಗಂಭೀರವಾಗಿದ್ದನ್ನು ಅವಳು ಗಮನಿಸದೇ ಹೋಗಲಿಲ್ಲ.

"ತುಂಬ ಡಲ್ಲಾಗಿ ಕಾಣ್ತೀರಾ?" ಶರತ್ ಚೇತರಿಸಿಕೊಂಡ. ತಂಗಿ ಬಗ್ಗೆ ಯಾವ ಆಕ್ಷೇಪಣೆಯನ್ನೂ ಮಾಡಲಾರ, ಸತೀಶನನ್ನು ನಿಂದಿಸಲಾರ. ಹೊಂದಿಕೊಂಡು ಬಾಳಿದ್ದರೇ ಚೆನ್ನ ಎನಿಸದಿರಲಾಗಲಿಲ್ಲ, ಹಾಗೆಂದು ಯಾವ ಒತ್ತಾಯಕ್ಕೂ ಮಣಿಯಲಾರ.

"ಏನಿಲ್ಲ" ತಲೆ ಕೊಡವಿಕೊಂಡು ತುಟಿ ಅರಳಿಸಿದ.

"ಅಣ್ಣ...." ತಂಗಿಯ ಕಡೆ ನೋಡಿದ. ಅವಳು ರೆಡಿಯಾಗಿ ಬಂದಿದ್ದಳು. ಪ್ಯಾಂಟ್ ಜೇಬಿನಲ್ಲಿದ್ದ ಕರ್ಚೀಫ್ ತಗೊಂಡು ಮೂತಿಯೊರೆಸಿಕೊಂಡ ಶರತ್ ಮತ್ತೆ ಅದನ್ನು ಸ್ವಸ್ಥಾನಕ್ಕೆ ಸೇರಿಸಿ ಎದ್ದು ನಿಂತು "ನಾವಿನ್ನು ಬರ್ತೀವಿ" ನೇರವಾಗಿ ಅವನ ಮುಖ ನೋಡಿದ.

ತಮ್ಮಿಬ್ಬರ ನಡುವಿನ ವಿಚಾರವನ್ನು ಶರತ್‌ನೊಂದಿಗೆ ಸಹ ಮಾತಾಡಲಾರ. ಕಣ್ಣುಗಳು ಭಾವನಾಳತ್ತ ಸಾಗಿತು. ಆ ಮುಗ್ಧ ತುಂಟ ಚೆಲುವು ಅವನನ್ನು ಮದುವೆಯಾಗಲು ಪ್ರೇರೇಪಿಸಿತ್ತು. ಎಡಗೈಯಿಂದ ಗಡ್ಡ ತುರಿಸಿದ.

"ಓ.ಕೆ., ನಾನೇ ಡ್ರಾಪ್ ಮಾಡ್ತೀನಿ" ಪ್ಯಾಂಟಿನ ಜೇಬಿನಲ್ಲಿ ಕೈ ತೂರಿಸಿ ಕೆಳಗಿಳಿದು ಹೋದ. ಅಣ್ಣ, ತಂಗಿ ಒಬ್ಬರ ಮುಖವನ್ನು ಮತ್ತೊಬ್ಬರು ನೋಡಿಕೊಂಡರು.

ಕಾರಿನಲ್ಲಿ ಕೂತಿದ್ದ ಸತೀಶನ ಮುಂದೆ ಬಗ್ಗಿದ್ದ ಶರತ್ "ಇನ್ನೂ ನಿಮ್ಗೆ ವಿಶ್ರಾಂತಿ ಅಗತ್ಯವಿತ್ತು. ನೀವು ರೆಸ್ಟ್ ತಗೊಳ್ಳಿ. ನಾವು ಆಟೋ ಮಾಡ್ಕೊಂಡು ಹೋಗ್ತೀವಿ."

ಸ್ಟೇರ್ ವೀಲ್ ಹಿಡಿದಿದ್ದ ಸತೀಶ್ "ಡೋಂಟ್ ವರಿ... ಬನ್ನಿ" ಎಂದ.

ಇವರುಗಳು ಹತ್ತಿ ಕೂತ ಮೇಲೆ ಕಾರು ನಿಧಾನವಾಗಿ ಹೊರಟಿತು.

ಕೆಲವು ಯುವಕರಂತೆ ಕಾರನ್ನು ಯದ್ವಾತದ್ವಾ ನಡೆಸುವುದು ಅವನ ಜಾಯಮಾನವಲ್ಲ. ರೋಡನ್ನು ಬಿಟ್ಟು ಮತ್ತೆಲ್ಲೂ ಚಲಿಸಬಾರದು. ಅವನ ಕಣ್ಣಿನ ನೋಟ ಇದರಲ್ಲೂ ಅತಿಯಾದ ಗಂಭೀರ, ಠೀವಿ.

ಭಾವನಾಳ ಮನ ಕುದಿಯುತ್ತಿತ್ತು. ಸತೀಶನನ್ನು ಸರಿಯಾಗಿ ಅರ್ಥ ಮಾಡಿಕೊಳ್ಳುವುದು ತನ್ನಿಂದ ಆಗಲಿಲ್ಲವೇನೋ? ನನ್ನ ವಿವೇಚನೆಯ ಮಟ್ಟ ಕಡಿಮೆಯೇನೋ? ಇಲ್ಲ, ಅದಕ್ಕೆ ಸತೀಶ ನನಗೆ ಅವಕಾಶವನ್ನೇ ಕಲ್ಪಿಸಿಕೊಡಲಿಲ್ಲವೇನೋ! ಜಯಂತಿ, ಹರೀಶ್ ಆಡಿದ ಮಾತುಗಳು ಅವಳ ಕಿವಿಯಲ್ಲಿ ಗುಯ್‌ಗುಡುತ್ತಿದ್ದವು. ಸರಳತೆಯ ತುಂಬು ನಗುವಿನ, ಮಾತುಗಾರ ಗುಂಡಣ್ಣನವರು ನೆನಪಾದರು. ತುಟಿಗಳ ಮೇಲೆ ನೋವಿನ ನಗು ಮಿನುಗಿತು.

ಮನೆಯ ಮುಂದೆ ಕಾರು ನಿಂತಾಗ ಎಲ್ಲರೂ ತಮ್ಮ ಯೋಚನಾಸರಣಿಗಳಿಂದ ಹೊರಗೆ ಧುಮುಕಿದರು.

ಕೆಳಗಿಳಿದ ಶರತ್ "ಒಳಗೆ ಬಂದು ಹೋಗಬಹುದಲ್ಲ!" ಒಂದು ನಿಮಿಷ ಅನುಮಾನಿಸುತ್ತ ಕೂತ ಸತೀಶ ಆಮೇಲೆ ಇಳಿದ.

ಅಪರೂಪದ ಅಳಿಯ, ಅತ್ತೆ, ಮಾವ ಸಂಭ್ರಮದಿಂದ ಎದುರುಗೊಂಡು ಕಳಕಳಿಯಿಂದ ವಿಚಾರಿಸಿಕೊಂಡರು.

"ಕೂತ್ಕೊಳ್ಳಿ" ಸತೀಶ ಕೂತ.

ಅವರದು ವಿಚಿತ್ರ ಸ್ವಭಾವ. ಬಡತನ, ಮಧ್ಯಮ ದರ್ಜೆಯ ಜೀವನದ ಬಗ್ಗೆ ಅವನ ಅಸಹ್ಯ ಇಲ್ಲ. ಸಹಾನುಭೂತಿಯಿಂದ ನೋಡುತ್ತಿದ್ದ. ತಲೆ ಕೆಡಿಸಿಕೊಳ್ಳಲು ಹೋಗುತ್ತಿರಲಿಲ್ಲ. ಇಡೀ ಆಫೀಸಿನ ಎಲ್ಲಾ ವಿಷಯಗಳು ಅವನ ತಲೆಯಲ್ಲಿ ತುಂಬಿಕೊಂಡಿರುತ್ತಿದ್ದರಿಂದ, ಮತ್ತ್ಯಾವುದಕ್ಕೂ ಅಲ್ಲಿ ಅವಕಾಶವಿರಲಿಲ್ಲ. ಸಿರಿವಂತರ ಮನೆಯ ಹೆಣ್ಣುಗಳಿಗಾಗಿ ಪರಿತಪಿಸಿದವನಲ್ಲ.

"ಅಪರೂಪಕ್ಕೆ ಬಂದಿದ್ದೀರಿ. ಊಟ ಮುಗಿಸಿಕೊಂಡೇ ಹೋಗಬೇಕು" ವಾಸುದೇವಮೂರ್ತಿಗಳು ಕೈ ಕೈ ಹೊಸೆದರು. ಧ್ವನಿಯಲ್ಲಿ ಪ್ರೀತಿ ತುಂಬಿ ತುಳುಕುತ್ತಿತ್ತು. ಸತೀಶ್ ಅಳಿಯನಾದರೂ ಮಗನೇ ಎನ್ನುವ ಅಭಿಪ್ರಾಯ ಅವರದು.

ಅವನು ಏನೋ ಹೇಳಲು ಬಾಯಿ ತೆರೆದಾಗ "ಪ್ಲೀಸ್ ಆಗೋಲ್ಲ ಅನ್ನಬೇಡಿ. ನಮ್ಮಮ್ಮ ತಿಳಿಸಾರು ತುಂಬ ಚೆನ್ನಾಗಿ ಮಾಡ್ತಾರೆ. ಹೆಚ್ಚಿನ ಉಪಚಾರವೇನು ಮಾಡೋಲ್ಲ" ಶರತ್ ಹಾಗೆಂದಾಗ ಅವನ ಬಾಯಿಕಟ್ಟಿತು. ವಾತಾವರಣದ ಬದಲಾವಣೆ ಬೇಕೆನಿಸಿತೇನೋ.

"ಆಲ್ ರೈಟ್..." ತುಟಿಗಳ ಮೇಲೆ ಗಂಭೀರವಾದ ಅಪರೂಪದ ನಗು ಅರಳಿತು.

"ಅಮ್ಮ ಹೆಚ್ಚಿಗೇನೂ ಅಡಿಗೆ ಮಾಡಬೇಡ." ತಾಯಿಗೆ ಎಚ್ಚರಿಸಿದ. ಮತ್ತೆ ಸತೀಶನ ಆರೋಗ್ಯ ಏರುಪೇರಾಗುವುದು ಅವನಿಗೆ ಬೇಡವಾಗಿತ್ತು.

ಊಟ ಮುಗಿಸಿ ಸತೀಶ ಹೊರಟಾಗ ಶರತ್, ಭಾವನಾ ಇಬ್ಬರೂ ಕಾರಿನವರೆಗೂ ಬಂದು ಬೀಳ್ಕೊಟ್ಟರು. ಎಷ್ಟೇ ಉತ್ಸಾಹದಿಂದಿದ್ದರೂ ಭಾವನಾಳ ಮನದ ತುಂಬ ದುಗುಡ ತುಂಬಿಕೊಂಡಿತ್ತು. ತಕ್ಷಣ ಹೋಗಿ ಮಲಗಿಬಿಟ್ಟಳು.

ಶರತ್ ಕೋಣೆಯೊಳಗೆ ಬಂದಾಗ ಕಣ್ಣುಬಿಟ್ಟುಕೊಂಡೇ ಮಲಗಿದ್ದಳು.

"ನಿನ್ಹತ್ರ ಒಂದು ವಿಷ್ಯ ಮಾತಾಡ್ಬೇಕು!" ಎದ್ದು ಕೂತಳು, ಅವನು ವಿಸ್ಮಿತನಾದ.

"ಅಣ್ಣ, ಆದಷ್ಟು ಬೇಗ ಡೈವೋರ್ಸ್ ತಗೊಳ್ಳೋದು ಒಳ್ಳೆಯದು. ಸತೀಶ್ ಮನೆಯಲ್ಲಿ ಒಬ್ಬರೆ, ಅವರ ಬಗ್ಗೆ ಯೋಚಿಸೋರೇ ಇಲ್ಲ. ಅವರ ಸ್ವಭಾವಕ್ಕೆ ಹೊಂದಿಕೊಳ್ಳೋ ಹೆಣ್ಣು ಸಂಗಾತಿಯಾದರೆ ಸರಿಯಾಗುತ್ತೆ, ನಾವಿಬ್ಬರೂ ಒಮ್ಮತದಿಂದ ಡೈವೋರ್ಸ್ ಕೇಳೋದರಿಂದ ಏನೂ ಕಷ್ಟವಾಗೋಲ್ಲ."

ಶರತ್ ಗಂಭೀರನಾದ. ಸತೀಶ ಸತಾಯಿಸಲಾರ. ಆದರೆ ಪ್ರತಿಭಟನೆಗಳು ಮಧ್ಯೆ ನುಸುಳಿದವು. ತಲೆ ಎತ್ತಿ ನೇರವಾಗಿ ತಂಗಿಯ ಕಣ್ಣುಗಳನ್ನು ದಿಟ್ಟಿಸಿದ. ಅಂದಿನ ಮತಿವಿಕಲ್ಪಿತ ಭಾವನಾ ಜ್ಞಾಪಕಕ್ಕೆ ಬಂದಳು. ಮೈಯಲ್ಲಿ ಬೆವರೊಡೆಯಿತು.

"ಓ.ಕೆ. ಬೇಬಿ, ಬೆಳಗಿನ ಮೊದಲ ಕೆಲಸ ಅದೇ. ಸತೀಶ್ ರಿಯಲಿ ಜಂಟಲ್‌ಮನ್. ನೀನೇನು ಯೋಚಿಸಬೇಡ ಮಲಕ್ಕೊ." ಕೋಣೆಯ ದೀಪವಾರಿಸಿ ಮಲಗಿದ, ಬೇಗ ನಿದ್ದೆ ಹತ್ತಿರಕ್ಕೆ ಸುಳಿಯಲಿಲ್ಲ. ಎದ್ದು ಕೂತು ಲೈಟು ಹಾಕಿದ. ಅವಳು ಕೂಡ ನಿದ್ದೆ ಮಾಡಿರಲಿಲ್ಲ.

"ಭಾವನಾ, ಏನಾದ್ರೂ ಮಾತಾಡೋಣ" ಕಾಲುಗಳನ್ನು ನೀಳವಾಗಿ ಚಾಚಿ ಗೋಡೆಗೊರಗಿದ.

ಭಾವನಾ ಕೂಡ ಎದ್ದು ಕೂತಳು. ಮಾತನಾಡೋಕೆ ವಿಷಯಗಳನ್ನು ಹುಡುಕಾಡಬೇಕಾಗಿತ್ತು.

"ಮಾತಾಡೋಕೆ ಯಾವ ವಿಷಯವೂ ಹೊಳೆಯುತ್ತಾ ಇಲ್ಲವಲ್ಲ?" ತುಟಿಕಚ್ಚಿ ತಲೆ ಕೆರೆದುಕೊಂಡ.

"ಯಾವುದಾದ್ರೂ ಪುಸ್ತಕ ಓದಿದ್ಯಾ?" ಭಾವನಾ ಇಲ್ಲವೆನ್ನುವಂತೆ ತಲೆಯಾಡಿಸಿದಳು.

ಎದ್ದು ಲೈಟು ಆರಿಸಿ ಮಲಗಿದ. ಬಹಳ ಹೊತ್ತು ನಿದ್ದೆ ಬರಲಿಲ್ಲ.

ಬೆಳಿಗ್ಗೆ ಬೇಗ ಮನೆ ಬಿಟ್ಟ ಶರತ್. ನೇರವಾಗಿ ಅವನು ಸತೀಶನ ಬಂಗ್ಲೆಗೆ ನಡೆದ. ಆಡಬೇಕಾದ ಮಾತುಗಳ ಬಗ್ಗೆ ಮನದಲ್ಲಿಯೇ ಪಟ್ಟಿ ಮಾಡುತ್ತಿದ್ದ.

"ಸಾಹೇಬ್ರು ಎದ್ದಿದ್ದಾರಾ?" ರಾಮನನ್ನು ಕೇಳಿದ. ಮೌನವಾಗಿ ಹೌದೆನ್ನುವಂತೆ ತಲೆಯಾಡಿಸಿದ, ನಿಧಾನವಾಗಿ ಮೇಲೆ ನಡೆದ.

ಸತೀಶ್ ಯಾರೊಂದಿಗೋ ಫೋನ್‌ನಲ್ಲಿ ಸಂಭಾಷಿಸುತ್ತಿದ್ದ. ಗಂಭೀರ ಮುಖಭಾವ, ಗತ್ತಿನಲ್ಲಿ ಎಂಥದ್ದೋ ಶೋಭೆ ಮಿಂಚಿತು, ನಿಟ್ಟುಸಿರು ಹೊರಚೆಲ್ಲಿದ.

ಫೋನ್ ಕೆಳಗಿಟ್ಟು ಇವನತ್ತ ತಿರುಗಿದ ಸತೀಶ "ಹಲೋ... ಶರತ್, ಬನ್ನಿ" ಆಹ್ವಾನಿಸಿದ.

ಸೋಫಾದಲ್ಲಿ ಕೂಡುತ್ತಾ "ನಾನು ಬೆಳಿಗ್ಗೇನೇ ಬಂದಿದ್ದು ನಿಮಗೆ ಆಶ್ಚರ್ಯವಾಗಿರಬಹುದಲ್ಲ?"

"ನೋ.... ನೋ.... ಅದೆಲ್ಲ ಏನೂ ಇಲ್ಲ."

"ಹೇಗಿದ್ದೀರಿ?" ಅಗಲವಾದ ಹಣೆಯ ಕಡೆ ನೋಡಿದ. ಅಂಗೈ ಅಗಲದ ಬಿಳಿಯ ಶುಭ್ರವರ್ಣದ ಹಣೆ. ಆ ಎತ್ತರ ಶರೀರಕ್ಕೆ ಅಲಂಕಾರಪ್ರಾಯವಾಗಿತ್ತು.

"ಓ.ಕೆ... ಆಫೀಸ್ ಕೆಲಸ ಬಹಳ ಉಳಿದುಹೋಗಿದೆ."

"ಒಂದು ಮುಖ್ಯವಾದ ವಿಷಯಾನ ಮಾತಾಡ್ಬೇಕೂಂತ ಬಂದೆ. ಪುರುಸೊತ್ತು ಇದ್ಯಾ?" ಮುಖದಲ್ಲಿ ಕಹಿ ಪ್ರಕಟವಾಯಿತು.

"ಮಾತಾಡಿ" ಹಿಂದಕ್ಕೆ ಒರಗಿದ.

ಸತೀಶನ ಬುದ್ಧಿ ಬಹಳ ಸೂಕ್ಷ್ಮ. ಶರತ್ ಹೇಳಬಹುದಾದ, ಕೇಳಬಹುದಾದ್ದನ್ನು ಅರಿತ. ಅಂದು ಪ್ರಯತ್ನಿಸಿದ್ದರೆ ಭಾವನಾಳನ್ನು ಅರ್ಥ ಮಾಡಿಕೊಳ್ಳುತ್ತಿದ್ದ. ಆದರೆ ಯಾವುದಕ್ಕೂ ಪುರುಸೊತ್ತು ಇರಲಿಲ್ಲ.

"ಡೈವೋರ್ಸ್..." ಸತೀಶನ ಹುಬ್ಬುಗಳು ಮೇಲೇರಿದವು. ಮುಖದಲ್ಲಿ ಯಾವ ಬದಲಾವಣೆಯೂ ಕಾಣಿಸಲಿಲ್ಲ, ಉದ್ವೇಗಗೊಳ್ಳಲಿಲ್ಲ.

"ಓ.ಕೆ. ಅದಕ್ಕೇನು! ಲಾಯರ್‌ನ ವಿಚಾರಿಸ್ತೀನಿ. ಎರಡು ದಿನ ಬಿಟ್ಟು ಭಾವನಾನ ಕಳುಹಿಸಿಕೊಡಿ. ಅಡ್ವೊಕೇಟ್ ಪೇಪರ್ಸ್ ರೆಡಿ ಮಾಡಲು ಹೇಳ್ತೀನಿ."

ವಿಶಾಲ ಹೃದಯಿ, ಧೀರೋದಾತ್ತ ವ್ಯಕ್ತಿಯಂತೆ ಕಂಡ. ಕಸಿವಿಸಿಯಿಂದ ತಲೆ ತಗ್ಗಿಸಿ ಕುಳಿತ.

"ಕೈ ಹಿಡಿದ ಹೆಣ್ಣಿನ ಮೇಲೆ ಗಂಡಿನ ಹಿಪಾಕ್ರಸಿಯನ್ನು ನಾನು ಒಪ್ಪೋಲ್ಲ. ಭಾವನಾ ಸುಖವಾಗಿರಬೇಕೆಂದು ನಾನು ಮನಃಪೂರ್ವಕವಾಗಿ ಬಯಸ್ತೀನಿ. ಅದಕ್ಕಾಗಿ ನನ್ನಿಂದ ಏನು ಬೇಕಾದರೂ ಪಡೆಯಬಹುದು."

ಶರತ್ ನೇರವಾಗಿ ಅವನ ಕಣ್ಣುಗಳನ್ನು ನೋಡಿದ. ಗಂಭೀರ ಮುಖಭಾವದ ಮಧ್ಯೆ ಸ್ವಚ್ಛ ಸ್ಫಟಿಕದ ಮಣಿಗಳಂತೆ ಅವನ ಕಣ್ಣುಗಳು ಹೊಳೆಯುತ್ತಿತ್ತು.

ಅವನ ಬಲವಂತಕ್ಕೆ ಉಪಾಹಾರ ಮುಗಿಸಿದ. ಸತೀಶ್ ಅವನನ್ನು ಇಂಡಸ್ಟ್ರಿ ಬಳಿ ಡ್ರಾಪ್ ಮಾಡಿ ಆಫೀಸಿಗೆ ಹೋದ. ತಲೆಯಲ್ಲಿ ಚಮ್ಮಟಿಗೆಯಿಂದ ಬಡಿಯುವಂಥ ಸದ್ದು, ನೋವು.

ಡೈವೋರ್ಸ್‌ಗೆ ಯಾವ ಕಾರಣಗಳನ್ನು ಕೊಡುವುದು? ಭಾವನಾಳ ಮುಗ್ಧ ಮುಖ ನೆನಪಿಗೆ ಬಂತು. ಬೇಡ.... ಬೇಡ. ಮೈಯೆಲ್ಲ ಬೆವತುಹೋಯಿತು. ಅಲ್ಲಿ ಕೂಡುವುದಕ್ಕೆ ಆಗದೇ ಚಡಪಡಿಸಿದ.

ಎಂದಿನಂತೆ ರಜೆಯ ನಂತರ ಆಫೀಸ್‌ಗೆ ಹೊರಟ ಭಾವನಾಳಿಗೆ ಉತ್ಸಾಹವಿಲ್ಲವಾಯಿತು. ಕಾಲುಗಳು ಸೋತು ಮುಷ್ಕರ ಹೂಡಿದವು. ಬಸ್‌ಸ್ಟಾಪ್‌ನಲ್ಲಿ ನಿಂತಿದ್ದವಳು ಮನೆಗೆ ಹಿಂದಿರುಗಿಬಿಟ್ಟಳು.

ಡೈವೋರ್ಸ್ ಪಡೆದ ಮಾತ್ರಕ್ಕೆ ಬಂಧನ ಕಳಚಿ ಹೋದೀತೆ? ಪದೇಪದೇ ಸತೀಶನ ಗಂಭೀರ ಮುಖ ಅವಳ ಕಣ್ಮುಂದೆ ಬರುತ್ತಿತ್ತು. ಕಣ್ಣುಗಳಲ್ಲಿ ಅಭಿಮಾನ ತುಳುಕಾಡಿತು. ಹಿಂದಿನ ದಿನದ ಮಾತುಗಳು ಕಿವಿಯಲ್ಲಿ ಗುಯ್ ಗುಟ್ಟಿದವು. ಸತೀಶನ ಆಶೋತ್ತರಗಳು ಮೇರುವಿನಂಥಹುದು. ಒಂದು ದಿನವಾದರೂ ತನ್ನ ಮತಿವಿಕಲ್ಪದ ಬಗ್ಗೆ ಚುಚ್ಚಿ ಮಾತಾಡಲಿಲ್ಲ. ವಿಶಾಲ ಹೃದಯಿ ಪುನಃ ಮದುವೆಯಾಗುವ ಇಚ್ಛೆ ಇರುವುದು ಸಂದೇಹವೇ.

"ಊಟ ಮಾಡು" ತುಳಸಮ್ಮ ಕೋಣೆಯ ಬಾಗಿಲಲ್ಲಿ ನಿಂತು ಹೇಳಿದರು.

ಎಂದಿನಂತೆ ಮಗಳು ಕೆಲಸಕ್ಕೆ ಹೊರಟಿದ್ದು ಅವರಿಗೆ ಆಶ್ಚರ್ಯದ ಜೊತೆಗೆ ಆತಂಕವನ್ನು ತಂದೊಡ್ಡಿತ್ತು.

"ಈಗ ಬೇಡಮ್ಮ, ಅಣ್ಣನ ಜೊತೆ ಮಾಡ್ತೀನಿ" ಪುಸ್ತಕ ಮುಖಕ್ಕೆ ಹಿಡಿದಳು. ಎಷ್ಟೋ ಹೊತ್ತು ಅದೇ ಸ್ಥಿತಿಯಲ್ಲಿ ಕೂತಿದ್ದಳು.

"ಭಾವನಾ, ಆಫೀಸ್‌ಗೆ ಹೋಗಲಿಲ್ವಾ?" ಶರತ್ ಕೋಣೆಯೊಳಗೆ ನುಗ್ಗಿದ.

"ಇಲ್ಲ, ಯಾಕೋ ಬೋರಾಯ್ತು" ತಲೆ ತಗ್ಗಿಸಿಯೇ ಹೇಳಿದಳು. ಅಣ್ಣನ ಪ್ರೀತಿಯಲ್ಲಿ ತಾನು ನೆಮ್ಮದಿಯಾಗಿ ಜೀವನ ಸಾಗಿಸಬಹುದು. ಅವನ.... ಮನದಲ್ಲಿ ತೊಳಲಾಟ ಶುರುವಾಯಿತು.

"ಹೋಗಿದ್ದೆ, ಸತೀಶ್ ಓ.ಕೆ. ಅಂದ್ರು. ಲಾಯರ್‌ಗೆ ಹೇಳಿ ಕಾಗದ ಪತ್ರಗಳನ್ನ ರೆಡಿ ಮಾಡಸ್ತೀನೀಂತ ಹೇಳಿದ್ರು" ಅವನ ಧ್ವನಿ ಭಾರವಾಗಿತ್ತು.

"ಮಹೇಶ್ ಫೋನ್ ಮಾಡಿ ನಿನ್ನನ್ನು ವಿಚಾರಿಸಿದ್ರು."

ತಟ್ಟನೇ ಅವಳಿಗೆ ಮಹೇಶನ ಜ್ಞಾಪಕ ಬಂತು. ಶರತ್‌ನ ಪ್ರತಿರೂಪವೆನಿಸಿತು. ಅಂಥ ಇನ್ನೊಬ್ಬ ಅಣ್ಣ ಕೂಡ ತನಗೆ ಇದ್ದಿದ್ದರೇ... ಹಾಯೆನಿಸಿತು.

ಸತೀಶ್‌ನಂಥವರು ಜಗತ್ತಿನಲ್ಲಿ ವಿರಳ. ಅಧಿಕಾರ, ಗತ್ತು, ಬಿಗುಮಾನ ಇದ್ದರೂ ಅವನ ಹೃದಯ ಸ್ವರ್ಣಮಂದಿರ. ಹಿಂದಿಗಿಂತ ಈಗೆಷ್ಟೋ ಬದಲಾಯಿಸಿದ್ದಾನೆ.

ತಲೆ ಎತ್ತಿ ಅಣ್ಣನ ಕಡೆಗೆ ನೋಡಿದಳು. ಅವನ ಮುಖದಲ್ಲಿ ತುಂಬಾ ನೋವು ಇತ್ತು. ಸ್ನೇಹಮಯಿಯಾದ ಅವನು ಸತೀಶನಿಗೆ ಆತ್ಮೀಯನಾಗಿಸಿತು.

"ನಡೀ, ಊಟ ಮಾಡೋಣ."

ಭಾವನಾ ಇದ್ದಕ್ಕಿದ್ದಂತೆ ಮಂಡಿಗೆ ಮುಖ ಹಚ್ಚಿ ಬಿಕ್ಕಿಬಿಕ್ಕಿ ಅಳಲು ಶುರು ಮಾಡಿದಳು. ಜಯಂತಿ ಹರೀಶ್ ಆಡಿದ್ದ 'ಮತಿವಿಕಲ್ಪವಾದದ್ದು ಎಂದಿಗೂ ಸರಿಹೋಗಲ್ಲ ನಿಶ್ಚಯ ಮಾಡಿಬಿಟ್ಟರೇ ಡೈವೋರ್ಸ್ ತೆಗೆದ ಮೇಲೇನೇ ಮದ್ವೆ ಇಟ್ಕೋಬಹುದು.'

"ಯಾಕೆ ಮರಿ... ಯಾಕೆ ಪುಟ್ಟ?" ಅವಳ ತಲೆಯನ್ನು ಎದೆಗೊರಗಿಸಿಕೊಂಡು ಸವರಿದ. ಅಳು ಕಡಿಮೆಯಾಗಲಿಲ್ಲ. ಅವನಿಗೆ ಗಾಬರಿಯಾಯಿತು. ತಾಯಿಗೆ ವಿಷಯ ತಿಳಿಸಿ ಟ್ಯಾಕ್ಸಿ ಹಿಡಿದು ಓಡಿದ. ಮನೆಗೆ ಊಟಕ್ಕೆ ಬಂದಿದ್ದ ಸತೀಶ್ ಗಾಬರಿಯಿಂದ ಅದೇ ಟ್ಯಾಕ್ಸಿಯಲ್ಲೇ ಬಂದ.

ಕೆಳಗಿಳಿದವನೇ "ನೀವು ಡಾ|| ಚಂದ್ರಚೂಡ್‌ನ ಕರ್ಕೊಂಬನ್ನಿ" ಗಾಬರಿಯಿಂದ ಮನೆಯೊಳಕ್ಕೆ ನುಗ್ಗಿದ. ಮನಃಪೂರ್ವಕವಾಗಿ ಜೀವನಕ್ಕೆ ಒಬ್ಬಳು ಹೆಣ್ಣು ಎನ್ನುವಂತೆ ಮೆಚ್ಚಿ ಮದುವೆಯಾಗಿದ್ದ. ಇಂದು ಕೂಡ ವಿಮುಖನಾಗಲಾರ.

ಇವನು ಕೋಣೆಯೊಳಕ್ಕೆ ನುಗ್ಗಿದಾಗ ಭಾವನಾ ಮೊಣಕಾಲಗಳ ಮೇಲೆ ಗದ್ದವೂರಿ ಕೂತಿದ್ದಳು. ಅವಳ ಕಣ್ಣುಗಳಿಂದ ಧಾರಾಕಾರವಾಗಿ ಕಣ್ಣೀರು ಹರಿಯುತ್ತಿತ್ತು.

"ಭಾವನಾ" ಕರುಳು ಕತ್ತರಿಸುವಂತಿತ್ತು ಧ್ವನಿ. ಅವಳು ಮೇಲೆ ಹೋಗಿ ಕೂತು ಕೈಯಿಂದ ಕಣ್ಣೀರು ತೊಡೆದು,

"ತೀರ ಸೆಂಟಿಮೆಂಟಲ್ ಆಗಬಾರದು."

ಅವಳನ್ನು ಎಬ್ಬಿಸಿ ತನ್ನೆದೆಗೆ ಒರಗಿಸಿಕೊಂಡ. ಆ ಎದೆಯ ಮೇಲೆ ಕಿವಿಗಳಿಗೆ ಆಪ್ಯಾಯಮಾನವಾಗಿತ್ತು.

—೦—